ஃபுக்குஷிமா
ஒரு பேரழிவின் கதை

தடாகம்

ஃபுக்குஷிமா
ஒரு பேரழிவின் கதை

மிக்காயேல் ஃபெரியே

பிரஞ்சிலிருந்து தமிழில்
சு.ஆ.வெங்கட சுப்புராய நாயகர்

தடாகம்

ஃபுக்குஷிமா : ஒரு பேரழிவின் கதை
ஆசிரியர் : மிக்காயேல் ஃபெரியே
பிரஞ்சிலிருந்து தமிழில் : சு.ஆ.வெங்கட சுப்புராய நாயகர்

Copyright © Editions Gallimard, Paris, 2012

Book Name in French & Author Name: "Fukushima, récit d'un désastre" by Michaël Ferrier

Tamil translation copyright © Thadagam, Chennai, 2015

Book Name in Tamil: ''Fukushima, oru perazhivin kathai" by Michaël Ferrier, translated by S.A.Vengada Soupraya Nayagar
ISBN: 978-81-932691-7-6
INR 200

PAP
TAGORE
www.bibliofrance.in

"The Work is published with the support of the Publication Assistance Programs of the Institut français / French Ministry of foreign and European affairs"

© All rights reserved. No part of this publication may be reproduced or transmitted in any form or by any means, electronic or mechanical, including photocopy, recording, or any information storage and retrieval system, without permission in writing from the publisher.

Published by:
THADAGAM
No.112, First Floor, Thiruvalluvar Salai
Thiruvanmiyur, Chennai 600041
www.thadagam.com | editor.thadagam@gmail.com

தமிழ்

ஃபுக்குஷிமா : ஒரு பேரழிவின் கதை

மிக்காயேல் ஃபெரியே

ஜப்பானின் தலைநகரான டோக்கியோவில் உள்ள பல்கலைக்கழகம் ஒன்றில் பிரஞ்சுப் பேராசிரியராகப் பணியாற்றி வரும் மிக்காயேல் ஃபெரியே, குறிப்பிடத்தக்க நாவலாசிரியர், கட்டுரையாளர். இவருடைய பாட்டி இந்தியர், தாத்தா மொரீஷியர். பிரான்ஸில் 1967ஆம் ஆண்டு பிறந்தவர். ஆப்பிரிக்கா உள்ளிட்ட நாடுகளில் தன் இளம் வயதைக் கழித்து, பாரீஸின் புகழ்மிகு சொர்போன் பல்கலைக்கழகத்தில் இலக்கியத்தில் முனைவர் பட்டம் பெற்றார்.

ஜப்பான், பிரான்ஸ் என இருவேறு நாடுகளின் பண்பாட்டுக் கூறுகளைக் கொண்டதாக இவருடைய புதினங்கள், கட்டுரைகள் முதலியப் படைப்புகள் திகழ்கின்றன. இப்பண்பாட்டுக் கலவைகளையும், இசை, தத்துவம், கலை விமர்சனம் ஆகிய பன்முகத்தன்மையையும் காணமுடிகிறது. பல்வேறு இலக்கியப் பரிசுகளைப் பெற்றுள்ள ஃபெரியே 2012ஆம் ஆண்டு வெளியிட்ட நூலான ‘‘ஃபுக்குஷிமா’’ வாசகர்களிடையே பெரும் வரவேற்பைப் பெற்றது.

சு.ஆ.வெங்கட சுப்புராய நாயகர்

பிரஞ்சு, தமிழ், ஆங்கில மொழிகளுக்கிடையே மொழிப்பாலம் அமைத்து வரும் சு.ஆ.வெங்கட சுப்புராய நாயகர் (1963), புதுச்சேரியில் பிரஞ்சுப் பேராசிரியராகப் பணியாற்றி வருகிறார். சுவிட்சர்லாந்து பிரஞ்சு எழுத்தாளர் 'பிலேஸ் சாந்த்ரார் படைப்புகளில் விலகித்தப்புதல்' எனும் ஆய்வினை முடித்து பிரஞ்சு மொழியில் முனைவர் பட்டம் பெற்றவர்.

குறுந்தொகையை முழுமையாக பிரஞ்சு மொழியாக்கம் செய்துள்ளவர். தமிழ்ச் சிறுகதைகள், கவிதைகள் முதலியவற்றை பிரஞ்சு மற்றும் ஆங்கில மொழிகளில் மொழியாக்கம் செய்துள்ளவர்.

காலச்சுவடு பதிப்பில், ஹினெர் சலீமின் அப்பாவின் துப்பாக்கி எனும் பிரஞ்சுப் புதினத்தைத் தொடர்ந்து, நோபல் பரிசுபெற்ற லெ கிளெஸியோவின் சூறாவளி ('அடையாளம் தேடி அலையும் பெண்' உள்ளிட்ட இரண்டு குறு நாவல்கள்) எனும் நூலை மொழிபெயர்த்துள்ளவர்.

'நற்றிணை' பதிப்பில், 'கலகம் செய்யும் இடது கை', 'கடவுள் கற்ற பாடம்' ஆகிய தலைப்புகளில், பிரஞ்சுக்கதைகளின் மொழியாக்கத் தொகுப்புகளை வெளியிட்டுள்ளவர்.

மொழிபெயர்ப்பாளரின் குறிப்பு

வரலாற்றைப் பதிவு செய்யும் நோக்கத்தோடு எழுதப்படும் இலக்கியப் படைப்புகள் அனைத்தும், ஒரு வகையில் எதிர்காலச் சந்ததியினருக்குச் சில பாடங்களையும் உள்ளடக்கியதாக அமைந்துவிடுகின்றன. ஜப்பான் தலைநகரான டோக்கியோவில் உள்ள ஷுயோ பல்கலைக்கழகத்தில் பிரஞ்சுப் பேராசிரியராகப் பணியாற்றிவரும் மிக்காயேல் ஃபெரியே படைத்துள்ள ஃபுக்குஷிமாவும் அத்தகைய தொலை நோக்குக் கொண்ட நூல்தான்.

நிலநடுக்கம், சுனாமி, ஃபுக்குஷிமா அணுஉலை விபத்து என மூன்று பேரிடர்களை 2011ஆம் ஆண்டில் ஜப்பான் சந்தித்தபோது அங்கு விளைந்த பாதிப்புகளை நேரில் அனுபவித்த சாட்சியான மிக்காயேல் ஃபெரியே, தன் அனுபவங்களையும், அங்குத் திரட்டிய தரவுகளையும் பகிர்ந்துகொள்ள உதவும் நூல் இது.

மூன்று பகுதிகளாகப் பிரிந்து விரியும் இந்த நூலின் ஆசிரியர் அரசியலையும் அழகியலையும் இணைத்து அசாத்தியத் துணிவுடன் நிகழ்வுகளை விவரிக்கிறார். நிகழ்வுகளின் வர்ணனையில் அவ்வப்பொழுது ஆசிரியரின் பரந்த இலக்கிய ஆளுமையை உணரமுடிகிறது. பேரிடர்களைக் குறித்து பேசுகிற நோக்கத்தோடு கூடவே ஜப்பானிய நிலக்காட்சிகள், கலாச்சாரக் கூறுகள், வரலாற்றுப்பதிவுகள், தொன்மங்கள், பாஷோ போன்ற இலக்கிய ஆளுமைகள், வணிகத்தந்திரங்கள், பாலியல் உணர்வுகள், மனித மேன்மையும் பலவீனங்கள் என பன்முகமான இவரது எடுத்துரைப்பு விரிந்த தளத்தில் இயங்குகிறது.

இயற்கைப் பேரிடர்களையும், அறியாமை, சுயநலம், நுகர்வுவெறி முதலிய காரணங்களினால் மனிதர்களே தருவித்துக் கொள்ளும் பேராபத்துக்களையும் சமூகக் கடமையோடும் இலக்கிய ரசனையோடும் அணுகும் பனுவல் இது.

நிலநடுக்கத்தால், சுனாமியால் பாதிக்கப்பட்டு உயிர்ப் பிழைத்தவர்களைச் சந்தித்து அவர்களுடைய அனுபவங்களைச் சேகரித்துத் தருகிறார். துயரமும் அச்சமும் நெகிழ்ச்சியும் நிறைந்துள்ள அம்மக்களின் பரிதாபகரமான வாழ்நிலை

நம்மை உலுக்கிவிடுகிறது. அச்சுறுத்தும் அணுஉலைகளினால் மக்களின் நிம்மதி எவ்வாறு அணுஅணுவாகப் பறிக்கப்படுகிறது என்பதையும்; அவர்களே அறியாதவண்ணம் தங்களுக்கு விதிக்கப்பட்ட வாழ்க்கை முறையை முணுமுணுப்போடு ஏற்றுக்கொள்ளும்படி எவ்வாறு பழகிவிடுகிறார்கள் அல்லது பழக்கப் படுத்தப்பட்டு விடுகிறார்கள் என்பதையும் போதிய புள்ளி விவரங்களோடு பதிவு செய்கிறது இப்புத்தகம்.

‘அரை ஆயுள்’ எனும் கதிரியக்கப் பதத்தை அங்குப் பாதிக்கப் பட்டவர்களின் அரைகுறை வாழ்வில் பொருத்திப் பார்த்து, எப்படியெல்லாம் அவர்களின் அடிப்படை உரிமைகள் சூறையாடப்படுகின்றன என்பதை வாழ்வியல் சித்திரங்களைக் கொண்டு விவரிக்கிறார் ஆசிரியர்.

அணுஉலைகளின் அவசியத்தை வலியுறுத்துபவர்கள் வைத்திருக்கும் நியாயங்களையும் பாதுகாப்பு அம்சங்கள் குறித்த கள்ள மௌனத்தையும் பாசாங்கான அக்கறைகளையும், வலுவான வாதங்கள், நேரில் கண்ட காட்சிகள், சாட்சிகள் ஆகியவற்றின் உதவியோடு கேள்விகளுக்கு உட்படுத்துகிறார். அவருடைய நடையில் எள்ளல், அறச்சீற்றம், பச்சாதாபம் எனப் பல்வேறு உணர்ச்சிக்கூறுகளைக் காணலாம்.

இந்த நூலை மொழியாக்கவேண்டியதின் அவசியம், இதில் உள்ள கருத்துக்கள் உலகில் உள்ள அனைவரையும் உடனடியாகச் சென்றடைய வேண்டியவை என்பதால் அதிக மாகிறது. ஃபுக்குஷிமா என்பது ஒரு குறியீடுதான். ஜப்பானின் ஃபுக்குஷிமாவை அறிமுகம் செய்வதன்மூலம் உலகில் உள்ள அத்தனை அணுஉலைகளின் ஆபத்தையும் உணரவைக்கிறார் ஆசிரியர். ஆம், வருங்கால சமூகத்தின்பால் அக்கறைகொண்ட எவரும் தவிர்க்க இயலா விவாதப் பொருட்களைத் தனித்துவ மானதொரு மொழியில் அலசும் இலக்கிய ஆவணம் இது.

சமூகத்தின்பால் நிகழ்த்தப்படும் வன்கொடுமைக்கு எதிரானதொரு மனவெழுச்சியை உண்டாக்குவதற்கு, தர்க்கப் பூர்வமாகவும் அறிவியல்பூர்வமாகவும் எழுதப்படும் கட்டுரை களுக்கு இத்தகைய இலக்கியப் படைப்புகள் நிச்சயமாக வலுசேர்க்கும்.

எதிர்கால வாழ்வில் ஒரு காலினை ஊன்றியபடி
மெல்ல மெல்ல அடிவைத்து
மழையும் நிழலும் கலந்த
இந்தப் பயங்கரமான சூழ்நிலையைக் கடந்து சென்றோம்.

- தாந்த்தே (நரகம்)

பிரளயம் பற்றிய அமளி ஓய்ந்த மாத்திரத்திலேயே
அசையும் மணிஓசையிலும்
செம்மலர்க் கூட்டத்திலும்
ஒரு முயல் நின்று,
சிலந்தி வலையினூடே வானவில்லைப் பார்த்து
வழிபாடு செய்தது.
மறைந்திருந்த மாணிக்கக் கற்களே!
அதற்குள்ளாக எட்டிப் பார்க்கும் மலர்களே!

- ரேம்போ, (பிரளயத்துக்குப் பின்)

ஜங் ஹெங்(Zhang Heng). அவர் ஒரு சீனர். நில நடுக்கங்களை அறியும் முதல் கருவியைக் கண்டு பிடித்தவர். கி.பி. 132இல் ஹான் (Han) சபைக்குப் பிரமிக்க வைக்கும் வெண்கலத் தாழி ஒன்றை வழங்கினார். பார்ப்பதற்கு அது ஒரு பெரிய மதுக்குடம் போன்றோ மீனின் உப்பிய வயிறு போன்றோ காட்சியளித்தது. பிரம்மாண்டமாகவும் பருமனாகவும் பிரமிக்க வைக்கக்கூடியதாகவும் இருந்த அந்தத் தாழிக்கு ஈயம், செப்பு உலோகங்கள் மினுமினுப்பைத் தந்தன. இந்த தாழியைப் பார்த்த அந்நாட்டு மக்களிடையே அது உடனடியாக ஆச்சரியத்தையும் அபிமானத்தையும் ஏற்படுத்திவிட்டது. இரண்டு மீட்டர் அகலமும், கிட்டத்தட்ட அறுநூறு கிலோ எடையும் கொண்டதாக அது இருந்தது. ஹான் ஆட்சிக் காலத்தில், கட்டிடங்கள் (பண்ணைகள், சுவர்கள், அரண் மனைகள்) அல்லது மிருக உருவங்கள் (பட்டுப் போன்ற சிறகுகளுடைய கருப்பு நிறக் கோழிகள், சாம்பல் நிற வாத்து ஜோடிகள், நீல நிறக் கழுத்துடைய குருவிகள்) ஆகியவைதான் பெரும் பாலான பாத்திரங்களை அலங்கரித்திருந்தன. ஆனால், இந்த தாழியின் பக்கங்களில் எட்டு நாகப் பறவைகள் (டிராகன்கள்) செதுக்கப்பட்டு, ஆணி ஒன்றால் பொருத்தப்பட்டிருந்தன. ஒவ்வொன்றும் வாய் திறந்திருக்க, தலை கவிழ்ந்திருந்தது. இவை, பீடத்தின்மீது அமைக்கப்பட்டிருந்த வாய்பிளந்த எட்டுத் தவளைகளை நோக்கியபடி இருந்தன. தவளைகளின் தலைகள் திசைகாட்டி முட்களுக்கு ஏற்றவாறு எட்டுத் திசைகளைப் பார்த்தபடி மேல் நோக்கி இருந்தன.

ஜங்கின் நிலநடுக்கத் தாழி, பண்டைய சீனத்தின் மகத்தான சாதனைகளில் ஒன்றாகக் கருதப்படுகிறது. வழவழப்பாகவும் மென்மையாகவும் அலங்கரிக்கப்பட்டு, நீரின் எதிரொளிபோல் மங்கலாகவும் அமைதியாகவும் காட்சியளித்த இந்தத் தாழியில் தேரைகள், தவளைகள் ஆகியவற்றின் உருவங்கள் நிறைந்திருந்தன. பார்க்கப் பயங்கரமாகவும் கம்பீரமாகவும் இருந்தன. இவை எல்லாமே இயல்பாக அமைந்திருந்தன. ஆனால் இதன் தனிச்சிறப்பாக விளங்கியது இதிலுள்ள தொழில்நுட்ப லாவகம்தான். 1939இல் அக்கிட்சுனே இமாமுரா (Akitsune Imamura) என்னும் ஜப்பான் நிலநடுக்கவியலாளராலும், அண்மையில் சீன விஞ்ஞானக் கழகத்தின் ஏழு விஞ்ஞானிகளாலும் மீண்டும் உருவாக்கப்பட்ட இக்கருவியின் சூட்சுமத்தை இதுவரை யாரும் முழுமையாக விளங்கிக்கொள்ள முடியவில்லை. அதில் ஒரு கைப்பிடியும், எடை ஒன்று தொங்கி பெண்டுலம்போல் ஆட, செங்கோணத்தில் நெம்புகோல் ஒன்றும் இருக்கும். இவை ஏறக்குறைய சடத்துவ விதிபோல் இயங்கின எனத் தெரிகிறது.

ஒவ்வொரு நாகப் பறவையின் அகண்ட வாயிலும் வெண் கலக் குண்டு ஒன்று இருந்தது. அது வட்டமாக முத்தைப் போல் மின்னியபடி இருந்தது. நிலநடுக்கம் ஏற்படும்போது தாழியின் உள்ளே இருக்கும் பென்டுலம் ஆடத் தொடங்கும். அதிலுள்ள எட்டு நகரும் கைகளின்மூலமாக வெளியே நீட்டிக் கொண்டிருக்கும் அச்சாணி போன்ற ஓர் அமைப்பு, இரண்டு குண்டுகளை வெளியேற்ற அவை கனத்த உலோகச் சத்தத்துடன் நாகப் பறவையின் அகண்ட வாயிலிருந்து கீழே விழும். அந்தச் சத்தம் அரண்மனை முழுவதையுமே எழுப்பிவிடக் கூடியதாக இருக்குமாம். ஒரு குண்டு மையப்புள்ளியை நோக்கியும் மற்றொன்று எதிர்த் திசையை நோக்கியும் இருக்குமாம். வடக்கு x தெற்கு, கிழக்கு x மேற்கு. எது சரியான திசை என்று தெரிந்து கொள்ள முடியாத சீனப் பேரரசர், தன் குதிரை வீரர்களை இரு திசைகளிலும் அனுப்பி வைப்பார். இதன்மூலம் பாதுகாப்பு, இயல்பு நிலை ஆகியவற்றை உறுதி செய்யும் இரட்டைச் சேவையை ஆற்ற முயலும் அவரது நோக்கம் நிறைவேறும்.

இப்படியாக, ஐரோப்பியர்கள் கண்டுபிடிப்பதற்கு பதினேழு நூற்றாண்டுகளுக்கு முன்பாகவே (1875 இல் இத்தாலிய பாதிரியார் பிலிப்போ சேஷி (Filippo Cecchi) நிலநடுக்கத்துக்கான முதல் கருவியைக் கண்டுபிடித்தார்) தங்கள் நீண்ட நிலப்பரப்பில், பல நூறு கிலோ மீட்டர் தொலைவில் நிலைகொண்ட பெரும்

நிலநடுக்கத்தைக் கண்டறியக்கூடிய கருவியைச் சீனர்கள் பெற்றிருந்தனர். எனினும், பலரும் வியந்த ஜங் தாழியில் ஒரு குறை இருந்தது. அக் குறையை, முற்றிலுமாக நீக்க முடியா விட்டாலும் அதன்பின் ஏற்பட்ட விஞ்ஞான வளர்ச்சி, பெருமளவில் நீக்கியுள்ளது. அக்குறை இதுதான் : நாகப் பறவைகளின் வாயிலிருந்து இரண்டு வெண்கல குண்டுகளும் கீழேயுள்ள தவளைகளின் வாயில் விழும்போது திசைகாட்டும் கருவியைப் போலவே இரண்டு நேரெதிர் திசையைக் காட்டும். எனவே, இரண்டு எதிர்த் திசைகளுக்கும் படைகளைப் பேரரசர் அனுப்பியாக வேண்டும். நிலம், அதிரும்போது அது தேவமைந் தனையே கதிகலங்கச் செய்துவிடுகிறது.

இன்று, தொழில்நுட்ப வளர்ச்சியின் உதவியோடு ஒரு நிலநடுக்கத்தின் சத்தியை உடனடியாகக் கணக்கிடவும், அதன் ஆழத்தையும் இடத்தையும் மிகத் துல்லியமாகச் சுட்டவும் முடிகிறது என்றாலும் சீனர்களின் பாரம்பரியப் பாடத்தின் மதிப்பு குறையாமல் உள்ளது. இப்படி ஒரு சம்பவம் நிகழ்ந்த அடுத்த நொடியே, அறிகுறிகளும் அடையாளங்களும் குழப் பத்திற்குள்ளாகின்றன. நிலநடுக்கத்தை அனுபவித் தவர்களுக்கு அது தெரியும். சில நொடிகளிலேயே, உலகம் முழுவதும், தம் பீடம் அசைவதை உணர்வார்கள். இடம், காலம், வெளி எல்லாம் முற்றிலுமாக நிலையிழந்து போகும். காலம் நெகிழும், வெளி சிதையும். திசைகாட்டும் புள்ளிகள்கூட எளிதில் சிதையக்கூடிய உறுதியற்ற குறியீடுகளாக மாறிப்போகின்றன. சுனாமிப் பேரலை ஏற்பட்டு அணுஉலை மையம் ஒன்று வெடிக்க நேரும்போது இயற்கைப் பேரிடர், உயிரிழப்பு, தொழிற்சாலை சேதம், அரசியல் முடக்கம் என எல்லாவற்றுக்கும் மேலாக நாம் வாழும் முறையே கேள்விக்குறியாகிறது.

*

குறைந்தது, ஒரு முறையாவது ஜங்கின் தாழி முறையாக இயங்கியிருக்க வேண்டும் என சில வரலாற்று அறிஞர்கள் கருதுகின்றனர்.

ஒரு நாள் காலை, வெண்கலக் குண்டு ஒன்று பெரிய சத்தத்துடன் ஒரு தவளையின் வாயில் விழுந்தது. ஒரு கனமான இரும்பு வட்டு பறந்து செல்லும்போது அடிபடும் சத்தம்போல் இருந்தது. அது ஒரேயொரு திசையை மட்டும் காட்டியது. அதாவது வடக்கு — தெற்கு. அருகில் எவ்வித அதிர்வையும் உணராத ஜங்கின் எதிரிகள் இக் கருவியைக் கண்டுபிடித்த

அவருக்கு எதிராகத் திரண்டனர். அன்று முழுவதும் தங்களால் இயன்ற அளவுக்கு அவரை விமர்சித்துத் தீர்த்தனர். அவரது கருவி இயங்கவில்லை. அவரது ஆய்வுகள் தவறானவை. அவர் எடுத்து வைக்கும் வாதங்கள் ஏற்றுக்கொள்ள முடியாதவை. இப்படிப் பல்வேறு விமர்சனங்கள் எழுந்தன. இவை எல்லாம் அன்று பொழுது சாயும் நேரம் வரை, குதிரை வீரன் ஒருவன் பரபரப்பாக வந்து சேரும்வரைதான். கண்களில் இரத்தம், ஆடையில் புழுதியுடன் காணப்பட்ட அவன் சுமார் ஐந்நூறு கிலோமீட்டர் வடமேற்கில் உள்ள காண்சு பகுதியில், பெரும் நிலநடுக்கம் ஏற்பட்டதாகத் தெரிவித்தான்.

அதாவது, தன் எதிரிகள் பிடிவாதமாக மறுப்பதை அல்லது அவர்களுக்குத் தெரியாததை ஐங்கின் தாழி அறியும். நமக்குத் தெரிந்ததற்குள் பிரபஞ்சம் சுருங்கிவிடாது. அதைப் பற்றி நாம் தெரிந்து கொண்டிருப்பதாக நம்புவதோ நம் கண்களுக்குத் தெரிவதோ, அல்லது நம்மால் பார்க்க முடிவதோ இவற்றுக்குள் அது அடங்கிவிடாது. கண்களுக்குப் புலப்படாத சக்திகளின் பிரம்மாண்டமான சாதனை அது. ஒரே நேரத்தில் எல்லாத் திசைகளிலிருந்தும் வந்து எல்லாத் திசைகளுக்கும் திரும்பிச் செல்லும் அந்தச் சக்திகள், காற்றைப் போல் வேகமாகவும் தீயைப்போல் எல்லாவற்றையும் விழுங்குவதாகவும் இருக்கும். சூழ்ந்துள்ள, அதன் முணுமுணுப்புக்குச் செவிசாய்த்தால் போதும். கண்களுக்குத் தெரியாததொன்று இருக்கிறது. அலைவரிசைகளாகவும், அலைகளாகவும், அதிர்வுகளாகவும் அது வெளிப்படுகிறது. நிலத்திற்கு அடியில் ஒரு தனி உலகம் உள்ளது. பயங்கரமான, அந்தரங்கமான அந்த உலகத்தின் கூறுகளை இனங்காண்பதற்கும், பதிவு செய்வதற்கும் வெளியிடு வதற்கும் மிகவும் நுண்ணிய கருவி ஒன்றினால்தான் முடியும்.

ஆனால் ஐங் ஹெங் குறித்து வேறு ஒரு தகவலையும் வரலாறு நமக்குத் தருகிறது. தமக்கு எதிரான பல அரசியல் தாக்குதல்களை எதிர்கொண்டவர். தம்மைத் தேடிவந்த பெருமை வாய்ந்த பணிகளை ஏற்க மறுத்து, வாழ்வின் கடைசிக் காலத்தில், முனிவரைப்போல் தனிமையில் தவிக்க முடி வெடுத்தார். அவர் காலத்தில் வாழ்ந்த பல இலக்கியவாதிகள் போல் ஐங்கும் கணிதவியலாளராகவும் கவிஞராகவும் விளங்கினார். மேலும், சித்திரக் கவிஞராகவும் ஓவியராகவும், எழுத்தாளராகவும், இசைவாணராகவும் அவர் இருந்தார். ஹான்ஸ் பேரரசின் சிறப்பான ஆட்சிக்காலத்தின்போதுதான் மிகவும் விலையுயர்ந்ததாகக் கருதப்பட்ட பட்டுத் துணிகளுக்குப்

பதிலாகவும், கனமாக இடத்தை அடைத்துக்கொண்டிருந்த மரப் பலகைகளுக்குப் பதிலாகவும் படிப்படியாகக் காகிதம் பயன்பாட்டிற்கு வந்தது. அந்தக் காலகட்டத்தில், ஜங் ஹெங் சணல் இழைகள், கோரைப்புற்கள், மரப்பட்டைகள் ஆகியவற்றில் நீளமான உணர்ச்சிக் கவிதைகளை வடித்துள்ளார். நகரங்களின் அமைப்பையும் அவற்றின் இயற்கை எழிலையும் பற்றி மிகவும் துல்லியமாக அருமையான வருணனைகளைக் கொண்டு விளக்கியுள்ளார். வட்ட வடிவிலான கோட்டைகள், கண்காணிப்புக் கோபுரங்கள், வேட்டைப் பூங்காக்கள் குறித்த விளக்கங்களும் அவற்றில் காணலாம். படகுச் சவாரிகள், நீர் விளையாட்டுகள் பல விதமான பறவை வேட்டை, வில் அம்பு பயிற்சிகள் எனப் பல நடவடிக்கைகளைப் பற்றிய செய்திகளும் இடம்பெற்றுள்ளன. பெண்களை மலர்களுக்கும், ஆண்களைப் படகுகளுக்கும் ஒப்பிடுகிறார். டர்நீப், கொல்ஸா ஆகியவற்றைக் கண்டு மலைத்துப் போகிறார். ஊதாநிறப் பெயரில்லாவின் ஆயிரமாயிரம் விதங்களை ஆராதிக்கிறார். எவோடியா எனும் மரக்கிளைகளின் மென்மையைச் சிலாகிக்கிறார். ஆயிரக்கணக்கான மலர்களைக்கொண்ட இம்மரத்தின் கனிகள் சிறு குப்புகள்போல் இருக்கும். பறவைகளுக்கு மிகவும் விருப்பமானதாகும். இறுதியாக, ஓர் ஆற்றின் கரையில் நட்சத்திரங்களை எண்ணிக்கொண்டும் குன்றுகளை இரசித்துக் கொண்டும் மேகங்களைக் கவனித்துக்கொண்டும் தன் பொழுதுகளைக் கழித்து வந்ததைப் பதிவு செய்கிறார்.

நிலவியலாளர், புவியியலாளர், கணிதமேதை, பல கண்டுபிடிப்புகளுக்கு உரியவர் என பல சிறப்புகளுக்கு உரியவரான இவருடைய இந்த நடவடிக்கை நம்ப முடியாததாக இருக்கிறது. 'தேனினும் இனிய, கடினமான கணிதத்திலிருந்து விடுபட்டு இப்படி எளிமையாக உலாவந்தது வியப்புக்குரியதே. 'பை' எனும் எண்ணின் தொகையைத் துல்லியமாகக் கணக்கிட்டு, முதல் கோள வடிவ வானியல் ஆய்வுக்கூடத்தை உருவாக்கியவர். இன்று, இவரை தொலேமே, லியோனார்டோ டாவின்சி போன்றோருடன் சில வரலாற்று அறிஞர்கள் ஒப்பிடுகின்றனர். அத்தகைய சிறப்புடையவர், இதோ அரசவையைவிட்டு வெளியேறி, படிப்பதிலும், லுயித் எனும் யாழ் கருவியை மீட்டிக்கொண்டு, அகண்ட காடுகளிலும் பனிப்பிரதேசத்தின் இரம்மியத்திலும் ஆழ்ந்து உலா வருவதிலும் ஈடுபடுகிறார். வானில் உள்ள நட்சத்திரங்களின் அசைவுகளையும் பளபளக்கும் பசும் இலைகளின் ஓரத்திலுள்ள பூச்சிகளின் அசைவுகளைக் கவனிப்பதிலும் ஆர்வம் காட்டுகிறார். குறிப்பாக, காதல் அவரை

மகிழ்வித்து ஆட்கொள்கிறது. அழகிய காதலிகளை இயல்பான நடையில், தன் கவிதைகளில் போற்றுகிறார். (அவள் அவருக்கு ஒரு வாளினைப் பரிசாகக் கொடுக்க, அவர் அவளுக்கு ஒரு மரகத மோதிரத்தைத் தருகிறார்). சொர்க்கமாகக் காட்சி தரும் ஆற்றின் அருகில் அவர்களின் இரவு நேரச் சந்திப்புகள் பூமியிலுள்ள அத்தனை இன்பங்களையும் விஞ்சக்கூடியவை என சிலாகிக்கிறார்.

பூமி சுற்றிவரும் வேகத்தை அதிகரித்து ஒரு நாளின் காலத்தைக் குறைக்குமளவு இந்த சத்திவாய்ந்த நிலநடுக்கத்தைப் பற்றியும், இந்த ஃபுக்குஷிமா பேரிடரைப் பற்றியும் ஜங் ஹெங் என்ன நினைத்திருப்பார் என்று எனக்குத் தெரியவில்லை. சேற்றில் அடித்துச் செல்லப்பட்ட இலட்சக்கணக்கானவர்களை நினைத்து நிச்சயமாக வருந்தியிருப்பார். கதிர்வீச்சுகளின் அச்சுறுத்தும் புதிர் குறித்து, யாருடைய நிர்ப்பந்தத்திற்கும் ஆளாகாமல் தன் முழு ஆய்வுத்திறனையும் திரட்டி, ஆராய்ந்திருப்பார். இயற்கையின் அதிகாரம், தொழில்நுட்பத்தின் சக்தி, பயங்கரம், நம் வசிப்பிடத்தின் சூறையாடல்கள், நம் உற்பத்தி செய்யும் முறையின் அபத்தம் அல்லது நம் நுகர்வுக் கலாச்சார மோகம், ஒருபுறம் திட்டமிடப்பட்ட பட்டினி, மறுபுறம் மூடத்தனமாக வீணாக்குவது என நம்மிடம் சொல்வதற்கும், நம் கவனத்திற்குக் கொண்டுவரவும் அவரிடம் பல விஷயங்கள் இருந்திருக்கும்.

ஆனால், அதைவிட முக்கியமான விஷயம் ஒன்று உள்ளது. தன் இறுதி நாட்களில், ஜங் எழுதிய ஒரு கவிதையில், “காதல் வயப்பட்ட கருத்த கண்களுடைய இளம்பெண் ஒருத்தியுடன், கொக்குகள் நிறைந்த வனத்தில், புருயின் மலர் ஒன்றை ஆழ்ந்த நிசப்தத்தில் பார்த்துக்கொண்டிருப்பதைவிட வாழ்க்கையில் பேரின்பம் வேறு எதுவும் இல்லை” என்கிறார். இந்தப் புத்தகத்தைத் திறக்கும்போது, எங்கும் சிதைவு, எண்களின் குழப்பம் இவற்றிற்கு மத்தியில் மனித வரலாற்றின் முக்கியமான அத்தியாயம் ஒன்று எழுதப்பட இருக்கும் வேளையில், இத்தனைச் சாதனைகள் புரிந்த இந்த நிலநடுக்கவியலாளரை நினைவுகூர்வது பொருத்தமானது என்று நினைத்தேன்.

உள்ளே

விசிறியின் கைப்பிடி 21
தண்ணீரிலிருந்து தப்பித்த கதைகள் 81
அரை ஆயுள் - வாழும் முறை 187

விசிறியின் கைப்பிடி

I

2011ஆம் ஆண்டு மார்ச் மாதம் 11ஆம் நாள். வெள்ளிக்கிழமை பிற்பகல் நேரம். ஜன்னல்களின் அதிர்வு. ஏதோ ஒன்று திறந்துகொள்கிறது. உறுமுகிறது. நடுங்குகிறது. எல்லோரையும் வெளி யேறும்படிச் சொல்கிறது.

தொடக்கத்தில் அது ஒன்றுமே இல்லை. வெறுமனே ஓர் அசைவு. குறிப்பிடும்படியாக ஒன்றும் இல்லை. சுவரின் மேற்பூச்சில் ஏற்படும் விரிசல், எலும்பு நொறுங்கும் சத்தம் போன்றது. அதை நான் எப்படிக் கண்டுபிடித்தேன் என்று தெரியவில்லை. கண்ணாடி ஜன்னலின் அருகே இருந்த சில அலங்காரப் பொருட்கள் அசை கின்றன. காற்றின் வெளிச்சத்தில் தெரிந்த சில புழுதித் துகள்கள். அந்த ஏதோ ஒன்று அமைதி யாக மென்மையாக இரகசியமாக வளர்ந்து அதன் போக்கில் தொடர்ந்து முழுவீச்சில் வலம் வருகிறது.

இப்பொழுது அந்த நடுக்கம் மேஜையை ஆட்கொண்டு அதைக் கடந்து, ஏதோ ஒரு பேரலையைப் போல் அதன்மீது ஆடுகிறது. நடுக்கம் மெல்ல உறுமி அசைகிறது. அங்கிருந்த பேனாக்கள், கையேடுகள், புத்தகங்கள் ஆகியவற்றைத் தொடுவதோடு கணினியின் தட்டச்சுப் பலகையை அதிரச் செய்து வரிகளிடையே மேலெழும்பி திரையில் இறங்குகிறது. உணர முடியாத துடிப்பு. அது ஒரு மிகப்பெரிய வாக்கியம். அதற்கேயுரிய தொனியில் வெளிப்படத் தொடங்கியிருந்தது. அது பிரபஞ்சத்தில் ஒரு கணம் ஏற்படும் மையமும் ஊற்றுக்கண்ணும் ஆகும். அவ்வப்பொழுது நெகிழ்வாகவும், துல்லியமாகவும், பாய்ந்து செல்வதாகவும், குழப்பம் மிகுந்ததாகவும், தாறு மாறாகச் செல்வதாகவும், கவித்துவமாகவும் இருந்தது. சொற்றொடர்களைச் சிதைத்து, புரட்டிப்போட்டு வாக்கிய அமைப்பைச் சின்னாபின்னமாக்கி நோக்கங்களையும் நிகழ்வு வரிசைகளையும் தவிடுபொடியாக்குகிறது. அந்த ஒரு நொடியில், இவை அனைத்தையும், முழு உண்மையையும் ஒற்றை வாக்கியத்தில் சுருக்கி விடலாம். அதாவது, அதல பாதாளத் திலிருந்து வந்துகொண்டிருந்தது; அது வந்து விட்டது.

*

நான் ஜூன்(Jun) உடன் இருக்கிறேன். அது ஒரு வெளிச்ச மான பிற்பகல். வெதுவெதுப்பான காற்று வீட்டுக்குள் நுழை கிறது. பெரிய மரமேஜைமுன் அமர்ந்து காப்பி அருந்திக் கொண்டிருக்கிறோம். வசந்தகாலம் கமேலியா, ஈரிஸ் மலர்களில் ஜொலிக்கிறது. மனோகரமாக மல்லிகைப் பூச்செண்டின் மணம் தெருக்கோடிவரை வீசி மணம் பரப்புகிறது. அது ஜூன் கண் களிலும் மிளிர்கிறது. என்னைப் போலவே அவளும் அதோ ஒரு நாற்காலியில் அமர்ந்துகொண்டிருக்கிறாள். மேஜையின் அந்த நடுக்கத்தை உணர்ந்திருக்கிறாள். சிரிக்கிறாள். ஜூன் டோக்கியோவில் பிறந்தவள். அப்பா ஜப்பானியர். அம்மா ஸ்பெயினைச் சேர்ந்தவர். துடியிடை கொண்ட சரீரத்தில் கிழக்கு மேற்கின் சங்கமம். தலைமுடி கறுப்பு. வில் போன்ற வளைந்த புருவங்கள். தொட்டால் மென்மையை உணரவைக்கும் தேகம். அவள் சிரிக்கும்போது மிகவும் சிறிதாகத் தோன்றும் கண்கள், புன்னகைக்கும்போது மிகவும் பெரிதாக விரியும். பாவனைக்கும் புன்னகைக்கும் இடையில் ஊசலாடும் வினோதமான மலரைப் போன்ற இதழ்கள். அவள் சிரிக்கும்போது நேர்த்தியாக அமைந்திருந்த வெண்மை மிகுந்த பற்கள் உலகினையே சவாலுக்கு அழைப்பதுபோல் தோன்றும்.

கோப்பைகளின்மீது காப்பி நடுங்கிக்கொண்டிருந்தது. அந்த ஆவி பறக்கும் கறுப்புத் திரவத்தின் மையத்தில் சிறு வளையங்கள் இடைவிடாமல் விரிவடைந்து, பீங்கான் சுவரினைத் தொட்டமாத்திரத்தில் மறைந்து போயின. மீண்டும் பெரு வட்டங்களாகவும் கொந்தளித்தும் அவை உருமாறுகின்றன. மேஜைமீதிருந்த அத்தனைப் புத்தகங்களும் அசையத் தொடங்கின. பறவைகள் மௌனமாகின. நிலநடுக்கம் குறைகிறதா வலுப்பெறுகிறதா என்பதைத் தெரிந்துகொள்ள ஓரக்கண்ணால் கோப்பையிலுள்ள காப்பியின் வளையங்களையே நோட்டமிட்டபடி இருந்தேன். அதே நேரத்தில் டோக்கியோவில் இருந்த அத்தனை அலுவலகங்கள், மதுக்கூடங்கள், உணவகங்கள் ஆகியவற்றில் இருந்த இலட்சக்கணக்கான மக்கள் என்னைப் போலவே செய்துகொண்டிருந்தனர். அதாவது, தண்ணீர் அல்லது பீர் நிறைந்த கண்ணாடிக் குவளைகள், பச்சைத் தேநீர் கோப்பை ஆகியவற்றில் ஏதோ ஒன்றை வழக்கத்திற்கு மாறாக உன்னிப்பாகக் கவனித்துக் கொண்டிருந்தனர்.

திடீரென, புயலில் தாக்குண்ட தேநீர்க் கோப்பை ஒன்றின் மேற்பரப்பில் சிதறுண்டு தெறிக்கப்பட்டு மிதக்கும் சில துகள்களில், உலகம் முழுவதும் ஸ்தம்பித்து நின்றது.

*

படபடப்பும் குழப்பமும் தொடங்கிய இந்த நேரத்தில் நான் அமைதியாக இருக்க முயன்றேன். என் பார்வை ஜூன் பக்கம் திரும்பியது. அவளிடம் பயமில்லை. சிரித்துக் கொண்டிருந்தாள். எனினும் அவள் இதழோரம் லேசான கவலையின் ரேகைகளைக் காணமுடிந்தது. இதழ்களின் விளிம்புக்கும் கன்னங்களின் கதுப்புக்குமிடையே ஒரு சுருக்கம் தெரிந்தது. அவளுடைய புன்னகை கவர்ச்சியானது.

அவளை ஓரக்கண்ணால் கவனித்தபடியே, எழும்பிப் பெரிதாகும் இரைச்சலை என்னால் கேட்க முடிந்தது. தாடைகள் எழுப்பும் பெரும் சப்தம். அது செல், எறும்புகளின் மொழி. ஜல்லிக்கற்களின் உராய்வு. பறவை அலகுகள் கொத்தும் சிறு ஒலிகள். இவை எல்லாம் அடங்கிய வினோதமான ஒலி. பூச்சிகளின் சங்கேத மொழி.

மூன்றுகோடி வண்டுகள், தத்துக் கிளிகள், சிள்வண்டுகள் எனப் பூர்வீகமான பூச்சிக் கூட்டங்கள், வெட்டுக் கிளிகள், கம்பளிப் பூச்சிகள், பேன்கள், பட்டாம்பூச்சிகள் இவை எல்லாம் சேர்ந்து பூச்சியினத்திற்கேயுரிய ஆக்ரோஷத்துடன் அங்கிருந்த மேஜை

நாற்காலிகள், வீட்டு உபயோகப் பொருட்கள், சுவர்கள் என எல்லா இடத்தையும் ஆக்கிரமித்துக் கொள்கின்றன. அவற்றின் மார்பு, வயிறு, பாதங்கள், சிறகுகள், மீசைகள் என எல்லாம் வெளிப்பட்டன. அவை பிராண்டுகின்றன, தோண்டுகின்றன, துளையிடுகின்றன, கொத்துகின்றன, மூலைமுடுக்குகளில் பல்கிப் பெருகுகின்றன. குறுகிய கழுத்துகளின் மீதிருந்த அவற்றின் தலைகள் விரைவாக அசைகின்றன. அந்த முழுவீட்டையும் தங்கள் தோள்மீது தூக்கிக்கொள்கின்றன.

மேற்கூரை நொறுங்குகிறது. மரமுடிச்சுகள் படபடக்கின்றன. நான் இதுவரை ஆயிரம் முறையாவது படித்த, அல்லது கேட்ட, அந்த அறிவுரைகளை எல்லாம் மீண்டும் ஒரு முறை யோசித்துப் பார்க்கிறேன். ஒரு சில மாற்றங்களோடு, இவற்றை ஜப்பானில் வசிக்கும் அனைவரும் மனப்பாடமாகத் தெரிந்து வைத்திருந்தனர்.

"அமைதியாக இருங்கள்" (உங்களை அங்குப் பார்க்க விரும்புகிறேன்)

"ஓடாதீர்கள். வெளியே போகப் பறக்காதீர்கள்" (உள்ளேயே இருங்கள். அதாவது இடிந்துவிழும் வீட்டுக்குள்ளேயே)

"விளக்கு எதையும் ஏற்றாதீர்கள். கேஸ், மின்னிணைப்பு ஆகியவற்றைத் துண்டியுங்கள். சிறு தீயை, வாய்ப்பு இருந்தால் அணைத்துவிடுங்கள்" (வாய்ப்பு இருந்தால், சிறு தீயின் தெறிக்கும் பாங்கு எனக்குப் பிடிக்கும்)

"உங்கள்மீது விழக்கூடிய அல்லது உடையக்கூடிய பொருட் களிடமிருந்து விலகியிருங்கள். ஜன்னல்களுக்குத் தூரமாக இருங்கள்" (இரும்புச் சட்டத்தில் சோகமாக உரசும்போது ஜன்னல்களே இதைத்தான் எனக்குச் சொல்வதுபோல் இருக்கும்)

இறுதியாக ஒரு முக்கியமான வாசகம். "கைகளால் உங்கள் தலையைப் பாதுகாத்துக் கொள்ளுங்கள். சுவர் ஒன்றின் அருகிலோ தாங்கி நிற்கும் தூண் ஒன்றின் அருகிலோ ஒதுங்கிக் கொள்ளுங்கள். ஒரு மேஜைக்கு அடியிலோ, அலுவல் மேசைக்கு அடியிலோ, கதவின் சட்டங்களுக்கு அடியிலோ பாதுகாப்பாக இருங்கள்". அவசரத்திற்குக் கடைசியாகக் குறிப்பிட்ட இந்தப் பரிந்துரையைப் பின்பற்றுவதென முடிவெடுத்தேன்.

இதுபோன்ற சூழ்நிலையில் இது ஒன்றுதான் மிகவும் புத்திசாலித்தனமானதாகவும் எளிதானதாகவும் சட்டென

எனக்குத் தோன்றியது. ஜூனைப் பிடித்து அவளின் காதோரமாக, “கட்டிலுக்கடியில் சீக்கிரம் கட்டிலுக்கடியில்” என்று முணுமுணுப்பதற்கு இது ஒரு சரியான நேரம். அவள் மேலும் சிரித்துக் கொண்டிருந்தாள். அவளது நீண்ட மெலிந்த உடல் கட்டிலுக்கு அடியில் அழுந்தியது.

எழுத்தாளர் என்று கூறிக்கொள்வதற்குத் தகுதியான எவரும் ஒருமுறையாவது இந்த அனுபவத்தைப் பெற்றிருக்க வேண்டும். அதாவது மேஜைக்கு அடியில் ஒதுங்குவது. மேஜையின் சமதளமான மேற்பரப்பின் அடியில் புகுந்துகொள்வது. நாற் காலிகள், காகிதக் குப்பைத் தொட்டிகள் ஆகியவற்றைத் தள்ளி விட்டு அங்கே ஒதுங்கியிருப்போம். லேசர் பிரிண்டருக்கும் பழைய அகராதி ‘லித்ரே’க்கும் இடையே வாழ்வின் மறுபக்கத்தில் இருப்போம். எல்லாம் தலைகீழ் மாற்றம். இக்குழப்பத்தின் அடியில் அல்ல. மேலே இருப்போம். (ஆம், நிச்சயமாக அதுவும் அதே இடம்தான்). காட்சி இடம் மாறுகிறது. உலகம், மிகவும் துல்லியமான தன் தோற்றத்தை வெளிப்படுத்தி, மேஜையின் கால்களுக்கிடையே எடுப்பாக, ஒரு புது கோணத்தில் தெரிகிறது. இவை அனைத்தும் கவித்துவமாக, வினோதமாக, அர்த்தமற்றதாக இருக்கின்றன. ஒரே நொடியில், உச்சிமுதல் அடிவாரம் வரை, துணியில் இருந்து இழைப்பின்னல் வரை என, நிகழ்வுகளின் மேற்பரப்பிலிருந்து ஆழமான எதார்த்தத்துக்கு வந்திருப்போம். அது, நம் உடம்பை ஏதோ ஓர் அதிகபட்ச அதிர்வு நிலையில் வைத்துள்ளதைப் போன்ற நிலை; குறிப்பு எடுப்பதற்கான சரியான இடம். தரைமட்டத்தில் வழக்கத்துக்கு மாறான நிலையில், வினோதமான மேஜை.

விரைவில் அந்தச் சத்தம், முதல் தளத்துக்கு எழும்புகிறது. ஒரு தீக்குச்சி பற்றுவதைப் போலவே இருக்கிறது. படிகள் வழியே ஏறிய அச்சத்தம், கிறீச்சிடும், முறியும் சத்தங்களுடன் எங்கும் பரவி, பிறகு சிறு சிறு பகுதிகளாக ஆக்ரோஷமாக வெடித்துச் சிதறுகின்றன. அது மேலும் அதிகரித்து, முட்டி மோதிக் கொண்டு பெருகி, பின்னர் சிதறுகிறது. உத்திரங்கள், குறுக்குச் சட்டங்கள், அடைப்புகள் ஆகியவற்றிற்கு ஏற்றவாறு தன்னை வடிவமைத்துக்கொள்கிறது. இடப் பரிமாணத்திற்கு ஓர் அசாதாரண தோற்றத்தைத் தருகிறது. இடம், பொருட் களின் பின்பகுதி அனைத்தும் நடுங்கித் தன் இருப்பை வெளிப்படுத்திக்கொள்கின்றன. வீடு, தாதாமி எனும் சிறப்புத் தரை, மரத்தினாலான தரை விரிப்பு, வீட்டின் நடைப்பகுதி ஆகியவற்றைப் பெரிதாக்கும் அந்தச் சத்தம், கோபத்தில் அல்லது

மகிழ்ச்சியில் அவற்றிலுள்ள காகிதத்தையும் மரத்தையும் நடுங்கச் செய்கிறது.

எனவே, மேஜையின் அடியில் இருந்தபடியே நான் கவனித்துக் கொண்டும், சப்தங்களை உன்னிப்பாகக் கேட்டுக்கொண்டும் இருக்கிறேன். மேலெழும்பும் சப்தத்தின் சிணுங்கலைக் கேட்க முடிகிறது. அது அடர்த்தியாகவும், ஆழமாகவும் வலுப்பெறுவது போல் தெரிகிறது. முதலில், அவை சிறிய இடைவெளியாக, மிக விரைவாகவும் துல்லியமாகவும் ஒலித்த ஒலிக்கோர்வைகள். பிறகு, கால் தொனி, அரை தொனி, நான்கு தொனி என அளவு ஏறிக்கொண்டே போய்ப் பின்னர் அப்படியே தலைகீழாக வரைகோடாகவும், கீபோர்டு இசைக்கருவியின் கோலாகவும் இறங்குகிறது. கதவுகள் எல்லாம் பாம்பு போல் சீறுகின்றன. கண்ணிற்குப் புலப்படாத ஒரு வயலின் கருவியினது வில்லின் ஆணைக்கேற்பத் துள்ளலுடன் கிறீச்சிடுகின்றன. சுவர்கள் விரிசலிட்டுப் பிளக்கின்றன. சிறு வெடிச்சத்தம்போல் பிளவுகளின் சத்தமும் கேட்க முடிந்தது. (இன்னும் கொஞ்சம் நேரத்தில் அது எங்கிருந்தது வந்தது என்று எனக்குப் புரிந்துவிடும். வெளியே செங்கல் கூரையின்மீது விழும் காரையின் துகள்கள் எழுப்பும் சத்தம்தான் அவை). வழிந்தோடும் நீர் செல்லும் குழாய்கள் சுவரின்மீது மோதுகின்றன. கல்—உலோகம், உலோகம்—கல், ஒரு முறை, இருமுறை, மூன்று முறை என அது நிற்காமல் சத்தத்துடன் மோதியபடியே இருந்தது.

இப்பொழுது, ஒரு குவியலாக வரும் சத்தம் ஒன்றோடு ஒன்று மோதி, அவற்றுக்குள் அதிர்கின்றன. சத்தத்தில் பல வகை. தட்டையாக, மணி அடிப்பது போல், ஊமை அல்லது குருட்டுச் சத்தம், சில ஒலி எழும்; வேறு சில சீற்றம் பெறும். நிலநடுக்கம், விநோதமான தொனிகள், எதிர்பாராத நாதங்கள், உறுதியான சங்கதிகள் ஆகியவற்றை உண்டாக்குகின்றன. இது, நான் கேட்டிராத ஒரு சப்தப் பலகை. புதுவகையான இசை நிகழ்ச்சி. சமையல் அறையில், கீழிருந்து மேலாக இழுப்பறைகள் ஒன்றன்பின் ஒன்றாகத் திறந்துகொள்ள, முள்கரண்டிகள், உணவுக்குச்சிகள், கத்திகள், சிறு கரண்டிகள் — எல்லாவற்றையும் தரையில் சிதறச்செய்ததில் இசைக்கோலம் உருவாகிறது. கண்ணாடிக் குவளைகள் சிறிதாகச் சப்தமிட, தட்டுகள் ஓங்கி ஒலித்தன. அலமாரிகளும் திறந்து கொள்ள, கண்ணாடிக் கோப்பைகள் தரையில் விழுந்து நொறுங்கும் சத்தத்தைக் கேட்க முடிகிறது. ஷம்பா கோப்பைகள் ஒன்றன்பின்

ஒன்றாக நகர்ந்து முன்னேறிச் சிறிய பெருமூச்சுடன் தூக்கத்தில் நடப்பவர்கள் போல் கீழே விழுகின்றன.

எங்களைச் சுற்றி கதவுகள் அடித்துக்கொள்கின்றன. ஜன்னல்கள் அடித்துக்கொள்வதைப் பார்த்தால், அந்த வீட்டில் பேய் புகுந்திருப்பதைப்போல் இருந்தது. உள்ளிருந்து வந்த பிசாசுக் கூட்டம் அந்த இடத்தை அபகரிக்க முடிவு செய்துவிட்டது போல் இருந்தது. இப்பொழுது, அவை தாக்கிக் கைப்பற்றத் தொடங்கிவிட்டன. ஆயிரக்கணக்கில் மணலில் ஊரும் ஜந்துக்கள், நிலத்தின் அடியில் உள்ள நீர் அடுக்குகளிலிருந்தும், பொந்துகளிலிருந்தும் மேலெழும்பிக் குழாய்களில் அதிர்கின்றன. இதன் விளைவாக, அவற்றின் சத்தமும் குகையின் உறுமலும் சேர்ந்து வருகின்றன. இது ஒரு தாக்குதல். சண்டிக்குதிரைகள் கூட்டமாக துள்ளியோடுவது போன்றும் எருமைக் கூட்டத்தை மாட்டு ஈக்கள் துரத்துவது போன்றும் இருக்கிறது. இவை அனைத்தும் கண்மூடித்தனமான வேகத்தில் சப்தம் எழுப்பியும் அசைந்து கொண்டும் இருக்கின்றன. ஆயிரக்கணக்கில் முதலைகளும் திசையறியாப் பறவைகளும் இப்படி நடந்துகொள்கின்றன.

எங்கெல்லாம் தன் ஆதிக்கத்தை நீட்டிக்க முடியுமோ அங்கெல்லாம் நிலநடுக்கம் பரவி வளர்ந்தது. நாற்காலிகளை அசைத்து. விளக்குகளைக் கீழே தள்ளியது. பிறகு கிராதிகளைக் கொத்துக்கொத்தாகத் தாக்கியது. மரப் பொருட்களின் மூலை முடக்குகளுக்குச் சென்று, கோணங்கள் சந்திக்கும் இடத்தைக் கடந்து, மரச் சட்டங்களைச் சடசடவென விழச்செய்தது. இறுதியில் அறையின் உச்சியை அடைந்து, மேற்கூரையின் வெகு அருகில் நின்று, அக் கூரையையே தூக்கியது. இது ஏதோ திடீரெனத் துள்ளிக் குதிப்பது போல் இருந்தது. இப்பொழுது வீடு முழுவதுமே தனித்து இயங்குவது போல் முன்னும் பின்னும் அசைந்து கொண்டிருந்தது. ஒட்டு மொத்த வீடும் வேதனையில் துடித்துப் பேரதிர்ச்சியில் முடங்கிக் கடுமையாகத் திணறியது. மரக் கட்டுமானங்கள் சீர்குலைந்தன. குழாய்கள் நொறுங்கின. பத்தாயங்களும், சேமிப்புக் கூடங்களும், சுவர்களும் தங்கள் வேதனைகளை முணுமுணுத்தன. கழிவறைப் பீடங்கள் எலும்புக் கூட்டின் முகவாயிலிருந்து வரும் சத்தத்துடன் நொறுங்கின.

குழப்பம் உச்சத்தில் இருந்தது. இந்தச் சப்தங்களை அணி சேர்ப்பதற்கோ வகைப்படுத்துவதற்கோ எண்ணிக்கைக்குட்பட்ட ஒரு நிகழ்வில் சுருக்குவதற்கு எவ்விதத் தேவையுமில்லை. நிலப்

பிரப்பின் ஒவ்வொரு அங்கத்தையும் அதிர்வுகள் நிரப்பியதோடு அவற்றைப் புரிந்து கொள்ளாதபடி மாற்றிவிட்டன. சப்தங்களாலான சர்ப்பம், ஒரு டிரேகனின் துடிப்பான வால் இவற்றோடு ஒரு மிருகம் ஊர்வது போல் இருந்தது என்று சொல்லலாம். ஜப்பானியர்கள் எதற்காக மீன் பாதியும், பூனை பாதியுமான பூனைமீன் வடிவத்தால் நிலநடுக்கத்தை உருவகப்படுத்துகிறார்கள் என்பது சட்டென விளங்கியது. வளைந்துகொடுக்கக்கூடிய திரட்சியான ஏதோ ஒரு உடல், சிதைந்து மீண்டும் உடனடியாக ஒன்று சேர்வது போல் இருந்தது.

மேலெழும் சப்தம், ஒளியையும் நிறங்களையும்கூட மாற்றிவிட்டது. நான் இருந்த தரைப்பகுதியில் இருந்து, ஜன்னல் விளிம்பின் வழியாக, ஆழமான இருட்டான ஒலிக் கோர்வையிலிருந்து வெளியேறும் வானத்தின் நீல வண்ணத்தைப் பார்த்தேன். அது ஊகிக்க முடியாததொரு அடர்த்தியைப் பெறுவதைப் பார்த்தேன். மேஜையின் அடியிலும் அனைத்தும் நடுங்குகின்றன. மனதுக்குள் இது ஒரு செங்குத்தான நிலநடுக்கம் என்பதை உணர்ந்துகொண்டேன். நிலநடுக்கங்களில், இவ்வகை அதிக ஆபத்தானதாகக் கருதப்படுகிறது.

மேஜை நாற்காலிகளின் கால்கள், எழுவதும் விழுவதுமாக இருந்தன. நாற்காலிகள் காய்ச்சலில் பற்களை நறநறவெனக் கடிப்பதுபோல் இருந்தது. முக்காலி, போல்கா நடனமாடியது. எல்லாப் பொருள்களும் ஆடுகின்றன. எழுந்து நிற்கின்றன. தங்களுக்குள் சண்டையிடுகின்றன. வினோதமாக அந்தரத்தில் தொங்குவதைப் போல் அவை இருந்தன. மேலும் ஒரு ஆட்டம் ஏற்பட்டதில் என் அழகான மிரோக்கு பொசாட்சு (Miroku Bosatsu) (வருங்காலத்தைக் காக்கும் புத்தக்கடவுள்) சிலை, சரியாகச் சொல்வதென்றால் சிரச்சேதம் செய்யப்பட்டது. பீடம் உடைந்தது. அதன் வெண்கலத்தலை, தொலைக்காட்சி மேஜை வரை உருண்டுவந்து விழுந்தது. என்றும் அழியாத அதன் புன்னகை இப்பொழுது புழுதியிலும் கூளத்திலும் கிடக்கிறது. அதன் அருகில், புரூயின் இதழ்கள் பூக்குடுவையின் எதிரில் பரவிக்கிடக்கின்றன. பொருட்களில் மிகவும் அழகாகவும் மென்மையானதாகவும் இருந்தவை முதலில் விழுந்தன.

ஆனால், நூலகத்திலுள்ள பேழைகளின் சுவர் விளிம்புகளில் தான் நிலநடுக்கம் உச்சத்தை எட்டுகிறது. சிறு மேஜைகள் வழியே ஓடி, அடுக்குகளிடையே வழுக்கி, மாடத்தின் உச்சியில் இருந்த புத்தகங்களை எந்திரத் துப்பாக்கியின்

வேகத்தில் ஒன்றன்பின் ஒன்றாகக் கீழே தள்ளுகிறது. அவை "பிரஞ்சுக் கவிதையின் தொகுப்புகள்". சேன் ழூான் பேர்ஸ் (Saint-Jean Perse) முதலில் விழுந்தார். "போக வேண்டும்! போக வேண்டும்! உயிர்பிழைத்தவரின் வார்த்தைகள்!". மலை முகடுகளிலிருந்து கசப்புணர்வை எதிர்கொண்டு, குன்றுதோறும் வெண்சிலுவை வரைந்தவரான சேன் லெழே (Saint-Leger) சில நொடிகளுக்குக் கூடப் பேய் காற்றைத் தாக்குப்பிடிக்க முடியாமல் போய் பறந்துசெல்கிறார். விஞ்ஞி (Vigny) அவரைப் பின் தொடர்கிறார். பிறகு லமார்தீன்(Lamartine). தொடர்ந்து ரேம்போவும் (Rimbaud)ஒற்றைக் காலில் அதிர்ச்சிகுரிய வகையில் தப்பிச் செல்கிறார். அவரை வெர்லேனும்(Verlaine) நீண்ட புலம்பல்களுடன் பின்தொடர்கிறார். லெகோந்தெலீல்(Leconte de Lisle) பொறுமை காட்டாமல் அவசர அவசரமாக வந்து அவர்களுடன் சேர்ந்துகொள்கிறார். எல்லாம் அலங்கோலமாக, லாஃபோர்கும் (Laforgue)லூயீஸ் லபேயும் (Louise Labé)அவர்களிடம் போய்ச் சேர்கின்றனர். மகாகவி உய்கோ (Hugo) தயங்குகிறார்; தடுமாறுகிறார். அவருடைய ஒட்டுமொத்த படைப்புகளின் முழுப் பலத்துடன் உறுமிவிட்டு, பிறகு ஒரு பெரும் சப்தத்துடன் தரையில் விழுந்து நொறுங்குகிறார். எம்மே செசார்(Aimé Césaire) மிடுக்கோடு கம்பீரமாக விழுகிறார். நெர்வால், (Nerval) ரெனேஷார் (René Char)மீது ஏறியிருக்கிறார். குலோதல் (Claudel) வியோன்(Villon) மீதும், கியோம் அப்போலினேர் (Guillaume Apollinaire) மீதும் இருக்கின்றனர். ஒரு வழியாக, மலேர்ப் (Malherbe) வருகிறார். அவருடன் பிலேயாத் (Pl éiade) இலக்கிய வட்டத்தை அப்படியே அழைத்து வருகிறார். ரோன்சார் (Ronsard), துய்பெல்லே(Du Bellay), பெல்லோ(Belleau), ழொதேல்(Jodelle), அலக்சாந்திரன்(alexandrin), ஓது(Ode), சொன்னே(sonnet) எனும் பாவகைகள் எல்லாம் புழுதியில் முகம் புதைகின்றன. ப்ரெத்தோன் (Breton), அராகோன்(Aragon), எலுவார்(Eluard), தெனோஸ்(Desnos) என சர்ரியலிசவாதிகள் எனும் மீஎதார்த்தவியலாளர்கள் ஒரு பெரும் ஆட்டத்தில் ஒரே வீச்சில் காலியாகிறார்கள். மேல், கீழ் என்பவை இனியும் எதிர்ப்பதமாகப் பார்க்கப்படவில்லை. எனவே, அது மிகவும் எளிமை. எல்லாமே கீழ்நோக்கி மூழ்குகின்றன. ஒரு எரிகல் போல் கிறீச்சிட்டு வெண்முடியுடைய கைத்துப்பாக்கி வெடிச் சத்தத்துடன் கூடத்திலுள்ள மேசையில்போய் மோதுகிறது. இந்த அமளிக்கு இடையில் போன்ழ்(Ponge), எவ்வித ஆரவாரமும் இல்லாமல் அவருக்கு நெருக்கமாக இருந்த ப்ரூய்ன்மரப் பூவிதழ்களையும், அவர் மிகவும் விரும்பிய

வாசமிகு யெய்யே மலர்களையும் சென்றடைகிறார். இசிதோர் துய்காசைப்(Isidore Ducasse) பொறுத்தவரை, அவர் தமக்குள் திரும்புகிறார். பிறகு பறந்து போகிறார். அவ்வளவு சிறிய புத்தகம் எப்படி இந்த அளவு சப்தத்தை எழுப்ப முடியும் என்று வியக்கும் அளவுக்கு வேகத்தில் பறக்கிறது. உள்ளே இருக்கும் அவர்தான் இத்தகைய அதிர்வை உண்டாக்கியிருக்க வேண்டும் என்று நினைக்க வைக்கிறார். ஒன்றன்பின் ஒன்றாக அல்லது கூட்டமாக, பெட்டிகளாக, புத்தகங்கள் தரையை நோக்கி விரைகின்றன. அந்தப் புத்தகங்களின் உள்ளிருந்த வாக்கியங்கள், வார்த்தைகளில் இருந்த எழுத்துகள், ஒலியன்கள், பதங்கள், வாக்கியக் குழுக்கள், ஒலிக்கூட்டங்கள் எல்லாம் நொறுங்கி விழுந்தன. இலக்கணம் இழந்து, வாக்கிய அமைப்பு தடுமாறி, உலக ஒழுங்கே நிலைகுலையும் நேரம், பத்தி பத்தியாக, செய்யுள் செய்யுளாக, பகுதி பகுதியாக, ஒட்டு மொத்த பிரஞ்சுக் கவிதையும் நொறுங்கிக் கொண்டிருக்கிறது. பொதலேர் (Beaudelaire) மட்டும் அதோ உயரே, எல்லாவற்றுக்கும் மேலே, என்ன காரணமோ தாக்குப்பிடித்துக் கொண்டிருக்கிறார். அவர் ஒரு நிரந்தர எதிர்ப்பாளர்.

இனிமேல், தஞ்சம் புகவெனப் பூமியில் வேறு இடம் எதுவும் இல்லை. இனி எதற்கும் முக்கியத்துவமில்லை. இதோ மொட்டை மாடியில் வெளிர்நீலமாக ஒளிரும் சூரியனூடே பாயும் வண்ணமயமான ஜப்பானிய வசந்தமாகட்டும், பீட்ரூட்களின் செம்பட்டு நிறமாகட்டும், முட்டுச்சந்தில் ரம்மியத்தைப் பரப்பும் அழகிய மலர்களிலிருந்து வீசும் நறுமணமாகட்டும் எதற்கும் முக்கியத்துவமில்லை. எஞ்சியிருப்பதெல்லாம் சப்தமும் பூமியும்தான். நிலநடுக்கம் உலகை ஆட்கொண்டு எதார்த்தத்தைச் சம்மட்டியால் அடித்தவண்ணமிருக்கிறது. தாக்கப்படும் பொருளின் தாக்குப்பிடிக்கும் திறனை முற்றிலுமாக அழிக்க முடியாமல் இப்படிச் செய்கிறது. இதே நிலநடுக்கம், மனங்களில் ஒரு திகிலை, பீதியை, உள்ளுக்குள் ஒரு குகை பிறந்தது போல் திறந்துவிடுகிறது. சப்தங்கள் உடலுக்குள் புகுந்து அங்கங்களை அசைக்கின்றன. இதயம் துள்ளிவிழுகிறது. சுவாசம் தடுமாறுகிறது. இமைகள் சிமிட்டுகின்றன. இந்தக் குறிப்பிட்ட நொடியில், தற்பெருமையும் பெருமிதமும் தகர்ந்துபோகின்றன. நழுவும் உடைகளைப் போல், உரிக்கப்படும் ஆரஞ்சுப்பழத்தோல் போல், அவை மெதுவாகக் கீழே விழுந்து நம்மைக் கை விடுகின்றன. எனவே, நாம் மீண்டும் மகிழ்ச்சி, துக்கம் என எந்திரமயமாகிறோம். மேஜைக்குக் கீழே, எல்லாப் புலன்களும் உச்சத்தில். எதார்த்தத்தின் முற்றிலும் மாறுபட்ட அனுபவம்

அது. உலகம் திடீரெனத் தன் புதிர் நிறைந்த இருப்பை, பெயரிடப்படாத தன் வன்கொடுமையை, உணர்வுப்பூர்வமான ஆற்றலைக் கண்டுகொள்கிறது.

ஜூனைப் பார்க்கிறேன். அவள் என்னைப் பார்க்கிறாள். உங்களைச் சுற்றி எல்லாம் நொறுங்கி விழுந்து கொண்டிருக்கும் போது, அனைத்தும் சிதைந்து அதிர்ந்துகொண்டிருக்கும்போது, மேஜைக்கு அடியில் இருந்துகொண்டு என்னதான் செய்வது? ஜூனிடம் பதில் இருந்தது. அவளுடைய இதழ்கள் விரிகின்றன. அவை கொஞ்சம் ஈரமாக இருக்கின்றன. என்னைக் கட்டி அணைக்கிறாள். கண்கள் பிரகாசிக்கின்றன. கைகள் விரிந்துகொள்கின்றன. இருவரும் நடுங்குகிறோம். இது வேறு ஒரு நடுக்கம். இருந்தாலும் அதேதான். சோர்வினாலான நடுக்கமும் அல்ல, அச்சத்தினாலான நடுக்கமும் அல்ல. கிளைகள், இலைகள் ஆகியவற்றில் உண்டாகும் நடுக்கம். உலகம் நடுங்குவது போல் இப்பொழுது நாங்கள் நடுங்குகிறோம். இன்று கிடைத்த அனுபவத்தில் மிகவும் அற்புதமானது என்று அதைச் சொல்லலாம். அதுதான் முத்தத்தின் வீச்சு. அதன் இருப்பின் உண்மையான அனுபவம். வாழ்வின் ஆனந்தம்.

*

முன்னதாக 1923ஆம் ஆண்டிலேயே ஜப்பான் தூதர் போல் குலோதெல்(Paul Claudel), 'ஒரு நாட்டின் தலைநகரைக் கொதிகலனின் மூடியின்மீது வைப்பதா' என அங்கலாய்த்தார். யொகோஹாமா(Yokohama) எனும் டோக்கியோவின் நகரப் பகுதி (140000 சாவுகள்)யைச் சிதைத்த பெரும் நிலநடுக்கத்தால் சூறையாடப்பட்ட காந்தோ(Kanto) சமவெளியை நடந்தே சென்று பார்வையிட்டபின் அவர் தன் விவிலிய நடையில் அற்புதமான துல்லியத்துடன் எழுதியதாவது "பெரும் தீக்காற்று ஒன்று வீசியது. குளங்களில் உள்ள நீர்கூட கொதிக்கத் தொடங்கியது. நாங்கள் டோக்கியோவுக்கு வந்தபோது, நிலத்தின் நடுக்கங்களும், எங்கள் கால்களின் கீழ் உறுமல்களும், இடைவிடாது எங்களை வரவேற்றன. அப்பொழுது எங்களுக்கு விளங்கிவிட்டது. நாங்கள் விருந்தினராக வந்திருப்பது, அரைத் தூக்கத்தில் மரங்களிலும் மலர்களிலும் கனன்று கொண்டிருக்கும் 'சிக்லோப்' (Cyclope) எத்தகைய தன்மையுடையது என்பது விளங்கியது".

இம்முறை, அந்த சிக்லோப் விழித்துக் கொண்டது என்பதில் சந்தேகமில்லை.

*

அமைதி.

சப்தம் குறுகி, சின்னஞ்சிறு வட்ட அதிர்வுகளாகின. பின்னர், விலகி தூரமாகச் சென்று அரிதாகி, பின் சுத்தமாகக் கேட்காத அளவுக்கு நீர்த்துப் போயின.

இறுதியில், அந்த அறை சுருட்டிக்கொள்வதுபோல் தெரிந்தது. நாம் விடும் மூச்சுக்காற்றைத் தவிர்த்து வேறு எதுவும் கேட்க முடியவில்லை.

மேஜை அடியிலிருந்து தலையை வெளியே நீட்டினேன். கற்பனை செய்து பார்த்தால் அப்பொழுது என் முகம் பயந்துபோய்தான் இருந்திருக்கும். எங்கேயோ விரிசல்கள் ஏற்பட்டிருக்க வேண்டும். ஏனெனில் மேல் கூரையில் இருந்து பிளாஸ்டர் துகள்கள் சில என் தோள் மீது விழுந்தன. இது எவ்வளவு நேரம் நீடித்தது? எனக்குத் தெரியாது. இரண்டு அல்லது மூன்று நிமிடமிருக்கலாம் முடிவில்லாதது. நிலநடுக்கத்தின்போது கடிகாரத்தைப் பார்ப்பதில் எந்தப் பயனும் இல்லை. நிலநடுக்கம் என்பது காலத்தின் நடுக்கமும்தான். எண்ணிக்கைக்கு எவ்வித பலனுமில்லை. கடிகார உலோக வட்டிற்குள்ளாகவோ அதனுள் சுழலும் நுண்ணிய நொடிமுட்களிலோ காலத்தை முடக்கிவிட முடியாது. அது தனக்கென ஒர் இருப்பை ஏற்படுத்திக்கொள்கிறது. இனி எதற்கும் அது கட்டுப்படாது.

சிறிது நேரம் கழித்து, துல்லியமாக பகல் 2 மணி 46 நிமிடம் 44 நொடியில் நிலநடுக்கம் நிகழ்ந்ததாகவும், அது இரண்டு நிமிடம் நீடித்ததாகவும் தொலைக்காட்சி அறிவிக்கும். காலக் கூட்டுக்குள் அந்த நிகழ்வை நிறுத்தி, சமூகக் கட்டமைப்புக்குள் அதை ஒன்றிணைக்கும் முயற்சியில் ஈடுபடும். இத்தகைய பிரம்மாண்டமான, பயங்கர நடுக்கத்தை, பெரும் அமைப்பான தேதிகள், அதன் எண்ணிக்கைமுறை, எழுத்தோட்டத்தில் அதன் நிலை, தலைப்புகளுக்குக்கீழ் அதன் இடம் என கணக்கிட முடியும் என நம்புவதுபோல் இருக்கும். நிலநடுக்கத்தின் சக்தி குறித்து கணிப்பதில் கொஞ்சம் நேரம் தயக்கம் ஏற்படும். முதலில் வரும் தகவல்கள் 7.9 என இருக்கும். பிறகு அதுவே 8.4 என கணக்கிடப்படும். பிறகு இரண்டு நாள்கள் கழித்து ரிக்டர் அளவுகோலில் 9 என அறிவிக்கப்படும். ஜப்பான் அளவுகோலில், 7 என்பதுதான் அதிகபட்சமாக ஏற்படக்கூடிய நிலநடுக்கத்தின் தாக்கம். இன்னொரு வகையில் சொன்னால், இதுபோன்ற நிகழ்வை எதிர்கொள்ள அளவுகோல் இல்லை. வெளியை மட்டும் நிலநடுக்கம் பாதிப்பதில்லை; கால

ஒழுங்கையும்தான். வரையறுக்கப்பட்ட ஒரு நாளில், சில நொடிகளில் அலைபாயும் வகையில், வளைந்து நெளிந்து பதற்றத்தில் முறிந்துபோகக்கூடிய, நடுங்கும் வரியின் புதிராக, வேறு ஒரு கால அமைப்பை உண்டாக்கக்கூடிய சாத்தியக்கூறு அதற்கு உள்ளது.

மேஜையின் அடியிலிருந்து கஷ்டப்பட்டு வெளியேற முயன்றேன். தடுமாறினேன். கால்கள் இயல்புநிலைக்குத் திரும்பின. முன்பாதங்கள் தரையில் அழுந்தியிருக்க, கால்கள் நடுங்கின. என்ன, ஒன்றும் பிரச்சனையில்லையே?

“இல்லை”

“சரி, முன்னேறலாம்”

கோப்பைகளிலிருந்து விழுந்து, மரத்தரையில் சிதறியிருந்த காபியைத் அங்குக் கிடந்த ஒரு துண்டால் துடைத்தேன். புத்தகங்களின்மீது கால்வைத்துத் தட்டுத்தடுமாறி கதவுவரை சென்றேன். வாயிலின் முகப்பில் இரண்டு பல்புகள் மின்கம்பியின் நுனியில் தொங்கியபடி இருந்தன. அவை நம்பமுடியாத வட்டங்களை அங்குள்ள வெளியில் போட்டுக்கொண்டிருந்தன. நான் வெளியேறினேன். மக்கள் இன்னும் அங்கே இருந்தனர். சலவை எந்திரத்தின் சாட்டையில் புகுந்து வந்தது போன்ற உணர்வு. பயங்கரமான நிலநடுக்கத்துக்குப் பிறகு நம்மால் நேராக நடக்க முடியாது. எந்த அளவு உடல் குறைக்கப்பட்டு இருக்கும் என்றால், இன்னமும் லேசான மயக்கம், போதை, ஏதோ படகிலிருந்து வெளியேறியது போன்ற உணர்வு — இவையெல்லாம் பாதம் தரையில் மீண்டும் படும்போது ஏற்படுவது போல் இருக்கும்.

ஆனால், அந்த நேரத்தில் நம்ப முடியாத அளவுக்கு ஒரு விதத் தெளிவும் ஏற்படுகிறது. காற்று மிகவும் இலகுவாகவும் தெளிவாகவும் இருக்கும். புலன்கள் அனைத்தும் விழிப்படையும். எல்லாவற்றையும் துல்லியமாகவும் புதிதாகவும் உணர முடியும். கொஞ்சமாக வண்ணம் தோய்த்த பனிக்கட்டிபோல் மென்மையாகவும் ஒளி ஊடுருவக்கூடியதாயும் பிரகாசமாக உள்ள உலகம் திடீரெனப் புலப்படும். வெளியே, நீர்ப் பச்சை நிற இலைகளுடன் மரங்களும் அவற்றின் அடிமரப்பட்டைகளுடன் இருந்தன.

முதல் அனிச்சைச் செயலாகக்கைபேசியைத்தேடிப்பார்த்தேன். அதை, என் சட்டைப் பையில் துழாவி எடுத்தேன். திரையைத் திறந்து, எண்களைத் தடவித் தட்டினால்...“வேலையாகவுள்ளது”.

வேறு ஒருவருக்கு முயன்றேன்; தொடர்பில் உள்ளது. தரைவழி இணைப்புகளுக்கும் இதே நிலைதான். தொலைபேசிகள் இயங்குவது நின்றுவிட்டது என்பதில் ஐயமில்லை. இணைப்புகள் ஸ்தம்பித்துவிட்டன அல்லது அவை துண்டிக்கப்பட்டுவிட்டன. ஆனால், சிறிது நேரம் கழித்து சிறிய ஒலி மின்னலும், சிவப்பு ஒளிக் கீற்றும் என் கைபேசியில் வந்தன. ஒரு செய்தி வந்திருந்தது. ஷங்காயில் உள்ள ஒரு நிறுவனம் மிகவும் குறைந்த விலையில் உடைகளை வாங்க என்னை அழைக்கிறது. விளையாட்டுப் பொருள்கள், ஸ்கார்ப்கள், மின்சாதனப் பொருள்கள், தங்கம் வெள்ளி நகைகள், காப்பி, வினிகரில் ஊறவைத்த வெள்ளரிகள், சாவிக் கொத்துகள், தொப்பிகள், ரசிகர்கள் பயன்படுத்தும் ஊதுகுழல்கள்கூட. பிற்பகல் முழுவதும் என் கைபேசிக்கு வந்து சேரமுடிந்த செய்திகள் அனைத்தும் சீனத் தொலைவழி வர்த்தகர்களுடையவைதான். (இதுபோன்ற பிரச்சனைகளில்தான் சீனாவின் வர்த்தக சக்தியை நாம் புரிந்துகொள்ள முடிகிறது என நினைத்தேன்). கோப்பைகளின் சில்லுகள், கண்ணாடித் துண்டுகளிடையே நடந்து சென்று சமையலறைவரைப் பார்வையிட்டு வந்தேன். கேஸ் இணைப்பு துண்டிக்கப்பட்டிருந்தது. வெந்நீரும் இல்லை, அடுப்பும் இல்லை. இணையம் மட்டும் இயங்கியபடி இருந்தது. இதன்மூலம்தான் எல்லோரும், நெருங்கியவர்களுக்கு நம்பிக்கை ஊட்டவும் செய்திகளை அறியவும் முடிந்தது.

உண்மையில் இது ஒரு வெடிவிபத்து. சில நிமிடங்களில், நூற்றுக்கணக்கான தகவல்கள் எனக்கு வந்து சேர்ந்தன. அவற்றில் சில, மிகவும் எதிர்பாராதவை. பார்த்துப் பல ஆண்டுகளான சிலரிடமிருந்து வந்தவை.

போலியான பதற்றமின்மையுடன் “அப்ப, டோக்கியோவில் ஆட்டமா?”

நடுங்கும் பதற்றத்துடன் “எப்போது முடிகிறதோ, உடனே நீ நன்றாக இருப்பதாக எனக்குச் சொல்”

சம்பிரதாயமான தோரணையில் ‘‘என் நினைவுகள் உன்னையும் ஜப்பானையும் சுற்றி வருகின்றன.”

தந்திக்கே உரிய நடையுடன் “டோக்கியோவில் நிலநடுக்கம். சுனாமி எச்சரிக்கை. நாங்கள் கவலையில் இருக்கிறோம். செய்திகளை அறிய ஆவல். முத்தங்கள்”

தத்துவார்த்தமான நகைச்சுவையோடு “டோக்கியோவில் பிரளயம் ஏற்பட்டிருக்க வேண்டும். பத்திரமாக இரு.”

எல்லாத் தகவல்களுக்கும் தனித்தனியாகப் பதில் எழுத முயன்றேன். இனி வரும் நாட்களில் மேலும் சில தகவல்கள் எனக்கு வந்து சேரும். ஒரு குறிப்பிட்ட காலகட்டத்தில் எனக்குக் கிடைத்த மின்னஞ்சல்களின் எண்ணிக்கையைப் பார்த்தால், ஏற்கனவே நான் இறந்துவிட்டது போன்ற உணர்வு ஏற்பட்டது.

ஜூன் தொலைக்காட்சியை இயக்கினாள். எல்லோருடைய முகத்திலும் ஒரே நேரத்தில் பதற்றம், பரபரப்பு, பயம் ஆகிய உணர்வுகள் காணப்பட்டன. திகைப்புக்கும் ஒருவித அதீத எதார்த்தத்திற்கும் இடையே ஊசலாடிக் கொண்டிருந்தனர். அனைத்து நிகழ்ச்சிகளும் பாதியில் நிறுத்தப்பட்டிருந்தன. அலைவரிசைகள் அனைத்தும் அதே அறிவுரைகளையும் தகவல்களையும் சங்கிலித் தொடர்போல் ஒலிபரப்பிக் கொண்டிருந்தன. கட்டிடங்களின் உச்சியிலோ உள்ளேயோ பொருத்தப்பட்டிருந்த ஒலிப்பதிவுக் கருவிகளின் படங்கள், நடந்து முடிந்த களேபரத்தின் வலிமையைக் காட்டின. தொலைக்காட்சி குழறியது, தடுமாறியது. வானொலி கரகரத்தது. தகவல் ஊடகங்கள் அனைத்தும் பூகம்பத்தால் பாதிக்கப் பட்டிருந்ததாகத் தெரிந்தது.

ஜப்பானிய அரசு அலைவரிசையான என்.எச்.கே (NHK)யில் வழக்கத்துக்கு மாறான குழப்பங்கள் — பறக்கும் காகிதங்கள், அலுவல் மேஜையின்மீது வெளிப்படையாகத் தெரியும் பிளாஸ்டிக் டம்ளர்கள், பலமுறை குனிந்து நிமிர்ந்து வருத்தம் தெரிவித்தபடி அண்மைச் செய்திகளை அறிவிக்கத் திரையில் தோன்றும் அறிவிப்பாளர்கள் — தலையில் மஞ்சள் நிறத் தொப்பியுடன் செய்தி வாசிக்கும் நிருபர்கள்.

திரையின் வலது ஓரமாக ஜப்பான் வரைபடம். பசுபிக் கடலோரப் பகுதிகள் முழுவதும் சிவப்பு அல்லது மஞ்சள் நிறத்தில் அடிக்கோடிடப்பட்டுத் தொடர் இடைவெளியில் சிமிட்டிக் கொண்டிருந்தன. நிமிடத்திற்கு ஒருமுறை ஜப்பானிய மொழியில் சுருக்கமாக ஓர் எச்சரிக்கை தோன்றிக்கொண்டிருந்தது.

சுனாமி

ரிமோட் கன்ட்ரோலைத் தேடிப்பிடித்து ஒவ்வொரு அலை வரிசையாக மாற்றிப் பார்த்தேன். இம்முறை சந்தேகமில்லை. அது பெரிய எழுத்தில் வந்தது. அலைவரிசை ஒன்றுவிடாமல் எல்லாவற்றிலும் ஜப்பான் வரைபடம், திரையின் வலப்பக்கம் தோன்றி கால்வாசித் திரையை ஆக்கிரமித்திருந்தது.

அடர்த்தியான வண்ணத்தில் எடுப்பாகக் காண்பிக்கப்பட்ட பகுதிகள், பார்ப்பவர் கவனத்தை ஈர்ப்பதாக இருந்தன. ஒவ்வொரு அலைவரிசையிலும் பச்சை, மஞ்சள், சிவப்பு என நிறங்கள் மட்டும் சிறிது மாறின. அலைவரிசை 10 இந்தக் குறிப்புகளை அதிகச் சத்தமான குறீயீடுகளுடன் ஒலிபரப்பிக்கொண்டிருந்தது. அவ்வப்பொழுது திரையின் அளவுக்கேற்ப வரைபடம் பெரிதாகிச் செய்தியில் மூழ்கியிருந்த (இந்த விஷயத்தில் இப்படிச் சொல்லியாக வேண்டும்) செய்தி வாசிப்பவர்களின் முகங்களைக் காட்டியது. வர்ணனையாளர்களின் முகங்கள் வினோதமாக இருந்தன. எல்லாம் மீன் தலைகள். கடற்கரைப் பகுதியின் பல்வேறு துறைமுகங்களுடன் நேரடியாகத் தொடர்புகொள்ள காதில் பிரம்மாண்டமான கருவியுடன், பொன் நிற மீன், தோராது மீன் எனப் பல வகை மீன் தலைகள். செதில் கண்ணாடிகள். நடுவில் ஒரு கோடு. இறுக்கமான முகம். ஏற்கனவே தொலைக்காட்சி நிலையங்களில் சுனாமி ஊடுருவி, தலையில் ஒளிப்பதிவுக் கவசமும் ஒளிப்பதிவுக் கருவியும் கொண்ட வினோதமான பிறவிகளான மனித மீன்களைப் போட்டுவிட்டு போயுள்ளதைப் போன்ற உணர்வு ஏற்பட்டது.

இருமொழி அலைவரிசை, அதாவது ஆங்கிலத்தில் வரும் அலைவரிசைக்கு மாற்றினேன். அந்த அலைவரிசை, வெளிநாட்டுக்காரர்களுக்காக, ஏற்கனவே பதிவுசெய்யப்பட்ட செய்தியைத் தொடர்ந்து ஒளிபரப்பிக் கொண்டிருந்தது: "Tsunamai is expected to strike in the following areas" அதாவது, கீழ்க்கண்ட பகுதிகளைத் சுனாமி தாக்கலாம் என்று எதிர்ப்பார்க்கப்படுகின்றது. (நடுக் கத்தில் ஒலிக்கும் எந்திரமயமான அப் பெண்குரல் எவ்வித சலனமும் இல்லாத தொனியில் அறிவிப்பை வெளியிடுகிறது)

"The Pacific coast of Hokkaido, the Pacific coast of Tohoku district, the coastal areas of Hibaraki Prefecture and the eastern coast of Chiba Prefecture, the western coast of Chiba Prefecture and the coastal areas of the Tokyo Metropolis, Kanagawa and Shizuoka Prefectures and the Izu Islands, the coastal areas of Aichi and Mie Prefectures, the coastal areas of Wakayama and Osaka Prefectures and the southern coast of Hyogo Prefecture, the coastal areas of Tokushima and Kochi Prefectures and the coastal areas of Ehime Prefecture other than the settled island sea coasts."

ஒக்காய்தோ பசிபிக் கடற்பகுதி, தொஹோக்கு மாவட்டக் கடற்பகுதி, ஹிபாராக்கி எல்லையின் கடற்பகுதிகள், ஷிபா எல்லையின் கிழக்குக் கடற்பகுதிகள், ஷிபா எல்லையின் மேற்குக் கடற்பகுதிகள், டோக்கியோ பெருநகரின் கடற்பகுதிகள், கனகாவா ஷிஸுவோக்கா ஆகிய எல்லைகள், இஸு தீவுகள், ஐஷி மற்றும் எல்லைகளின் கடற்பகுதிகள், வகாயாமா, ஒஸாக்கா

எல்லைகளின் கடற்பகுதிகள், இயோகோ எல்லையின் தெற்குக் கடற்பகுதி, டொகுஷிமா கடற்பகுதிகள், கோஷி எல்லைகள், எயிமே எல்லையின் கடற்பகுதிகள். இவை தவிர மற்ற தீவுகளின் கடற்பகுதிகள்.

(இத்தகைய அற்புதமான ஜப்பானிய ஆங்கில நடையில் பட்டியலிடுவது எனக்குப் பிடித்திருந்தது)

"Everyone on the coast must evacuate to higher ground....."

கடலோரப் பகுதியில் உள்ள அனைவரும் இடத்தைக் காலிசெய்துவிட்டு மேட்டுப் பகுதிக்குச் செல்ல வேண்டும்.

இதே நேரத்தில் உலக உருண்டையின் மேற்பரப்பு முழுவதும், எல்லா மொழிகளிலும் இப்பேரழிவு குறித்த செய்தி வந்து சேர்ந்தது.

சங்கிலித் தொடராய் எச்சரிக்கை தொய்வின்றி விடுக்கப் படுகிறது. அவ்வப்பொழுது இடைமறித்து அதிக வித்தியாசம் ஏதுமின்றி அதே தகவலை ஓர் ஆண் குரல் சொல்லும். நான் மீண்டும் ஜப்பானிய அலைவரிசைக்குத் திரும்பினேன். பாதுகாப்பான இடம் தேடி மக்கள் ஓடுவதைப் பார்க்க முடிந்தது. அவர்கள் தோளில் தடித்த பைகள் இருந்தன, சில நேரங்களில் அவை சிறிய அளவில் இருந்தன. ஓசாகா விமான நிலையம் ஓடுபாதையில் வரிசையாக நிறுத்திவைக்கப்பட்ட விமானங்களுடன் காட்சியளித்தது. எங்கும், அல்லது ஏறக்குறைய பரவலாகக் கண்ணுக்கு எட்டிய தூரம் வரை கடல். துறைமுகங்கள் அல்லது கடலோர நகரங்களையும் காண முடிந்தது. ஓடுதளங்கள் அல்லது பாலங்களின் மீது அலறும் சைரன், சுழல் விளக்குகளுடன் காவல் துறை வாகனங்கள். நீரின் மேற்பரப்பை கேமரா தன் ஈரமான கண்களால் உற்றுப் பார்க்கிறது. இப்போதைக்குச் சிறிய பேரலைகளைத்தான் அனுபவித்திருக்கிறோம் (8 அல்லது 9 செ.மீ. உயரம்). ஆனால் தொலைக்காட்சியில் எல்லா விதமான தொனிகளிலும் மீண்டும் மீண்டும் அறிவிப்பதைப் போல் தொடக்கத்தில் வந்த சிறிய பேரலைகளின் (பெரும்பாலான நேரங்களில் அவை தவறான தோற்றத்தை உருவாக்கிப் பார்ப்பவர்களுக்குப் பயம் இல்லாமல் போகும்) தொடர்ச்சியாகப் பெரும்பாலும் "உண்மையான" பேரலைகள், அதாவது அந்த ஆபத்தான பேரலைகள் வந்து விடும். ஏற்கனவே மீனவப் படகுகள் சில காணாமல் போய்விட்டன. எப்படியும் அங்கு பெரும் குழப்பமான நிலைமை தான் நிலவியது. இதுவரை நான் இப்படியொரு

பரபரப்பைப் பார்த்ததில்லை. திரையில் தொடர்ந்து ஜப்பான் வரைபடம். சிவப்பு அல்லது மஞ்சள் நிறத்தில் பெரிய கோடு ஒன்று கடலோரப் பகுதிகளை விழுங்கியிருந்தது. கிழக்கு, மேற்கு, வடக்கு, தெற்கு என ஹொக்காய்டோவிலிருந்து (Hokkaido) ஒக்கினாவா(Okinawa)வரை ஜப்பான் முழுவதுமே இப்பொழுது அனைத்துப் பகுதிகளும் குறிக்கப்பட்டிருந்தன. ஒட்டு மொத்தத் தீவுக் கூட்டமே விழுங்கப்படக்கடிய அபாயம் இருப்பதாகச் சொல்லலாம். ஓர் அலைவரிசையில் , சிறப்புத் தொழில்நுட்ப உதவியுடன் அந்த வண்ணக் கோடு சிமிட்டாமல் அசைகிறது. ஒரு பாம்பைப் போல் நெளிந்து செல்கிறது. பார்க்க ஒரு வைரஸ் கிருமியின் நடமாட்டம் போல் தெரிந்தது.

*

அரை மணி நேரத்திற்குப் பிறகு, முதலாவது பின் அதிர்வு. மிகவும் பெரிதாக வலிமையாக இருந்தது. மீண்டும் எல்லாம் அதிருகின்றன. நான் வெளியே ஒருவருடன் பேசிக் கொண்டிருந்தேன். சற்றுமுன் நிகழ்ந்ததைப் போல்தான் இதுவும் ஆரம்பித்தது. ஜன்னல் சட்டங்களின் அதிர்வு, மரச் சட்டத்தில் சிறு நடுக்கம். நிலநடுக்கம் எப்பொழுதுமே ஒரு நடன மங்கையின் மெல்லிய அசைவுகளுடன் எலிக்குஞ்சுகளின் சேட்டைகளுடன் தான் வந்திருப்பதை அறிவிக்கும்.

பிறகு, திடீரென நிலம் நடுங்கிப் பயங்கர வேகத்தோடு எல்லாத் திசைகளிலிருந்தும் நம்மீது இலட்சக்கணக்கான சில்லுகள் வந்து விழும். இம்முறை, நிலநடுக்கத்தின் மையப்புள்ளி டோக்கியோவிற்கு மிக அருகில் இருந்தது. பரவலாக்கப்பட்ட பீரங்கி வெடிப்புபோல் அதிர்வுச் சத்தம் பயங்கரமாக இருந்தது. நிலநடுக்கத்தை நன்றாக விவரிக்க வேண்டுமென்றால் அதை ஒரு மத்தளம் உருள்வதோடு ஒப்பிட வேண்டும். எளிமையாகப் புரிந்துகொள்ள, வெகுதூரத்திலிருந்து உருண்டு வரும் மத்தளம் எங்கும் பரவுவது போன்றது. நீங்களே அந்த மத்தளமாக மாறிப்போவீர்கள்.

தோட்டத்தின் சுவரில் தொற்றிக்கொண்டேன். இதற்கு மேல் செல்ல வழியில்லாத இடத்தில் நம் சமநிலை இழந்து விடுவோம். அனைத்தும் ஒரு ஜலட்டின் பீடத்தின் மீது இருப்பதுபோல் தோன்றியது. விசையால் தள்ளப்பட்டு நிலநடுக்கத்தால் துரத்தப்படுவதப் போன்ற உணர்வில், வெளியே மக்கள் அங்கும் இங்கும் ஓடுகிறார்கள். சிலர் தம் இடத்திலிருந்து நகரப் பார்த்தார்கள். (எங்கே செல்ல?) ஆனால் ஓர் அடியைக்கூட

எடுத்துவைக்க முடியாமல் அசையாமல் இருந்தார்கள். ஒரு பொழுதும் முடியாது என்றாலும் தப்பித்து ஓடுவதற்குத் தயாராக இருப்பதுபோல் கொஞ்சம் சாய்ந்தவாறு இருந்தார்கள். கால்கள் கண்ணுக்குத் தெரியாத பசையால் தரையில் ஒட்டியிருக்க ஏதேதோ செய்கைகளை வெளிப்படுத்தினார்கள்.

நகரம் முழுவதுமே கிறீச்சிடுகிறது. தெருவிளக்குகள் அணி அணியாக உரசிக் கொள்கின்றன. பூமி நடுங்கியது. ஆனால், எல்லோரும் வானத்தையே பார்த்தனர். வானம் தலையில் விழுமோ எனப் பயம் இருந்தது. டோக்கியோ வானத்தில் கட்டிடங்கள் ஆடிக்கொண்டிருந்தன. அதோ, வீடுகள் அடங்கிய பகுதியின் கடைசியில், டோக்கியோவின் நகர மன்றக் கட்டிடங்கள் காற்றில் அசையும் பைன் மரங்களைப்போல் என் கண்முன்னே மிதக்கின்றன. அந்த நொடியில், கட்டிடம் இடிந்து விழக்கூடிய சாத்தியக்கூறு இல்லாமல் இல்லை என்று நினைத்தேன். எனவே எதுவும் சாத்தியம். எங்களைச் சுற்றி நகரம் முழுவதையும் ஒரு பெரும் ஊசலாட்டம் ஆட்கொண்டுவிட்டது. சில கட்டிடங்களில் தீ விபத்து அபாய எச்சரிக்கைக் கருவிகள் (சரியாகத் திருத்திவைக்கப்படாதவை அல்லது தேவைக்கு அதிகமாகச் சரியாக திருத்திவைக்கப்பட்டவை) இயங்கத் தொடங்கின. நீர் வழிந்தோடியது. கூடங்களில் வந்த நீரில், தடுமாறிக் கடந்து சென்றனர்.

“ஹிதோய் தேசு, யபாய், கோவாய்” ‘Hidoi desu, Yabai, Kowai…’ என கூக்குரல்கள் சன்னமான தொனியில். எங்கும் பீதி. எல்லோரும் பயத்தில். இந்தக் குழப்பத்தில் எல்லாருக்கும் ஒரே அனிச்சை செயல், அதுதான் “கெய்தாய்” keitai. அதாவது கைபேசி. சட்டைப் பைக்குள் உள்ள சிறு கடவுள்போல் இருந்த அது, எதனுடனோ சேர்த்து வைக்கக்கூடியதாகக் கருதப்பட்டது. வீண் முயற்சி. அனைத்து இணைப்புகளும் துண்டிக்கப்பட்டிருந்தன. “தொலைபேசிக் கோபுரங்கள் சாய்ந்திருக்கலாம்” என யாரோ ஒருவர் பதற்றமான முகத்துடன் கூறினார். யாரும் சிரிக்க வேண்டும் என நினைக்கவில்லை. தீயும் ஏற்பட்டது. குழாய்கள் உடைத்துக்கொள்ள, நிலத்திலிருந்து நீர் பீச்சியடித்தது.

உண்மையில் எது வேண்டுமானாலும் நடக்கலாம்.

***

II

பேரழிவிற்குப்பின் மூன்று நாள் கழித்து முழுமையான துக்கம் நிலவியது. தொஹோக்கு (Tohoku) பகுதியில் சுனாமிப் பேரலை எல்லாவற்றையும் கொண்டுபோய் இருந்தது. இலட்சக்கணக்கில் சாவுகள். (இறந்தவர்களின் எண்ணிக்கை மணிக்கொருமுறை உயருகிறது. பேஸ் பால் ஆட்ட புள்ளிக்கணக்கைப் போல் தொலைக்காட்சியில் சாவுக்கணக்கு தொடர்ந்து ஒளிபரப் பாகிக் கொண்டிருந்தது) தொடரும் பின்னதிர்வுகள் மக்களை எரிச்சலடையச் செய்தன. வடக்குப் பகுதியில் நிலவிய சூழ்நிலை அவர்களைப் பாதித்தது. அணு உலைகள் ஒன்றன்பின் ஒன்றாக வெடிப்பது அவர்களைப் பதறச்செய்தது.

பார்த்த காட்சிகளையே தொடர்ந்து தொலைக்காட்சியில் ஒளிபரப்பியபடி இருந்தனர். எங்கும் அவை தெரிவதாலும், ஒரே காட்சி மீண்டும் மீண்டும் புதுப்பிக்கப்படுவதாலும், முடிவின்றிப் பேரழிவுகள் ஒன்றன்பின் ஒன்றாகப் பெருகிக்கொண்டிருப்பதைப் போல் தோன்றியதோடு, அக்காட்சிகள் மேலும் பயங்கரமாகத் தெரிந்தன. உண்மையில் அது ஓர் ஊடக சுனாமி; எல்லோரையும் வசியமாக்கும் சுனாமி. எதையும் விளக்கிச் சொல்லாமல் அதுவும் மூழ்கி நம்மையும் மூழ்கவைக்கும். நம் முகங்களைத் தோராயமாக அதிர்ச்சியடையச் செய்து, மலைக்க வைத்து, வசியம் செய்து முடங்க வைத்து விழிபிதுங்க வைக்கும். காட்சிகளின் மாயவலையில் சிக்கிவிடுவோம். சரியாகச் சொன்னால் நாம் “நிலைகுலைந்து”போய் நிற்போம்.

ஒரு பெயர் மீண்டும் மீண்டும் தோன்றுகிறது. அது ஓரே நேரத்தில் உற்சாகமாவும் சோகமாகவும் ஒலிப்பது வினோதமாக இருந்தது. ஃபுக்குஷிமா ஃபுக்குஷிமா எனும் பெயரின் வேர்ச்சொல்லை ஆராய்ந்தால் “செல்வத்தீவு” என்ற பொருள் கிடைக்கிறது. இப்பெயர், அதற்கென அமைந்த பெயரில்லாத, ஒரு பேரழிவின் குழப்பமான பொருளாகத்தான் இருக்கிறது. இப்பேரழிவின் காரணங்கள் நமக்குச் சரியாகப் புலப்படவில்லை. அதன் பரிமாணங்களும் தெரியவில்லை. அதன் விளைவுகளையும் இன்னும் நம்மால் கற்பனை செய்ய முடியவில்லை.

*

அசரவைக்கும் முதல் தகவல்கள் வரத்தொடங்கின. ஜப்பானைத் தாங்கும் புவியமைப்பு ஓடு, 30 மீட்டர் தூரம் நகர்ந்துள்ளது. அது நானூறு கிலோமீட்டர் அகலத்திற்குமேல் அவ்வாறு நிகழ்ந்துள்ளது.

கொரிய நாட்டு வல்லுநர் ஒருவர் அதற்கான விளக்கம் தந்தார்: கொரியாவில் ஒரு சில நிமிடங்களிலேயே கிணறுகள் வற்றிவிட்டன. நீச்சல் குளங்களிலிருந்த நீரில், திடீரென சேறு நிரம்பிவிட்டது. மேலும், வடகொரியா, வடக்குப் புறமாக ஐந்து செ.மீ. நகர்த்தப்பட்டுவிட்டது. ஐந்து சென்டி மீட்டரா? அது ஒன்றும் இல்லை. கியோட்டா பல்கலைக்கழகத்தில் இருந்து வந்த வல்லுநர், மியாக்கி வட்டத்தில் உள்ள ஒஷீகா எனும் தீவுப் பகுதி 5 மீ 20 செ.மீ. அளவு கிழக்குத் திசையில் நகர்ந்து விட்டதாகவும் 1.80 மீ. கடலுக்குள் அழுந்திவிட்டதாகவும் விளக்கினார்.

மேலும் ஒருவர் வந்தார். இன்னும் கொஞ்சம் அதிகமாக அளந்தார்: 'ஜப்பான் கிழக்குப் பக்கமாக 5 மீ. நகர்ந்துவிட்டது! அமெரிக்காவிற்கு நெருக்கமாக 3.60 மீ. நகர்ந்துள்ளது'.

யொக்கோஹாமாவில் உள்ள நிலத்திற்குக் கீழிருந்த வாகன நிறுத்துமிடம், ஒரு மீட்டருக்கும் அதிகமாக பூமியிலிருந்து வெளியே மேல்நோக்கி நீட்டிக்கொண்டிருந்தது. நிலத்தடியில் இருந்த இத்தகைய வாகன நிறுத்துமிடம், திறந்தவெளி வாகன நிறுத்துமிடமாக மாற முடியும் என்றால் எல்லாமே தலைகீழாக மாறிவிட்டது என்றுதானே அர்த்தம்.

தொலைக்காட்சித் திரைகளில் உலகின் முடிவு, காட்சியாக ஓடிக் கொண்டிருந்தது. படங்களாலான பேரலை, எல்லாவற்றையும் அடித்துச் செல்கிறது. வெளிநாட்டுச் செய்தி அறிக்கைகள், நிலநடுக்கத்தின் சுவடுகளையும் சுனாமியின் சுவடுகளையும் குழப்பிக் கொள்கின்றன என்பது தெளிவாகத் தெரிகிறது. அணு உலை வெடிக்கப் போகிறது எனப் பீதியை உண்டாக்குகிறார்கள். சில நேரம் சந்தேகத்திற்கிடமான மோசமான சூழ்நிலையில், ஒரு வித கொண்டாட்டத்துடன் பலியானவர்களின் நிழற்படங்கள், படக்காட்சிகள் ஆகிவற்றைக் காட்டி விளக்கினார்கள். குழப்பநிலை வெளிச்சம் போட்டுக் காட்டப்பட்டது. மொத்தத்தில், இது ஒரு முழுமையான குளறுபடி.

*

நிலைமையை மேலும் தெளிவாகத் தெரிந்துகொள்ள, ஹிரோஷி ஃபுஜிவாராவைத் (Hiroshi Fujiwara) தொலைபேசியில் தொடர்பு கொண்டேன். அவர், என் பழைய மாணவர்களில் ஒருவர். 15 ஆண்டுகளுக்குமுன் டோக்கியோவில் வெளிநாட்டு மொழிகளுக்கான பல்கலைக்கழகத்தில் படித்தவர். புத்திக்கூர்மையும் துடிதுடிப்பும் மிக்கவர். தடிமனான கறுப்புக் கண்ணாடி, மடிப்புக் கலையாத, சுத்தமான உடையுடன் காணப்படும் அவருக்கு, வாழவேண்டும் என்ற பெரும் தாகம் இருந்தது. இரவு நேரத்தில் வெளியே சுற்றுவதிலும், இத்தாலிய இசை, பிரஞ்சு வைன் ஆகியவற்றின் மீதுள்ள ஈடுபாட்டினாலும் இது வெளிப்படும். தற்சமயம், ஜப்பான் வானிலை ஆராய்ச்சி மையத்தில் வேலை பார்த்து வருகிறார். குறிப்பாக, நிலநடுக்கக் கண்காணிப்பு மையத்தில் அவர் பணியாற்றுகிறார். மேலும் சொல்ல வேண்டுமென்றால், நாட்டின் முக்கியமான பேரிடர் மையத்தில் வேலை செய்கிறார். அவரைப் பார்த்துப் பல ஆண்டுகள் ஆகியிருந்தாலும் யாரும் எதிர்ப்பாராத அளவுக்கு என்னிடம் சகஜமாகப் பேசினார். ‘நிலைமை மோசமாக உள்ளது. தனக்கு அதிக நேரம் இல்லை’ எனச் சொல்லியிருந்தார். எனினும், தான் பணியாற்றும் இடத்திற்கு உடனடியாக வந்து பார்க்கும்படி என்னை அழைத்தார்.

டோக்கியோவின் மையப்பகுதியான ஒதேமாஷியில் (Otemachi) அமைந்திருந்த வானிலை மையம். ஜப்பானிய தேசியக் கொடியுடன் சாம்பல் நிறத்தில் இருந்த அப்பெரிய கட்டிடம், செவ்வக வடிவில், கூரையில் பிரம்மாண்டமான ஆன்டெனாக் களுடன் காலணிப் பெட்டியைப் போன்று காட்சி அளித்தது. வெட்டுக் கிளிகளும் வண்டுகளும் அதிலிருந்து தப்பிஓட முயல்வதைப் போல இருந்தது.

உள்ளே ஒரு தேன்கூடு என்றுதான் சொல்லவேண்டும். ஒவ்வொன்றிலும் ஏழுபேர் கொண்ட ஐந்து குழுக்கள், இரவும் பகலும் நிரந்தர சுழற்சி முறையில் வேலை செய்வதாக ஹிரோஷி எனக்கு விளக்கினார். கறுப்பு வெள்ளை சதுரங்கக்கட்டம் வடிவிலான டைல்ஸ்மீது, இளம் நீல வண்ணத்திலிருந்த சிறிய நாற்காலிகளில், பெட்ரோல் நிற, நீல வண்ணத்தில் சீருடை அணிந்த ஆண்கள். அவர்கள் தோள்மீது பச்சைக் குத்தியதைப் போல, அந்த வானிலை மையத்தின் குறியீடு, வட்ட வடிவில் ஒரு பேரலையைக் குறிப்பதாக வரையப்பட்டிருந்தது. அவர்கள், ஒரு கணிப்பொறியிலிருந்து மற்றொரு கணிப்பொறிக்குப் பெரும் வேகத்தில் இயக்கிக் கொண்டிருந்தனர். வேகமும், எதிர்வினை

ஆற்றுவதும் முக்கியமானவை என்பதை உடனடியாக உணர முடிந்தது.

உட்கூரையில், குழல் விளக்குகள் உற்சாகமின்றி மங்கலான வெளிச்சத்தை உமிழ்ந்து கொண்டிருந்தன. ஆனால், நூற்றுக் கணக்கான கணிப்பொறிகள், பல அளவுகளில் மேஜைகளின் மீது காட்சி அளித்தன. அவை, அசாதாரன பிரகாசத்துடன் ஒளிரும் வரைகோடுகளுடன் சுவர்களுக்குப் போர்வையாகி உட்கூரை வரை சென்றன. எங்கும் மஞ்சள், நீலம், சிவப்பு எனப் பல வண்ணத்தில் திரைகள். கையினாலோ அல்லது சுட்டியினாலோ செய்யும் சிறு அசைவில் எண்களாய் விரியும் திரைகள் பார்க்க இதழ்கள், இலைகள் ஆகியவை போன்று இருந்தன. படங்கள், எண்கள், அட்டவணைகள், வரைகோடுகள் இவை எல்லாம் சேர்ந்து ஒரு மின்னணு கோலாகலமாகக் காட்சியளித்தது. பல நிறங்களில் காணப்பட்ட கம்பிகள், பேனர்கள், வளைவுகள் இவற்றுக்கிடையே குவார்ட்ஸ் கிரிஸ்டல் ஒளிகள் மின்னின. நவீன காலக் கற்குகைக்குள் புகுந்துவிட்டதைப் போன்ற உணர்வு ஏற்பட்டது. இயற்கணிதத்திற்கும் வரைபடயியலுக்கும் இடையே, எண்களும், குறியீட்டுப் படங்களும் இடங்களைச் சுட்டி மின்னும் பட்டியலை வெளியிட்டுக்கொண்டிருந்தன.

வரைபடங்களும் கணக்குகளும் திரையில் ஊசலாடிக் கொண்டிருந்தன. அவை கணிப்பொறியால் அவ்வப்பொழுது மாறி வரும் நிலைக்கேற்பத் திருத்தப்பட்டன. தொலைக்காட்சித் திரைகள் இங்குக் குறைவாக இருந்தன. அப்பகுதி முழுவதும் நூற்று எண்பது நிலநடுக்கக் கணக்கீட்டுக் கருவிகளும், அறுநூறு அளவிடும் கருவிகளும் திட்டமிட்டுப் பொருத்தப்பட்டிருந்தன. இங்கு, பார்ப்பது முக்கியம் அல்ல. இக்கருவிகளின் தரவுகளை அல்லது அளவுகளைப் பூமியில் சிறு வேகம் ஏற்பட்ட மாத்திரத்தில் இனங்காண்பதுதான் முக்கியம். கடலிலும் பல கண்காணிப்புக் கருவிகள் இருந்தன. கரையில், ஒரு கப்பலில் பொருத்தப்பட்ட இருநூறு கிலோமீட்டர் நீளமான (கேபிள்) கம்பிவடம் பிணைக்கப்பட்டிருந்தது. கண்ணாடி இழையினாலான கடல் பாம்பு போல இருந்த அக் கருவியைப் படகில் பொருத்த இரண்டு நாட்கள் பிடித்தன. கடலின் கடைசியில் கொண்டு சென்று வைக்க, மேலும் இரண்டு நாட்கள் தேவைப்பட்டன. இக்கருவிகள் நீர்மூழ்கித் தொழில்நுட்பத்தின் அற்புதங்கள் ஆகும். அவற்றுள் சில, நிலநடுக்கத்திற்கும் மற்றவை சுனாமியை அளவிடவும் உதவின. கடலில் ஒன்று அல்லது இரண்டு கிலோமீட்டர் ஆழத்தில் அவற்றைப்

பொருத்துவதற்கு முன்பாக, ஒரு ஷுண்டாய் மதகுரு தீய சக்திகளை ஓட்டுவதற்கான சடங்கைச் செய்தார். இதனுடன் ஜி.பி.எஸ். எனும் வான்கோள் கண்காணிப்புக் கருவிகள் கொண்ட, நிரந்தர நிலையங்கள் அமைக்கப்பட்டன. 1995ஆம் ஆண்டு கோபே (Kobe)யில் ஏற்பட்ட பெரும் நிலநடுக்கத்திற்குப் பிறகு (7.2 அளவு சக்தி வாய்ந்தது, ஆறு ஆயிரத்திற்கும் மேல் சாவுகள்) ஜப்பானியர்கள் இவற்றுள் சிலவற்றைப் பொருத்துவது என முடிவு செய்தனர். அது, வான்வழி, நிலம், கடல் என உலகின் மிகவும் துல்லியமான கண்காணிப்பு அமைப்பாகும். அசாதாரணமான அடர்த்தியும், தரமும் கொண்டது அவ்விணைப்பு. எனினும், கடந்த மூன்று நாட்களாக தொடர்ந்து அது பதற்றமாக இருக்கின்றது.

அங்கிருந்த கருப்பு வண்ணச் சாய்வு நாற்காலிகளில் ஒன்றில் அழுந்தியபடி ஹிரோஷி என்னிடம் விளக்கினார். ‘உலகில் பதிவாகும் மோசமான நிலநடுக்கங்களில் சுமார் இருபது விழுக்காடு ஜப்பானில் நிகழ்கிறது. எனவே, நாங்கள் இதற்குப் பழகி விட்டோம் என்றால், அது மிகையாது. இருந்தாலும், இம்முறை நாங்கள் இந்தளவிற்கு எதிர்பார்க்கவில்லை. ஜப்பானியர் களுக்கேகூட இம்முறை பயம் ஏற்பட்டுவிட்டது’.

சிறிது நேரம் பேசாமல் இருந்தார். பிறகு, அங்கிருந்த திரை ஒன்றை நோட்டமிட்டுவிட்டுத் தொடர்ந்தார்: ‘இன்னும் கணக்கிட்டுக் கொண்டிருக்கிறோம். நிலநடுக்கத்தின் சக்தி எப்படியும் ஒன்பதை நெருங்கும். உங்களுக்கு ஒரு குறிப்பைத் தர அல்லது இதன் வலிமையைக் குறிக்க வேண்டுமென்றால், இதுவரை நாங்கள் 9.5க்கு அதிகமான சக்திவாய்ந்த நிலநடுக்கத்தைப் பதிவு செய்ததில்லை. சிலி நாட்டில், 1960இல் ஏற்பட்ட நிலநடுக்கத்தின்போது அது பதிவாகியிருந்தது. சுனாமியும் உருவாகிப் பலியானவர்கள் எண்ணிக்கை இரண்டாயிரம் ‘மட்டுமே’. அவரிடம் காணப்பட்ட சங்கடமான சிரிப்பு, அந்தக் கடைசி வார்த்தையை உச்சரிக்கும்போது முகத்தில் சேட்டையாக மாறியது. இம்முறை நிச்சயமாகப் பத்து மடங்கு அதிகமாகும் என்று எதிர்ப்பார்க்கலாம். காரணம், கடற்கரை ஓரம் உள்ள இந்தப் பகுதி, அதிக மக்கள் தொகையைக் கொண்டது. மண் உறுதியாக இல்லாமல் உள்வாங்கக்கூடியது. மேலும், சில குறிப்பிட்ட பகுதிகளில் உள்ள வீடுகள், மரத்திலும் காகிதத்திலுமான சிறு சதுரங்கக் கட்டைகள் போல் இருந்தன. அவை எப்படி அடித்துச் செல்லப்பட்டுவிட்டன என்பதைப் பார்த்தீர்கள்தானே! இந்தத் தீவுக் கூட்டத்தின் முக்கியத்

தீவு, 2 மீட்டர் தூரத்திற்கும் அதிகமாக வழுக்கிக்கொண்டு போய்விட்டதைப் போல் இருந்தது. பூமியின் சுழல் அச்சு, பத்து செ.மீ. நகர்ந்துவிட்டது போலவும் இருந்தது. எனவே, இந்த வீடுகளுக்கு என்ன நேர்ந்திருக்கும் என்பதைக் கற்பனை செய்து பாருங்கள் கணக்குகள் மேலும் துல்லியமாக்கப்படும். ஆனால், சில நண்பர்களைப் பொறுத்தவரை 1945ஆம் ஆண்டு நாகாசாகியில் ஏற்பட்ட அணுக்குண்டு விபத்தைவிட இருபத்து நான்காயிரம் மடங்கு சக்தியை தொஹோக்கு நிலநடுக்கம் வெளியேற்றி இருக்கிறது'.

ஹிரோஷி, ஒரு திரையை நோக்கித் திரும்பினார். "கடற்கரைப் பகுதியிலிருந்து சில கிலோமீட்டர் தொலைவில் பசிபிக் பெருங்கடலின் மையப் பகுதியில் ஒரு சின்னஞ்சிறு புள்ளியைச் சுட்டிக்காட்டினார். 'இந்த நீலப்புள்ளிதான் இஷினோமாக்கி நகரிலுள்ள ஊரிப் பகுதியின் நிலநடுக்கக் கருவி. அதுதான் முதல் அதிர்வலைகளை வெளியிட்டது. அது இங்கே — தொடு திரையின் நீலப்புள்ளியின் மீது — ஒஷீகா (Oshika) தீபகற்பத்தின் முனையிலுள்ளது' என்று சொன்னார். தலையசைத்துப் புரிந்துகொண்டேன். ஒஷீகா எனக்குத் தெரிந்த பகுதி. சில ஆண்டுகளுக்குமுன் ஒருமுறை அங்கு சென்றிருக்கிறேன். சுமார் பத்து சதுர கிலோமீட்டர் அளவுள்ள தீவு அது. அங்குச் சுமார் பத்திற்கும் மேற்பட்ட மனிதர்களும், ஆயிரக்கணக்கான குரங்குகளும் வசிக்கின்றன. குறிப்பாக அது ஒரு புனிதமான தீவு. ஏனெனில், எபிசு, தாய்க்கொக்கு எனச் செல்வத்திற்கான கடவுள்களைப் போற்றும் ஷின்டோ ஆலயம் ஒன்று அங்கு உள்ளது. தொடர்ந்து மூன்றுமுறை இக்கோயில்களுக்குச் சென்று வந்தால், மீதமுள்ள வாழ்க்கையில் பணத்தேவை எதுவும் ஏற்படாது என்று சொல்வதுண்டு. எனவே, செல்வம், வியாபாரம், பரிவர்த்தனை ஆகியவற்றின் புகலிடமான இதனருகில்தான், இங்குதான் நிலநடுக்கம் ஏற்பட்டது வேடிக்கையான அடையாளம்!

கணக்கீட்டுத் திரைகளின் சுவரைப் பெரிதாகச் சுட்டிக்காட்டி ஹிரோஷி தன் தெளிவான, துல்லியமான, விரிவான விளக்கங்களைத் தொடர்ந்தார். புவியமைப்புப் பாறையின் சிறு அசைவுகூட, ஒளியிழையின் உதவியால் தகவல்களை ஆய்வு செய்யும் கணிப்பொறியின் கட்டமைப்பிற்கு வந்து சேரும். இதுதான் நடைமுறையில் நிலத்தில் நடுக்கம் ஏற்படுவதற்கு "முன்பாக" அதைக் கண்டுபிடிக்க உதவும் கட்டமைப்பு. பரிமாணம், மையப்புள்ளி, ஆழம், சுனாமி

வருவதற்கான வாய்ப்பு — இவை அனைத்தையும் சில நொடிகளுக்குள் துல்லியமாகவும் மின்னல் வேகத்திலும் அலசியாகவேண்டும். மார்ச் 11 ஆம் தேதி, அசாதாரண நிலநடுக்கம் நிகழப்போகிறது என்பதைத் தெரிந்துகொள்ள சரியாக 8 6 10 நொடி இந்த அமைப்பிற்குத் தேவைப்பட்டது. சில நொடிகளுக்குள் அபாய எச்சரிக்கை விடுக்கப்பட்டது. தேசியக் காவல்துறை, போக்குவரத்துத் துறை, ஊடகங்கள் பிறகு நிச்சயமாக அணு உலைகள். சில நொடிகளுக்கு முன்பாக சில நொடிகள் என்பது கேலிக்குரியதாகத் தோன்றலாம். ஆனால் இப்படித்தான் பல உயிர்களைக் காப்பாற்ற முடியும். ஒரு கதவை அல்லது ஜன்னலைத் திறப்பதற்கோ, கேஸ் இணைப்பைத் துண்டிப்பதற்கோ ஒரு கட்டிடத்தின் ஊழியர்கள் தங்கள் தலைக்கவசத்தைச் சரிசெய்து கொள்வதற்கோ சாரத்திலிருந்து இறங்குவதற்கோ அந்நொடிகள் தேவைப்படும். உதாரணமாக, மார்ச் 11 ஆம் தேதி நிலநடுக்கம் ஏற்படுவதற்கு 9 லிருந்து 12 நொடிகள் இருந்த பொழுது ஜப்பானிய அதிவேகத் தொடர்வண்டியான ஷின்காசென்னை (shinkasen) நிறுத்த பிரேக் போட நேரமிருந்தது. வடகிழக்குப் பகுதி முழுதும் ஓடிய 27 சின்காசென்களும் அவசரமாக நிறுத்தப்பட்டன. 27 தொடர்வண்டிகளும் பந்தயக்கார்கள் போல் விரைந்துசென்று ஒரே நேரத்தில் சில நொடிகளில் நிறுத்தப்படுவதைக் கொஞ்சம் கற்பனை செய்து பாருங்கள். ஒரு தொடர்வண்டிகூடத் தடம் புரளவில்லை. எனவே பல்லாயிரக்கணக்கான உயிரிழப்புகள் தவிர்க்கப்பட்டன.

அமைதியாகக் காகிதங்கள் அடங்கிய கோப்பு ஒன்றை எடுத்தார். “இந்த ஆவணத்தைப் பாருங்கள். மேலே வலப்பக்கம் நேரம் குறிக்கப்பட்டுள்ளது. பகல் 2 மணி 46 நிமிடம் 50 நொடி அதாவது நிலநடுக்கம் தொடங்கிச் சரியாகப் பத்து நொடிகள் கழித்துத் தேசியத் தொலைக்காட்சி ஓர் எச்சரிக்கை வாசகத்தை மின்னச் செய்தது. இரண்டொரு நிமிடத்தில் ஒட்டுமொத்த ஜப்பானுக்கும் தெரிந்துவிட்டது. ஆனால் மையப்புள்ளிக்கு அருகில் உள்ள பலருக்கும் காலம் கடந்துவிட்டது. டோக்கியோவிலேயே நிலம் அதிரத் தொடங்கிவிட்டது. ஏற்கனவே கட்டிடங்கள் தங்கள் அஸ்த்திவாரத்தின்மீது ஆட்டம் கொண்டிருந்தன. அடுத்ததாகத் தரவுகளைத் தேடிச் சேகரிப்பதில் ஈடுபட்டனர். அது ஒரு வேட்டையைப் போன்றது.” வேட்டை எனும் இந்த வார்த்தை அவரை ஒரு போர் வீரராக மாற்றி விட்டதைப் போல் ஹிரோஷி சட்டென நாற்காலியில் நிமிர்ந்து உட்கார்ந்தார். “இரண்டு தேவைகள் ஒன்றுக்கொன்று

முரணாகக் களத்தில் உள்ளன. வேகமாக இயங்கவேண்டும். அதே நேரத்தில் துல்லியமாக இருக்க வேண்டும். முதல் இரண்டு நிமிடங்கள் அசாதாரண முக்கியத்துவம் வாய்ந்தவை. தரவுகளைச் சேகரித்துச் சாதனைக்குரிய குறுகிய காலத்தில் ஆய்வு செய்வதன்மூலம் முடிந்தவரையில் விரைவாகச் சுனாமி குறித்த எச்சரிக்கையை விடுக்க உதவும். 2011 ஆம் மார்ச் 11 ஆம் தேதியின் பெரும் பிரச்சினை என்னவென்றால், நிலநடுக்கம் தொடங்கி இரண்டு நிமிடங்களுக்குப் பிறகும் பூமி நடுங்கியபடியே இருந்தது! இந்த நிலைமையைக் கற்பனை செய்து பார்க்கவேண்டும். அயிரோப்பிய, ஆசியப் பூமியின் அடியில் உள்ளபுவி அடுக்குகள் நழுவியபடியே இருந்தன. சென்சார்கள் தாறுமாறாக இயங்கின. தரவுகள் பொழிந்தன. அதிர்வலைகள் போல் இலட்சக்கணக்கில் எண்கள் அந்த நாட்டின்மீது வந்த வண்ணம் இருந்தன. மார்ச் 11 ஆம் தேதி முதல் அது அப்படித்தான் ஓயாமல்."

என்னைச் சுற்றி என்ன நடக்கிறது என்பதைப் பார்த்தேன். சூழ்நிலை மிகவும் கொதிப்பாக இருந்தது. நிலநடுக்கம் ஏற்பட்டு 72 மணிநேரம் ஆகியும் மக்கள் உடல் ரீதியாகவும் மன ரீதியாகவும் களைப்படைந்து பரபரப்பாக இருந்தனர். என்றாலும் அவர்கள் உடைந்து போகவில்லை. ஆய்வாளர்களிடம் அசாதாரண அமைதியும் முனைப்பும் காணப்பட்டன. ஒரு குறைந்தபட்சக் குறியீடுகூட உடனடியாகக் கண்டுபிடிக்கப்பட்டு தகவல் அட்டவணைக்கு அனுப்பப்பட்டு மிகவும் மூடத்தனமான கோட்பாடுகளும் ஊகங்களும் வலம்வந்தன. திரைகளைச் சுற்றியுள்ள அனைத்தும் விவாதிக்கப்பட்டன. நிலநடுக்கத்தின் கணித அளவுகோல்கள், பிளந்த மேற்பரப்புப் பிளவில் எந்த அளவு வழுக்கிச் சென்றுள்ளது, அதிர்வுகள் அதிர்ந்த கால அளவு, நேரம் ஆகியவற்றின் பரிமாணம். பெரும் நிலநடுக்கத்தின் தாக்கம்.

ஹோன்ஷுவின் (Honshu) வடகிழக்குக் கடற்கரையில், வடக்கில் இவாத்தே(Iwate), தெற்கில் இபாராக்கி (Ibaraki) என 250 கிலோமீட்டர் அகலமும், 600 கிலோமீட்டர் நீளமும் கொண்ட பிரத்தியேகமான பெரும் பரப்பில் அனைத்து நடுக்கங்களும் பதிவாகின. அந்த நடுக்கங்கள் ஒவ்வொன்றும் சக்திவாய்ந்தவை. அவை கடற்கரையோரப் பகுதிகளில் எந்த நேரத்திலும் சில நாட்களுக்குமுன் சுமார் 20,000 (சாவு, காணாமல் போனவர்கள் உட்பட, காரணம் சுனாமியிலிருந்து தப்பித்து யாரும் மீண்டு வருவதில்லை என்றே சொல்லலாம்.)

உயிர்களைப் பலிவாங்கிய சுனாமிக்குச் சமமாகவோ அல்லது அதைவிடப் பெரிதாகவோ சுனாமிப் பேரலையை உண்டாக்க வாய்ப்பு உண்டு. மின்சாரத் தாக்கம் போன்ற சூழ்நிலையில் நாங்கள் பணியாற்றிக் கொண்டிருந்தோம்.

பல சென்சார்களை நிலநடுக்கம் அழித்துவிட்டது அல்லது பலத்த சேதத்திற்குள்ளாக்கிவிட்டது (உயிர்ச் சேதங்கள், மின் வெட்டுகள், தீ விபத்துகள், வெள்ளப் பாதிப்புகள்) மார்ச் 11 ஆம் தேதி மாலை 6 மணி அளவிலேயே முப்பதுக்கும் மேற்பட்ட (மொத்தம் 70) கடல் கண்காணிப்புக் கருவிகளும் 55 நிலநடுக்கக் கருவிகளும் இயங்காமல் முடங்கின. வானிலை மையத்திற்குத் தரவுகள் வருவதை இது தடைசெய்யவில்லை என்றாலும் மையப்புள்ளிக்கு அருகில் இருந்த சென்சார்களின் சேதம் உடனடியாக மேற்கொள்ளவேண்டிய பணிகளின் வேகத்தைப் பெருமளவு குறைத்துவிட்டது. ஒரே நேரத்தில் பல வேலைகளைச் செய்தாக வேண்டும். மின் அதிர்வுகளைக் கணிக்க வேண்டும். சுனாமிக்கான எச்சரிக்கை விடுக்க வேண்டும். சேதத்திற்குள்ளான சென்சார்களைப் பழுதுபார்க்க வேண்டும். கிடைத்துள்ள தகவல்களை ஆய்வு செய்ய வேண்டும். ஊடகங்களுக்குத் தகவல் தெரிவிக்க வேண்டும். பிரிண்டரிலிருந்து தொடர்ந்து படங்கள் வெளியேறிக்கொண்டிருந்தன. எண்கள் பெருகுகின்றன. கண்கள் பனிக்கின்றன. நெற்றிப் பொட்டின் நரம்புகள் புடைக்கின்றன. ஒரே நேரத்தில் எல்லோரும் அமைதியாகவும் பரபரப்பாகவும் இருக்கின்றனர். குறிப்பு எடுக்கப்படுகிறது. கைகளில் பேனாக்கள் நடனமிடுகின்றன.

இது அலைவரிசைகளின் போர். அவை பூமியில் மட்டும் பதிவு செய்யப்படுவதில்லை. கடலிலும் வளிமண்டலத்திலும் பதிவு செய்யப்பட்டன. (நிலநடுக்கத்தால் உருவாகும் மேற்பரப்பு அலைவரிசைகள் வளிமண்டலத்தைச் சுருங்கச்செய்யும். கடல் மட்டத்திற்கு மேல் 350 கிலோமீட்டருக்கு அதிகமான உயரம் வரை வளிமண்டல மேலடுக்கைப் புரட்டிப்போடும்) மிகச் சிறிய அதிர்வுகள்கூடக் கண்டுபிடிக்கப்பட்டு, பூதக்கண்ணாடியால் ஆய்வுசெய்யப்பட்டு, அவை எவ்வாறு பரவுகின்றன என்றும், அவற்றின் ஒளிக்கோணங்கள், பிரதிபலிப்புகள் ஆகியவற்றின் தன்மை பற்றியும் ஆராயப்படும். நிலநடுக்க அதிர்வலைகள், புவி ஈர்ப்பு அலைகள் — இவை அனைத்தும் சேர்ந்து சப்த சலனங்களிலான ஓர் அசாதாரன இசை உருவாகும். அது அசைவுகள் நிறைந்த பிரமாண்டமானதொரு நர்த்தனம். சப்தங்களின் பேரிடர்.

இலக்கங்களும் சமிக்ஞைகளும் நிறைந்த இவ்வனாந்தரத்தில் அத்துமீறுபவர்களை விரட்டியடிப்பது, அழித்து ஒழிப்பது, ஆக்ரமிப்பது, தீர்த்துக்கட்டுவது, குவித்துவைப்பது ஆகியவை நிகழும். அது ஒரு மாபெரும் வேட்டை. ஆடுகளம் மீறிய வேட்டை. மூச்சிரைக்கத் துரத்திப்பிடிக்கும் பந்தயம். ஒரே நேரத்தில் துரத்துவதும் நடக்கும், பிடிபடுவதும் நடக்கும். இந்த மாபெரும் ஒளிப்பாதையில், ஓர் இசைச் சங்கமத்தில் நான் பங்கேற்கிறேன்.

ஒவ்வொருவரும் அவரவர் அலுவல் இடத்தில்தான் இருப்பார்கள். ஆனால் அவ்வப்பொழுது 6 அல்லது 7 பேர் கொண்ட குழு, நினைத்துப்பார்க்க முடியாத வேகத்தில் ஒரு கப்பலைச் சூழ்ந்து நின்றுகொண்டு வரைபடக்கோடு குறித்து அலசி ஆராயும். பிறகு அனைத்துத் திசையிலும் விரைந்து வேலையில் ஈடுபடும். சிலர் உட்கார்ந்திருப்பார்கள். சிலர் நின்றுகொண்டிருப்பார்கள். மேலும் சிலர் இன்னமும் குறுக்கிக்கொண்டு உட்கார்ந்திருப்பார்கள். லஸ்கோ, சோவே ஆகிய பகுதிகளில் இருந்த ஆரம்பகால மனிதர்களை எண்ணிப் பார்க்கிறேன். பூமியின்மீது கம்பளம் இருக்க, பாறைகளின் சிறு முணுமுணுப்பைக் கேட்ட மாத்திரத்தில், அவை உதடுகளின் சிறு அசைவு, கண்ணிமைகளின் படபடப்பு, கல்மீது கையால் ஒரு சமிக்ஞை எனப் பலவாறு பதில் சைகையால் தெரிவித் திருப்பார்கள்.

நான் இப்பொழுது புறப்பட்டாக வேண்டும். ஹிரோஷி இதுவரை பொறுமையாக இருந்தார். அவருக்கு வேலை இருந்தது. எனக்கும் இருக்கிறது. என் கோட் பைக்குள் இருந்த சிறு குறிப்பேட்டில் என் இதயம் துடிப்பதைக் கேட்க முடிந்தது. அவருடைய திரை, கையேடுகள் ஆகியவற்றோடு இருக்கட்டும் என நண்பரை விட்டுவிட்டு வெளியே வந்ததும் கடைசியாக அவர் கூறிய வார்த்தைகள் என் காதில் நீண்ட நேரம் தொடர்ந்து ஒலித்துக்கொண்டிருந்தன: 80 மில்லியன் ஆண்டுகளாக இந்தப் புவி ஓடுகள் அதிர்ந்து கொண்டிருக்கின்றன. இன்று இந்தப் பழைய போர் உயிர்த்தெழுந்துவிட்டது. நம்மைப் பொறுத்தவரை துரதிர்ஷ்டவசமாக நாம் சரியாக மையப் பகுதியில் இருக்கிறோம்.

*

செய்தித் தாள்களில், அறிக்கைகள் பெருமளவில் குவிந்தன. எவ்வாறு நிலநடுக்கங்களை முன்கூட்டியே கணிப்பது?

எப்பொழுதையும்விட இப்பொழுது இக்கேள்வி கவனத்தை ஈர்த்தது! பதில்கள் மிகவும் சுவாரசியமாக இருந்தன: நிலநடுக்கம் ஏற்படுவதற்குச் சற்றுமுன்னர்தான் டொக்கோசிமா (Tokushima) மாவட்டப் பகுதியைச் சேர்ந்த மீனவர்கள் பெருமளவு மீன்களைப் பிடித்திருக்கிறார்கள் என்பதை 'யொமியுரி' (Yomiuri) செய்தித்தாள் சுட்டிக்காட்டியது. உதாரணமாக கொமாட்சுஷிமாவில், (Komatsushima) ஜனவரி, பிப்ரவரி மாதங்களில் அவர்களது வலையில், 200 டன் மீன்கள் கிடைத்துள்ளன. இது சென்ற ஆண்டுகளைக் காட்டிலும் மூன்று அல்லது நான்கு மடங்கு அதிகம்! ஷிக்கோக்குக்கும், (Shikoku) வக்காயாமாவுக்கும் (Wakayama) இடையில் (அதிக மீன் கிடைத்த இடம்) இதே நிலைதான். சாதாரண நாட்களில் இருப்பதைவிட ஒவ்வொரு முறையும் மூன்று அல்லது நான்கு மடங்கு அதிகம். நிலநடுக்கத்தின் நிகழ்வுதான் இதற்குக் காரணமா? சென்ற ஆண்டு கோடையில் நீர் வெப்பமானதால் ஏற்பட்டதன் விளைவா?

காலத்தைப் பின்னோக்கிப் பார்த்தால், 16 ஆண்டுகளுக்குமுன் கோபேயில் நிகழ்ந்த நிலநடுக்கத்திற்கு முன்பும் 1946 இல் நான்கியில் ஏற்பட்ட நிலநடுக்கத்திற்கு முன்பும் இப்படித்தான் இருந்துள்ளது என்பது தெரிகிறது. ஆழ்கடல் மீன்வகைகளுக்கும் இதே நிலைதான்.

அறிவியல் இதழ் ஒன்றில் P,S என இரண்டு விதமான அலைகள் இருப்பது நினைவூட்டப்பட்டது. P அலைகள் செங்குத்தாக இயங்குபவை. மிகவும் வேகமானவை. இவை தான் முதன்மையான அலைகள் (நொடிக்கு 6 லிருந்து 16 கிலோமீட்டர்). S அலைகள் இரண்டாம்நிலை அலைகள். மிக மெதுவானவையாக இருந்தாலும், அதே அளவு பலமாகவும் பக்க வாட்டிலும், சப்தமாகவும் இருப்பவை. முதன்மை அலைகளை சென்சார்கள் கண்டறிந்த நேரத்திலிருந்து, ஒவ்வொரு நொடியும் முக்கியமானதாகும். ஆனால் என்ன செய்வது? மனித சக்தியால் பெரும்பாலான அவ்வகை அலைகளைக் கண்டுபிடிக்க முடியாது. எனினும் சில மிருகங்கள் அவற்றை உணரும். நாய்கள் தாவிக் குதிக்கும். பறவைகள் கூச்சலிட்டபடிப் பறந்தோடும்.

இப்படியாக நிலநடுக்கம் நமக்கு மேஜைக்கு அடியில் போய்ப் புகுந்துகொள்ள மட்டுமல்ல, மிருகங்களைக் கண்காணிக்கவும், நாய்கள் ஓடுவதைச் சிலாகிக்கவும், பறவைகளின் ஒலிகளைக் கேட்கவும் கற்றுத்தரும். நல்லது.

மீன் வகைகளைக் கண்காணிக்க வேண்டும். இனப்பெருக்கக் காலத்தில் ஆண் நண்டுகளின் நடவடிக்கைகளை, கிணற்றில் உருவாகும் குமிழ்களை வானில் தெரியும் வழக்கத்துக்கு மாறான நிறங்களைக் கவனிக்கவேண்டும். உண்மையில் வெளி உலகத்தோடு நம் தொடர்பையும் உள்ளுக்குள் இருக்கும் அந்தரங்க மிருக உணர்வின் ஆழத்தையும் ஒரே நேரத்தில் இனங்காண்பதுதான் இந்தச் செயல்.

*

வானிலை மையத்திற்குக் கொஞ்சம் நேரம் போய் வந்தது எனக்கு எவ்வித உத்திரவாதத்தையும் தரவில்லை. செய்தித் தாள்களும் பல எதார்த்தமான அறிவுரைகளை வாரி வழங்கின. நமக்கு அமைதியை ஏற்படுத்தத் தங்களால் இயன்ற அனைத்தையும் அவை செய்தன. எனவே எதிர்மறையான விளைவுகளை ஏற்படுத்தின.

நிலநடுக்கம் ஏற்பட்ட பிறகு உயிர்வாழ ஒரு பையைத் தயார் நிலையில் வைக்கவேண்டும். அதில் பணம், அடையாளம் தொடர்பான ஆவணங்களின் பிரதிகள், உணவுப் பொருள்கள் (பிஸ்கட், உலர் பழங்கள்) சிறுபாட்டில்களில் தண்ணீர், காயத்திற்குக் கட்டுப்போடும் பொருள்கள் அடங்கிய பை, தேவையான மருந்துகள், உடைகள், காலணிகள், இடிபாடுகளின்மீது நடந்து செல்ல மொத்தமான காலணிகள் (பெரும் நிலநடுக்கம் நிகழ நேர்ந்தால் கண்ணாடிச் சில்லுகள் மீது கவனம்) டார்ச் பேட்டரிக் கட்டைகள், போர்வை, கூடாரம்.

இந்தப் பையை வீட்டின் நுழைவாயிலில் வைத்துவிட்டுக் காத்திருக்க வேண்டும்.

*

காத்திருக்கவேண்டும்; படிக்கவும்வேண்டும். தூதரகக் கையேடுகளும் செய்தித் தாள்களும் ஒருபொழுதும் சொல்லாத தகவல் இது. சில நூல்களை வகைப்படுத்தி நிலநடுக்கத்துக்காக என உங்கள் பைக்குள் போட்டுவைத்திருக்க மறக்கக்கூடாது. அவற்றைச் சரியாக நீங்கள் தேர்ந்தெடுத்திருந்தால், அரசு அறிவிப்புகள், தொலைக்காட்சி அலைவரிசைகளைவிடப் பேரழிவைக் குறித்துத் தகவல்களை அவை சிறப்பாக அளிக்கும்.

உதாரணமாக, "தீத் தே ஹய்க்" எனும் முக்கியமான பண்டைய இலக்கிய நூலில் படித்திருந்த கீழ்க்கண்ட வரிகள்

இப்பொழுதைய சூழ்நிலையைப் பற்றிக் கூடுதல் தகவல்களை எனக்கு அளிக்கின்றன. அடிக்கடி அச்சமூட்டும் ஊடகம் மற்றும் அரசுத் தகவல்களைவிடவும் அவை அதிகமாக இருந்தன..

"மேலிருந்து கீழ்வரை எல்லோரும் பாதுகாப்பாக இருப்பதாக நம்பினார்கள். ஏழாம் திங்கள் ஒன்பதாம் நாள் அதே ஆண்டில் குதிரை ஓரையில், பூமி ஓரளவு அதிகமாகவே ஆட்டம் கண்டது. இது சிறிது நேரம் நீடித்தது. அகிக்கேனிலும் (Akiken) ஷிரக்கவா (Shirakawa) பக்கத்திலும் ஷொஜி (Sho-ji) யின் ஆறு மடாலயங்கள் இடிந்து விழுந்தன. ஒன்பது மாடிகளில் மேலிருந்து ஆறு மாடிகள் தரையில் வீசப்பட்டன. முதலில் அரண்மனை, பிறகு மேட்டுக்குடிமக்களின் இல்லங்கள், கடவுள்களின் கோயில்கள், ஏறக்குறைய எங்கும் புத்தபிரான்களின் கருவறைகள், சாமான்ய மக்களின் வீடுகள் என அனைத்தும் அடியோடு சிதைந்தன. நொறுங்கிவிழும் சத்தம், இடிமுழக்கத்தைப்போல் இருந்தது. எழுப்பிய புழுதி புகைமண்டலமாகக் காட்சியளித்தது. வானம் இருண்டு, சூரிய வெளிச்சம் தெளிவாகத் தெரியவில்லை. இளைஞர், வயதானவர்கள் எனப் பேதமின்றி எல்லோரும் குழம்பிப் போயிருந்தனர். அரச சபையும் நகரமும் தடுமாற்றத்தில் இருந்தன. தூரத்திலும் அருகிலும் இருந்த பகுதிகளிலும் இதே நிலைதான். பூமி பிளந்து நீர் கொப்பளித்து வெளியேறியது. பாறைகள் வெடித்துப் பள்ளத்தாக்குகளில் உருண்டோடி வந்தன. மலைகள் நொறுங்கி விழுந்து ஆறுகளை நிறைத்தன. கடல் பொங்கி ஆர்ப்பரித்துக் கரையோரங்களை ஆக்கிரமித்தது. கரையோரம் பயணம் செய்த படகுகள் அலைகளால் அடித்துச் செல்லப்பட்டன. உறுதியான நிலத்தில் நடந்து சென்ற குதிரைகள் தங்கள் லாடங்களை அழுந்தவைத்தபோது தரை பழிவாங்கியது. நீரின் அளவு எழும்பி தங்கள் படுகையிலிருந்து பொங்கி வழியும்போது குன்றுகளின்மீது ஏறித் தப்பிக்கமுடியாதா? தீப்பிழம்புகள் உங்களை அச்சுறுத்தும்போது நீரோடையின் அடுத்த கரைக்கு நீந்திச்சென்று கொஞ்சம் நேரம் அவற்றைத் தவிர்க்கலாம். பெரும் நிலநடுக்கம் என்பது தப்பிக்க வழியில்லாத சோகம். வானில் பறந்துபோக குறைந்தபட்சம் பறவையாக இருக்க வேண்டும். மேகங்களில் சென்று ஒளிந்துகொள்ளும் அளவு எழும்ப குறைந்தபட்சம் பறக்கும் பாம்பாகவாவது இருக்க வேண்டும். கதவுகளிலிருந்தும் மேற்கூரைகளிலிருந்தும் காப்பாற்றிக்கொள்ளப் பெரியவர்களும் சாமானியர்களும் வெளியேவந்து குவிவார்கள். வானம் உறுமும்போதும் நிலம் நடுங்கும்போதும் தங்கள் இறுதிக் காலம் நெருங்கிவிட்டது

என்று நினைக்கும் அவர்கள் புத்தக் கடவுள்களைப் பெரும் பக்தியுடன் பிரார்த்தனை செய்வார்கள்."

*

மார்ச் 11ஆம் தேதி முதல் பின்னதிர்வுகள் கோலோச்சின. பின்னதிர்வுகள் கண்மூடித்தனமான இடைவெளியுடன் தொடர்ந்து நிகழ்ந்தவண்ணம் இருந்தன. மேலும் மேலும் குழப்பமான நிச்சயமற்ற நிலநடுக்க நாட்கள். மொத்தத்தில், நிலநடுக்கத்திற்குப் பிறகும் நிலநடுக்கம் தொடர்கிறது.

பின்னதிர்வு. என் அகராதியைப் புரட்டுகிறேன்: "பொதுவாக, ஒரே அதிர்வால் தேக்கி வைக்கப்பட்ட சக்தி வெளியேறு வதில்லை. நிலையான கட்டமைப்புக்குள் வரும்முன் பலமுறை சரிசெய்துகொள்ள வாய்ப்புள்ளது. எனவே, ஒரு நிலநடுக்கத்தின் முக்கிய அதிர்வின் தொடர்ச்சியாக வருவதே பின்னதிர்வுகள். படிப்படியாகக் குறையும் சீற்றத்துடன் நிகழும் இவ்வதிர்வுகள் சில நிமிடங்கள் தொடங்கி ஒரு வருடம்வரை நீடிக்கக்கூடியது". நிலநடுக்க ஆய்வாளர்களைப் பதறவைக்கும் கடைசி வாக்கியம் : "இரண்டாம் நிலையில் உள்ள இந்தத் துணை அதிர்வுகள், சில நேரங்களில் முதல் அதிர்வைவிடப் பேரழிவைத் தரக் கூடியவையாக அமைந்துவிடும்." இந்தப் பின்னதிர்வின் இராஜ்ஜியத்திற்குத் தங்களை அன்புடன் வரவேற்கிறோம்.

அதன் மொழியாக்கம் நிலநடுக்கம் என்பது ஒரு வெடிகுண்டுக் கொத்து. புவியடுக்கின் அடியில் இருந்து முழு வேகத்தில் ஆயிரக்கணக்கான பின்னதிர்வுகள்மூலம் அதே எண்ணிக்கையில் விரிசல்களை உண்டாக்கி எல்லாத் திசை களுக்கும் பரவக்கூடியது. விரிசல்கள் சில்லுகள் பாறையிலிருந்து வெளிப்படும் ஏவுகணைகளைப்போல் எந்த இடத்திலும், எந்த நேரத்திலும் மேற்பரப்பிற்குப் பாயக்கூடும். முதன்முறை தாக்கும்போது நிலநடுக்கம் ஆச்சரியப்படவைக்கும். ஆனால், முதல் பின்னதிர்வில், முழுமையான போர் ஒன்று அந்த நேரத்தில்தான் தொடங்கி இருக்கிறது என்பது உங்களுக்குப் புரிந்துபோகும். மெல்ல மெல்ல கள்ளமாக, வெடித்துச் சிதறக்கூடிய அளவிலும் அடக்கமுடியாத வகையிலும் அது இருக்கும். கேடு விளைவிக்கும் இடைவெளி, ஓய்வு, திடீர் வேகம் ஆகியவற்றுடன் கூடிய நிமிடங்கள்.

குலை நடுங்கச் செய்யும் இந்த விவரிப்பில், எல்லாமே நிகழும் போக்கைப் பொருத்தது. ரிக்டர் அளவு என்பது நேர்க் கோட்டு அளவுகோல்படிக் கணக்கிடப்படாமல், மடக்கை

அளவுகோல்படிக் கணக்கிடப்படுகிறது என்பதைத் தெரிந்து கொள்ள வேண்டும். இதை நான் இந்தச் சம்பவத்தின்போது தெரிந்துகொண்டேன். (இதுபோன்ற சமயங்களில், இதை விரைவாக நாம் தெரிந்துகொள்கிறோம்.) அதாவது, ஏழு என்ற அளவில் பதிவாகியுள்ள அதிர்வலைகளின் வீச்சு 6 என்ற அளவில் பதிவான நிலநடுக்க அதிர்வலைகளைவிடப் பத்து மடங்கு வலிமையானவை. இதேபோல இந்த அதிர்வலைகள் ஐந்து என்ற அளவில் பதிவானவையைவிட நூறு மடங்கு அதிகமான அழிவை ஏற்படுத்தக்கூடியவை. இப்படியும் சொல்லலாம். 9 என்ற அளவில் பதிவான நிலநடுக்கம், 8 என்ற அளவில் பதிவானதைவிட 10 மடங்கு அதிகமாகப் பூமியை உலுக்கித் தள்ளக்கூடியதாக இருக்கும். 7 என்னும் அளவில் பதிவானதைவிட 100 மடங்கு அதிகமான பேரழிவை உண்டாக்கக்கூடியதாக இருக்கும். இதைத்தான் ஜூன் கீழ்க் கண்டவாறு எனக்கு விளக்கினாள். மேற்புறமாக கர்சரின்முள் மேல்நோக்கி ஒவ்வொரு டிகிரி நகரும்போதும் தரையிலிருந்து மேற்கூரையின் விட்டம் வரை பேழிவுதான் அதிகமாகும்.

எனவே, முதல் மூன்று நாட்களில் ஏற்பட்ட பின்னதிர்வு களைப் பொறுத்தவரை 45 அதிர்வுகளின் சக்தி 6ஆகவும் மூன்றின் சக்தி 7ஆகவும் இருந்தன. இது, பகல் மூன்று மணிக்கும், மூன்றரை மணிக்கும் இடையே நடந்தது. அதாவது, நிலநடுக்கம் நடந்தவுடனேயே அது நிழ்ந்துவிட்டது. தொலைக்காட்சியின் எதிரில் தரையில் உருண்டோடிய கருணை வடிவான புத்தர் சிலையின் தலையைவிட உங்கள் மேற்கூரை வலிமையாகத் தாக்குப்பிடிக்குமா என்று அரைமணி நேரத்திற்குள் மூன்றுமுறை உங்களுக்குச் சந்தேகம் வந்திருக்கும். அதே வாரத்தில் சில நாட்கள் கழித்து ஏற்பட்ட மேலும் 5 பின்னதிர்வுகளின் அளவும் 7 என்ற அளவிற்கு மேல் இருந்தன. உண்மையில், வேடிக்கையாகவும் விடாப்பிடியாகவும் அனைத்து ஊடகங்களிலும் வல்லுநர்களால் திணிக்கப்படும் இந்தப் புள்ளி விவரங்கள் அர்த்தமற்றவை என்பதோடு, அதில் பெரிதாகச் சொல்வதற்கு எதுவும் இல்லை. ஓர் ஒப்பீடு வேண்டுமானால் மிக உதவியாக இருக்கும். பொதுவாக, நிலநடுக்க வாய்ப்புள்ள பகுதியில் அமைந்துள்ள நாட்டில் சராசரியாக நூற்றைம்பது ஆண்டுகளுக்கு ஒருமுறை ஏற்படும் நிலநடுக்கத்தின் அளவு 5ஆக இருக்கும். 1995 இல் கோபே என்ற பகுதியில் நடந்த நிலநடுக்கத்திற்குப் பின்பு 15 பின்னதிர்வுகள் மட்டுமே ஏற்பட்டன என்பது நினைவிற்கு வருகிறது. இங்கு ஒருவாரத்தில் 400க்கும் மேல் நிகழ்ந்துவிட்டன. அதாவது,

நான் வேகமாகப் போட்ட கணக்கு ஒன்று எனக்குத் தரும் தகவல் என்னவென்றால் 17 நிமிடத்திற்கு ஒருமுறை 5 அளவு கொண்ட நிலநடுக்கம் நிகழ்ந்து கொண்டிருக்கிறது. இது, நம் கால்களுக்கு அடியில் சுருண்டோடும் கம்பளத்தோடு வாழ்வது போன்றது.

வழக்கம்போல், கவிஞர் குளோதெல் (Claudel) மிகச் சரியான வார்த்தைகளையும் பொருத்தமான வருணனைகளையும் பயன்படுத்துகிறார். (உண்மைதான். ஏனெனில், அவர் பல நில நடுக்கங்களைத் தன் வாழ்நாளில் கடந்தவர்: தன் சகோதரி கமீல்(Camille), கவிஞர் ரேம்போ(Rimbaud) ஆகியோரின் மனப் பிறழ்வு, மதமாற்றம், சீனா இப்படி) "நண்பகலில் நாடக அரங்கில், உணவின்போது, வர்த்தகப் பேச்சுவார்த்தைகளின்போது என எந்த நேரமாக இருந்தாலும், அந்தப் புதிரான கை இடைமறிக்கும். அது ஜப்பானின் பிடரியைப் பிடித்து, இதோ நான் இருக்கிறேன் என்பதை நினைவூட்டும்." மேலும், "அது ஒரு பாதாளக் காளை. நூறு அல்லது ஆயிரம் மடங்கு எனக் கணக்கு வைத்திருக்குமோ தெரியாது. திரட்டிய முழு ஆற்றலுடன் இத் தீவின் நடுவயிற்றில் திடீரெனக் குத்துவதற்குமுன் அதற்கான வேகம் பெறும்."

இன்னும் தெளிவாகவும் சில கருத்துக்களைச் சொல்கிறார்: "வழக்கத்தைவிடத் திடீரென அதிகமாகச் சாய்ந்த கூரைகளில் ஏற்படும் சறுக்கல்களின் ஓசை, ஓடுகளின் நடுக்கம், தண்ணீர்க் குழாய்களின் முணுமுணுப்புகள். தொடர்வண்டி நிலையங்களில் ஒளிரும் விளம்பரப் பலகைகள் பெருத்த இரும்புச் சத்தத்தோடு ஊசலாடிக்கொண்டிருக்கும். மனித உடல்கள் தங்களுக்குள் முடங்கி, குறுக்கிக்கொண்டு தலையைத் தோள்களில் பதுக்கிக் கொண்டு, வயிறு உள்ளடங்கி முகம் கவிழ்த்துக்கிடக்கும். இப்படிச் சுருட்டிக்கொள்ளும் மக்களைப் பார்த்தால், தங்களைக் காப்பாற்றிக்கொள்ள அவரவர் உடம்புக்குள்ளேயே தங்களைப் புதைத்துக்கொள்ள விரும்புவது போல் தோன்றும். அந்த நிலநடுக்கக் காளை உறுமும். அந்தப் புதிர்க்கை நம்முள் ஆழமாக ஊடுருவி நடுங்கிக்கொண்டிருக்கும்".

அது அசையும். எப்பொழுதும் அசைந்துகொண்டே இருக்கும். இதனால்தான் மனிதர்களை நிலநடுக்கம் கவருகிறது. அவர்களுக்குரிய உண்மையான இடத்தில் அவர்களை வைக்கிறது. உலகம் என்பது நிரந்தரமான, அதிகாரம் பொருந்திய ஒழுங்கின்படி அமைந்த உறுதியான நிலப்பரப்பாகாது. தொடர் அதிர்விற்கு உட்பட்ட ஓர் அமைப்புதான் என்பது தெரிய

வரும். நாம் ஒலி, பொருட்கள், வாசனைகள், சுவைகள், உடல்கள் எனப் பன்முக அமைப்பைக் கொண்ட ஓர் உலகத்தில் புலன்கள் கூர்மை அடைந்த நிலையில் தனிமையில் இருப்போம். திடீரென நாம் அனைவரும் எதார்த்தத்துக்கு மிக அருகில் அதன் முழுமையான துல்லியத்தில் நாம் தனிமையில் இருப்பதை உணர்வோம்.

*

பூமி நடுங்குகிறது; பூமி நடுங்குகிறது. நகரில் ஏற்பட்ட மிகப் பெரிய நிலநடுக்கம், நாள் முழுவதும் அவ்வப்பொழுது பயங்கர மான அதிர்வுகளை ஏற்படுத்தி நடு இரவில் பூமியைவிட்டு நம்மைப் பிடுங்கி எறிகிறது.

மின்சாரம் தடைபடும்போது நிலைமை இன்னும் மோச மாகும். இரவு விடுதியில் இருப்பதைப் போன்ற உணர்வு நிச்சயம் கிடைக்கும். மார்ச் 13ஆம் தேதி, ஞாயிற்றுக் கிழமை அன்று (மற்றபடி அது ஓர் இனிய நாள்) என் கையேட்டில் அதிர்வு சக்தியின் அளவுகளையும் நேரத்தையும் குறித்து வைத்துள்ளேன். 8.51 : M (அதிர்வு சக்தியின் அளவு). 5, 9.32 : M.4.9, 10.42 : M.5.2, 20.37 : M.6 சறுக்கு விளையாட்டுப்போட்டி ஒன்றுக்கு மதிப்பெண் தருவது போன்று உணர்ந்தேன். அன்று 11.23 க்கு ஏற்பட்ட 6.2 சக்தி கொண்ட நிலநடுக்கத்திற்குத் தான் முதலிடம்.

ஆனால், போட்டி கடுமையாக இருந்தது! அதற்குச் சான்றாக, அந்த நில அதிர்வுக்கான சிறிய அட்டவணை இருக்கிறது.

மார்ச் 11, வெள்ளிக் கிழமை : 78 நிலஅதிர்வுகள் (அவற்றுள் மிகப்பெரியது எல்லாவற்றையும் தொடங்கி வைத்தது)

12ஆம் தேதி சனிக்கிழமை : 148

13ஆம் தேதி ஞாயிற்றுக் கிழமை : 117

14ஆம் தேதி திங்கட் கிழமை : 71

15ஆம் தேதி செவ்வாய்க் கிழமை : 47

16ஆம் தேதி புதன் கிழமை : 45

இன்னும் பிற

மார்ச் 11ஆம் தேதிக்குப் பின் ஒரு நில அதிர்வுகூட ஏற்படாத நாள் வருவதற்கு, ஜூன் 8ஆம் தேதிவரை காத்திருக்க வேண்டி யிருந்தது.

நாள் முழுவதும் இந்த நிலைதான். இரவு முழுவதும் இதே நிலைதான். பின்னதிர்வுகளை உமிழும் சிறு எந்திரத் துப்பாக்கி. கடிகார முட்களின்மீது நிலைக்குத்தி நிற்கும் கண்கள். பீரங்கி ஒன்றுக்குள் நாம் போடப்பட்டு, வெடிக்கப்படுவதற்கு வரிசையில் ஆயத்தமாகும் குண்டுகள் போல் இருப்போம்.

*

அது எங்கு வேண்டுமானாலும் நிகழலாம்.

இபாராக்கி (Ibaraki) விமான நிலையத்தில் ஏற்பட்ட ஒரு பின்னதிர்வின்போது உட்கூரைகள் சிதைந்தன. அவை விழுவதோடு நிற்கவில்லை. சரியாகச் சொன்னால், அவை சின்னா பின்னமாயின. சிமெண்ட்டும் கான்கிரீட்டும் உதிர்ந்துவிழ ஊழியர்களும் பயணிகளும் அங்கிருந்த பச்சைநிறக் கூடைகளைக் கொண்டு தங்கள் தலையைப் பாதுகாத்துக் கொண்டனர். வழக்கமாக, சுங்கச் சோதனையைக் கடக்கும்போது தங்களிடம் உள்ள கைப் பொருட்களை (சாவிகள், பணப்பைகள், பெல்ட்டுகள், கணினி) பயணிகள் போடுவதற்காக இக்கூடைகள் வைக்கப்பட்டிருக்கும். ஜல்லிகளிலிருந்து துகள்கள் விழுந்தன. புறப்பட்டு, ஓட்டம் பிடிக்கத் தயாராகும் அந்த நேரத்தில்தான் இடைவிடாது நம்மைக் குலுக்கும் பூமியின்மீது பீதியில் உறைந்துபோய் ஆணி அடித்து அறையப்பட்டதைப் போன்று உணர்வோம்.

யோயோகி(Yoyogi) யில் உள்ள ஒரு பேரங்காடியில் குறிப் பிடத்தக்க பயங்கரமான பின்னதிர்வு ஒன்று நிகழ்ந்தது. பெருத்த ஒலி, கூக்குரல் எனப் பலவிதமான ஒலிகளை அது எழச்செய்தது. அடித்தொண்டையிலிருந்து எழும் விசித்திர மான ஒலிக்கோர்வைகள். அடுக்கு வரிசைகளிலிருந்து பதப் படுத்தப்பட்ட உணவுப் பெட்டிகள் பேய்களைப்போல் துள்ளி விழுந்தன. நூடுல்ஸ் பாக்கெட்டுகள் நொறுங்கின. வைன் பாட்டில்கள் தரையில் விழுந்து வெடித்துச் சிதறின. மேலே விளம்பரப் பதாகைகள் பறந்தன. ஒட்டுமொத்த நுகர்வுச் சமுதாயமே தன் பீடத்தில் ஆட்டம் கண்டுகொண்டிருந்தது. பதப்படுத்தப்பட்ட உணவு டின்கள் பீரங்கிக் குண்டுகளாக மாறின. பீர் டின்கள் கையெறி குண்டுகளாயின. தாழ்வாரங்களிலும் தொடர்வண்டி நிலைய வரவேற்பறைகளிலும் சக்கரங்களின்மீது உள்ள அனைத்தும் வெளியில் வந்து விழுந்தன. சூட்கேஸ் பெட்டிகள், உடமைகளை இழுத்துச் செல்லும் தள்ளுவண்டிகள் இரும்பு ஏவுகணைகளாய் மாறின. இருப்பதிலேயே அதிக

ஆபத்தானவை தொலைக்காட்சிப் பெட்டிகள்தான். அவை எல்லா இடத்திலும் நிறைந்துள்ளதால் எந்த நேரத்திலும் தங்கள் பீடத்திலிருந்து சுழன்று நம்மீது விழுந்து தோளை நழுவச் செய்யவோ மண்டையை உடைக்கவோ வாய்ப்பிருக்கிறது. போர்க் கலையில், நிலநடுக்கம் ஒரு கைதேர்ந்த வல்லுநர். எல்லாமே அதற்குப் போருக்கு உகந்ததாக இருக்கும். எதையும் போரில் பயன்படக்கூடிய ஆயுதமாக்கிக் கொள்ளும். விட்டத்தில் தொங்கும் சிறு டியூப் லைட்டைக்கூட லேசர் கத்தியாக மாற்றிவிடும். சுவர்கடிகாரத்தை உலோக சுத்தியலாகவும் மூலையில் நிற்கும் நிலை விளக்கினை எறியக்கூடிய ஆயுதமாகவும் மாற்றிவிடும்.

ஜப்பான் பாராளுமன்றமான "தியேத்" (Diète)அமர்வின்போதே ஒரு பேரதிர்வு ஏற்பட்டது. மதிப்பு வாய்ந்த பாராளுமன்றத்திற்கு மேலே சில மீட்டர் உயரத்தில், அழகான ஸ்படிகக் கொத்து விளக்கு ஒன்று மென்மையாக ஊசலாடிக் கொண்டிருக்க, நம் அரசியல் ஜாம்பவான்கள் அனைவரும் மேஜைக்கு அடியில் பதுங்கிக் கொள்வதைப் பார்க்க முடிந்தது. அதே நேரத்தில் சென்டாய்ப் பகுதியில், முதியோர் இல்லமொன்றில் சக்கர நாற்காலியில் முடங்கியிருந்த முதியவரின் அருகில் இருந்த செவிலியர், அவரது கையை இறுக்கமாகப் பற்றியிருந்தார். அங்கிருந்த மேஜை நாற்காலிகள் அதிர்ந்தன. அடுக்கு நிலைகள் விழுந்தன. முதியவர் உட்கார்ந்திருந்த சக்கர நாற்காலியே பார்க்கின்சன் நோயால் பாதிக்கப்பட்டதைப்போல் நடுங்கியது. ஆனால் செவிலியர் அவரை அணைத்து, அவரது தலையைப் பாதுகாத்து மெல்லிய குரலில் அவரிடம் பேச்சுக் கொடுத்தார். அவரையும் ஆட்கொண்டிருந்த அச்சத்தின் நடுவிலும் (அவரது கண்கள் பீதியில் இமைத்தபடி இருந்தன. தலை, எல்லாப் பக்கமும் திரும்பியபடி இருந்தது) முதியவர் அருகிலேயே அப்பெண் இருந்தார். பாராளுமன்றத்திலிருந்த கனவான்களிடம் கற்பனையிலும் தோன்றாத கண்ணியத்துடன் அந்தச் செவிலியர் நடந்து கொண்டார்.

ஒஷானோமிஸு (Ochanomizu)வில் இருந்த லிபர்டி டவர் கட்டிடத்தில் 59 ஆவது தளத்தில் நிகழ்ந்ததுதான் மிகவும் நெகிழ்ச்சி யானது என்று சொல்லலாம். முதலில் ஒரு எச்சரிக்கையாக, மேஜையில் மீது இருந்த அத்தனைப் பொருள்களையும் சிதறச் செய்தது. சில்லரைக் காகிதங்கள் மற்றும் கோப்புகள் ஆகியவற்றைத் தரையில் தள்ளிவிட்டது. திடீரென எல்லாத் தலைகளும் நிமிர, கலவரப்பார்வைகள். பிறகு பொருள்கள்

ஒன்று சேர்ந்து மீண்டும் அதிரத் தொடங்கின. கணினித் திரைகள் அசைவதையும், காப்பிக் கோப்பைகள் கவிழ்வதையும் பார்க்க முடிந்தது. எல்லோரும் அலுவல் மேஜையின் அடியில் பதுங்கிக் கொண்டனர். ஜன்னல் கண்ணாடிகள் விரிசலடையும் சத்தம் எனக்குத் தெளிவாகக் கேட்டது. வெடித்துச் சிதறாமல் உள்ளேயே விரிவடைந்து நொறுங்கும்படியான கண்ணாடிச் சட்டங்கள் தயாரிக்கப்பட்டிருந்தன. அவை வெளிப்படுத்திய பயங்கரமான நொறுங்கும் ஓசை காதுக்குச் சங்கடமாக மட்டுமல்ல மனதுக்கும் பதற்றத்தைத் தந்தது. திடீரென, யாராலும் புரிந்துகொள்ளமுடியாத ஒரு பயங்கரச் சத்தம். கட்டிடம் இடிந்து விழப்போகிறதா? ஜன்னல் வழியாக வெளியேறி, அந்தரத்தில், வீடுகளுக்கு மேலே வானத்தில் சஞ்சரிக்கப்போவது போன்ற உணர்வு ஏற்பட்டது.

*

அது எப்பொழுது வேண்டுமானாலும் நிகழலாம்.

ஏப்ரல் 25 ஆம் தேதி காலை. குளியல் அறையிலிருந்து வெளியே வந்த நேரத்தில் நிலநடுக்கம் என்னைத் தடுத்தது. பிறந்த மேனியாக நான். — குளியல் அறையில் இருந்து வெளியே வரும்போது இருப்பதுபோல் — ஈரம் சொட்ட நடுக்கத்துடன். வேடிக்கையான அனுபவம். ஆனால் இது யாருக்கும் ஏற்படக்கூடாது. கால் சட்டையைத் தேடிப் போட்டுக் கொண்டு அதுவாக நிற்கட்டும் எனக் காத்திருப்பதைத் தவிர, செய்வதற்கு வேறு எதுவும் இல்லை. பிறகு அது நிகழ்ந்து முடிந்ததும், சாக்ஸ், பேன்ட், ஸ்வெட்டர் எல்லாம் நான் அணிந்து கொள்ளலாம்.

நண்பகலில், திடீரென மீண்டும் அது தலைநீட்டியது. மிகவும் ஆழத்திலிருந்து வந்த அது எங்கிருந்து வந்தது என்று தெரியவில்லை. பயப்படுவதற்குக்கூட நேரமில்லை. எல்லாம் அதற்குள் முடிந்துவிட்டது.

அன்று இரவு, மதுக் கூடம் ஒன்றில், சரியாகப் பொருத்தப் படாத, தொங்கும் மாடங்களிலிருந்து விஸ்கி, ஜின், வோட்கா பாட்டில்கள் எல்லாம் எகிறி விழுந்தன. மதுக்கூடங்களின் உண்மையான சொர்க்கமான டோக்கியோ போன்ற நகரில் இது ஒரு பேரிடர். தனக்குப் பிடித்தமான சகே பானத்தைக்கூட அமைதியாகச் சுவைக்க முடியாத நிலை.

இரவில், நடு இரவில். கனவு காண்கிறோமா அல்லது விழித்துக் கொண்டுதான் இருக்கிறோமா என்று தெரியவில்லை.

நேற்று அதிகாலை சுமார் 3 மணி இருக்கும். நிலநடுக்கத் தாக்கத்தின் அளவு 5. உடலின் வேடிக்கையான அறிதிறன், கேட்கும் திறனின் தரம், உள்ளுக்குள் அமைந்திருந்த ரேடார் கருவி எல்லாம் சேர்ந்து, "காதுகளின்" உதவியைக் கொண்டே இப்பொழுது நிலநடுக்கத்தின் சக்தியை என்னால் ஊகிக்க முடிகிறது. அது நகரும் விதம், மேற்கூரை வழியாக இடம்பெயரும் விதம், தூண்களை அசைக்கும் விதம், மரத் தூண்களின்மீது அது உண்டாக்கும் அதிர்வின் தரம் ஆகியவற்றை வைத்தே என்னால் அதை ஊகிக்கமுடிகிறது. நம் உடலின் வியக்கத்தக்க செயல்பாடு! சில நாட்களாக அதிர்வுகள் இல்லாவிட்டாலும்கூட என் உடல் அவற்றின் அளவீட்டைப் பதிவுசெய்து வைத்துவிடுகிறது. நிலநடுக்கத்தில் உள்ள ஆபத்தையும், அதன் வீச்சையும் கூட விரைவாக மதிப்பிடத் தெரிந்திருந்தது. அது ஒருவகையான ஞானம். குகைகள், நிலக்குடைவுகள் ஆகியவற்றில் வசிப்பவர்களுக்கேயுரிய பண்டைய ஞானம். இரத்த நாளங்கள், தசை நார்கள், நரம்பு முடிச்சுகள் ஆகியவற்றின் மூலமாக அது உணரப்படும். நம்மைப் புல் பூண்டுகளோடும், உயிருள்ள ஜீவன்களோடும், தாவரங்களோடும், வாழ்வனவற்றோடும் இணைத்து வைக்கும் பந்தத்தை இதற்குமுன் இந்த அளவு நான் உணர்ந்ததில்லை. அது, ஏறக்குறைய விலங்குகளுக்கேயுரிய ஞானம். லஸ்கோ குகைகளில் வெளிப்படும் அறிவியல் அறிவு.

*

"கிழக்கு மேற்கு நாடுகளின் மொழி ஆய்வு" எனும் அற்புதமான வலைப்பூவில் நான் படித்துத் தெரிந்து கொண்ட தகவல்கள் (பொது மொழியியல், செம்மொழிகள், தற்கால மொழிகள் ஆகியவற்றைக் கற்பித்தல், கிரேக்கத் தொன்மம், பண்டைய ஜப்பானிய மொழி, பழைய இலக்கியப் பிரதிகள் என நேர்த்தியாகப் பராமரிக்கப்பட்ட அட்டவணை) மூன்று ஆட்சிகளின் பதிவுகள், நியோன் சண்டாய் ஜிட்சுரோக்கு (Nihon sandai jitsuroku) எனும் தொகுதியிலிருந்த ஒரு பகுதியின் மொழிபெயர்ப்பு. கி.பி. 901 ஆம் ஆண்டில் தொகுக்கப்பட்ட அந்த வரலாற்று நூல், ஜப்பான் முடியாட்சியின் ஆறு பெரிய அதிகாரப்பூர்வமான செய்தி அறிக்கைகளில் ஒன்றாகும். அதில் 9 ஆம் நூற்றாண்டின் பிற்பகுதியின் சுமார் 30 ஆண்டுகள் தொடர்பான செய்திகள் தொகுக்கப்பட்டுள்ளன.

கி.பி. 868 சூலை 8 ஆம் நாள் : "பூமி அதிர்ந்தது, அரண்மனை வளாகத்தில் உள்ளேயும் வெளியேயும் மாடமிட்ட வீடுகளில் இருந்தவர்களை அங்கும் இங்கும் உருளச் செய்தது"

9 ஆம் தேதி : "நாவி ஃபுரிக்கி" Nawi furi-ki, பூமி அதிர்ந்தது.

12 ஆம் தேதி : "நாவி ஃபுரிக்கி" பூமி அதிர்ந்தது.

13 ஆம் தேதி : "நாவி ஃபுரிக்கி" பூமி அதிர்ந்தது.

15 ஆம் தேதி : இந்த மாதம் 8 ஆம் தேதி நிலம் பெரிதாக அதிர்ந்தது. பல அரசுக் கட்டிடங்களிலும், அரசைச் சேர்ந்த பல கோயில்களிலும் அனைத்துக் கூரைகளும் இடிந்து விழுந்தன.

16 ஆம் தேதி : "நாவி ஃபுரிக்கி" பூமி அதிர்ந்தது.

18 ஆம் தேதி : இடி, மழை. அரசு சபையில் காவல்துறை நிறுத்தப்பட்டது.

20 ஆம் தேதி : "நாவி ஃபுரிக்கி" பூமி அதிர்ந்தது.

21 ஆம் தேதி : "நாவி ஃபுரிக்கி" பூமி அதிர்ந்தது.

ஆகஸ்டு 6 ஆம் தேதி : "நாவி ஃபுரிக்கி" பூமி அதிர்ந்தது.

12 ஆம் தேதி : "நாவி ஃபுரிக்கி" பூமி அதிர்ந்தது.

14 ஆம் தேதி : "நாவி ஃபுரிக்கி" பூமி அதிர்ந்தது.

15 ஆம் தேதி : சிஷின்டன் (Shishin-den) அரண்மனையில் ஷினானோ (Shinano) நாட்டின் (இன்றைய நகானோ (Nagano) பகுதி) குதிரைப் பேரரசன் பார்வையிடுதல்.

16 ஆம் தேதி : "நாவி ஃபுரிக்கி" பூமி அதிர்ந்தது.

சிஷின்டன் அரண்மனைக்கு 60 பிட்சுக்களை வரவழைத்து 3 நாட்களுக்கு ஹான்யா சூத்திரங்களை ஓதுமாறு செய்தார் (சூழ்ந்துள்ள தீய சக்திகளை விரட்டுவதற்காக).

17 ஆம் தேதி : கிழக்கு அரண்மனையில் தீ விபத்து. தீப் பரவி பல வீடுகளை அழித்தது.

28 ஆம் தேதி : (Kozuke)கோசூகே (இன்றைய கும்மா Gumma,) பகுதியை நாட்டின் குதிரைப் பேரரசர் பார்வையிட்டார்.

29 ஆம் தேதி : "நாவி ஃபுரிக்கி, கோனோ சுகி நகாமே ஃபுருக்கி" பூமி அதிர்ந்தது. இந்த மாதம் தொடர்ந்து மழை பெய்தது.

தடாகம் வெளியீடு

நடுக்கம் பற்றிய இத் தகவல் அடங்கிய பக்கம் எனக்குப் பிடித்திருந்தது. ஒரு கட்டத்தில், "பூமி அதிர்ந்தது" என்பதைத் தவிர சொல்வதற்கு வேறு எதுவும் இல்லை. அது இன்னும் அதிர்ந்து கொண்டு இருக்கிறது. நாமோ மேற்பரப்பில். சீக்கிரத்தில் கீழே செல்ல நேரிடும். எனவே, பழமையான ஜப்பானிய மொழியில் சொல்வதைப்போல் நாவி ஃபுரிக்கி. ஆனால், அதே நேரத்தில் இப் பேரிடரை அறிவதற்கான ஒரு கருவியாக எழுத்து அமைகிறது. அதற்கு ஓர் இடம் கொடுக்காமல் போனாலும், அதன் போக்கைப் புரிந்துகொள்ள உதவும். என்னதான் அற்பமானதாக, தற்காலிகமானதாக இருந்தாலும், அதன்மீது காணும் வெற்றி மிகவும் முக்கியமானது. இவ்வாறாக நாட்குறிப்பு எழுதியவர் நிலநடுக்கத்தை எதிர்கொள்ள எழுத்து உதவும் என்பதைப் புரிந்து கொண்டார். எனவே, பேரரசருக்கு இணையான பங்கு எழுத்தாளருக்கு உண்டு என்பதைப் புரிந்துகொண்டவர், குறிப்பேடுகளில் கீழக்கண்டவாறு குறித்து வைத்தார்:

"கடும் வறட்சியின்போதும் இடைவிடாத மழையின்போதும் தீய சக்திகளை விரட்டும் பணியில் பேரரசர்தான் முக்கியப் பங்கு வகிப்பார். ஆனால், நிலநடுக்கங்களைப் பொறுத்தவரை, அவற்றின் இயக்கம் சரியாகத் தெரியாததால் (இன்னமும் தெரியவில்லை) முடிந்தவரையில் இந்தப் பேரிடருக்கு எதிராகத் தங்களைப் பாதுகாத்துக்கொள்ள, இயன்றவரை முன்கூட்டியே கணிப்பதைத் தவிர தடுப்பதற்கு வேறு வழியில்லை. இயற்கையின் இயக்க முறையை, முன்கூட்டியே கணிக்கக் "குறிப்பேடுகளில்" துல்லியமாக எத்தனைமுறை அவை வருகின்றன என்பது பற்றிக் குறித்து வைப்பதே விவேகமானதொரு முறையாகும். அக் குறிப்புகளைப் பதிவு செய்யும் பொறுப்பை நாட்குறிப்பாளர் செய்வார். பேரரசர், அதற்கேற்ப தீய சக்திகளை ஓட்டும் நடைவடிக்கைகளை எடுப்பார்".

*

சற்றுமுன், மேலும் ஒரு பின்னதிர்வு. கொஞ்சம் நேரமே அது நீடித்தாலும், சக்திவாய்ந்ததாக இருந்தது. இரண்டுமுறை அது ஏற்பட்டது. முதலில் பலமான அதிர்வுடன் தொடங்கியது. கால்களின்கீழ் அதன் கடுமையை உணர முடிந்தது. எங்களுக்குக் கீழே வாடகைக்கு இருப்பவர், ஏதோ சம்மட்டியால் ஓங்கி மேல் தளத்தில் அடிப்பது போலவே இருந்தது. யாரோ ஓடிவந்து கதவில் மோதியது போன்ற உணர்வு — ஆனால், அடியிலிருந்து வந்தது.

செங்குத்து நிலையில், அசைவுகள் எவ்வளவு ஆபத்தானவை என நமக்கு நன்றாகத் தெரியும். (டோக்கியோவில் வாழும்போது ஒரு சங்கதி அனைவரும் அறிந்ததுதான். அதாவது, இங்கு எல்லோருமே பகுதிநேர நிலநடுக்க வல்லுனர்களாகிவிடுவார்கள்.) குத்துச்சண்டையில் கீழிருந்து மேலெழும்பும் 'பன்ச்' punch எனப்படும் செங்குத்து அடியைப் போன்றது. பூமியின் ஆழத்திலிருந்து கிளம்பும் பாறையின் குத்து. பிறகு ஒன்றுமே இல்லை. அமைதி. அடியிலிருந்து வரும் குத்து எதிரொலிகளை ஏற்படுத்தும். அது மேலும் மார்பைத் தாக்கி, மெதுவாகக் கீழிறங்கி, பக்கவாட்டு வழியே முழங்கைகளில் இறங்கிவிடும்.

இதோ இரண்டாவது அதிர்வு. அவ்வளவு கடுமையாக இல்லை. ஆனால், முன்னதைவிடத் தீவிரமாகவும் நீண்ட நேரமும் நீடித்தது. இம்முறை, பக்கவாட்டில் பரவியது. வலம் — இடம், இடம் — வலம். ஏதோ அந்தக் கட்டிடமே சாம்பா நடனம் ஆடுவது போல் இருந்தது. பாதங்களுக்குக் கீழே பறை கொட்டுவது போன்ற உணர்வு.

நிலநடுக்கம் ஒரு குத்துச்சண்டை வீரரைப் போன்றது. அதனிடம் யுத்தி, பொறுமை, பலம் ஆகியவை இருக்கும். தொடர்த் தாக்குதல்கள், திடீர் பின்வாங்கல்கள், (வாழ்க்கை வழக்கத்திற்கு மாறாக ரம்மியமாக மாறும் அமைதியான பெரிய கடற்கரைகள்) உடன், மின்னல் வேக எதிர்த் தாக்குதல்கள் என அது இயங்கும்.

*

எந்த எச்சரிக்கைக்குச் செவிசாய்ப்பது என்று மக்களுக்குத் திடீரெனத் தெரியாமல் போனது. தொலைக்காட்சி, வானொலி, வீட்டு எச்சரிக்கை மணிகள், கைப்பேசிகள் கைப்பேசிக்குத் தற்போதைய அதிநவீன வசதி தரும் மென்பொருளின் பெயர் "யூரேகூரு" Yurekuru. 'யூரே' என்றால் நடுங்குதல், 'கூரு' என்றால் வருதல். அது நடுங்க, இது வரும். அந்த மென்பொருள், பதிவிறக்கம் செய்து கொள்ளக்கூடியதாகும். அதன் பெயர் குறிப்பிடுவதைப் போல், இன்னும் சில நொடிகளில் நிலநடுக்கம் ஏற்படவிருக்கிறது என்பதை, கைப்பேசியின் உரிமையாளருக்கு அறிவிக்கக்கூடியது. கைப்பேசியின் உரிமையாளர் உண்மையிலேயே கொடுத்து வைத்தவர். வானிலை மையம் விடுக்கும் எச்சரிக்கைகளின் அடிப்படையில் இது செயல்படுகிறது. நிலநடுக்கம் ஏற்பட இருக்கும் சில நொடிகளுக்கு முன்னதாக ஆரஞ்சு நிற எல்.சி.டி. திரை ஒளிரும். அதில் 100, 5 ஆகிய எண்கள் கண்சிமிட்டும்.

அதாவது, நிலநடுக்கம் நிகழ இன்னும் நூறு நொடிகள் உள்ளன. அதன் சக்தியின் அளவு 5. இதுதான், இன்றைய அதிநவீன வசதியுடைய மென்பொருள். ஆனால், பெரிய நிலநடுக்கத்துக்கும், அதிக ஆபத்தில்லாத அதிர்வுகளுக்குமான வித்தியாசத்தைக் கண்டுபிடிப்பதில் தொழில்நுட்பத்திற்குச் சிரமம் இருந்தது. மிகக் குறைந்த நேரத்தில் மிக அதிகமான அதிர்வுகள். இதைத்தான் எழுத்தாளர் அகிரா யொஷிமுரா 'நிலநடுக்கத் திரள்' என்று அழைத்தார். அதாவது, தேனீக்கள் கொட்டுவதைப் போல் ஒரே சமயத்தில் பல பின்னதிர்வுகள்.

திடுக்கென, பகல், இரவு என்று இந்த எச்சரிக்கை ஒலி எப்பொழுது வேண்டுமானாலும் கேட்கும். முன்னெச்சரிக்கை அறிவிப்புகள் பெருகிக்கொண்டே இருக்கும். அவற்றில் மூன்றில் இரண்டு பங்கு அறிவிப்புகளைத் தொடர்ந்து நிலநடுக்கம் எதுவும் ஏற்படாது. தவறான எச்சரிக்கைகளில் பிரச்சனை என்னவென்றால், ஒவ்வொரு முறையும் தொடர்வண்டிகளை நிறுத்தியாக வேண்டும், அணைகளை மூடியாக வேண்டும், சேதங்களைக் குறைக்க முயல வேண்டும், எனப் பல வேலைகள். வாழ்க்கையை முடக்கி மீண்டும் தொடங்குவது, நிரந்தரமாக நடந்துகொண்டிருந்தது. வாழ்க்கையை விட்டுவிட்டு வாழ்கிறோம். வினோதமாக, பிரெஞ்சு மொழியில் இணைப்புக்கோடு சொற்களாகவே என் பேனாவில் வந்து விழுகின்றன. என் உரைநடையில் இடைவெளியோடு அமைந்த சொற்கள் விட்டுவிட்டு நகரும் நாட்களுக்கு இணையான எழுத்துவடிவமாக வந்து நிறைகின்றன. அதீத முன்ஜாக்கிரதை, குழப்பம், களேபரம், உயிருக்குப் பயந்து தப்பி ஓட்டம் என்ற சொற்களைப் பிரெஞ்சு மொழியில் இப்படித்தான் இணைப்புக் கோடிட்டு எழுதியாக வேண்டும். ஒவ்வொரு முறையும் அதிர்வு ஏற்படும்போது, அந்த வினோதமான இதயத் துடிப்பு வெளியாகும். அது வேடிக்கையாகவும் பயங்கரமாகவும் இருக்கும். ஆங்கில நாவலாசிரியர் ஸ்டேர்ன் (Sterne) எழுதிய 'ட்ரிஸ்ட்ரம் ஷேன்டி' Tristram Shandy எனும் நாவலில் வருவதுபோல், ஒவ்வொரு முறையும் நாடியானது துடிக்கும், நிற்கும், மீண்டும் துடிக்கும், படபடக்கும், மீண்டும் நிற்கும், மீண்டும் அடிக்கத் தொடங்கும், நிற்கும், தொடரட்டுமா ?

"ஆமாம். நிச்சயமாக, உண்மையாகத்தான்".

III

முதல் மூன்று நாட்களில், நிகழ்ச்சிகள் தலைதெறிக்கும் வேகத்தில் சங்கிலித் தொடர்போல் நடந்தேறின. பேரழிவை மையமாகக் கொண்ட திரைப்படத்தில் திரைக்கதை எழுதுபவர் எவரும் கற்பனை செய்து பார்க்க முடியாத அளவு அவை இருந்தன. ரிக்டர் அளவில் 9 எனப் பதிவாகிய நிலநடுக்கம். அணுஉலை ஒன்றின்மீது பாய்ந்த சுனாமிப் பேரலை, 13 இல் இருந்து 15 மீட்டர் வரை எழும்பியது. அணுஉலையின் மையப்பகுதிகள் உருகின. பெரும் அழிவை ஏற்படுத்திய வெடிவிபத்துகள். அவற்றில் குறைந்தபட்சம் ஒரு நிலநடுக்கம், அணு உலை வெப்பத்தைத் தாங்கும் பொருட்டுத் தயாரிக்கப்பட்ட கான்கிரீட் பலகைகளை சற்றேறக்குறைய 15 மீட்டர் உயரத்துக்குத் தூக்கி எறிந்தது. 1945 ஆம் ஆண்டு ஹிரோஷிமா மீது அணுகுண்டு வீசப்பட்டபோது வெளியான செசியம் 137 (cesium) இன் அளவைவிட இப்பொழுது வெளியான அளவு 168 மடங்கு அதிகமாக இருக்கும் எனப் பேசப்படுகிறது. உண்மையில் இதை ஒரு பேரழிவின் தாண்டவம் எனலாம்.

இப்பொழுது, பரவலாக எல்லா இடங்களிலிருந்தும் ஆபத்து வருவது போல் தோன்றியது. வடக்கிலிருந்து தெற்குவரை, ஒக்காய்தோ (Hokkaido) விலிருந்து க்யுஷு (Kyushu) வரை எரிமலைகள் விழித்துக்கொண்டன. தீவுக் கூட்டத்தில், சுமார் இருபது எரிமலைகள் கக்கியபடியும், பல அவிந்து போயும் உள்ளன. வெடிக்கத் தயார் நிலையில் இருக்கும் அற்புதமான தீப்பிழம்புத் தோரணம்.

கற்பனைக்கு எட்டாதது நிகழும்பொழுது மிகவும் ஆச்சரியப் படக்கூடிய ஊகங்கள்கூடச் சாத்தியமாவதாகத் தோன்றும். நேரடியாக டோக்கியோவை மையப்புள்ளியாக்கி ஒரு மாபெரும் நிலநடுக்கம் ஏற்படுமோ என்ற அச்சம் இருந்தது. அத்தகைய பெரும் நிலநடுக்கம் டோக்கியோவின் கரையைத் தாக்கும். அப்படி டோக்கியோ வளைகுடாவைப் பெரும் நிலநடுக்கம் தாக்கும் பட்சத்தில் 4,70,000 வீடுகள் அழியக்கூடிய ஆபத்து இருப்பதாக (பெரும்பாலானவை தீக்கிரையாகும்) பேசிக்கொண்டார்கள். அடுத்த வார இறுதியில், ஃபுயூஜி (Fuji) எரிமலை வெடிக்க ஆயத்தமாகும் என்ற வதந்தியும் பரவியது. டோக்கியோ வளைகுடாப் பகுதியின் இயற்கை அமைப்பிற்கு

அலாதியான பெருமையைத் தந்து, அணி செய்யும் இந்தப் பிரம்மாண்டமான ஒற்றைப் பிரமிட்டை வான் முட்டும் மேகங்கள் மூடியிருக்கும். இத்தகைய அற்புதத்தைப் பேரழிவு தாக்க நேர்ந்தால் நாம் எங்கே போவது? 'தீத் தே ஐக்' எனும் நூலில் விவரிக்கப்பட்டிருக்கும் 12 ஆம் நூற்றாண்டில் நிகழ்ந்த பெரிய நிலநடுக்கத்தை நினைத்துப் பார்த்தேன். அப்பொழுது ஆட்சியிலிருந்த மன்னன், தன் பல்லக்கில் ஏறி, ஏரிக்கரையில் தஞ்சம் அடைந்தார். பேரரசரான பிட்சு, தெற்குப் பூங்காவில் இழுத்துக் கட்டப்பட்ட திரைகளால் அமைக்கப்பட்ட கூடாரத்தில் நின்று கொண்டிருந்தார். அரசப் பெண்மணிகள், இளவரசர்கள் எல்லோரும் பல்லக்கு, தேர் ஆகியவற்றின்மூலம் தங்கள் இருப்பிடங்களைவிட்டு வெளியேறினார்கள். பத்து நற்குணங்களையுடைய மன்னர்கூட தலைநகரைவிட்டு வெளியேறி வெள்ளத்தில் மூழ்கி இறந்துபோனார். அமைச்சர்களும் பிரமுகர்களும் பாதைகளில் கால்போன போக்கில் சென்றனர். முட்டாள்தனமான வதந்திகள்: 'இன்று இரவே பன்றி ஓரைக்கும் எலி ஓரைக்கும் இடையில் சந்தேகத்திற்கு இடமின்றி பூமி தலைகீழாகக் கவிழ்ந்துவிடும் என்று ஜோதிடக் கணிப்புகள் தெரிவிக்கின்றன. திகிலான ஊகம் மட்டுமல்ல, இது ஏற்றுக்கொள்ள முடியாததும்கூட.'

நிலநடுக்க வல்லுநர் ஐங் ஹெங் நிலையில்தான் நாமும் இருக்கிறோம். எந்தப் பக்கம் போவது என்று தெரியாத நிலை. தத்துவவியலாளர்களான என் நண்பர்கள் கஸுவோ மஸுதா (Kazuo Masuda) மற்றும் எர்வே குஷொ (Herve Couchot) ஆகியோருடன் உரையாடிக்கொண்டிருந்தேன். அப்பொழுது பண்டைய ஜப்பான் மொழியில் வழங்கப்படும் ஒரு சொற்றொடரைப் பற்றி கஸுவோ குறிப்பிட்டார். அது செங்குத்தான இரண்டு அசைவுகளை இணைக்கும் சொற்றொடர். அதாவது, வீழ்ச்சியும் கீழிருந்து பிரவாகிப்பதும்: "ஃபூத்தே வாக்கூ" (Futte waku) எனும் அவ் வாசகம் நேரடியாக மொழிபெயர்த்தால், வானத்திலிருந்து நம் மேல் விழும் அல்லது ஊற்றுப் போல் நம் காலடியிலிருந்து மேலே எழும்பும் ஒரு நிகழ்வைக் குறிக்கும். நிச்சயமாக ஒவ்வொரு அதிர்வின்போதும் அந்த அசைவு அடியிலிருந்து வருகிறதா அல்லது மேலிருந்து வருகிறதா என்று நமக்கு முற்றிலுமாகத் தெரியாது. நம் கால்களிலிருந்து மேலே எழுமா? அல்லது நம் தலைமீது விழுமா என்றும் தெரியாது. காதல், போர், பேரழிவு, தீவிபத்து, பயங்கரவாதத் தாக்குதல் அல்லது இயற்கைப் பேரிடர் — அப்படியான ஒரு சம்பவம்.

ஆனால், எல்லோருடைய உள்ளத்திலும் அதிகப் பதற்றத்தை உண்டாக்கியது, அதிக சக்திவாய்ந்த அணுஉலைப் பேரழிவு ஏற்படக்கூடும் என்ற பயம்தான். அந்த மூன்று திறந்தவெளி எரியுலைகள், இப்பொழுது பெரிய பிரஷர் குக்கர்களாகவோ அல்லது பிளக்கப்பட்ட குண்டான்களாகவோ காட்சி அளித்தன. எல்லாம் கதிரியக்க வடிகட்டிக்கூடைகள். சுருக்கமாகச் சொல்வதென்றால், அணுமின் நிலையம் ஒரு சமையலறை உபகரணங்கள் உள்ள இடமாக மாறியிருந்தது. எரியுலைகளிலிருந்து வெண்புகை வெளியேறுவதை அண்மையில் வெளிவந்த சில புகைப்படங்கள் காட்டின. கட்டிடங்களின் முகப்பிலிருந்த குறுக்குக் கம்பிப் படல்கள் வெளியே நீட்டிக்கொண்டிருந்தன. உலோக பீம்கள் முறுக்கியபடியும், எஃகுச் சாரங்கள் முறுக்கப்பட்டு வளைந்தும் இருந்தன. இவை அனைத்தும் பயமுறுத்தக்கூடிய வடிவத்தில் (செவ்வகம், சதுரம், சாய் சதுரம்) பழுப்புக் கறைகள் நிறைந்திருந்தன. அணுசக்தித் தொழில்நுட்பத்தின் மதிப்பு வாய்ந்த பூச்செண்டுகளாகக் கருதப்பட்டவை அழிந்த பறவைக் கூண்டுகளாகக் காட்சியளித்தன. கட்டிடங்களின் ஊடே கடல் தென்பட்டது.

ஒரே தீர்வாக அணு உலைகளின்மீது சாதாரண தீயணைப்புக் கருவிகளின் உதவியோடு (விரைவில் தண்ணீர்த் துப்பாக்கிகள் வருமோ) தண்ணீரைப் பீச்சி அடித்தனர். இந்தப் படங்களைப் பார்க்கும்போது செர்னோபில் படங்கள் நினைவிற்கு வருவதைத் தவிர்க்க முடியவில்லை. அப்பொழுது, ஈயக் கவசத்தோடு அந்த உலங்கு வானூர்திகள் (ஹெலிகாப்டர்கள்) அணு உலைகளின் மீது தண்ணீர்ப் பொதிகளை வீசியதும், ஒவ்வொரு முறையும் அவற்றின் குறி தப்பியதும் நினைவிற்கு வருகின்றன. அவர்களுக்குக் கிடைத்தது எல்லாம் தீயணைக்கும் தண்ணீர் தெளிக்கும் குழாய்கள்தான். விரைவில் அணுஉலைமீது நீர் தெளிக்கும் உலங்கு வானூர்தி வரலாம்! தீயணைப்பு வாகனங்கள், சுமை தூக்கும் எந்திரங்களான கிரேன்கள் என எல்லாவற்றையும் பயன்படுத்திப் பார்த்தார்கள். புதுவிதமான தோட்ட நீர்ப்பாசன ஊழியர்களுடன் (முகமூடி, தலைக்கவசம், கையுறை) தோட்டக்கலையிலும் அவர்கள் ஈடுபட்டார்கள். டார்ச் விளக்குடன் கண்காணிப்பு அறையில் பணியாற்றும் ஜப்பான் தொழில்நுட்ப ஊழியர்களைப் பார்க்கும் பொழுது, நாடே வேறு வழியின்றி மேற்கொண்டிருக்கும் வேடிக்கையான மீட்பு நடவடிக்கையைத் தெரிந்துகொள்ள முடிகிறது. எங்கும், நமக்கு நாமே எனப் பழுது பார்க்கும் செயல்.

விரைவிலேயே அணுஉலைக்கான நெருக்கடி நிலையை அறிவித்த பிரதமர், அணுமின் நிலையத்தைச் சுற்றியுள்ள வீடுகளில் வசிப்பவர்களை வெளியேற்றவும் உத்தரவிட்டார். முதலில் மூன்று கிலோமீட்டர் தூரம் வரையிலும் முடிந்தால் பத்து கிலோமீட்டர் தூரம் வரையிலும், உள்ளவர்கள் வெளியேறும்படி உத்தரவு. மார்ச் 12 ஆம் தேதி மக்களை வெளியேற்றம் செய்யவேண்டிய எல்லை, 20 கிலோமீட்டருக்கு விரிவாக்கப்பட்டது. 30 கிலோமீட்டர் தூரம்வரை யாரும் வசிக்கக்கூடாது என உத்தரவிடப்பட்டது. இதைத் தொடர்ந்து, பெரும் எண்ணிக்கையில், மக்கள் வேறு இடத்திற்கு மாற்றப்பட்டனர். இரண்டாம் உலகப் போருக்குப் பின் மக்களின் இந்த அளவு பெரிய இடப்பெயர்வை ஜப்பான் கண்டதில்லை. 80 ஆயிரத்திற்கும் அதிகமான அணுஉலை அகதிகள் 20 கிலோமீட்டருக்கு அப்பால் போய்க் குவிந்தனர். அடுத்த நாள் ஜப்பான் தற்காப்புக் காவல் படையைச் சேர்ந்த 1 இலட்சம் நெருக்கடிக்கால ஊழியர்கள் துரிதமாக அழைக்கப்பட்டனர். அந்தக் கணத்தில் ஒன்றை மட்டும் நாம் உறுதியாகச் சொல்லலாம். நடந்து கொண்டிருப்பது ஒரு போர்.

சிலரின் பார்வையில், டோக்கியோவில் கதிரியக்கம் தொடங்கிவிட்டது. இணைய வெளியில் வழக்கத்திற்கு அதிகமான அளவில் நெரிசல் இருந்தது. சமூக ஊடகங்கள் முழு வீச்சில் இயங்கின. குறுஞ்செய்திகள் திடீர்த் திடீர் எனத் தோன்றின. இவை மிகவும் பயனுள்ள தகவல்களையும் (Mitaka), மித்தாக்கா நகரில் ஒரு டிவிட்டர் கணக்குத் தொடங்கப்பட்டு மின் தடைகள் குறித்த அறிவிப்புகளை வெளியிட்டது) நம்பமுடியாத வதந்திகளைப் போல் உள்ள செய்திகளையும் வெளியிட்டன. பெட்ரோல் சுத்திகரிக்கும் ஆலை ஒன்று தீப்பிடித்துக் கொண்டதால், ஆபத்தான நஞ்சைப் பரப்பக்கூடிய அமில மழை தலைநகர்மீது பெய்யக்கூடும் என யாரோ ஒருவர் டிவிட்டரில் பதிவிட்டிருந்தார். பொறுப்பற்ற சில ஊடகங்களின் துணையோடு டிவிட்டரில் மின்னல் வேகத்தில் பதிவுகள் குவிந்தன. மனச்சிதைவு உச்சத்தில் இருந்தது. "டோக்கியோவைவிட்டு இப்பொழுது வெளியேறுங்கள்" (Get out of Tokyo now) என சன் செய்தித்தாள் முதல் பக்கத்தில் பெரிய அளவிலான கருப்பு எழுத்தில் விரட்டியது. கிட்டத்தட்ட 3 மில்லியன் வாசகர்கள், டோக்கியோ நொறுங்கி விழப்போகிறது என்று நம்பியிருக்க அப்பொழுது வாய்ப்பு இருந்தது. வடக்கில் நிகழ்ந்த சுனாமிப் புகைப்படங்களோடு பேரழிவிலிருந்து

தப்பிய டோக்கியோ படங்களைப் போட்டுக் குழப்பிக் கொண்டிருந்தனர். அப் பகுதிகளில் சில கட்டிடங்கள் அதிர்ந்தன. சில இடங்களில் தீ விபத்து ஏற்பட்டது என்பது உண்மைதான். ஃபாக்ஸ் நியூஸ் எனும் ஊடகம், அதன் வழக்கமானத் தொழில் தர்மத்திற்கு விசுவாசமாக, ஜப்பானிய அணுஉலைகளின் வரைபடத்தைக் காட்டி, அதில் (Shibuya Eggman nuclear reactor) ஷிபூயா எக்மேன் அணு உலையைச் சேர்த்திருந்தனர். உண்மையில், அது டோக்கியோவின் மையப் பகுதியான ஷிபூயாவில் உள்ள இசை அரங்கு ஒன்றின் பெயராகும்!

வெளிநாடுகளிலும் வர்ணனையாளர்கள் பலவாறு பேசி வந்தனர். எனக்கு அனுப்பிய சுருக்கமான செய்தி ஒன்றில், என் நண்பர் (René de Ceccatty) ரெனே தெ செக்காத்தி, இச் சூழ்நிலையை அற்புதமாகக் குறிப்பிட்டிருந்தார்: 'ஃபுக்குஷிமா அணுஉலையைக் குளிர்விப்பதில் உள்ள இடையூறுகளை வெற்று ஆரவாரம், எதிர்ப்பு, விளங்கிக்கொள்ள முடியாத விஞ் ஞானத் தொடர்கள் ஆகியவை கலந்த மொழியில் விளக்கி வருகிறார்கள்'. பிரஞ்சு, ஜப்பானிய அரசியல் தலைவர்களும் தொழில் அதிபர்களும் வரம்பு மீறிப் பேசினார்கள். மோசமான கருத்துக்களை வெளியிட்ட இவர்களில் சிலர் மௌனம் காக்கக் கடமைப்பட்டவர்களில் முதன்மையானவர்கள். உதாரணமாக, பிரஞ்சு அணுஉலைக் குழுமமான அரேவா வின் தலைமைப் பொறுப்பிலிருந்த பெண்மணி. இவர் சம்பவம் நடந்து மூன்று நாட்கள் கழித்து, அது ஓர் அணுஉலைப் பேரழிவு இல்லை என அறிவித்தார். ஆனால், விபத்தின்போது இவரது பணியாளர்கள்தான் முதலில் ஓட்டம் பிடித்தவர்கள். அதேபோல், தொழிற்சாலை மற்றும் எரிசக்தித் துறை அமைச்சர், ஒவ்வொரு நாளும் ஏற்பட்டுள்ள சேதத்தின் அளவைத் தெரிந்து வைத்துக்கொண்டபோதும் தெளிவற்ற வெற்றுக் கருத்துக்களின்மூலம் கண்முன் உள்ள ஆபத்தை மறுத்து மூடி மறைத்தார். குடியரசுத் தலைவரை மறக்க முடியுமா? நேரம் பார்த்து அதி சிரத்தையுடன், 'அணுஉலையின் தேவை' குறித்து மீண்டும் குறிப்பிட்டார். குறைந்தது அது தேவைதானா எனக் கேள்வி எழுப்பவேண்டிய சரியான தருணத்தில் இப்படிப் பேசினார். ரெனே மேலும் குறிப்பிடுவதுபோல், 'இத்தகைய வெட்கக் கேடான தகுதியற்ற கருத்து, நாம் கற்பனை செய்து பார்க்கும் அனைத்தையும் பாழாக்கிவிடும்'. மேலும், சட்டென்று இனிய கவித்துவமான நடையில் அவர் குறிப்பிடுவதைப்போல், 'ஒரு முட்டாள், எந்தச் சூழ்நிலையிலும் அப்படித்தான்

இருப்பான். அதுவும் வாய்மூடி இருக்க வேண்டும் என்ற அவசரமான தருணத்தில் நாம் நினைப்பதைவிட, தான் பெரிய முட்டாள் என நிரூபிக்க, தனக்குள்ள பெரும் தவிப்பை வெளிப்படுத்த அவனைத் தூண்டும்போது பெரு முட்டாளாக நடந்துகொள்வான்'. இதைவிடச் சிறப்பாக விளக்க முடியாது.

மார்ச் 16 ஆம் தேதி புதன் கிழமையன்று சில நிமிடங்கள், பேரரசர் அகித்தோ அவர்கள், ஜப்பான் மக்களுக்கு ஆற்றிய அதிகாரப்பூர்வமான உரை, தொலைக்காட்சியில் ஒளிபரப் பாகிய நேரத்தில், நிலைமை உச்ச கட்டத்தை அடைந்தது. அது ஓர் அரிய நிகழ்வு. 1989 முதல் அவர் பேரரசராகக் கோலோச்சுகிறார். ஆனால், அரியணை ஏறியதிலிருந்து இப்படிப் பொதுமக்களிடையே உரையாற்றுவது இதுதான் முதன்முறை. 1945 ஆம் ஆண்டு ஆகஸ்ட் 15 ஆம் தேதி அவருடைய தந்தை ஆற்றிய உரையோடு இது ஒத்துப்போனது, வேடிக்கையாக இருந்தது. அப்பொழுது ஜப்பானின் தோல்வியை ஏற்றுக்கொண்ட அரசர், மக்களிடம் பிரச்சினையை எதிர் கொள்ளுமாறு அறைகூவல் விடுத்தார். தாங்கிக்கொள்ள முடியாததையும் தாங்கிக்கொண்டு உறுதியாகச் செயலாற்றி, அதை நிறைவேற்றுமாறு வேண்டினார்.

சுருக்கமாகக் கூறுகிறேன். பூமி ஏறக்குறைய எப்பொழுதும் அதிர்ந்துகொண்டே இருக்கிறது. அரசின் நடவடிக்கைகள் பெரும் பதற்றத்தில் இருப்பதைத் தெரிவிக்கின்றன. அணுஉலைகள் ஒன்றன்பின் ஒன்றாக வெடித்து வருகின்றன. அங்கிருந்து வெளியேற முடிந்த அனைவரும் எவ்வளவு தூரத்திற்குச் செல்ல முடியுமோ அவ்வளவு தூரம் சென்றுவிட்டார்கள். அமாத்தேராசு எனும் பெண் கடவுளின் வழித்தோன்றல்கூடத் தன் மேகக் கூட்டத்திலிருந்து கீழே வந்துவிட்டார். மறுக்கமுடியாத அளவுக்கு நிலைமை மோசமாகிவிட்டது. இனி நம்முன் எழும் கேள்வி இதுதான். "தங்கியிருப்பதா? புறப்படுவதா? டோக்கியொவைக் காலி செய்வதா?"

முதல் நாளிலேயே, 'we're leaving! Get out of here!' நாங்கள் புறப் படுகிறோம்! இங்கிருந்து வெளியேறுங்கள்! என்று சிவந்த முகத்துடன் என் வீட்டின் அருகில் வசித்த பருமனான ஆங்கிலேயர் ஒருவர் கூக்குரலிட்டார். எனக்கும் புறப்பட ஆசைதான். ஆனால், எங்கே போவது? உடன் பணியாற்று பவர்கள், நண்பர்கள், காதலர்கள், காதலிகள் — இவர்களை எல்லாம் என்ன செய்வது? சிலருக்குக் கேள்வி எழுந்த

மாத்திரத்திலேயே பதிலையும் வைத்திருந்தனர். 'Anywhere out of Japan!' ஐப்பானைத் தவிர்த்து எங்கு வேண்டுமானாலும்! இங்கேயே தங்குபவர்களின் கதி? எப்படியாவது போகட்டும்! வெளிநாட்டு உயர் அதிகாரிகளில் பலர் குறிப்பாக நிதி நிறுவனங்களில் வேலைசெய்பவர்கள் ஹாங்காங்கை நோக்கிப் பறந்து சென்றனர். சில நாட்களுக்குள் சந்தை டோக்கியோவைவிட்டு வேறு இடத்திற்குப் புலம் பெயர்ந்தது. ஹாங்காங் தூதரகத்தில் இரண்டு வாரத்தில் குறைந்தது 270 விசாக்கள் வழங்கப்பட்டன. புள்ளி விவரக் கணக்குப்படி, இந்த ஃபிலைஜீன்கள் (flyjins) (மொழிபெயர்க்க இயலாத இச் சொல், பறக்கும் தட்டின் வேகத்தில் ஈக்களைப்போல் வெளியேறும் வெளிநாட்டுக் காரர்களைக் குறிக்கும்.) இவர்களில் பெரும்பான்மையானவர்கள் மாதம் பத்து லட்சம் யென் (சுமார் 10,000 யூரோ) க்கும் அதிகமாகச் சம்பாதித்தவர்கள். ஒளியின் வேகத்தில் வேறு இடத்திற்கு மாறுவதில் கடினமோ அப்படிச் செய்வதில் கூச்சமோ அவர்களுக்கு ஏற்படவில்லை. சுருக்கமாகச் சொல்வதென்றால், வியாபாரிகளுக்கு நல்ல வருவாய். ஹாங்காங்கிற்கு அடித்தது யோகம். எனவே, அவர்கள் விசாவைப் பெறும் நடைமுறைகளுக்கான காலத்தை, ஆறு வாரத்திலிருந்து இரண்டு நாட்களாகக் குறைத்துவிட்டனர்.

மற்றும் ஒரு ஜப்பானியத் தோழர் இருந்தார். வரலாற்றுத் துறைப் பேராசிரியரான அவர், இரண்டாம் உலகப் போர் குறித்த விவரங்களில் வல்லுநர். இவருடைய கருத்துக்களில் கடுமை தெரிந்தது. 'நிலநடுக்கத்தின்போது பிரஞ்சுக்காரர்களைப் பற்றிக் கேட்கிறீர்களா? சிதறி ஓடுவார்கள். எங்கும் குழப்பம். பிரஞ்சு மக்களுக்கே உரிய சிறப்பியல்பு அது! ஏதாவது ஒரு பேரிடர் தோன்றினால் போதும். கூண்டோடு வெளியேற அவர்கள் தயாராகி விடுவார்கள். 40 களில் நடந்ததுபோல்'. ஆனாலும், அப்போதைய நிலைமை மிகையானதுதான். சார்ஸ் நோயின்போது ஏற்பட்ட மோசமான நிலை எல்லோருக்கும் தெரியும். 21 ஆம் நூற்றாண்டின் முதல் பெரிய தொற்றுநோய் அது. மோசமான சுவாசத் தொற்றான இக் கொள்ளை நோய், 2003 இல் ஏற்பட்டபொழுது அதிலிருந்து தப்பிக்கச் சீனாவைவிட்டு ஜப்பானியர்களும் வெளியேறத்தான் செய்தார்கள். வெளிநாட்டினர் திடீரென இப்படித் தப்பித்து ஓடுவதிலிருந்து, எந்த அளவிற்கு இத்தகைய பேரிடர் அவர்களைப் பதற்றமடையச் செய்தது என்பது புலனாகிறது. பாதுகாப்பான இடங்களை நோக்கித் தங்கள் குடும்பங்களை அழைத்துச் சென்றவர்கள் சாதாரண மக்கள் இல்லை. சில

குறிப்பிட்ட நிறுவனங்களின் தலைவர்களான இவர்கள் (அங்கிருந்து புறப்பட முடிந்த ஜப்பானியர்கள் அனைவரும் அப்படிச் செய்தார்கள். சிலர் தங்கள் மனைவி, பிள்ளைகளைத் தெற்குப் பகுதிக்கு அனுப்பி வைத்தார்கள். டோக்கியோவில் பிரசவமாவதைத் தவிர்த்த கர்ப்பிணிப் பெண்களின் காரணமாக கான்சாயிலிருந்த மகப்பேறு மருத்துவமனைகள் நிரம்பின), முன்ஜாக்கிரதை உணர்வைத் தங்களுக்கு மட்டுமே பயன்படுத்தி, தங்களிடம் ஊதியம் பெறும் ஊழியர்களுக்குப் பயன்படுத்த மறுத்தனர். இப்போக்கு அவர்களைக் கேலிக்குள்ளாக்கியது.

உதாரணமாக, பிரான்ஸ் ஜப்பானிய கூட்டு நிறுவனத்தின் இயக்குநர். இவர் விரைவாக ஓட்டம்பிடித்து வெகுதூரத்திற்குச் சென்றுவிட்டார். ஆனால், தன்னிடம் பணியாற்றிய ஜப்பான் ஊழியர்களை இருந்த இடத்திலேயே ஒன்றுபட்டுப் போராடும்படி அறிவுறுத்தினார். அவருடைய நிறுவனம் திறந்திருக்கவுமில்லை, மூடப்படவுமில்லை. "காத்திருப்பில்" உள்ளதாகச் சொன்னார். ஆனால், அவர் மட்டும் மார்ச் மாதம் இறுதிவரை பத்திரமாக, உரிய காரணம் ஏதுமின்றி பிரான்ஸில் பதுங்கிக்கொள்வார். அவருடைய நிலையை எப்படி எடுத்துக்கொள்வது என்று தெரியவில்லை. விடுமுறையா? அகதியா? தலைமறைவாய் இருப்பவரா?

வேறு ஒரு பிரஞ்சுக்காரர், மயிலைப் போன்று நெஞ்சைப் புடைத்துக்கொண்டு பகட்டுக் காட்டுபவர். இவர் டோக்கியோவைவிட்டுப் போகமாட்டார். இங்கேயே இருப்பார். இவருடைய அலுவலகத்தையோ, ஜப்பானிய ஊழியர் களையோ கைவிடமாட்டார். இல்லை இல்லை போக இல்லை. நான் போகமாட்டேன் "Ah no no, non partirai...". இசைக் கச்சேரியில் பாடுவது போல் கூவினார். அவரது நிறுவனம் அமைந்திருந்த கட்டிடத்தில் அவர் தஞ்சம் புகுந்திருந்தார். அவ்விடத்தைத் தடைசெய்யப்பட்ட பகுதியாகக் காட்ட, டேப்பின் உதவியால் சுற்றியிருந்தார். "வோலியோ ப்ரியா கவார்மி இல் கோரே. (Voglio pria cavarmi il core) நான் இதயத்தைப் பிய்த்துக் கொண்டு செத்தாலும் சாவேன். இது சத்தியம். என்ன நடந்தாலும் இவன் இங்கிருந்து போகமாட்டான். நான் உங்கள் காலடியில் உயிரை விடவே விரும்புகிறேன். அணுஉலையின் நெருப்பு வேண்டுமானால் மோதிப் பார்க்கட்டும்". இரண்டு நாட்களுக்குப் பிறகு பார்த்தால் அவர் அலுவலகத்திலிருந்து பல நூறு கிலோ மீட்டர் தொலைவிலிருந்த ஒக்கினாவா தீவில் இருந்தார். தங்கள் எஜமானர் திரும்பி வருவார் என்று

அவருடைய ஊழியர்கள் அலுவலகத்தில் காத்திருந்தனர். பயந்தாங்கொள்ளியான பிரஞ்சு எஜமானர் ஓட்டம்பிடிக்க, விசுவாசமான ஜப்பானிய ஊழியர்கள் அலுவலகத்தில் இருந்தனர். பிரான்ஸின் பெருமையைப் பறைசாற்றும் சின்னம் இவர்.

இத்தகைய தனிப்பட்ட கோழைகளின் கதையைத் தவிர மேற்கொண்டு விமர்சிப்பதற்கு வேறு எதுவும் இல்லை. (ஒரு வகையில் அசாதாரண சூழ்நிலையில் இவர்களுடைய நடவடிக்கை மன்னிக்கப்படக்கூடியதுதான். மேலும் இதைப் போன்றவர்கள் அதிக எண்ணிக்கையில் இல்லை.) இங்கிருந்து கிளம்பிச் சென்றவர்கள் எல்லோருமே கோழைகளாகத்தான் இருக்க வேண்டும் என்ற கட்டாயம் இல்லை. இங்கேயே தங்கியிருந்தவர்கள் எல்லோரும் உண்மையில் கதாநாயகர்களும் இல்லை. அவரவர்களுக்குள்ள சொந்தப் பிரச்சனைகள், குடும்பச் சூழ்நிலைகள், வேலைப் பின்னணி, இந்நாட்டுடன் அவர்கள் கொண்டுள்ள தொடர்புகள், வாழ்க்கையைப் பற்றிய அவர்களின் கணிப்பு ஆகியவற்றின் அடிப்படையிலேயே ஆணோ பெண்ணோ தங்கள் முடிவை எடுத்தனர். எப்படியும் முடிவு அவர்களுக்குச் சொந்தமானது.

என்னைப் பொறுத்தவரை, என்னிடம் அதிகத் தயக்கமில்லை. பாரீஸ் புத்தகக் கண்காட்சிக்கான அழைப்புடன் மார்ச் 15 ஆம் தேதி புறப்பட வேண்டிய விமானப் பயணச் சீட்டும் என்னிடம் இருந்தது. ஷம்பா (வெண்ணிற நுரை கொப்பளிக்கும் ஒயின்) என் வருகைக்காகக் காத்திருந்தது! பதிப்பக, எழுத்துலக நண்பர்களுடன் உயிரோட்டமான கலந்துரையாடல்களும்தான். ஆ! அட, வேண்டாம்! எப்பொழுதும் இசையின் ஊடேதான் முக்கிய முடிவுகள் எடுக்கப்படும். கோசி ஃபான் துய்த்தே (Cosi fan tutte) இன் உச்சகட்டப் பகுதியைக் கேட்டுக்கொண்டிருந்த பொழுதுதான் 'இங்கிருந்து நாம் கிளம்பவே கூடாது' என்பதைப் புரிந்துகொண்டேன். 'ஃபொர்துய்னாத்தோ லுயோம் ஷே ப்ராந்தே, ஒஃனி கோசா பேல் பியோங் வெர்சோ, ஏ த்ரா ஈகாசி ஏ லே விசாந்தே, தா ராகியோங் கிதார் சி ஃபா.'(Fortunato l'uom che prende,ogni cosa pel buon verso, e tra I casi e le vicende, da ragion guidar si fa...) "எல்லாம் நன்மைக்கே என எடுத்துக்கொள்ள வேண்டும். சோதனைகளையும் சம்பவங்களையும் எதிர்கொண்டு வழி காட்ட பகுத்தறிவுக்கு இடம் கொடுக்க வேண்டும்" பாடல் வரிகள் மட்டுமல்ல, ஆழமான, உயிரோட்டமான, விளையாட்டுத்தனமான, குதூகலமான அந்த அசாத்தியமான இசையும், 'அமைதி உங்கள் கைக்கு எட்டும் தூரம்தான்' என

உறுதியளித்தது. ‘ஏ தெல் மோன்தோ இன் மெஸ்ஸொ இ த்யுர்பினி பெல்லா கல்மா த்ரோவேரா’(E del mondo in mezzo l turbine, bella calma trovera…) — “ பூமியின் கொந்தளிப்புகளின் மத்தியில் அமைதி நிச்சயம் கிட்டும்!” (அணுஉலைக் கொந்தளிப்புகள்! மொசார்ட் நிச்சயமாக எல்லாவற்றையும் பற்றிச் சிந்தித்திருக் கிறார்.) ஒன்றரை நிமிடம் இந்த வரி நீடித்தது. ஆனால் என் முடிவு எடுக்கப்பட்டு விட்டது. ஜப்பானிலேயே தங்கிவிடப் போகிறேன். என்னுடன் மொசார்ட் இருக்கும்வரை எனக்கு என்ன நேர்ந்துவிடப் போகிறது? குறைந்தபட்சம் என்னிடம் சஞ்சீவனி தட்டுப்பாடு (கதிரியக்க சஞ்சீவனி) என்று சொல்ல முடியாது. அத்துடன் இதுதான் பேரிடர்களில் உள்ள நல்ல விஷயம். எல்லோருமே ஓட்டம் பிடித்தாலும், அழிவுகளுக்கு மத்தியில் நாம் அமைதியாக இருப்பது. எனினும் எப்போதும் அறிவுக்குப் பொருத்தமாகவும் நடந்துகொள்ள வேண்டும். எனவே கியோட்டோவுக்குச் செல்வதென முடிவெடுத்தேன். மற்ற நகரங்களுடன் ஒப்பிடும்பொது பொருத்தமான நகரம். மொசார்ட்டைப் போல் புயல் ஓயட்டும் எனக் காத்திருக்க ஏற்ற, அமைதியான, வெளிச்சமான நகரம். பேரிடரிலிருந்து மீண்டு நிலைகொண்டு காலத்தின் மிகப்பெரிய ஓட்டத்தில் முன்னேற வேண்டும்.

ஜுனைத் தொலைபேசியில் அழைத்தேன். என் பயணத்தில் அவளை இணைத்துக்கொண்டு பிறகு, என் நண்பன் அக்கி ஹிரானோவையும் (Aki Hirano)தொலைபேசியில் தொடர்பு கொண்டு, ‘ஜப்பானைவிட்டு வெளியேற நினைத்திருக்கிறாயா?’ என அவனிடம் கேட்டபொழுது வந்த உறுதியான பதில் : “என்னைப் பொறுத்தவரை எந்தச் சூழ்நிலையிலும் இங்குதான் இருப்பேன். எப்படி வாழவேண்டுமோ அப்படி வாழ்வேன். எப்படிச் சாகவேண்டுமோ அப்படிச் சாவேன்!”

IV

ஒட்டுமொத்தத் தீவுக் கூட்டத்தில் அதிராத இடம் உண்டு என்ற நம்பிக்கை இருக்கின்றது. இதைப் பற்றி தன் கட்டுரை ஒன்றில் க்லொதெல் குறிப்பிடுவதைப் போல், 'அனைத்தும் குலுங்கும்போது அசைவற்று இருக்கும் ஒரே இடம்' என்று அதை விவரிக்கிறார். இந்த இடத்தை ஜப்பானியர்கள் 'விசிறியின் கைப்பிடி' என்று அழைக்கிறார்கள். அல்லது இன்னும் சரியாகச் சொல்லவேண்டுமென்றால் "ஓகி னோ கனாமே"(Ogi no kaname) — விசிறியின் இயக்க மையம்.

"கனாமே"(kaname) மட்டும்தான் விசிறியின் அசையக்கூடாத ஒரே பாகம். ஒரு வகை உள் பெட்டகம். கைக்கு எட்டாத இணைப்பு ஆணி. மற்றப் பாகங்கள் அனைத்தும் நழுவும்போதும், விரியும்போதும் மீண்டும் மடங்கிக்கொள்ளும்போதும் எப்போதும் அசையாமல் இருக்க வேண்டிய முனை. இம் முனை அசையும்போது சட்டென அனைத்தும் விழுந்துவிடும்.

இது ஜப்பான் மொழியில் பரவலாக வழங்கப்படும் சொலவடை. அறமும் அழகியலும் சேர்ந்த சொற்றொடர். இணையற்ற மனத்திட்பம் உடைய மனிதர்களைக் குறிக்க இத் தொடர் பயன்படும். பூனைக்கு இருப்பதைப் போன்ற நரம்புமண்டலம். தன்னைச் சுற்றி நிகழும் அத்தனை அதிர்வுகளையும் எளிதில் உணரக்கூடியது. இத்தகைய இயல்பு உடையவர்கள் அவர்களுக்கு உள்ள இந்தக் குறிப்பிட்ட புலனுணர்வை இழக்காமல் இருப்பார்கள். முக்கியமான நேரத்தில் அவர்கள் ஒருபோதும் நடுங்குவதில்லை. அவர் விசிறியின் கைப்பிடிபோல் இருந்தார் என்று கூறுவது உண்டு. மற்றவர்கள் கலக்கமுற்று பயத்தில் பரபரப்பாக அங்குமிங்கும் அலையும்போது, அவர்களிடையே அசைவற்று அமைதி காக்கும் மனிதரை இப்படித்தான் குறிப்பார்கள். சூழ்நிலைமையைத் தனது கட்டுப்பாட்டிற்குள் வைத்து, சமாளித்து வெற்றி பெற்றவராகத் தன் மனத்தினையும் ஐம்புலன்களையும் அடக்கி ஆள்பவராக அவர் திகழ்வார். அறிவுத்திறம், உணர்ச்சிவசப்படாமை, இயல்பான சாதுரியம், தொழில்நுட்ப மேன்மை. தந்திரம், அறிவுக்கூர்மை, நேர்த்தி, தன்னடக்கம் — அது உண்மையாகவே ஒரு போர்க்கலை. அனைத்தும் ஒரே புள்ளியில் குவிந்திருக்க, மெலிதாக முழு

முனைப்போடு சுருக்கமாகப் பேச்சிலும், தியான நிலையில் துல்லியமாக வெளிப்படும் ஆற்றல். இவை அனைத்தும் முறியக்கூடிய அளவு இழுபறியாக இருந்தாலும் ஒரு பொழுதும் இற்றுப்போவதில்லை. தனித்துவமானதும் பரந்துபட்டதுமான இக் கருத்தைப் பற்றி ஜப்பான் இலக்கியப் படைப்புகளில் மிகப் பிரபலமான நூலான (Dit des Heike) 'தீத் தே ஏய்க்' இல் விவரிக்கப்பட்டுள்ளது. இடைக்காலக் காப்பியமான இந் நூலில் (Genji) கென்ஜி, (Heike) ஏய்க் ஆகிய இரு குழுக்களிடையே நடைபெற்ற அதிகாரப்போர் விவரிக்கப்படுகிறது. இக் கருத்து, வில் வித்தையில் வல்லுநரான நாசூ னோ யோயிச்சி (Nasu no Yoichi) எனும் எளிமையான சிறந்த போர்வீரரின் ஆளுமைமூலம் விவரிக்கப்பட்டுள்ளது.

1185இல் நிகழ்ந்த புகழ் பெற்ற யாஷிமா கடற்போரில் ஏய்க்கின் கப்பல்கள் கடலில் முன்னேறின. அவற்றில் ஒரு கப்பலின் பாய்மரத்தின் உச்சியில் விசிறி ஒன்று இருந்தது. ஏய்க்கின் ஆட்கள் எதிரிகளுக்கு ஒரு அறைகூவல் விடுத்தனர். அம்பினால் இந்த விசிறியை வீழ்த்த முடியுமா என வம்புக்கு இழுத்தனர். சிவப்பு வண்ணத்தில் தங்கச் சூரியன் பொறிக்கப்பட்ட அந்த விசிறி நீளமான கழி ஒன்றின் முனையில் காற்றில் பறப்பது போல் அமைக்கப்பட்டிருந்தது. ஒரு படகின் விளிம்பில் அது பொருத்தப்பட்டிருந்தது . அரசவையின் அழகான ஒரு பெண் அதைப் பிடித்திருந்தார். 18 அல்லது 19 வயதுள்ள அப்பெண் உண்மையிலேயே அழகாகவும் பெருமிதமான தோற்றத்துடனும் இருந்தாள். 5 பச்சைநிற மேலங்கிகளையும் சிவப்புப் பாவாடையும் அணிந்திருந்தாள் என மொழிபெயர்ப்பாளர் ரெனே சிஃபெர்த், (René Sieffert) பேனா முனையின் துல்லியத்துடன் தன் உரைநடையில் விவரிக்கிறார்.

சவாலா? எதிரியை நெருங்கவிட்டு அவனை வீழ்த்தும் யுக்தியா? நகரும் இந்த இலக்கைக் குறிவைப்பதில் கென்ஜி குழுவின் அம்புகளை வீணடிக்கச் செய்ய அவர்களைத் தூண்டிவிடும் வியூகமா?

யோயிச்சி ஓர் இளம் வாலிபன். அவனுக்கு இன்னும் 20 வயதுகூட நிரம்பவில்லை. பேரலைகளின் மத்தியில் தன் குதிரையுடன் அவன் முன்னேறுகிறான். நீல நிற அரைக்கை சட்டையும் சிவப்பு நிற அங்கியும் அணிந்திருந்தான். நாடாக்களாலும், பெல்ட்டாலும் பிணைக்கப்பட்ட மார்புக் கவசம். வெள்ளி முனையுடைய வாள். வளைந்த மூங்கில் வில் ஆகியவற்றை

வைத்திருந்தான். அது இரவு நேரம். பறவை நேரம். அவனுக்கு முன்பாக எதிரியின் படகு அசைகிறது. அவன் இலக்கிலிருந்து சற்றேறக்குறைய 100 மீட்டர் தொலைவில் இருந்தான். அவ்விலக்குக் காற்றின் போக்கிற்கும் அலைகளின் தாளத்துக்கும் ஏற்றவாறு ஏறி இறங்குகின்றது. அவனது அம்பாரியிலிருந்து கொம்பு முனையுடைய அம்பு ஒன்றை உருவினான். அந்த அம்பில் இராஜாளியின் சிறகுகள் புள்ளிக்கரைகளாக அணி செய்தன. அவன் தன் தலைக்கவசத்தைக் கழற்றினான். அது ஒரு பட்டையின் முனைக் கயிற்றில் தொங்கிக் கொண்டிருந்தது. ஒருமுறை ஆழ்ந்து மூச்சிழுத்தான். நன்றாக உற்றுப் பார்த்துக் குறிவைத்தான். அவன் கைகளைத் தலைக்குமேல் உயர்த்தினான்.

எல்லோருடைய பார்வைக்கும் அவனே ஓர் இலக்கானான். அது ஓர் உச்சகட்ட காட்சி. பலமுறை இனி இக்காட்சி சித்தரிக்கப்படும். பல்வேறு இடங்களில் செதுக்கப்பட்டுள்ள சித்திரங்களிலும் ஜப்பானிய பாரம்பரிய நாடகமான நோ நாடகத்திலும் இக்காட்சி இடம்பெறும். நடுக்கடலில் எய்க்கின் ஆட்கள் வரிசையாக நிறுத்தப்படிருந்த அவர்களது படகுகளிலிருந்து இக்காட்சியைப் பார்த்துக்கொண்டிருக்கின்றனர். தரையில் இருந்த கென்ஜி ஆட்களும், வாயில் பிணைக்கப்பட்டிருந்த கடிவாளத்தோடு வரிசையாக நின்ற அவர்களது குதிரைகளுடன் இதே காட்சியைப் பார்த்துக்கொண்டிருக்கின்றனர். படகிலிருந்த அந்த அழகிய பெண் அவனை எள்ளி அறைகூவல் விடுக்கிறாள். எல்லோருடைய இதயமும் படபடக்கின்றன. வில்லேந்தி இருப்பவனின் கையில் காலமே ஊசலாடிக் கொண்டிருப்பதைப் போல இருக்கிறது.

ஆழ்மனதிலிருந்து ஒரு வழிபாடு. அம்பு புறப்பட்டது. சரியாக இலக்கின் நெஞ்சைத் தொட்டு ஓர் அங்குலம் அளவிற்கு விசிறியின் மையப் பகுதியை ஊடுருவியது. "ஒகி னோ கானாமே" (Ogi no kaname) விசிறியின் கைப்பிடி உடைந்தது. அடர் சிவப்புப் பின்னணியிலிருந்த அழகிய தங்கச் சூரியன் நீரலைகளின்மீது விழுந்தது. அம்பு கடலில் விழ, விசிறி காற்றில் எழும்பியது. சிறிது நேரம் வானில் மின்னிய விசிறி, வசந்த கால காற்றில் ஒன்றிரண்டுமுறை வட்டமடித்தபின் கடலில் மீண்டும் விழுந்தது. எய்க் (Heike) குழுவின் விசிறியின் கைப்பிடி உடைந்துவிட்டது. இளம் வில் வீரனுடைய கை நடுங்கவில்லை. அதாவது கை இயல்பாக இருந்தது. தாக்குப்பிடிக்கக்கூடிய வலுவான வேறோர் இடம் கண்டுபிடிக்கப்பட்டது. பூமியிலும் கடலிலும்

அவனைச் சேர்ந்தவர்களும் எதிரிகளும் ஒரு சேர இச்சாகசச் செயலைக் கரவொலியெழுப்பிப் பாராட்டினார்கள்.

இயக்க மையம் விழுந்தபோது எல்லாமே நொறுங்கி விழுந்தன. இச்சண்டையில் தோற்ற எய்க் குழு ஒரு மாதம் கழித்து தனோனூராவில் (Dan-no-ura) நடந்த இறுதிப் போரிலும் தோல்வியைத் தழுவி மண்டியிட்டனர். அந்த மிகப் பெரிய கடற்போரில் கென்ஜி (genji) ஆட்கள் அவர்களை முழுமையாக வீழ்த்தினர். இந்த வெற்றியின்மூலம் பேரரசின் அவையைத் தன் கட்டுப்பாட்டிற்குள் வைத்திருக்கும் வாய்ப்பு இக்குழுவிற்குக் கிடைத்தது. மறைமுகமாக ஜப்பான்மீது ஆதிக்கம் செலுத்த முடிந்தது. ஜப்பான் வரலாற்றில் ஒரு புதிய அத்தியாயம் தொடங்கியது. எயான் (Heian) காலம் முடிந்து கமாக்கூரா (Kamakura) காலம் தொடங்கியது. அந்தி சாயும் நேரத்தில் இதைக் கற்பனை செய்து பார்க்க வேண்டும். விசிறியின் சிவப்பான பின்னணியில் இருந்த தங்கச் சூரியன் வெண்மையான பேரலைகளில் மின்னிச் செல்லும் இக் காட்சியைக் கற்பனை செய்துபார்க்க வேண்டும். ஒரு சூரியன் மங்கிக்கொண்டிருக்க, ஒரு சூரியன் எழுகிறது. அந்த உதய சூரியன், கென்ஜியின் புகழையும் நவீன ஜப்பான் எழுச்சியையும் குறிக்கும்.

இன்றும் கூடப் பார்வையற்ற கவிஞர்கள், ஜப்பானிய யாழ்க் கருவியான "பிவா"(biwa) வை இசைத்தபடி இவ்வரலாற்றைப் பாடுவதுண்டு. இப்பொழுது யோயோகி யுவேயாராவிலுள்ள மரத்தாலும் காகிதத்தினாலுமான ஒரு சிறிய வீட்டில் இருக்கிறேன். என் எதிரே உள்ள வரிசை அடுக்குகளில் வகைவகையான ஜப்பான் விசிறிகளைப் பார்க்கிறேன். இனி அவற்றிற்குப் பதிலாகப் புத்தகங்களும் கலைப் பொருட்களும் அவ்விடத்தை நிரப்பும்.

விசிறிகள் சில பட்டுத்துணிகளாலும், மென் துகிலாலும், காகிதங்களாலும் ஆனவை. அவை இறகுகள் போன்று இலேசானவை. பாசியால் செய்த பின்னலாடை போல் இருந்தன. மாட்டுத் தோல் அல்லது செம்மறி ஆட்டுத் தோலில் காணப்படுவது போன்ற ஜிகினா வண்ணத்திட்டுகள். சம்பவங்களைப் பிரதிபலிப்பவையாகவோ பூடகமாகச் சித்தரிப் பவையாகவோ இருந்தன. நம் வாழ்வின் அன்றாடக் காட்சிகள், இயற்கைக் காட்சிகள், பெண்கள், மலர்கள், வட்டங்கள், முக்கோணங்கள், நீலநிறச் சிறகுடைய வண்டுகள் எனப் பலவற்றை அவை நம் கண்முன் கொண்டு வந்தன. மரம், முத்துச் சிப்பி ஆகியவற்றாலான சட்டங்கள். வெண்மையான

சிட்னி முத்துச்சிப்பி, கருமையான தையித்தி முத்து, பச்சை மற்றும் ரோஜா வண்ணத்தினாலான (ஜப்பான் தங்கம், ஏதன்ஸ் பச்சைக்கல்) கிளிஞ்சல்கள், மூங்கில் முதல் துணி வரையிலான சீன உருப்படிகளையும் மறப்பதற்கில்லை. இதோ இந்த விசிறியின் தந்தம் சற்றே ஒளி ஊடுருவிச் செல்லக்கூடியதாகும். இன்னொன்று வெள்ளைநிறக் கொம்பு, கூர்மையான கத்தியால் வகிர்ந்தெடுக்கப்பட்டு வெந்நீரில் சூடாக்கப்பட்டதாகும். மற்றொன்று எலும்பினால் செய்யப்பட்டது. அதன் வாசத்தினாலும் மெல்லிய கோடுகளினாலும் நம்மைக் கவர்வதாக அமைந்துள்ளது. இவை ஒவ்வொன்றிலும், பூவேலை செய்பவர்கள், சரிகை வேலை செய்பவர்கள், பின்னல் வேலை செய்பவர்கள் ஆகியோரின் கலைத் திறனையும் அக்கறையோடு வடிவமைக்கப்பட்ட மடிப்புகளையும் அழகெழுத்துக்களின் அலங்காரக் கை வண்ணத்தையும் இவற்றை எல்லாம் உருவாக்கிய தூரிகைகளின் அசைவையும் உணரமுடிகிறது. இவற்றுள் மிகவும் அழகானவற்றில், ஓடுகளுக்கும், விரிசல்களுக்குமிடையில், கி.மு. பதினான்காம் நூற்றாண்டில், எழுத்தின் முதல் வடிவங்கள் பதியப்பட்ட கடல் ஆமைகளின் செதில்களையும் கருந்தகடுகளையும் கண்டு இரசித்தேன். இவை, கருப்பு, வெள்ளை அல்லது பளிங்கு நிறங்களில் சின்னஞ்சிறு அலைகளாகக் காட்சியளித்தன.

ஆனால், இவை ஒவ்வொன்றிலும் கண்ணுக்குத் தெரியாமல் இருக்கும் அந்தக் கொழுதான் அப்பொருளைத் திறக்கவும் மூடவும் உதவும். அந்தப் புள்ளியின் ஜப்பானியப் பெயர் "ஓகினோ கனாமே" (Ogi no kaname) என நான் அறிவேன். ஒரே நேரத்தில் அந்த முனை நெகிழ்ந்து கொடுத்தும், இறுக்கமாகவும் இருக்கும். விறைப்பாகவும் இருக்கும், விரிக்கக்கூடியதாகவும் இருக்கும். விசிறியைக் குறிக்கும் சீன எழுத்தில் கதவின் சாவி சிறகுகள் மீது இருப்பதுபோல் அமைந்திருக்கும். இறகுகள், மூங்கில், வெல்வெட்டு, பட்டு இவற்றாலான கதவுகளின் அற்புதமான பூ வேலைப்பாட்டைத் தாங்கிப்பிடிக்க இந்தக் கொழு இன்றியமையாதது. இதுதான் விசிறியின் சுழல் அச்சு; வளைவின் திறவுகோல். காற்று வந்துபோகவும் எளிதில் கையால் பிடிப்பதற்கும் இது உதவும்.

உண்மையில் இந்த முனையை எங்கே அமைப்பது என யாருக்கும் தெரியாது. ஆனால், அது அங்கேதான் ஒவ்வொரு விசிறியிலும் இருக்கிறது. அகியின் விடையாகவும், எல்லாவற் றையும் எதிர்த்து, எல்லாவற்றுக்கும் மத்தியில் தாக்குப்பிடிக்கும்

சிலரின் பதிலிலும் இருப்பதைப்போல் அது அங்குதான் இருக்கிறது. சுனாமி, நிலநடுக்கங்கள், ஆட்சியாளர்களின் அக்கிரமங்கள், ஏன் கதிரியக்க மூடுபனிகூட அதனைச் சிறிது நேரம் மறைக்க முடியும். அதைப்பற்றி கவலை இல்லை. கடல் சூழ்ந்து, பூமியின் அடிப்பகுதியால் அச்சமூட்டப்பட்டு நீராவியால் முகம் மறைக்கப்பட்டு எனச் சில ஆண்டுகளுக்கு முன்பே அந்த நாட்டின் இயற்கை அழகை மோரிஸ் பேங்கே விவரித்ததைப் போன்ற நிலையில் ஜப்பான் இருந்தாலும் அது எப்பொழுதும் மண்டியிடாத ஒரு புள்ளியாக, பகுதியாக இருக்கும்.

இதில் மனித சக்திக்கு அப்பாற்பட்ட நிலைக்குத் தொடர்பில்லை. குறைந்தபட்சம் நாம் அதைப் பற்றிக் கொண்டுள்ள வழக்கமான கருத்துப்படி ஒட்டுமொத்தமாக, இசையிலும் அழகெழுத்துக்களிலும் நாம் பார்ப்பதைப் போன்றதுதான். ஆனால் மரத்துண்டு ஒன்றில் வெறுமனே ஒரு குறிப்பிட்ட ஆதாரப்புள்ளி.

தண்ணீரிலிருந்து தப்பித்த கதைகள்

I

கியோட்டோவில் அனைத்தும் வடிவமாகவும் இசையாகவும் மாறிவிடுகின்றன.

பண்டைய சீனத் தலைநகர்களை மாதிரியாகக் கொண்டு வடிவமைக்கப்பட்ட இந்நகரம் உலகில் உள்ள மிக அழகிய நகரங்களில் ஒன்றாகும். ஒவ்வொரு தெருவிலும் கோவில்களைப் பார்க்கலாம். நாணல்கள், புதர்களிடையே இடைவிடாது பாய்ந்தோடும் காமோ (Kamo) ஆறு. அங்கே வாத்துகள் மேயும், கொக்குகள் காத்து நிற்கும். நேர்க்கோட்டில் அமைந்துள்ள பெரிய நிழற்சாலைகளிடையே புகுந்தோடும் சிறுசிறு சந்துகள். சிறிய வீடுகள். ஒளி மங்கிய பெட்டிக் கடைகள். மொத்தத்தில் அந்தி சாயத் தொடங்கியதும் ஆற்றோரம் சாக்சஃபோன் இசைத்துப் பழக வரும் மாணவர்கள்; அந்த இடத்தைச் சுற்றி அமைந்துள்ள ஏராளமான சிறு மதுக்கூடங்கள் என மெல்லிய ஜாஸ் சூழல் நகரின்மீது தவழ்ந்து அதற்கொரு தனி அழகைத் தரும்.

நாம் இங்கு வந்து சேரும் பொழுது, வசந்தகால வானத்தின் கீழ் சிறு செவ்வகங்களாக நெல்வயல்களைப் பார்க்க முடிந்தது. வயல்வெளியின் பச்சை, ஒன்றுமே நடக்கவில்லை என்பதுபோல் அவ்வளவு மென்மையாக இருந்தது. கமோகாவா (Kamogawa) ஆற்றங்கரையில் இரவின் இனிமை. நீரில் தெரியும் விளக்கின் பிம்பங்கள். மொட்டை மாடிகளில் உணவருந்துபவர்களின் சத்தம், வெற்று அரட்டை என இவையெல்லாம் சேர்ந்து பெரும் சூறாவளிக்கு இடையிலும் அமைதியின் புகலிடமாக இதை மாற்றியிருந்தது. அதோ கொக்குகள் பறக்கத் தயாராகின்றன. இத்தனைக் கொந்தளிப்புக்கும் இடையிலேயும் மக்கள் மகிழ்ச்சியாக அமைதியாக இருக்கிறார்கள். இந்த மார்ச் மாதம்தான் என்றாவது ஒரு நாள் இறக்க நேரிட்டால் அது கியோட்டாவில்தான் என்று முடிவெடுத்தேன். (விதி என் கருத்தைக் கேட்டால்தான். அதுவும் முடிந்தவரை தாமதமாக எனும் அவசர நிபந்தனையுடன்.) அதோ அந்தப் பெண்களும் கொக்குகளும் ஆடுவதைப் பார்க்கவேண்டும். ஜூனைப் போல், சோல் மரங்களின் வளைந்த கிளைகளின் இலைகளை வரையவேண்டும். மலர்களின் நறுமணத்தை நுகர வேண்டும். மூங்கில்களில் எழும் காற்றின் ஓசையைக் கேட்கவேண்டும். நிலநடுக்கம் காலத்தை நிறுத்தி விட்டது. புரட்டிப்போட்டுவிட்டது. அதன்மூலம் வாழவேண்டும் என்ற வேட்கையை எல்லையில்லாமல் பெருக்கிவிட்டது.

இப்படித் தஞ்சமடைந்தவர்களின் (வெளியூர்க் காரர்கள்தான். ஆனால் கர்ப்பிணிப் பெண்மணிகள், குறிப்பாக இளம் தாய் மார்கள் என நிறைய ஜப்பானியர்களும் உள்ளனர்.) நடமாட்டம் இந் நகருக்கு சிக்மாரின்ஜன் (Sigmaringen)(ஜெர்மனியின் தெற்கு பகுதியில் உள்ள நகரம்) தோற்றத்தைத் தந்துவிடுகிறது. பிரான்ஸ், சுவிட்சர்லாந்து, இத்தாலி, ஆஸ்ட்ரியா ஆகிய நாடுகளிலிருந்து வந்த ஏராளமானவர்களைக் கடந்து செல்ல முடிந்தது. சீனர்களும் கொரியர்களும் நேரடியாக இந் நாட்டிற்குள் வந்து விட்டனர். கொஞ்சம் கொஞ்சமாகப் பல வெளிநாட்டினர் அவர்களைப் பின்பற்றினார்கள். இங்கிருந்து புறப்பட விரும்புபவர்களை ஏற்றிச் செல்ல இரண்டு விமானங்களைப் பிரெஞ்சு அரசு ஏற்பாடு செய்தது. இப்பொழுது பெரிய சர்வதேச விமான சேவை நிறுவனங்களின் விமானிகளும் ஊழியர்களும் இத் தீவுப்பகுதிக்கு வர மறுத்தனர். ஜப்பானில் என்ன கொள்ளை நோய் வந்துவிட்டதா? நல்லது! மூடர்கள் எவ்வளவு குறைவாக இருக்கிறார்களோ அவ்வளவுக்கு அவ்வளவு அதிகமாக நாம் மகிழ்ச்சியாக இருக்கலாம் என்றாள், ஜூன்.

நடந்து செல்லும் சாதுக்களைப்போல் பாத்திரங்கள் அடங்கிய ஒரு பையை மட்டும் கொண்டு வந்தேன். அதனுள் கொஞ்சம் உடைகள், நூல்கள், ஒரு பேனா, குறிப்பு எடுக்கச் சில கையேடுகள் ஆகியவை இருந்தன. ஜூன் தன் பங்கிற்கு ஒரு பெரிய சூட்கேஸ் கொண்டுவந்தாள். எனினும் இலகுவாக நடக்கும் அவளது வழக்கம் மட்டும் மாறவில்லை. அவள் குடித்திருக்காவிட்டாலும், நிதானம் தவறாமல் வேகமாகச் செல்லக்கூடிய வேடிக்கையான நடை அது. சில்வேன்(Sylvain) மற்றும் சே கர்தோனெல் (Sae Cardonnel) ஆகியோரின் வீட்டில் விருந்தினர்களானோம். அந்தப் பெரிய வீட்டில், விரைவில் சில நாட்களுக்குள் 6, 8, 10, 12 பேர் அடைக்கலம் புகுந்தனர். தாராள மனப்பான்மை, நிபந்தனை அற்ற விருந்தோம்பல், மலர்ந்த வரவேற்பு. ஒரு குறிப்பிட்ட காலகட்டத்தில் கணக்குப் பார்ப்பதை நிறுத்திக் கொண்டோம். இரவில் எல்லோரும் பட்டுத்துணி விரிக்கப்பட்ட மேஜையைச் சுற்றி ஒரு விதக் குழப்பமான குதூகலத்தில் கூடுவோம். “ஷாஸ் ஸ்ப்ளீன்” எனும் பானத்தை அருந்துவார்கள். (தீமை விரட்டி என்பது சரியான பெயர்தான்.) பொர்தோ வைன் நிரம்பி வழிந்தது. அவ்வப்பொழுது சகே பானமும் குடித்தனர். அங்கிருந்தவர்களில் ஒருவர் யமாகாட்டாவிலிருந்து வந்தவர். அவரது பெயர் கவோசோ (Kawauso) அதாவது லூத்ரு (Loutre) பண்டிகை. வேறு ஒருவர் ஷிசூக்காவைச்(Shizuoka) சேர்ந்தவர். கையூன்(Kaiun) என்ற அவரது பெயரின் இரண்டு சித்திர எண்ண எழுத்துக்களின் பொருள் அதிர்ஷ்டத்தைத் திறப்பது. ஆம் அது நல்வாய்ப்பின் வாயிலைத் திறப்பதாகும். நல்ல நேரத்தைப் பயன்படுத்திக் கொள்வதாகும். வடக்கிலிருந்து வந்து பரவும் இந்தக் கருத்த பேரிடரின் மத்தியில், கியோத்தோ(Kyoto) என்ற பெயருடைய இந்த ஒளியைப் பயன்படுத்திக்கொள்ள வேண்டும். நாள்தோறும் ஃபுக்குஷிமாவில் இருந்து பேரழிவுச் செய்திகள் வந்துகொண்டே இருந்தன. ஆனால் அங்குள்ளவர்கள் ஆயிரக் கணக்கில் அந்த மோசமான நிலையை எதிர்த்து நின்றனர். இங்கோ எங்களுக்கு வசிப்பிடமும் கிடைத்துவிட்டது வாழும் வழியும் தெரிந்துவிட்டது. தூரத்திலிருந்தபடி அவர்களுக்கு நாங்கள் துணை நிற்கிறோம். எங்களுக்கு நிலநடுக்கமும் இல்லை.

*

எதார்த்தமாகப் பார்த்தால், கியோத்தோ(Kyoto) வில் ஒன்றுமே நடக்கவில்லை — உடலுறவைத் தவிர. நிலநடுக்கம்

பற்றிப் பேசும்போது, அது உண்டாக்கும் சிற்றின்ப விளைவு பற்றியும் பேச வேண்டும். இல்லையென்றால் நிலநடுக்கத்தைப் பற்றி நீங்கள் ஒன்றுமே விவரிக்கவில்லை என்றாகிவிடும். ஆ! உங்களைச் சுற்றி எல்லாமே அதிரும்போது உடலுறவு கொள்வது என்பது இதைப் பற்றி யாரும் ஒருபொழுதும் பேசுவதில்லை. எனினும் நிலநடுக்கம் தரும் பாடம், அறம், உயர்ந்த கொள்கை, சமூகம், அரசியல் இன்னும் என்னவெல்லாம் விரும்புகிறோமோ அத்தனையும் சார்ந்தது என்பதற்குமுன் அது உடல் சார்ந்தது. திடீரென உங்கள் உடல் முன்பு போன்று ஒத்துழைப்பதில்லை. உங்கள் ஐம்புலன்களும் எப்பொழுதும் பார்த்திராத வகையில் அதிரும் அல்லது அதிரத் தொடங்கும். உங்களுக்கு எல்லையற்ற மகிழ்ச்சி கிடைக்கும். சந்தேகத்திற்கிடமின்றி இன்பங்கள் உண்டாகும்.

மக்களிடையே ஏற்பட்டிருக்கும் இந்தப் பெரும் கொந்தளிப்பு உயிரையே பலிவாங்கும் பெருத்த சேதத்தை விளைவிப்பதாக இருந்தாலும் அதனிடம் சிற்றின்பப் பண்பும் இருப்பதைக் கூறித்தான் ஆகவேண்டும். தகடுகளின் காமக் கிளர்ச்சி. ஒன்றின்மேல் ஒன்று ஏறிக்கொள்ளும் இந்தக் கட்டிடங்கள். விழித்தெழும் உட்குடைவுகள். திறந்துகொண்டு நகர்ந்து உங்கள் உடலுக்குள்ளேயே இருக்கும் மற்றவற்றை அழைக்கும் விரிசல்கள். துவாரங்கள், இதயக்கூடுகள். ஆழ்மனதில் நிகழும் காமவுணர்வு, திடீரென மேற்பரப்பிற்கு வந்து ஆட்சி செலுத்தும். மார்ச் 11ஆம் தேதி முதல் ஜூனும் நானும் அற்புதமாக உடலுறவில் ஈடுபட்டு வந்தோம். அணைத்தபடி இறுக்கமாக, இதழோடு இதழாக ஒருவர்மீது மற்றவர், ஒருவரில் மற்றவர் என எங்கள் கைகள், இதழ்கள், கால்கள் எல்லாம் எங்களுக்குப் போதாமல் போயின. அங்கே நிகழ்ந்த பிரம்மாண்டமான நிலநடுக்கத்தின் உடல்சார்ந்த அகப் பிரதிபலிப்பை உணர்ந்தேன். நிலநடுக்கம் பல விஷயங்களை நினைவூட்டியது. சீற்றத்துடன் தாக்கிய நிலநடுக்கம், வாழ்வு எவ்வளவு குறுகியது, பளிங்கு போல் எளிதில் உடைந்துவிடக் கூடியது என்பதை நினைவூட்டியதோடு இத்தகைய நிலையற்ற வாழ்வைத் துய்க்க வேண்டிய அவசியத்தையும் அதையும் எவ்வளவு வேகமாகவும் முழுமையாகவும் முடியுமோ நிறைவேற்றிவிட வேண்டும் என்பதையும் வலியுறுத்தியது.

பேரழிவு ஏற்பட்டதும் ஒவ்வொரு தனிமனிதனும் தன் ஆதித் தனிமைக்குத் திரும்பிவிட்டதைப் போன்ற உணர்விற்குத் தள்ளப்படுகிறான். பரிதாப நிலைக்குத் தள்ளப்பட்டு

விட்டதாகவும் தன் வாழ்க்கைக்கு விதிக்கப்பட்டாகக் கூறப்படும் நிலையை அடைந்துவிட்டதாகவும் உணருகிறான். (மேலும் பலர், எல்லாப் பிரச்சனைகளுக்கும் தீர்வாகக் கருதும் திருமணம் செய்யும் சடங்குகளை உடனடியாகச் செய்து தப்பிக்கப் பார்த்தனர். அவை நெகிழ்ச்சியாகவும் வேடிக்கையாகவும் இருந்தன. ஜப்பான் மக்கள் சந்திப்பு ஏற்பாடு செய்யும் முக்கிய நிறுவனமான ஓநெட் (O-net) இன் மக்கள் தொடர்பாளர் ஓங்குவான் குவான் (Hongwun Guan) தந்த தகவல்: 'நிலநடுக்கம் நிகழ்ந்ததிலிருந்து திடீரென திருமணங்களின் எண்ணிக்கை உயர்ந்துவிட்டது. டோக்கியோவிலுள்ள ஷிஞ்சுகூ (Shinjuku) பகுதியின் தக்காஷிமாயா (Takashimaya) என்னும் பெரிய கடையில் திருமண மோதிரங்களின் விற்பனை ஏற்றம் கண்டு, ஒரே மாதத்தில் நான்கு மடங்கு அதிகமாகிவிட்டது.')

ஆனால் திருமணத்திட்டம் போன்ற தற்காலிகப் பந்தங்களில் வேறு ஒரு விஷயம் இருக்கிறது. அது மிகவும் வலிமையானது, பழமையானது, ஆழமானதும்கூட. நிலநடுக்கம், மனிதர்களின் உண்மையான இயல்பை நமக்கு வெளிப்படுத்தும். அவர்களது மேன்மை அல்லது பெருமை, எதிர்மறைப் பார்வை, கருணை, கோழைத்தனம் போன்ற அறம் சார்ந்தவற்றால் மட்டுமல்ல உடல்சார்ந்தும் உடல் அமைப்புச் சார்ந்தும் அவர்கள் எப்படிப்பட்டவர்கள் எனும் உண்மையை வெளிப்படுத்தும். அவர்களின் உடல், இரகசிய ஆளுமை, ஒளிந்திருக்கும் பலவீனங்கள், வெளிப்படும் வலிமை ஆகியவற்றை நிலநடுக்கம் புலப்படுத்தும். சிலர் முகத்தைச் சுளித்து, முடங்கிப் போய்விடுவார்கள். அவர்களாகவே நீண்ட உறக்கத்தில் ஆழ்ந்து போவார்கள். தங்களைக் குறுக்கிக்கொண்டு அல்லது இறுக்கமாகித் தங்கள் இரகசியங்களில் தஞ்சம் புகுவார்கள். மாறாக, வேறு சிலர், விரியும் கொடிகள்போல் முகத்தில் ஒளியுடன் ஆபத்தைப் பற்றிச் சலனமில்லாமல் வெளிப்படையாக அழிவிலிருந்து விலகி சவால் விடும் தெளிவுடன் இருப்பார்கள். முழுமையான தன்னம்பிக்கையை அவர்களிடம் பார்க்கலாம். இவ்வளவு தூரம் அதிர்ந்த ஒவ்வொரு உடலுக்கும் திடீரென பூமியில் பொருத்தமான இடமும் சரியான நிலையும் கிடைத்துவிட்டதைப் போல் இருந்தது.

நம் பார்வையின் சமநிலையையும் நிலநடுக்கம் மாற்றி இருந்தது. எடை, அளவு ஆகியவற்றைப் பற்றிய உணர்வும் ஒலிக்குச் செவிசாய்க்கும் உணர்வும் இதில் அடங்கும். ஒவ்வொருவரின் உடம்பின் இயக்க மையத்திலும் இரண்டு

தொடைகள், கைகள் ஆகியவற்றின் அசைவில் உள்ள சமநிலை இப்போது எனக்குத் தெளிவாகத் தெரிகிறது. கட்டில்மீது ஜூன் இருக்கும்போது, அசையாத அவளின் கால்களைப் பார்க்கிறேன். வெளிச்சம் நகர்ந்தால் மலரத்துடிக்கும் தசைகளின் தொகுதி. அவளது இடை, தொடை, முதுகுஆகியவற்றிலுள்ள தசைப் பிண்டங்கள், இவை அனைத்தும் ஆச்சரியப்படத்தக்க வேகத்தில் நகரக்கூடிய கோடுகளும் வளைவுகளும் அடங்கிய மென்மையான அமைப்பாக இருந்தன.

சிவனின் வெண்கலச்சிலை ஒன்றைப் பற்றி விவரிக்கும்போது ஏதோ ஓர் இடத்தில் ரொதன் எழுதிச்செல்வதைப்போல்: 'தளர்ந்த தசைகளுடைய இக்கால்களில் வேகத்தைத் தவிர வேறு எதுவும் இல்லை'. அவள் பாதங்கள் பூமியில் தவழும்போது அவள் கால் படும் இடத்தைத் திடீரென அசாதாரணமாக உணர்கிறேன். அவள் ஏதாவது புத்தகம் படிக்கும் நேரத்தில் எளிதில் புலப்படாத வேகமான அவளுடைய இமைகளின் அசைவை, கண் இமைக்கும் நேரத்தில் கவனிக்கிறேன். அவளின் சட்டைப் பையின் பட்டன் துளையில் ஒழுங்காக அமையாத தையல் நூலையும் கவனிக்கிறேன். அவள் எழுந்து தன் நீண்ட எடுப்பான உடலை விரிக்கும்போது படிமானமாக இருக்கும் அவள் குதிகால்களையும் அதற்குமேல் அவள் மென்மையான கறுப்புக் கண்களிலிருந்து மலரும் பார்வையையும் பார்க்கிறேன். இறுதியில் அவள் கழுத்தின் வளைவுகளைப் பார்க்கக் கற்றுக்கொண்டேன். இந்த இடத்தில் அவளின் தேகம் நம்பமுடியாத அளவிற்கு மென்மையாகவும் அழகாகவும் இருக்கிறது. உள்ளே மறைந்திருக்கும் இனிமை அனைத்தையும் உணர முடிகிறது. சட்டையின் காலருக்கும் காதின் மடலுக்கும் இடையே உள்ள அந்தக் குறிப்பிட்ட இடத்தில்தான் அந்த இனிமை மேற்பரப்பிற்கு வரும். ஜூனின் மறைந்திருக்கும் நாடித்துடிப்பு, அதன் இரகசிய அதிர்வு, நறுமணங்கள் அங்குதான் துடிக்கும்.

மார்ச் மாத இனிமையில் ஆயிரம் இரவுகள் ஒரே இரவில் கழிந்தன. இதை, இந்த அனுபவத்தை நமக்குத் தந்தது, கியோட் டோவுக்கும் நிலநடுக்கத்திற்கும் இடையே நிகழ்ந்த அசாதாரணச் சேர்க்கை ஆகும்.

*

அந்த நேரத்தில் அங்கே வடகோடியில் மக்கள் மடிந்தனர்.

ஒவ்வொரு நாளும் அங்குள்ள நிலைமை குறித்து அறியக் கிடைக்கும் செய்தி அறிக்கைகள் மிகவும் கவலைக்குரியவையாக இருந்தன. பல கிலோமீட்டர் தூரத்திற்குக் குவிந்து கிடக்கும் இடிபாடுகள். அதிக அளவில் சூறையாடப்பட்டு உருக்குலைந்து கிடக்கும் காட்சிகள். குவியலாய்க் கிடக்கும் கார்களின் உட் கூடுகள், உருத்தெரியாத தூண்கள், சிதிலமடைந்த கட்டிடங்கள் என மொத்தத்தில் தொஹோக்கூ பகுதியே குப்பைமேடாக மாறிவிட்டது. பெரிய நகரங்களில் வெள்ளத்தால் சூழப்பட்ட பகுதிகளிலிருந்த சூழ்நிலை ஒரு மாதிரியாகவும் அதிலிருந்து தப்பித்த பகுதிகள் வேறு மாதிரியாகவும் இருந்தன. நிலைமை மெல்ல மெல்ல இயல்பு நிலைக்குத் திரும்பியது. ஆனால் பெரும்பாலான கிராமங்களில் இன்னமும் உணவு, உடை, குடிநீர் தட்டுப்பாடு மக்களுக்கு ஏற்பட்டிருந்தது. எல்லோரும் பசியிலும் குளிரிலும் வாடினர்.அது குளிர்காலம். வயதானவர்கள் ஈக்களைப் போல் கீழே சாய்ந்தனர்.

ஜுனுடன் கலந்துபேசியதில், கியோட்டோ எனும் பாதுகாப்பான இடம் இனிமையாகவும் உயிர்ப்பாகவும் இருந்தது உண்மைதான். ஆனால் இப்பொழுது எங்களுக்கு இருப்பதெல்லாம் ஒரே விருப்பம்: மேலே வடக்குப் பகுதிக்குச் செல்வது, கடலைப் பார்ப்பது, மக்களுக்கு உதவுவது, பெரும் வெள்ளத்தில் எங்களையும் இணைத்துக்கொள்வது.

*

எனவே டோக்கியோவிற்குத் திரும்பினோம். தலைநகருக்குத் திரும்பியதும் முதலில் ஏற்பட்ட உணர்வு: இருட்டு. நகரமே இருண்டிருந்தது. டோக்கியோ முழுவதும் இருண்மையால் கொறிக்கப்பட்டிருந்தது.

டோக்கியோவின் மையப்பகுதியைச் சுற்றி இயங்கும் பெரும் இரயில் தடமான யமானோத்தே தொடர்வண்டிகளின் திரைகளில் விளம்பர அட்டைகளுக்குப் பதிலாக, நேர்ந்துள்ள பிரச்சனைகளைப் பற்றிய பல்லவிகளே காணப்பட்டன.

செய்பு ஷின்ஜுக்கு (Seibu Shinjuku) வழித்தடம் : நிலநடுக்கம் காரணமாக சில இடங்களில் இரயில் சேவை பாதிக்கப் பட்டுள்ளது.

தோயி மித்தா (Toei Mita) வழித்தடம் : மின் தடை காரணமாகச் சில இடங்களில் இரயில் சேவை பாதிக்கப்பட்டுள்ளது.

யமாகாட்டா ஷின்கான்சன் (Yamagata Shinkansen) வழித்தடம்

: மின்தடை காரணமாக சில இடங்களில் இரயில் சேவை பாதிக்கப்பட்டுள்ளது.

தோயி ஷின்ஜுக்கு (Toei Shinjuku) வழித்தடம் : மின் தடை காரணமாக சில இடங்களில் இரயில் சேவை பாதிக்கப் பட்டுள்ளது.

ஷோனா(ங்)— ஷின்ஜுக்கு (Shonan-Shinjuku) வழித்தடம் : நில நடுக்கம் காரணமாக இரயில் சேவை நிறுத்தப் பட்டுள்ளது.

நகரின் எல்லாச் சுவர்களிலும் இதே வாக்கியங்கள் நிறைந்து பிரச்சனைகள் அதிகரித்து இருப்பதை அறிவித்தன. சேவை பாதிக்கப்பட்டுள்ள நகருக்கு நான் வந்து சேர்ந்துள்ளேன்.

டோக்கியோ நகருக்குத் தேவைப்படும் மின்சாரத்தில் மூன்றில் ஒரு பங்கை ஃபுக்குஷிமா பகுதிதான் உற்பத்தி செய்கிறது. நிலநடுக்கத்தைத் தொடர்ந்து பராமரிப்புக் காரணத்திற்காகவோ நிலநடுக்கம் ஏற்படலாம் என்ற அச்சத்தின் காரணமாகவோ மற்ற அணுஉலைகள் நிறுத்தப்பட்டன. எனவே எரிசக்திச் சிக்கனம் உடனடித் தேவையாக இருந்தது. மின்வெட்டால் இயங்காமல் போனவை: பொருள் விநியோக எந்திரங்கள் — அவை தொடர்ந்து சிமிட்டிக்கொண்டு இருந்தாலும் அவற்றின்மேல் உள்ள டின்களின் மாதிரிகள்மீது (கொக்க கோலா, ஃபான்டா, (CC Lemon)CC லெமன், (Calpis)கல்பீஸ்) விழவேண்டிய பளீச் ஒளி விழவில்லை. விளம்பரப் பலகைகள் அனைத்தும் மின் இணைப்பு இன்றி அணைக்கப்பட்டன. 24 மணி நேரமும் திறந்திருக்கும் பெரும் சூப்பர் மார்க்கெட்டுக்களான கொம்பினி (Combini) களின் விளம்பரப் பலகைகளும் ஒளிரவில்லை. ஷிபுயாவின் (Shibuya) பெரிய சதுக்கத்திலும் அனைத்துத் திரைகளும் அணைக்கப்பட்டு இருந்தன.

இவை பாதிப்பின் தீவிரத்தை உணர்த்தின. பெரும் பரபரப்பில் இலட்சக்கணக்கானவர்கள், நாள்தோறும் சந்தித்துக்கொள்ளும் இடம் இது. உலகின் மிகவும் வண்ணமயமான இரைச்சலான சதுக்கங்களில் ஒன்றான இந்த இடத்தில் நிலைமையின் கடுமை மிகவும் வெளிப்படையாகத் தெரிந்தது. சிபுயாவின் (Shibuya) புராதனமான மூன்று பிரம்மாண்ட திரைகள் அணைந்திருந்தன. செய்பு (Seibu), பார்க்கோ (Parco), மரூய் (Marui), எச்.எம்.வி. (HMV), டவர் ரெக் கார்ட்ஸ் (Tower Records) போன்ற நிறுவனங்களின் பெயர்களைத் தம் முகப்பில் வெளிச்சம் போட்டுக் காட்டும் பெரிய கட்டிடங்களும் அணைந்திருந்தன. ஒட்டுமொத்த நகர்ப்புறமே துக்கத்தில் ஆழ்ந்திருந்தது.

அந்த அளவிற்குப் பிரச்சனை இல்லை என்றாலும் தொடர் வண்டி நிலையத்தில் இரயில்கள் செல்லும் திசைகளைச் சுட்டும் மின் பலகைகளும் அணைந்திருந்தது குறிப்பிடத்தக்கதாகும். அதேபோல் ஏராளமான நகரும் படிக்கட்டுகளும் மின் ஏணிகளும் இயங்காமல் நின்றன. நிலநடுக்கம் கற்றுத்தந்த பாடம் கடுமையாக இருந்தது. நகரில் உள்ள இடங்களைச் சுட்டவும், நகரவும் உதவும் அனைத்து விஷயங்களும், இந் நகரை உயரங்களுக்குக் கொண்டு செல்ல அல்லது பொழுதுபோக்கு மற்றும் பல்வேறு இரவின் பள்ளத்தாக்கில் மூழ்கவைக்க உதவும் (கடைகள், பொழுதுபோக்குக் கூடங்கள், உணவகங்கள், மதுக்கூடங்கள்) அனைத்து இடங்களும், பல ஆண்டுகளாய் இந் நகருக்கு அதிரும் சக்தி, நெகிழும் தன்மை, தெளிவு, பழமை வாய்ந்த உத்வேகம் ஆகியவற்றைத் தந்து இதனை நவீன உலகின் மிகப் பலம் வாய்ந்த தலைநகரங்களில் ஒன்றாக விளங்கச் செய்த அனைத்தும் இப்பொழுது கண் சிமிட்டுகின்றன, சிறுத்துவிட்டன. ஓர் உயிரினம் அழிவதை நேரில் பார்ப்பது போன்ற உணர்வு. அமெரிக்கச் சமூகவியலாளர் சஸ்கியா சாசென் (Saskia Sassen), இந்த உயிரினத்தைப் பல பாதிப்புகளுக்கு உள்ளான உலக நகரம் என்று அழைத்தார். அடித்தளங்கள் பாதிக்கப்பட்டுப் பீடங்கள் அசைக்கப்பட்டு மிகப் பிரம்மாண்டமான கட்டிடங்களின் உச்சிவரை சென்று தாக்கப்பட்ட நகரம்.

முன்பெல்லாம் ஒளிகள் இரவைத் தின்றன. அதைத் துளையிட்டன. துளையிடும் அகோரப் பசியில் ஓய்வின்றிக் கூச்சமின்றிக் காலிசெய்தன. இரவில் அனைத்து வடிவங்களும் விழுங்கப்பட்டன. இப்பொழுது எல்லாம் தலைகீழ். ஏதோ ஒன்று மங்கிவிட்டது. அந்த அமைப்பின் பொதுவான இயக்கப் பாதிப்பு, நாம் பார்க்க முடியாதது, பார்க்க விரும்பாதது ஆகியவற்றின் பிடியில் நம்மை சிக்க வைக்கிறது. அதாவது அந்த இருண்ட பகுதி, நாம் குடிகொண்டிருந்த அந்தப் பிரகாசத்தின் மறுபக்கம் உள்ள இருட்டு. நமக்கேயுரிய இருட்டு.

மின்தடைகள் எந்த விதியின்படி ஏற்படுகின்றன? எந்த அளவு கோலின்படி மின் சிக்கனம் முடிவெடுக்கப்படுகிறது? யாருக்கும் தெரியாது. சில தெருக்களில் எல்லாத் தெரு விளக்குகளும் எரிகின்றன. சில தெருக்களில் ஒரு வரிசையில் மட்டும் எனப் பாதி எரிகிறது. பலத்த சேதங்களுக்கு உள்ளான சாலைகளில் அங்குப் பழுதாகி முடங்கிப்போன நகரும் சாலையோர நடைமேடை ஓரமாகப் போய்ப் பார்த்தோம். இருள், அதன் விருப்பத்திற்கு ஏற்றவாறு பகுதியாகவும் சற்று குழப்பமாகவும்

நிறைந்திருந்தது. புறநகர்ப் பகுதிகளைவிட மையப்பகுதி அதிகமாகப் பாதிக்கப்பட்டிருந்தது. ஒரு குறிப்பிட்ட புறநகர்ப் பகுதியை விட்டு வெளியேறினால் எல்லாக் குழல் மின் விளக்குகளும் பாதி எரியவில்லை. சில நேரங்களில் அவை நிறுத்தப்பட்டிருந்தன. ஆனால் சாதா விளக்குகள் வேலை செய்தன. சில நேரங்களில் இது தலைகீழாக இருந்தது.

தொடர்வண்டிகளிலும் மின் வெளிச்சம் குறைக்கப் பட்டிருந்தது. இந்த நடவடிக்கை வகுப்பறை வரை நீண்டது. நகரின்மீது ஒரு மிகப் பெரிய வடிகட்டியை, கருத்தடைச் சாதனத்தை வைத்துவிட்டார்கள் என்று சொல்லலாம். நவீன முதலாளித்துவப் பண்பாட்டின் பிரகாசமான சின்னம் மங்கி விடுமா? இருட்டுடன் புதிய வர்த்தகம் ஒன்று தொடங்கியது.

மகிழ்ச்சி, அமைதி, புதிர். மூலைமுடுக்குகள் எங்கும் உயிர்வரத் தொடங்கிவிட்டன. ஒரு பூச்சாடியைச் சுற்றி மிதக்கும் இருட்டு, மாடத்தின் அடியில் உள்ள இரகசிய இருப்புகள் எனத் தன் பார்வையைப் பிம்பங்கள்மீதும் பொருட்களின்மீதும் செலுத்தும் நிழல்களின் புவியியல் மீண்டும் தன் முக்கியத்துவத்தை உறுதிசெய்தது. எதிர்க்கருத்துக் கொண்டவரான தானிஸாக்கி கூட, நகரின் மையத்தில் நிழலை மீண்டும் கொண்டுவரச் செய்த இந்த நடவடிக்கையை விரும்பியிருப்பார். ஏனெனில் அவர் ‘நிழலின் புகழ்’ எனும் நூலில் குறிப்பிடுவதைப் போல் ‘அழகு என்பது தனக்குள் அடங்கியிருக்கும் ஒரு பொருள் அல்ல. மாறாக, அது நிழல்களின் ஓவியம்‘. மேலும், ‘அது பல்வேறு பொருட்களின் வெளிச்ச இருட்டு. நேரெதிர்க் கூட்டின் கலவை’ என்றார். எனவே பலவீனமான, காயம்பட்ட டோக்கியோ இப்பொழுது ஒரு மென்மையான நீடித்த குழப்பத்தில் ஆழ்ந்துள்ளது. டோக்கியோ முன் எப்போதையும் விட அழகாக இருக்கிறது.

*

நகரம் அமைதியாக இருந்தது. எந்த நேரத்திலும் பீதிக்குப் பலியாகவில்லை. பிரம்மாண்டமான இந்தச் செங்குத்தான தலைநகரம் முழுவதும் பூமிப்பிளவின் மீது கட்டப்பட்டுள்ளது. இதில் உள்ள வீடுகள் காகித்தாலும் ஸ்டீல் கம்பிகளினாலும் ஆனவை.

ஜப்பானிய நிறுவனங்களுக்கு இதைவிட மோசமான தருணம் இருக்க முடியாது. மார்ச்தான் ஜப்பான் நிதியாண்டின் கடைசி மாதம். அனைத்து நிறுவனங்களும்

தங்கள் வரவுசெலவுக் கணக்குகளைத் தயார் செய்து புதிய நிதியாண்டை எதிர்ப்பார்த்துக் காத்திருப்பார்கள். தங்கள் நடவடிக்கைகளை நிறுத்திவைக்க வேண்டிய கட்டாயத்திற்குத் தள்ளப்பட்டார்கள். முதலீட்டாளர்கள் ஓட்டம் பிடித்தனர். மின்வெட்டும் எரிபொருள் சிக்கனமும் தொழிற்சாலைகளைத் தொடர்ந்து இயக்க முடியாதபடி முடக்கிவிட்டன. ஜப்பானில் குறிப்பாக அதிக வெப்பமாக இருக்கும் கோடைக்கால மாதங்களைக் கடப்பது கடினமாகலாம் என்பதற்கான அறிகுறிகள் தோன்றின.

குறிப்பாக, கடைகளில் சில வரிசைகள் முற்றிலுமாகக் காலியாக இருந்தன. ஜப்பானைப் பற்றி அறிந்தவர்களுக்கு இது ஒரு வியப்பான காட்சி. காரணம் கிட்டத்தட்ட எந்தப் பொருளும் எந்தப் பெரிய நிறுவனத்தின் பொருளும் இரவோ பகலோ எந்த நேரத்திலும் கிடைக்கக்கூடிய இடம் இது.

யோயோஜி—யூயேரா (Yoyogi-Uehara) வின் தொடர்வண்டி நிலைய நடைமேடையில் களையான முகம்கொண்ட ஓர் இளம் பெண் இரண்டு பெரிய பைகளுடன் அவரது கைபேசியில் எதையோ வருடிக்கொண்டு இருந்தாள். அவள் வைத்திருந்த பைகளில் உணவு உட்படப் பல்வேறு பொருட்களும் இருந்தன. அந்த இரண்டு பெரிய பைகளிடையே அவள் மிகவும் சிறியவளாக இருந்தாள். தண்ணீர் பாட்டில்கள், கைக் குட்டைகள் அடங்கிய பெட்டிகள், கோழிக்கால் முதலியவை நிரம்பி வழியும் கூடை. அவள் தொலைபேசியில் யாரிடமோ பேசிக்கொண்டிருந்தாள். அவளுடைய குரல் இரயில்களின் இரைச்சலில் கரைந்துபோனது:

'ஆமாம். நான் யோயோஜி—யூயேராவில்தான் இருக்கிறேன். டாய்லெட் பேப்பர் கிடைத்துவிட்டது. (பெரும் சிரிப்பு) என்ன? அரிசியா? (பெருமூச்சு) சரி, கிடைக்கிறதா என்று பார்க்கிறேன்.'

பேசிவிட்டு, வெளியே செல்லும் வழிக்கான படிக்கட்டில் இறங்கினாள். இரண்டு பெரிய பைகளையும், பைகளின் பாரத்தையும் கவலைகளையும் இழுத்தபடி அந்தச் சிறு உருவம் நடந்து வந்தது.

ஜப்பான் பீதி அடையவில்லை. ஆனால் கவலை அடைந்தது. டோக்கியோவில் மொத்த நகரமும் பொருட்கள் வாங்கும் பந்தயத்தில் கலந்துகொள்வதைப் போன்று இருந்தது. ஏப்ரல் மாதத் தொடக்கத்தில் அதிகம் தேவைப்படும் ஏழு

பொருட்களின் வரிசை:

1. டாய்லெட் பேப்பர்

2. மினரல் வாட்டர் பாட்டில்கள்

3. உடனடி நூடல்ஸ்

4. பேட்டரி கட்டைகள்

5. nattō, னேட்டோ (புளித்த சோயா)

6. பெட்ரோல்

7. பால் பொருட்கள் (பால், தயிர்)

சில பொருட்களுக்குக் கட்டுப்பாடு விதிக்கப்பட்டிருப்பதால் (என் பகுதியில், நபருக்கு ஒரு லிட்டர் மினரல் வாட்டர்தான். ஆனால் சில பகுதிகளில் இரண்டு லிட்டர். தூதர்கள் வசிக்கும் ஈரூ (Hiroo) பகுதியில் மூன்று லிட்டர்கூடத் தரப்பட்டது) வழக்கத்திற்கு மாறாக இருப்பு வைக்கும் நடவடிக்கைகளையும் பாய்ந்து பிடுங்கும் செயல்களையும் பார்க்க முடிந்தது.

நிலநடுக்கத்தின் காரணமாகத் தளவாடப்பொருட்களின் பிரச்சனை உருவாகியது என்பதை மறுக்க முடியாது. போக்குவரத்துக் கட்டமைப்பும் தொழிற்சாலைகள் சந்தித்த சேதங்களும் உற்பத்தியையும் பொருட்களின் விநியோகத்தையும் தடுத்துவிட்டன. நிலநடுக்கத்தாலும் சுனாமியினாலும் மிகக் கடுமையான பாதிப்புக்கு உள்ளான நான்கு மாவட்டங்கள்தான் பெருமளவில் நாட்டின் பொருளாதாரத்திற்குப் பங்களிப்பவை யாகும். குறிப்பாகச் சிப்பிகள், கோழிகள், சீனக் கோஸ் முதலிய உணவுப் பொருட்களின் சுய தேவையைப் பூர்த்தி செய்பவை. கடும் சேதத்திற்கு உள்ளான இப்பகுதிதான் ஜப்பானில் பிடிபடும் மீன்களில் ஐந்தில் ஒரு பகுதியைத் தந்து வந்தது.

மனிதர்களிடையே காலங்காலமாக இருந்துவரும் தன்னியல் பான எதிர்வினை வெளிப்பட்டது. சிலர் எவ்விதக் காரணமும் இல்லாமல் இருப்பு வைத்திருந்தனர். சிலர் அதிக அளவில் சேமித்து வைத்துப் பிறகு பயன்படுத்தலாம் என்று நினைத்தனர். சிலர் குவித்து வைத்தனர். சிலர் மறைத்து வைத்தனர். பெட்ரோல் தட்டுப்பாட்டைச் சிலர் சிந்தித்துப் பார்த்தனர். அணுஉலைப் பயங்கரம் ஏற்படலாம் எனச் சிலர் எதிர்பார்த்தனர். மினரல் வாட்டர் பித்தர்கள், பற்பசை விரும்பிகள், டாய்லெட் பேப்பர் பைத்தியங்கள், பதப்படுத்தப்பட்ட உணவுப் பிரியர்கள் எனப் பலவகையினர்.

மக்கள் மிகவும் ஒழுங்காக நடந்து கொண்டனர். ஏமாற்றுகள் குறைந்திருந்தன. திருட்டு இல்லை. அபகரிப்பு இல்லை. சில அரிதான விதிவிலக்குகளைத்தவிர, இந்த இக்கட்டான சூழ்நிலையை, விலைகளை ஏற்ற வியாபாரிகள் பயன்படுத்திக் கொள்ளவில்லை. ஆனால் எரிசக்தி சிக்கனத்திற்கும் பெரிய கடைகளில் வெறுமையாக இருக்கும் வரிசைகளுக்கும் மத்தியில் நகரில் ஓர் அசாதாரண சூழ்நிலை நிலவியது. வரலாற்றின் விநோதமான பூம்ராங், தனக்குத்தானே கேடு விளைவித்துக் கொள்ளும் செயல். நுகர்வோர் சமூகத்தின் ஆலயமாகக் கருதப்பட்ட இந்நாட்டில், கிழக்கு ஜெர்மனியில் பெருஞ்சுவர் தகர்வுக்குமுன் இருந்தது போன்ற உணர்வு. ஆடம்பரப் பொருட்கள், ஆயத்த ஆடைகள் ஆகியவற்றின் பெரிய கடைகள் வெறிச்சோடிக் கிடந்தன. நிலநடுக்கம் ஏற்பட்டு முடிந்த அடுத்த வாரம் விற்பனை பாதியாகக் குறைந்தது. அத்தியாவசியப் பொருட்கள்மீது கவனம் செலுத்தப்பட்டது (தண்ணீர், டிஸ்யூ பேப்பர், உடனடி நூடல்ஸ். எதுவெல்லாம் உடம்பின் உள்ளே போகிறதோ அங்கிருந்து வெளியேறுகிறதோ). பயத்தில் உள்ள நகரின் அவசியங்கள் இவை. எனினும் நிலையற்ற சூழ்நிலையிலும் இந் நகர்ப் பெருமை குலையாமல் இருந்தது.

*

இயற்கைச் சீற்றங்கள், வெள்ளம் போன்ற காட்சிகள் இடம்பெறும் பேரழிவுத் தொடர்பான பல படங்களின் வெளியீட்டினை ஹாலிவுட் பட நிறுவனங்கள் ரத்து செய்துவிட்டன. இதன் காரணமாக முக்கியப் பாதிப்பிற்கு உள்ளான படம் சேங்ட்டம். டைட்டானிக், அவதார் ஆகிய படங்களை உருவாக்கிய ஜேம்ஸ் கேமரூன் தயாரித்த 3டி படம் அது. ஒரு குடும்பத்தையே கடலுக்கு அடியில் உள்ள குகைகளில், சூறாவளி எப்படி முடக்கி விடுகிறது என்பதை விவரிக்கும் பரபரப்பான கதை. அதில், சிறப்புத் தொழில்நுட்பக் காட்சிகள் பெரிய அளவில் இடம்பெற்று இருந்தன. ஆனால், இத்தகைய படங்களை, ஏற்கனவே துயரத்தில் இருக்கும் குடும்பங்கள் பார்க்கும் நேரம் இதுவல்ல. ஏற்கனவே மூழ்குவது நிச்சயமாகிவிட்டது.

அடுத்து,வீடியோ விளையாட்டுகள். ஜப்பானிய முறையிலான பொழுதுபோக்கின் மகுடமான வீடியோ விளையாட்டுகள்கூடப் பாதிப்பிற்கு உள்ளாயின. செகாவின் யஸாூக்க ஆஃப் தி எண்ட் (பிரளயத்திற்குப் பின் பயங்கரமாகச் சித்தரிக்கப்பட்ட டோக்கியோ நகரம்) மற்றும் இதே வகையைச்

சார்ந்த பல்வேறு வீடியோ விளையாட்டுகளின் வெளியீடுகளும் ஒத்திவைக்கப்பட்டன. எஸ் ஓ எஸ் தி ஃபைனல் எஸ்கேப் 4 என்ற விளையாட்டை அப்படியே ரத்து செய்து விட்டனர். நிலநடுக்கத்தால் 'சேதமடைந்த நகரைவிட்டு வெளியே வரவேண்டும் என்பதுதான் உங்கள் இலக்கு' என்ற அறிவிப்பு அதன்மேல் சுற்றியிருந்த விளம்பரத் தாளில் இருந்தது. நகரெங்கும் பரவலாக நூற்றுக்கணக்கான நிகழ்ச்சிகள் ரத்து செய்யப்பட்டிருந்தன. 24 மணிநேர குரோனோ எனும் தொலைக்காட்சித் தொடர் நிகழ்ச்சியின் இறுதிப் போட்டியும் கைவிடப்பட்டிருந்தது. இந்நிகழ்ச்சி எந்த அளவிற்குப் பிரபலமானது என்றால், பாராளுமன்றத்தில், நிகழ்ச்சியின் கதாநாயகன் ஜேக் போயரைப் போல் நடந்து சிக்கலைச் சாமாளிக்க வேண்டும் எனப் பிரதமருக்கு ஒரு மக்கள் பிரதிநிதி யோசனை தெரிவித்தார். அதாவது நியூயார்க்கிற்கு ஓர் அணுசக்தி அச்சுறுத்தல் உள்ளதை அத் தொலைக்காட்சித் தொடர் கோடிட்டுக் காட்டுகிறது. எங்கும், எதார்த்தம் கற்பனையை விஞ்சுகிறது — குறிப்பாக, மோசமான கற்பனையை. நிகழ்ச்சிகள் எதை விவரிக்க நினைக்கின்றனவோ, தெரிவிக்க முனைகின்றனவோ அவற்றை எல்லாம் தடுமாறச் செய்யும் அளவிற்கு, உண்மைச் சம்பவங்கள் பரவலாக நிகழ்கின்றன. உலகின் இறுதியைப் பொழுதுபோக்காகக் காட்டுவதாகப் பறைசாற்றிக் கொண்ட நிகழ்ச்சிகள்கூட உண்மையை நேருக்குநேர் சந்திக்கத் துணிவில்லாமல் தங்கள் கோழைத்தனத்திலிருந்து மீளமுடியாமல் தவித்து நின்றன.

சுற்றுலாத்துறையும் பாதிக்கப்பட்டிருந்தது. மார்ச் மாதம், அனைத்து இடங்களிலும் சராசரியாகக் கணக்குப் பார்த்தால், வழக்கமாக வரும் சுற்றுலாப் பயணிகளில் பாதிப்பேர்தான் வருகை தந்திருந்தனர். யோமியூரி செய்தித்தாளின் புள்ளி விவரப்படி, குறைந்தது 80,000 பயணிகளாவது தங்கள் சுற்றுப் பயணத்தை ரத்து செய்திருந்தனர். சில விமான சேவை நிறுவனங்கள் தங்கள் சேவையை முற்றிலுமாக நிறுத்தியிருந்தன. இது ஒரு பேரழிவு. அணுஉலை நிலையங்கள் எல்லோரையும் கவலையடையச் செய்தன.

டோக்கியோவில் ஹட்டோ பேருந்து நிறுவனம், ஒரு நாளில் '5 வெளிநாட்டுப் பயணிகள்தான் வருகிறார்கள்' என்ற விவரத்தைத் தெரிவித்தது. அவலம். ஃபுக்குஷிமாவை நெருங்கநெருங்க, மக்கள் எண்ணிக்கை குறைவாக இருப்பதைப் பார்க்க முடிகிறது. மிகப்பெரிய போர்ப்படைத் தலைவர்கள்

எல்லாம் அடையத் துடித்த சுருகா கோட்டை. எடோ காலத்தைய ஓடுகளைப்போல் காட்சியளிக்கும் பிரகாசமான புத்தம்புது சிவப்பு ஓடுகளுடன் நான்கு நூற்றாண்டுகளைக் கடந்த தேநீர்க் கூடத்துடன் அமைந்துள்ள இக் கோட்டைக்கும் யாரும் வருவதில்லை. ஜப்பானிய மலைத்தொடரிலுள்ள டொயாமாவையும் நகானோவையும் இணைக்கும் சாலை, கிட்டத்தட்ட பாழடைந்த நிலையில் இருந்தது. பெரும் பனிப்பள்ளத்தாக்கான யுகினோ ஒட்டானியைக் கடந்து செல்லும் இந்தப் புவியியல் அதிசயம் 2,000 மீட்டருக்கும் அதிகமான உயரத்தில் அமைந்துள்ளது. இதனைச் சுற்றிலும் 17 மீட்டர் உயரத்திற்குப் பனிச் சுவர்கள் இருக்கும். இத்தகைய சிறப்புப் பெற்ற இடத்தைச் சென்ற ஆண்டு 4,000 சுற்றுலாப் பயணிகள் கண்டுகளித்திருந்தனர். இந்த ஆண்டோ 67 பேர்தான். தென்கொரியா, தய்வான், ஹாங்காங் ஆகிய நாடுகளிலிருந்து வருபவர்களின் எண்ணிக்கை குறைந்து வருகிறது. திரும்பிச் செல்பவர்களின் எண்ணிக்கை கூடுகிறது. முன்பனிக் காலத்திற்குமுன் ஜப்பானுக்குத் திரும்பிவர யாருக்கும் விருப்பமில்லை. ஃபுக்குஷிமாவிலிருந்து வெகு தூரத்தில் உள்ள தீவின் தெற்கு முனையான ஒக்கினாவா வில் வசந்தத்தின் இனிமை தொடங்கிவிட்டது. எனினும் அங்கும் 10,000 பேர் தங்கள் வருகையை ரத்து செய்திருந்தனர்.

மேலும் வருந்தத்தக்க விஷயம். பலியானவர்களின் நினைவை மதிக்கும் விதமாகப் பண்டைய சடங்கான ஹனாமி கொண்டாட்டங்களும் ரத்து செய்யப்பட்டிருந்தன. இந்த ஆண்டு பூத்துக் குலுங்கும் செர்ரி மரங்களின் நிழலில் அமர்ந்து அவற்றின் வெண்பனி இதழ்களின் வெளிச்சத்தில் சகே பானம் அருந்தியபடி யாரும் சிரித்து மகிழப் போவதில்லை. மகப்பேறுக்கான ஷின்டோய் பண்டிகையான, கவாசாகி யின் 'இரும்பு ஆண்குறிப் பண்டிகை' கூட ரத்து செய்யப்பட்டு விட்டது என்றால், இங்கு எல்லாமே முடங்கிவிட்டன என்பதைப் புரிந்துகொள்ள முடிகிறது.

அசாகுசா (Asakusa) புனிதத் தலத்தின் புகழ்பெற்ற 'இடிவாயில்' அருகில் பிரம்மாண்டமான அடர்சிவப்புக் கோயில் கம்பீரமாகக் காட்சியளிக்கும். லொத்தி(Loti), அதனை நிரந்தரப் புனிதப் பயணத் தலம் என்று விவரிப்பார். அதனருகில் நூற்றாண்டு மரங்கள் அடங்கிய திடல் ஒன்று உள்ளது. மரங்களும் மனிதர்களும் நிரம்பி வழியும் அத்திடல் வெறிச்சோடிக் கிடந்தது. அக் கோயிலின் கடைகளிலும் யாரும் இல்லை. தலைநகரின்

மிகப் பழமையான புத்தக் கோயிலான ஷென்சோஜியும் (Senso-ji) காலியாக இருந்தது. நிரந்தரமாக அங்கு கேட்கும் மெல்லிய சிரிப்பொலியில் பேச்சுகளும் கரைந்துபோயிருந்தன. படங்கள், மதப் புத்தகங்கள், மலர்கள் ஆகியவற்றை விற்பனை செய்பவர்கள் எதையோ பறிகொடுத்தவர்கள்போல் சுற்றிக்கொண்டிருந்தனர். காணிக்கைகளைச் செலுத்த ஒளிபுகும்படியான வட்டமான மரப்பெட்டிகள் வைக்கப்பட்டிருந்தன. பெரிய கூண்டுகள் போலிருந்த அப்பெட்டிகளில் எறியப்படும் நாணயங்களால் ஏற்படும் வழக்கமான சத்தத்தைக் கேட்க முடியவில்லை. புறாக்கள் பறந்து சென்று விளக்குக் கம்பங்களின் மீதோ பதாகைக் கழிகளின்மீதோ அமரும். அவையும் பறக்காமல் அமைதியாக இருந்தன. பேச்சுச் சத்தத்தோடு அவற்றின் சிறகுக்குள் அசையும் ஒலியும் ஓய்ந்துபோய் இருந்தன. வழிபாட்டு இடங்களின்முன் நின்று புனித ஆவிகளின் கவனத்தை ஈர்க்க பிரார்த்தனையின்போது வேகமாக எழுப்பப்படும் கைதட்டல் ஒலியும் கேட்கமுடியவில்லை. கோவிலின் எதிரில் பெரிய வாசனை விளக்குமாடம் இருக்கும். அதன் மூடியின்மீது பருத்த பேய் ஒன்று சிரித்துக்கொண்டு இருக்கும். பார்க்கப் பெரிய நாயைப் போல இருக்கும். அதிலிருந்து வட்டவட்டமாக வெளியேறும் நறுமணப் புகை, மேலே உள்ள வளைவு மாடங்களில், உள் விதானங்களில் சிங்கமுக வேதாளங்களின் சித்திரம் பொறித்த சட்டங்களில், கொத்து விளக்குகளுக்கு இடையே மேகங்களைப்போல் தவழும். அங்கே வாசனை வத்திகளை எற்றிவைக்க வரும் பக்தர்கள் யாரையும் காணவில்லை. கோயிலின் உள்ளே கடைசியில் புதிர் நிறைந்த அடக்கத்துடன் ஓரளவு அமைதியான புன்னகையுடன் என்றும் நிற்கும் பிரம்மாண்டமான உருவங்களான தெய்வங்கள் மட்டும் தங்கமுலாம் பூசப்பட்ட பீடங்களில் பற்றின்றித் தங்கியிருந்தனர்.

*

அரசு அமைப்புகள் மட்டும் சில இலவச சேவைகளை தொஹோக்குப் (Tohoku) பகுதிக்கு அனுப்ப நியமிக்கப்பட்டனர். ஏனெனில் அங்கு ஈடுபட்டுள்ள மீட்புப் பணியாளர்களுக்கும் பல தேவைகள் இருந்தன. உணவு, தங்குமிடம் தந்து அவர்களை நிருவகித்துப் பாதுகாக்க வேண்டும். நிபந்தனைகளும் கடுமையாக இருந்தன. மீட்புப் பணியில் ஈடுபடுபவர் தனக்குத் தேவையான உணவு, படுக்கை, குளியல் பொருட்கள் என எல்லாவற்றையும் தானே கொண்டுவர வேண்டும்.

மற்றுமொரு பிரச்சினை கதிரியக்கத்தைக் கணக்கிடும் கெய்கர் கவுண்டர் (Geiger counter) கருவியுடன் செல்வது நல்லது. அதாவது, எல்லோரும் இப்பொழுது அழைப்பதுபோல் தொசி மீட்டர்(dosimeter). மின்னணுவியல் நகரமான அகிஹ பாராவில் (Akihabara) அக் கருவியை வாங்க ஜுனுடன் சென்றேன். ஆனால் கண்ணுக்கெட்டிய தூரம் வரை ஒரு தொசி மீட்டர்கூடப் புலப்படவில்லை. விற்பனையாளரிடம் இருப்பு காலியாகி இருந்தது. தயாரிப்பாளர்கள் உற்பத்தியை முடுக்கிவிட முயன்றார்கள் என்றாலும் மீண்டும் விற்பனை ஆரம்பிக்கக் குறைந்தது மூன்று மாதங்கள் பிடிக்கும் எனத் தெரிந்துகொண்டோம். கையில், கழுத்தில், மணிக்கட்டில் என வளையமாக இக்கருவி பல வடிவங்களில் விற்பனை செய்யப்பட்டது. அதாவது தொசி மீட்டர் சங்கிலிகள், தொசி மீட்டர் வளைங்கள், தொசி மீட்டர் டாலர்கள். தொசி மீட்டர் கருவியை அணிவது நவீன நாகரிகமாகக் கருதப்பட்டது.

அதிக அளவில் குவியும் கெட்ட செய்திகள் நம்மைத்துயரத்தில் ஆழ்த்தின. சாலைகளைப் பொறுத்தவரை சில சாலைகள் முற்றிலுமாக பயன்படுத்த முடியாத நிலையில் இருந்தன. புதிதாக ஒரு நிலநடுக்கம் ஏற்படக்கூடிய சாத்தியக்கூறுகள் இருந்தன. அணுமின் நிலையத்தைச் சுற்றியுள்ள பகுதியில் நிச்சயமற்ற நிலைமையே நிலவியது. நமக்கு உறுதியாகத் தெரிந்த ஒரே விஷயம் நமக்கு உறுதியாகத் தெரியவில்லை என்பது. வடக்குப் பகுதிப் பக்கம் செல்வதற்கு இது சரியான தருணம் இல்லை என்று எல்லோரும் என்னிடம் சொல்கின்றனர். அப்படியானால் நாங்கள் போகப்போகிறோம். உடனடிப் பயணம்.

*

II

தொஹோவுக்குச் செல்லும்முன் பேரிடரின் பல காட்சி களைப் பார்த்தேன். இவ்வளவு பெரிய சேதத்தை எதிர் கொள்ளும் அளவுக்கு நான் தயாராக இல்லை.

'நெடுஞ்சாலை எண் 45', பசிபிக் பெருங்கடலுக்கும் மலை களுக்கும் இடையே வளைந்து நெளிந்து செல்லும் சாலையாகும். ஜப்பானின் அற்புதமான இயற்கைப் பின்னணியில் அமைந்துள்ள 500 கிலோ மீட்டருக்கும் அதிகமான நீளம் கொண்ட சாலை வழியாகப் பயணம் செய்யும்பொழுது இந் நாட்டின் மிக அழகிய கிராமங்களைக் கடந்து செல்லலாம். கடல், மலை, வளைகுடா, மேட்டுப் பகுதிகள், பாறைகள், சின்னஞ்சிறு தீவுகள், கற்பாறைத் தொகுதிகள், அருவிகள், காடுகள் ஆகியவற்றைக் கொண்ட இயற்கைப் பின்னணி. இதன் வரலாற்றுப் பின்னணியும் குறிப்பிடத்தக்கதாகும். 12ஆம் நூற்றாண்டில் தங்கச் சுரங்கங்களால் செழிப்படைந்த பகுதி இது. குதிரை மற்றும் ஆடம்பரப் பொருட்களின் வியாபாரம் செய்வதில் ஏறக்குறைய தனியுரிமை பெற்ற பகுதியாக மாறி செழிப்பிலும் சிறப்பிலும் கியாட்டோ பகுதியுடன் ஒப்பிடும் அளவு இருந்தது. அத்துடன் இப் பகுதி கவிதையிலும் கலந்திருந்தது. 1689ஆம் ஆண்டு வசந்த காலத்தின்போது கவிஞர் பாஷோ (Basho) இப்பகுதியை நோக்கித்தான் நடந்து வந்தார். (இதே காலகட்டத்தில், இலண்டனில் ப்யூர்செல், (Purcell)திதோனும் எனியும் (Didon, Énée) எனும் இசை நாடகத்தை உருவாக்கினார்.) அப் பயணம்தான் "உலகின் கோடிக்குச் செல்லும் குறுகிய பாதை" என்னும் அவருடைய கடைசி நூலை எழுதத் தூண்டியது.'

பாஷோவும் அவருடைய சீடர் சோராவும் (Sora) அப் பொழுது பொலிவிழந்திருந்த இத் தீவில், சாதுக்களும் கொள்ளைக்காரர்களும் நிறைந்திருந்த இத் தீவில் என்ன செய்யப் போகிறார்கள் என்று நமக்குக் கேள்வி எழலாம். 556 நாட்கள் பயணம், 5 ஆண்டுகளுக்குமேல் நீடித்தது. 2300 கிலோ மீட்டர்களும் நடந்தே மேற்கொள்ளப்பட்ட இப் பயணத்தில் எல்லா விதமான அபாயங்களையும் சந்திக்க வேண்டியிருந்தது: சோர்வு, உடல்நலக்குறைவு, திருட்டு, விபத்து, அலுப்பு, மரணம். இவையெல்லாம் மலையின் சமவெளிகளுக்கும்

ஏரிகளுக்கும் இடையே பேரலைகளால் செதுக்கப்பட்டு இவ்விடம் வெல்வெட்டு போல் மென்மையாக இருக்கும். இந்த அரிய குறுகலான சமவெளியில் காலெடுத்து வைத்ததுமே நமக்குப் புரிந்துபோகும். இங்கே இந்த வளைந்த சாலையில் நம் பார்வையே அடிக்கடி மாறிவிடும். மலைப்பாதை, ப்ருயூன் மர வாசனை, திடீரென வெளிச்சம் இருக்காது. கடந்து செல்லும்போது நம் பார்வை விழிப்போடு வேகமாகச் செயல்படவேண்டும். கவிஞனுக்கும் சுற்றிப் பார்ப்பவனுக்கும் இது ஒரு சொர்க்கம். மலைக்கவைக்கும் மாயாஜாலம்.

ஆனால், இப்பகுதியின் அழகுதான் எளிதில் குலைந்து போகக்கூடிய அதன் இயல்பிற்குக் காரணம். குறுகலான, விரிந்த, அழகான வளைகுடாக்கள், கைப்பிடி போன்றோ குதிரையின் குளம்பு போன்றோ இருக்கும். நிறைய வளைவுகளுடைய கழிமுகங்கள் இக் கடற்கரையில் காணப்படுகின்றன. கடலோரப் பகுதிகளில் அழுந்தி இருக்கும் சுனாமிப் பேரலைகள் நம்பமுடியாத உயரத்திற்கு எழும்பக் கூடியவை.

திரைப்படங்களைப் பார்த்திருக்கிறேன். புகைப்படங்களைப் பார்த்திருக்கிறேன். எல்லோரையும்போல் புகைப்படங்கள், வீடியோக் காட்சிகள், செய்தி அறிக்கைகள் எல்லாவற்றையும் பார்த்திருக்கிறேன். மற்றவர்களைப்போல் நானும் இப்படங்களின் வெள்ளத்தில் மூழ்கிப்போனேன். இவற்றில் எந்தவொரு படமும் எதார்த்தத்தை நேருக்கு நேராக எதிர்கொள்ளவேண்டிய இக்கடுமையான நிலைமைக்கு என்னைத் தயார் செய்யவில்லை. ஏனெனில் சில பெரிய புகைப்படக்காரர்கள், குறிப்பிடத்தக்க திரைப்பட இயக்குநர்கள் ஆகியோரின் படைப்புகளைத் தவிர மற்றவை நம்மைத் தூரத்தில் வைக்கின்றன — அதே தூரத்திலிருந்துதான் அவை உருவாகின்றன.

உதாரணமாக இப்படங்கள் இயற்கை இழைத்த அநீதி குறித்து எதையும் விவரிப்பதில்லை. சில இடங்களில் மரங்களின் வேர்வரை சென்று தாக்கி, பக்கத்திலேயே சில மரங்களை மட்டும் அதிசயமாக விட்டுவைக்கும் விதியின் ஆற்றலைப் பற்றியும் பேசுவதில்லை. பெரும்பாலான படங்களுக்குக் காலத்தைப் பற்றியோ புவியியல் அமைப்பைப் பற்றியோ தெரியாது. அவை இந்தக் கொடுமையைப் பற்றி எதையும் விவரிப்பதில்லை. இப்படித்தான் இஷினோ மாக்கியின் ஒரு பகுதியில் எவ்வித பாதிப்பும் இல்லை. ஆனால், இக் கிராமத்தின் மறுபுறம் அனைத்தும் காலியானது. மீதமுள்ள ஒன்றிரண்டு சாலைகளைத்தான் அலைகள் வந்து உரசிச் செல்கின்றன.

ஏப்ரல் மாதக் கடைசியில் நிலவும் அற்புதமான பருவநிலை, இப்படித் தப்பித்தப் பகுதிகளுக்கும் சூறையாடப்பட்ட பகுதிகளுக்கும் இடையே உள்ள வேறுபாட்டை இரண்டு இடங்களுக்கும் ஒரே மாதிரியான நீலநிற வெளிச்சத்தை வழங்கி மேலும் உறுதிசெய்கிறது.

உணவுப் பொருட்கள், மருந்துகள், உடைகள் ஆகியவற்றை ஏற்றிக்கொண்டு சென்டாய் செல்லும் பெரிய நெடுஞ்சாலை வழியாகவும் பிறகு கடலை நோக்கிச் செல்லும் சின்னஞ்சிறு சாலைகள் கொண்ட பாதை வழியாகவும் அப் பகுதியை எங்கள் லாரி அடைந்ததும், எல்லாம் இயல்புநிலையில் இருப்பதைப் போன்ற மாயத் தோற்றம் எங்களுக்கு முதலில் ஏற்பட்டது. வரிசையாக அமைந்த வயல்வெளிகள், கடற்கரை பாறைத் தொகுதியில் இருந்த அழகான கிராமங்கள், பறவைகளின் இசையில் தோய்ந்து தனித்து நிற்கும் பெரிய காடுகள், இவை அனைத்தும் தெய்வீகத்தையும் அமைதியையும் நிலவச்செய்வன. சில சமயங்களில், கூழாங்கற் சாலையின் முடிவில் மேட்டுப் பகுதியின் மரநிழலில் ஒரு பழைய மரக்கோயில் மரங்களின் விருந்தோம்பலில் காத்திருக்கும். மர்மமும் சமாதிகளும் சூழ்ந்திருக்க, வெண்பனி படர்ந்த நிழலில் ரம்மியமான நறுமணத்துடன் இக் கோயில் அமைந்திருக்கும்.

சட்டென, ஒரு திருப்பத்தின் வளைவைக் கடந்தால் போதும். சாலையின் மறுபுறம் பேரழிவை உணர்வோம். திடீரென ஒன்றுமே இருக்காது. மரங்கள் இல்லை, வீடுகள் இல்லை, தோட்டங்கள் இல்லை. கண்ணுக்கு எட்டும் தூரம்வரை இடி பாடுகளின் குவியல்கள். மலைகள் தரைமட்டமாகியுள்ளன. ஆறுகள் குடிக்கப்பட்டு வற்றியுள்ளன. நிலம் என்பது இப்பொழுது ஒரு பெரிய திட்டாக மட்டுமே காட்சியளிக்கிறது. திடீரென தூரங்கள் எல்லாம் குறைந்து போகின்றன. அதே நேரம் கணக்கில் அடங்காமல் விரிகின்றன. அங்கே உள்ள இடிபாடுகளைத் தவிர வேறு எதுவும் கண்ணுக்குப் புலப்படவில்லை. இன்னதென்று குறிப்பிட்டுச் சொல்ல முடியாத அளவு பல பொருட்களின் எச்சங்கள். அது ஒரு பிரம்மாண்டமான பழுப்புநிற நிலப்பரப்பு. அதிலிருந்து புளித்த சோயாமாவின் கடும் வாடை அடித்தது. மோசமான கெட்ட கனவு. எல்லாப் பொருட்களும் பழுப்பாகத் தெரிந்தன. உலகில் உள்ள மற்ற எல்லா நிறங்களும் மறைந்துபோயின. திடீரென இப்பொழுது நாம் ஜப்பானில் இல்லை என்ற உணர்வு ஏற்பட்டது. வேறு எங்கும் இருக்கவும் முடியாது. ஏனெனில்

இத்தகைய பின்னணியைக் கொண்ட இடம் வேறு எந்த நாட்டிலும், எந்தப் பெயரிலும் வழங்கப்படப்போவதில்லை.

அது ஓர் இடிபாடுகளின் கம்பளம். பல கிலோ மீட்டர் தூரத்திற்குக் குப்பைகள். எல்லாம் தரைமட்டமாக்கப்பட்டு, சமதளமாக்கப்பட்டு, துடைத்தெறியப்பட்டு, ஒரே உயரத்தில் இருந்தன. இந்தக் குப்பைக் கூளமான சமவெளியிலிருந்து எதுவும் எழும்ப முடியும் என்பதுபோல் தோன்றவில்லை. பூமியிலிருந்து மேல்நோக்கு அசைவு நீக்கப்பட்டுவிட்டது. பூமி அதன் சாதாரண மேற்பரப்பு அல்லது சமதள அமைப்பு எனும் தன்மைக்குத் தள்ளப்பட்டது. எந்தச் சுமையும் இல்லை. எதுவும் ஜொலிக்கவில்லை. கட்டிட அடுக்குகளில்லை. கிளையின் குச்சிகூட இல்லை. மரம், ஸ்டீல் எல்லாமே தரைமட்டமாகி நசுக்கப்பட்டுச் சுக்குநூறாகிச் சிதிலமடைந்திருந்தன. பாறைகள் போன்ற கனத்த பேரலைகள் எல்லாவற்றையும் அடியோடு பெயர்த்தெடுத்துப் பேரிடர் ஏற்பட்ட பகுதியை விரிந்த மலரிதழ்போல் திறந்து வைத்திருந்தது. இப்பொழுது எதுவும் தலை நீட்டவில்லை. நிலத்தைத் துளைக்கவில்லை. வான்நோக்கி எழவும் இல்லை. பெரும் வெறுப்பு. மனிதர்கள் முடக்கப்பட்டுவிட்டனர். நகரங்கள் முற்றிலுமாக அழிக்கப்பட்டுவிட்டன.

உள்மனதில் நம்பிக்கையின்மையின் முணுமுணுப்பு எழுகிறது. நடைபாதைகளின் அடித்தளமாக விளங்கிய கனமான கான்கிரீட் கற்கள் பெயர்ந்து பல மீட்டர் தொலைவிற்கு வீசப்பட்டு இருந்தன. பேரலைகளின் சீற்றத்தால் கட்டிடங்களும் வீடுகளும் விழுங்கப்பட்டு இருந்தன. படகுகள், அணைக்கரை தாண்டிச் சுவர்கள்மீது மோதி நின்றிருந்தன. சில நேரங்களில் மேற்கூரையின் மீதோ மரத்தின் உச்சியின் மீதோ அழிந்துபோன அழகான தோட்டத்திலோ விழுந்து கிடந்தன. கற்கூளங்களும் மணலும் குவிந்துள்ள இக் காட்சியைப் பார்க்காதவர்களுக்காக இந்த வர்ணனைகள். இவற்றைப் பார்ப்பவர்களும் அந்த அனுபவத்தை ஒரு மோசமான பிரமையாகவே உணரத் தூண்டும். எங்கு பார்த்தாலும் மின்கம்பிகள்; தூக்கி எறியப்பட்டு உடைந்த மின்கம்பங்கள், பாசிகள் சூழ்ந்த தண்ணீர் குழாய்கள்; விசித்திரமான வேர்கள். அவைகள் ஏதோ எதிர்காலத்தில் இருந்து வருவது போலவே இருந்தன. அங்குக் கண்ட காட்சியில் மனிதம் சார்ந்தோ இயற்கை சார்ந்தோ எதுவும் இல்லை. பேரலையின் பிடியில் எல்லாம் அழிக்கப்பட்டிருந்தன. அவ்விடத்தில் ஒரு பகுதியைத் தொழிற்சாலைக்குப் பிந்தைய ஒருவிதச் சதுப்பு நிலமாகப் பேரலைகள் மாற்றி இருந்தன.

இரயில் தண்டவாளங்கள் நீரின் வலிமையால் முறுக்கப்பட்டுக் கிடந்தன. நிலநடுக்கம் ஏற்பட்டு ஒரு மாதத்திற்குமேல் ஆகியும் சுவர்மீது மோதி நிற்காத இரயில்கள் தண்டவாளத்தின் நடுவிலேயே தேங்கி நின்றுகொண்டிருந்தன. இதைத் தவிர, கார்களின் குவியல்கள் பாறைகளில் தலைகீழாகக் கவிழ்ந்த படகுகள், சேற்றில் செருகியபடிக் கிடக்கும் வாகனங்கள், மிச்சுபிஷிக்கள், பெரிய பெரிய டொயாட்டாக்கள், வட்டமான வயிற்றுப் பகுதியைக்கொண்ட வெள்ளைச்சோப்புக்கட்டிகளைப் போன்ற ஹோண்டாக்கள், பணக்காரர்களின் வாகனங்கள் , ஏழைகளின் வாகனங்கள், லாரிகள், வேன்கள், சிறிய வாகனங்கள் — இவை அனைத்தும் திரவத்தினாலான ரோடுரோலரில் சிக்கி நசுக்கப்பட்டிருந்தன. சில வாகனங்களின் உடல் கசக்கப்பட்டிருந்தது. கண்ணாடிகள் உடைந்திருந்தன. சில வாகனங்களில் மேற்கூரை மட்டும் ஆசீர்வதித்ததுபோல் லேசாக அடிபட்டு இருந்தது. அனைத்துப் போக்குவரத்து வாகனங்களும் தாம் இயற்கையில் இருக்கவேண்டிய இடத்தைவிட்டு (ஆட்டோக்கள் தண்ணீரில், இரயில்கள் ஆகாயத்தில், படகுகள் கிட்டத்தட்ட எங்குப் பார்த்தாலும்) தாறுமாறாகச் சிதறிக்கிடந்தன. பித்துபிடித்த ஒரு பிரம்மாண்டமான புதிர் விளையாட்டின் காய்கள்போல் காட்சியளித்தன. சேற்று வண்டலில், வண்டிச் சக்கர விளிம்பின் பிரகாச ஒளி. கெட்ட கனவின் ஒரு பகுதிபோல் அது மின்னியது. இனி இனங்காண முடியாதபடிக் கரைபடிந்து சிதைந்துபோயிருந்த சில பெயர்ப் பலகைகள் அங்கும் இங்கும் பரவிக் கிடந்தன.

மாலைநேரச் சூரிய ஒளியை மலைக்குன்றுகள் உரிஞ்சிக் கொண்டிருந்த நேரத்தில் நாங்கள் வந்துசேர்ந்தோம். அந்திச் சூரியனின்கீழ் வெள்ளியால் போர்த்தப்பட்ட ஒரு பெரிய வெற்றிடமாக அப்பகுதி காட்சியளித்தது. துக்கத்தின் இருள் நிஜமாக்கப்பட்டதுபோல், பல சதுரக் கிலோமீட்டர் தூரத்திற்குச் சாம்பல்நிறப் பரப்பாக மாறியிருந்தது. இயற்கைக் காட்சி என்ற நிலையை இழந்திருந்தது. விவரிக்க முடியாத கசப்பான துக்கத்தைச் சுமந்த நகர மக்களைக் கொண்ட இருண்ட பகுதிக்குள் நாங்கள் நுழைந்துள்ளோம்.

இந்த முடிவற்ற கொந்தளிப்பின்மீது கொடிய சலிப்பூட்டும் உரத்த ஒற்றைச் சத்தம் ஒலிப்பதுபோல் இருந்தது. உற்றுக் கவனித்தால் ஒரு சன்னமான ஒலி கேட்டது. அதில் இரம்மியமோ வித்தியாசமோ இல்லை. எவ்வித மாற்றமும் இல்லாத ஆச்சரியமான தட்டையான ஒலி அது. வரும் பாதையில்

பெரும் தடைக்கற்களோ சிறு கிளைகளோ எதுவும் தடுக்காத இசை அது. வடிவங்களற்ற நிலத்தின்மீது முடிவின்றி ஒலிக்கும் வினோதமான முணுமுணுப்பு. ரீங்காரம். இனியும் இல்லாத பொருட்களின் மௌனஒலி.

இது இரவு நேரம். ஒரு நாய்கூடச் சுற்றித்திரியாத, பறவைகள் எதுவும் இல்லாத நகருக்கு வந்திருக்கிறோம். இந்தப் பிரம்மாண்டமான பேரழிவில் அவை எங்கே தங்கியிருக்க முடியும்?

*

சுனாமியைப் பலவிதமாக நாம் விவரிக்கலாம். நேர்ந்துள்ள பேரிடரை வறட்சியான விஞ்ஞானப்பூர்வ முறையில் ஒரு பகுத்தறிவு தோற்றத்தைத் தந்து விவரிக்க முயலலாம்: நிலநடுக்கத்தின்போது பசிபிக் பகுதியின் மேலடுக்கு ஜப்பான் மேலடுக்கின்கீழ் மூழ்கிவிட்டது. இதன் விளைவாக, 20 மீட்டருக்கு அதிகமாகப் பக்கவாட்டில் நகர்ந்துவிட்டது. இதே நேரத்தில் பூமி 3 மீட்டர் அளவு உயர்ந்துவிட்டது. மேலும் நிலநடுக்க மையப்புள்ளிக்குமேல் தற்காலிகமாக 6 மீட்டர் உயரத்திற்கு நீர்ச்சுவர் ஒன்று உருவாகிவிட்டது. அதாவது கரையிலிருந்து 150 கிலோமீட்டர் தொலைவில் இது நடைபெற்றது. இதன் காரணமாக பெருமளவிலான சக்தி வெளியேற்றப்பட்டு நேராகச் சென்று கரைமீது தாக்கியது.

சில நிமிடங்களுக்குப் பிறகு கடலோரச் சுனாமி கண்காணிப்புக் கோபுரங்கள் அதுவரை எட்டாத அளவுகளைப் பதிவு செய்தன. நியாக்கோ, கமெய்ஷீ ஆகிய இடங்களில் பேரலைகள் ஏற்கனவே 4 மீட்டரை எட்டிவிட்டன. சோமாவில் 7 மீட்டருக்கும்மேல். கடற்பகுதியில் அமைக்கப்பட்டிருந்த சுமார் 170 பேரலை அளவிடும் கருவிகள் விரைவாகவே செயலிழந்துவிட்டன. தொழில்நுட்பப் பணியாளர்கள் தங்கள் கண்ணாடிகளைக் கழட்டுகிறார்கள். மீண்டும் போட்டுக்கொள்கிறார்கள். கண்களைக் கசக்குகிறார்கள். கணினிப் பலகைகளில் தட்டுகிறார்கள். இதுவரை யாரும் அதைப் பாரத்ததில்லை. பேரலை எழும்பி வந்து எல்லாவற்றையும் தூக்கிச் செல்கிறது. நிலநடுக்கம் ஏற்படத் தொடங்கி 10 நிமிடம்கூட ஆகியிருக்காது. மியாக்கோ, இஷினோமாக்கி, அயூக்காவா (Miako, Ishinomaki, Ayukawa) ஆகிய பகுதிகளில் இருந்த கண்காணிப்புக் கருவிகள் இயங்காமல் நின்றுவிட்டன. சுனாமிச் சீற்றத்தை அளவிடவேண்டிய கருவிகளே பேரலைகளால் அடித்துச்

செல்லப்பட்டுவிட்டன. ஒருபோதும் பார்த்திராத பேரழிவு. அழிவு தொடங்கிவிட்டது.

வடக்குக் கோடியிலிருந்த ஒக்காய்டோவிலிருந்து (Hokkaido) தெற்குக் கோடியிலிருந்த ஒக்கினாவா(Okinawa) வரை சுனாமி தாக்கக்கூடும். கணினிகளின் கணிப்புப்படி, ஜப்பானின் வடக்குக் கடலோரப் பகுதிகள் முழுவதுமே அபாயத்தை எதிர்நோக்கி உள்ளன. மார்ச் 12 ஆம் தேதி அதிகாலை 3.20 மணிக்கு இப்பொழுது ஜப்பான் கடலோரப் பகுதிகள் முழுவது மாகச் சுனாமியின் அச்சுறுத்தலுக்கு உள்ளாகி இருப்பதாக வானிலை ஆய்வு மையம் அறிவித்தது. அதாவது ஜப்பான் கடலின், தீவின் மறுபக்கம் உள்ள கடலோரப் பகுதி உள்ளிட்ட 29,751 கிலோமீட்டர் கொண்ட கடற்கரைப்பகுதி. பதைபதைப்பு உச்சத்தில் இருந்தது.

திடீரென மரணமே ஏற்பட்டுவிட்டதைப்போல் இருந்தது.

*

எவ்வளவு உயரம்வரை பேரலை எழும்பியது என்று சொல்வது கடினம். கடலோரப் பகுதியைச் சுற்றிலும் உள்ள பேரலையை அளவிடும் அனைத்துக் கருவிகளும் சேதமடைந் திருந்தன. தாக்குப் பிடித்து நின்ற எஞ்சிய கருவிகளும் தாறுமாறான எண்களைக் காட்டின. மியாக்கோவில் 40 மீட்டருக்கும் அதிகமாகவும் நோடா, தாரோ(Noda, Taro) மாவட்டங்களில் ஏறக்குறைய 38 மீட்டரும் பேரலைகள் எழும்பி உள்ளதாகக் காட்டின. அணுஉலை நிலையங்கள் அமைந்திருந்த ஃபுக்குஷிமாவிலேயே 13 லிருந்து 15 மீட்டர்வரை எழும்பியதாகத் தெரிவித்தன.

எவ்வளவு வேகத்தில் பேரலைகள் வந்தன என்பதைக் கூறுவதும் கடினம். ஏனெனில் சுனாமிப் பேரலையின் சீற்றம் நீரின் ஆழத்தைப் பொருத்து அமையும். மேலும் இங்கு உள்ள கடல் ஆழமாக இருக்கும். உலகின் மிக ஆழமான கடல் களில் இதுவும் ஒன்று. உலகில் உள்ள மிகவும் பள்ளமான பகுதிகளில் சில ஜப்பான் கடற்பரப்பின் அருகில் உள்ளன: குறீல் (Kouriles) தீவுகளில் 6865 மீட்டர். ஜப்பானின் கிழக்கில் 8491 மீட்டர். சுனாமியின் வேகம் ஒரு கிலோமீட்டர் நீருக்கு மணிக்கு 360 கிலோமீட்டர் வேகம் கொண்டதாக இருக்கும் என வல்லுநர்கள் கணக்கிட்டுள்ளனர். இப்பொழுது நீங்களே கணக்கிட்டுக்கொள்ளலாம். பயங்கரமான வேகம்: சுனாமி என்பது எல்லாவற்றுக்கும் மேலாக இந்த வேகம்தான்.

5 கிலோமீட்டர் கடற்கரைப் பகுதிக்கு, மணிக்கு 800 கிலோ மீட்டர் வேகத்தில் பேரலைகள் இருக்கும். அதாவது ஒரு விமானத்தின் வேகம்.

500 மீட்டர் பகுதிக்கு மணிக்கு 250 கிலோமீட்டர் வேகம் செல்லும் ஷிங்கான்ஷென் எனும் அதிவேக ரயிலின் வேகம். பேரலையின் வெள்ளை மகுடம், ஒரு இரயிலின் முகப்பை நினைவூட்டி வேகமாகச் சீறிப்பாயும்.

100 மீட்டர் கடற்கரைப் பகுதியில் மணிக்கு 100 கிலோமீட்டர் வேகத்தில் செல்லும் காரைப்போல் பறக்கும். நிலத்தை நெருங்கும்போது இவ்வேகம் விரைவாகக் குறையும் என்பது உண்மைதான்.

எனினும் கடற்கரையை அடையும்போது சுனாமிப் பேரலைகள் மணிக்கு 40 கிலோமீட்டர் வேகத்தில் எழும்பி வரும். விளையாட்டில் ஆர்வம் உள்ள ஜூன், அதனை 'ஒலிம்பிக் குறுகிய தூர ஓட்டப் பந்தய வீரன் ஒருவனின் வேகம்' என்று விவரித்தாள். அதாவது, எதார்த்த நிலையில், சுனாமிப் பேரலை வரும் காட்சியை நீங்கள் பார்த்துக் கொண்டிருந்தால், ஏற்கனவே இறந்திருக்க அதிக வாய்ப்பு உள்ளது.

யொக்கோஸுக்கா(Yokosuka) அருகில், கனாகாவா(Kanagawa) நிர்வாகப் பகுதியில் சுனாமி குறித்த ஆய்வுகள் செய்யும் ஆர்வமான நிறுவனத்தில் ஒருநாள் முழுவதும் இருந்தேன். கடலோரப் பேரழிவுகள் பற்றிய ஆய்வுகளை மேற்கொள்ளும் ஆசிய பசிபிக் மையம், அலுவலகங்கள் மற்றும் ஆய்வுக்கூடங்கள் மத்தியில் 184 கிலோமீட்டர் நீளமும் 12 மீட்டர் ஆழமும் கொண்ட ஒருவகையான குட்டையை அமைத்திருந்தது. இங்கே இரண்டரை மீட்டர் உயரம் உள்ள சுனாமி அலைகளைச் செயற்கையாக உருவாக்க முடியும். இரண்டரை மீட்டர் என்பது ஒன்றும் இல்லைதான். ஆனால் 55 செ.மீ. உயரமுள்ள சுனாமிப் பேரலைகூட ஒரு மனிதனைக் கீழே தள்ளிவிட முடியும் என்பதைத் தெரிந்துகொள்ள வேண்டும். விழுந்த நபர், எழுந்திருக்க முடியாத அளவிற்கு அப் பேரலையின் வேகம் இருக்கும். அது 1 மீட்டரை எட்டும்போது 5 இல் இருந்து 10 டன் அளவிற்கான அழுத்தம் அந்தப் பேரலைக்குக் கிடைத்துவிடும். ஓர் உலோகத் தட்டினை முறுக்கப் போதுமான ஆற்றல் இது. இரண்டு மீட்டர் அளவு கொண்ட சுனாமிப் பேரலையால் வீடுகளையே அழிக்க முடியும். இந்த வேகத்திலேயே தண்ணீர் பலவற்றைச் செய்துவிடும்: கைகளை உடைக்கும், எலும்புகளை நொறுக்கும், வாய்களைச் சுவர்கள்மீது வைத்து அடைக்கும்.

பிறகு விரைவில் அந்த வாய்கள் சேறினால் உப்பிவிடும். முழங்கைகள் சுவர்களைத் தேய்த்துக் கொண்டிருக்கும். கண்ணிமைகள் சேறின் அதிகப் பாரத்தால் தத்தளித்துக் கொண்டிருக்கும்.

*

சேர்ந்துள்ள குப்பைகளைப்போல் கணக்குகளையும் நம்மால் குவித்துவைக்க முடியும். எதுவும் மீதமில்லாத நிலையில் இன்னும் என்ன எஞ்சி உள்ளது என்பதைக் கணக்கிட முயலும் போது இப்படிச் செய்ய முடியும்.

கொலோரேடோ பல்கலைக்கழக நிலநடுக்கவியல் நிபுணரான ரோஜர் பிலாம் (Roger Bilham) அவர்களின் கணிப்புப் படி, 1.5 கி.மீ. குக் குறைவான தண்ணீருக்கு அடியில் மான் ஹாட்டன்(Manhattan) துறைமுகத்தை மூழ்கடிக்க 67 குய்பிக் கி.மீ தண்ணீரே போதுமானது.

வாகனங்களைச் (கார்கள், படகுகள், விமானங்கள், டிராக்டர்கள், சரக்கு லாரிகள்) சேர்க்காமல் 25 மில்லியன் டன் குப்பைகள் குவிந்திருந்தன. விரைவில் இது 100 மில்லியனை எட்டும். ஏனெனில் குப்பை என்றால் என்ன? உண்மையில் அது என்ன என்று இன்னமும் யாருக்கும் தெரியாது. அதைக் கணக்கிட்டுப் பார்க்க முடியாத அளவு சேதம் அதிகமாக இருந்தது.

மியாகி (Miyagi) நிர்வாகப் பகுதியில் இக்குப்பைகள், 23 ஆண்டுகளாக நகராட்சி சேகரித்த குப்பையின் அளவிற்குச் சமமாக இருந்ததாகக் கணக்கிடப்பட்டது. மற்றப் பகுதிகளில், 16 ஆண்டுகள், இன்னும் சில பகுதிகளில் 18 ஆண்டுகள் சில நிமிடங்களுக்குள் பல ஆண்டுகளின் குப்பைகள்.

கடலுக்கு ஏற்பட்ட மாசு ஒருபுறம். கார்கள், எந்திரப் பாகங்கள், கட்டிடப் பகுதிகள் — இவை எல்லாம் சுனாமியின் தாக்குதலில் இழுத்து வரப்பட்டு அலைகளிலும் கடலின் அடிப்பகுதியிலும் சுழன்று விரைவில் அவை கடல் வழியாக நகர்ந்து செல்லும் மிகப்பெரிய குவியலாக மாறிவிடும். இவை தவிர பல வகையில் எண்ணெய்களும் இரசாயனப் பொருட்களும் வட்டவட்டமாகக் கனடாவையும் அமெரிக்காவையும் நோக்கிச் செல்கின்றன.

இந்த வரிகளை எழுதிக்கொண்டிருக்கும் நேரத்தில் பசிபிக் பெருங்கடலை நோக்கி சுனாமிப் பேரலை தன் பயணத்தைத் தொடர்ந்துகொண்டிருக்கிறது. அடுத்த ஆண்டு இப் பேரலைகள்

அமெரிக்கக் கடலோரப் பகுதிகளில் சென்று மறையும். 13,000 கி.மீ. பயணத்திற்குப் பிறகும் 30 செ.மீ. அளவு உயரும். பெரிய பனிக்கட்டிகளை உடைத்து நொறுக்கக்கூடிய அளவு போதிய ஆற்றல் அந்த அலைகளுக்கு இருக்கும்.

ஃபுக்குஷிமா உணவகம் ஒன்றில் நான் சந்தித்த புவியியலாளர் ஒருவர் தந்த கூடுதல் தகவல்: இப் பகுதியின் வரைபடங்களை மீண்டும் ஒருமுறை சரிபார்க்க வேண்டும். காரணம் இயற்கைக் கூறுகளில் பல இடம் பெயர்ந்துள்ளன (கடலோரப் பகுதிகள், கழிமுகங்கள், குன்றுகள்).

*

ஆனால் இன்னும் கொஞ்சம் தூரம் சென்று இதனுடன் தொடர்புடையவர்களைப் பார்க்க வேண்டும். மக்களைச் சந்திக்க வேண்டும். ஆண்கள், பெண்கள், குழந்தைகள், வியாபாரிகள், மீனவர்கள், கைவினைக்கலைஞர்கள், நிறுவனத் தலைவர்கள், இல்லத்தரசிகள், தீயணைப்பு வீரர்கள், படை வீரர்கள், சுற்றுலாப் பயணிகள், மீட்புப் பணியாளர்கள் எனப் பலரையும் சந்திக்க வேண்டும். அவர்கள் சொல்வதைக் காது கொடுத்துக் கேட்க வேண்டும். பேரிடரிலிருந்து தப்பியவர்கள், தஞ்சம் புகுந்துள்ளவர்கள் ஆகியோர் கூறுவதைக் கவனித்து 'உண்மையில்' என்னதான் நடந்திருக்கும் என்பதைப் புரிந்துகொள்ள முயலவேண்டும். அலையலையாக வரும் சொற்களில் சுவாசங்கள் நிற்பதையும், சில மௌனங்களில் குறிப்பிட்ட லயத்தையும் அவர்களிடத்தில் குடியேறி நிரந்தரமாக அவர்களிடமே தங்கிவிடப்போகும் அந்த பிரம்மாண்டமான பேரலையையும் அப்பொழுது கேட்கலாம்.

முதலில் ஒலி.

ஒலிமூலமாகத்தான் அபாயம் வந்து சேரும். அதற்கு முன்பாக தண்ணீரின் ஆர்ப்பரிப்பு. முதலில் காது மூலமாக, செவிப்பறை மூலமாக நமக்குப் பயம் ஏற்படும். நடுக்கடலில், தொடுவான நீர்மட்ட அளவு உயரும். ஆனால் மழையின் சலசலப்பின் மத்தியில் சத்தம் எழுப்பியபடிப் பேரலை நெருங்கும்.

இந்த சத்தம் எல்லாத் திசைகளிலிருந்தும் வந்து உலகினை மாற்றிவிடும். இடியோசை, சைரன் ஒலியின் திகில், ஒலி பெருக்கிகளின் இரைச்சல், தீயணைப்பு வாகனங்களின் எச்சரிக்கை ஒலி முதலியன தொடர்ந்து அலறிக்கொண்டிருந்தன. அதிக ஒலியில் நரம்புகள் துடிக்க எல்லாவற்றையும் மூழ்கடிக்கக்

கூடிய பெருத்த விசில் சத்தம். அது தண்ணீரின் ஒலிக்குச் சமமானதாக இருக்கும்.

சில நொடிகளுக்குள் பாறைகள் மூடப்பட்டுவிடும். எழும்பி வரும் பேரலை வழியில் தெரியும் எல்லாவற்றையும் விழுங்கிவிடும். சிடார் மரங்களின் உச்சியிலிருந்து பறவைகள் சிறகசைக்கும் ஒலி கேட்கும். காற்றில், ஆயிரக்கணக்கில் பறவைகள் பறக்கும். எந்தத் திசையில் செல்வதென்று தெரியாமல் திகைத்துக்கொண்டிருக்கும். பேரலையின் உறுமலோடு சேர்ந்து இது ஒரு பேரிரைச்சலாக மாறும். பல் தெரிய சிரித்த வயதான பெண்மணி, ‘ஒரு மலையே அசைந்து வருவதுபோல் இருக்கும்‘ என என்னிடம் கூறினார். அடுத்துச் சூறைக்காற்றின் சத்தம். தண்ணீரின் அழுத்தத்தில் கண்ணாடிச் சன்னல்களும் கட்டிட முகப்புகளும் வெடித்துச் சிதறும். இப்பொழுது எல்லாத் திசைகளிலிருந்தும் சத்தம் அதிகரித்து வெள்ளமெனப் பாய்ந்துவரும். கடலின் வாய்கள் செந்நிறமாகும். அவை வந்தடைந்ததும் தங்களுக்குத் தேவையான இரையைக் கேட்கும். விரைவில் இந்தச் சத்தமே வெள்ளமாக, அருவியாக, பிரவாகமாக மாறிவிடும்.

மற்றுமொரு பேரலை. மேலும் ஒன்று.

எங்கும் பெரும் அமளி. நகரின் மையப்பகுதியிலேயே பல வெடிப்புகள், பெரிய பள்ளங்கள்; மனித இனத்தின் வழக்கத்திற்கு மாறாக நேர்ந்துவிட்ட சோகத்தைப் பற்றிய புலம்பல். தண்ணீர் தறிகெட்டு ஓடுகிறது. ஓடுகள் விழுகின்றன. மின்கம்பங்கள் காது கிழியும் சத்தத்துடன் கீழே சாய்கின்றன. மேற்கூரைகள் நொறுங்கி விழுகின்றன. சுவர்கள் விரிசலடைகின்றன. சாட்டைகள்போல் வெடிக்கும் மின்கம்பிகள் கேபிள்களின் கிறீச்சிடும் துண்டுகள், இடிந்து விழுந்த கோபுரங்களின் உலோகப் பட்டைகள்.

சிறு இடைவெளிகளில், நீரலை சுழலாக, சுழற்காற்றாக உருக் கொள்கிறது. தன் சுழற்சியை அதிகரிக்கிறது. கட்டிடங்களை நொறுக்கித் தள்ளுகிறது. கொந்தளித்து பிறகு சுருங்கி இறுகிக் கொள்கிறது. விரைவில் எதிரொலிகளும் நிழல்களும் கொண்ட அடிவாரத்தில் கேட்கும் பெரும் இரைச்சல்தான் மிஞ்சும். அவை ஒட்டுமொத்த விளையாட்டுத் திடலே எழுந்து நிற்பதுபோல் இருக்கும். ஓலமிடும் நிராயுதபாணியான கும்பலின்மீது விழும் மாடங்கள்போல் அவை தோன்றும்.

கடல் மூர்க்கமாகவும் பேரிரைச்சலுடனும் பாயும். மேற்கூரைகள் பிய்த்துக்கொள்ளும். சில உப்பிக்கொள்ளும்.

சில கூரைகள் மேலே கிளப்பிக்கொண்டு பறந்து செல்லும். அங்கிருந்த வீடுகள் நங்கூரங்கள் எழுந்த படகுகள்போல் காட்சியளித்தன. மூன்று, நான்கு எனக் குவியல் குவியலாக ஒன்றின்பின் ஒன்றாக மேற்கூரைகள் உடைந்து விழுந்தன. உத்திரங்கள் எல்லாம் வைக்கோல்போல் பறந்து சென்றன. கார்கள், விளையாட்டுப் பொம்மைகளைப்போல் இழுத்துச் செல்லப்பட்டன. நீரின் வலிமையை நீங்கள் அங்குதான் காண்பீர்கள்.

எல்லா அறைகளுக்குள்ளும் சுனாமி புகுந்துவிடும். சாவி துவாரம்வரை உள்ளே சென்று தடுப்புச் சுவர்களைத் தகர்த்துவிடும். 'தாதாமி' எனும் ஜப்பானியத் தரைகளையும் பெயர்த்துவிடும். சிறு இடைவெளியை எங்குக் கண்டாலும் போதும் சுனாமி விழுங்கிவிடும். சில கட்டிடங்கள் தாக்குப்பிடித்து நிற்கப் போராடும். ஆனால் அவற்றையும் மிஞ்சும் வலிமைகொண்ட பேரலை சுற்றிவளைத்து அவற்றை வீழ்த்தும். தன்னை எதிர்த்து நிற்கும் ஆற்றலைவிட சுனாமி, தன் அழிக்கும் சக்தியை அதிகரித்துக் கொள்ளும். உள்ளே உள்ள மக்கள் கூக்குரலிட பீடங்களிலிருந்து வீடுகள் பெயர்க்கப்பட்டுப் பெரிதாக ஆட்டம் காணும்.

எல்லாவற்றுக்கும் மேலாகப் பேரழிவு ஏற்படும்போது ஒருவித மரபு பின்பற்றப்படுவதை கவனித்துப் பார்க்கலாம். பலமாகக் கட்டப்பட்ட பெரிய, நடுத்தர வர்க்கப் பங்களாக்கள் தாக்குப்பிடித்து நிற்கும். ஆனால், வெகு விரைவிலேயே அவையும் கற்கள், கூழாங்கற்கள், பாலிஸ்டர் பைகள், டியூப்கள், ரப்பர் ரிம்கள் என இவற்றின் அசைவில் சிதைந்துபோகும். பழைய வீடுகள், தங்கள் மக்கள் சூழ இருக்கும் மேட்டுக்குடி மக்களைப்போல் அவற்றின் மலர்கள், தோட்டங்களின் மத்தியில் மெல்ல கீழே சாயும்.

ஒரு வீடு நிலத்திலிருந்து பெயர்த்தெடுக்கப்படும்போது பெரும் சத்தம் எழும். தண்ணீரின் ராட்சதப் பேரிரைச்சல். ஆனால், முதலில் கீறீச்சிட்டுப் பின்னர் உடையும் சத்தம் கற்பனைக்கும் அப்பாற்பட்டது என்று தப்பிப் பிழைத்தவர்களில் பலர் என்னிடம் சொல்லியிருக்கிறார்கள். அதைப் பற்றி விவரிக்கையில், அவர்கள் கண்ட காட்சியின்போது ஏற்பட்ட அச்சம் இன்னமும் அவர்களது கண்களில் தெரியும். யாரோ புலம்புவது போலவும், வீடே பேசத் தொடங்கி கூக்குரலிட்டு அழப்போவது போலவும் இருக்கும்.

மக்கள் எழுப்பும் சத்தமும் உண்டு. பேரலை வருவதைப் பார்த்துவிட்டால் போதும். ஆண்களின் வெறித்தனமான கூச்சல், பெண்களின் ஓலம், சிறுவர்களின் உருகவைக்கும் கதறல் இவை எல்லாம் பயமும் படபடப்பும் கலந்து ஒலிக்கும். 'நாமிகா கா கிட்டா! (Nami ga kita) நாமி காகா கிட்டா!' பேரலை வந்துவிட்டது! பேரலை வந்துவிட்டது. எந்த வாக்கிய மானாலும் இரண்டு முறை சொல்வார்கள். என் கார்! என் கார்! கியோடாய் டா! கியோடாய் டா! (Kyodai da) அது மிகவும் பெரியது! மிகவும் பெரியது! பேரலை வந்துவிட்டதும் சொற்களை விழுங்கிவிடும் பெரிய முணுமுணுப்பு. அலைகளின் ஓட்டத்திற்கும் சீற்றத்திற்கும் நேர்மாறாக அது இருக்கும். மொழியே பேரலையால் தாக்கப்பட்டு உலகின் கொந்தளிப்பில் பேச்சு அடித்துச் செல்லப்பட்டுவிட்டதைப்போல் இருந்தது.

என்னிடம் பேசிக்கொண்டிருக்கும்போதும், மக்கள் தங்களை அறியாமல் இந்தப் பயங்கரத்தின் பதைபதைப்பிற்கு ஆளாகிறார்கள். பேரலையின் நினைவு வந்து பேச்சில் தடுமாறுகிறார்கள். அதாவது அப் பேரலை இன்னமும் அவர்களைத் தொடர்கிறது. அவர்களது வாய், எச்சில், நாக்கின் அசைவு, பற்களின் நடுக்கம் என எல்லாவற்றிலும் அதன் தொடர்ச்சியை உணரமுடிகிறது. சுனாமியால் தாக்கப் பட்ட சம்பவத்தை, அதிலிருந்து மயிரிழையில் தப்பித்த திறமை யான பல்கலைக்கழகப் பேராசிரியர் ஒருவர் என்னிடம் விவரித்தபோது, ஒரு குழந்தையைப்போல் தடுமாறினார். மூச்சு இரைக்க, ஆச்சரியத்தில் வாய்ப்பிளக்கப் பேசினார். கொஞ்சம் கற்பனை செய்து பாருங்கள். ஒரே நேரத்தில் கடலோரப் பகுதி முழுவதும் பல்லாயிரக் கணக்கான கண்கள் பிதுங்கி வாய்கள் பிளந்து கடலோரப் பகுதி எங்கும் பீதியில் அலறும் குரல்தான் கேட்டது. பேரலையால் வாயடைத்த ஆச்சரியம். எரிச்சலை உண்டாக்கித் தொடர்ந்து ஒலிக்கும் அதன் ஒற்றைக் குரல். அதன்பின் அலைகள் வந்த பீதியில் குரல்கள் கம்மிப்போய் காற்றுதான் வந்தது. வார்த்தைகள் குழறியபடி வந்து விழுந்தன. பேரலைகளின் தாக்குதலுக்கு உள்ளாகிச் சொற்கள் சிதறி ஒலித்தன. மெய் எழுத்துகள் உடைந்தன. உயிரெழுத்துக்கள் உளறின. விரைவில் முணுமுணுக்கவும் உளறவும் அல்லது கதறவும் மட்டுமே முடிந்தது. மெல்லிய பெருமூச்சுகள் மரண ஓலங்களாக மாறின. இந்த அமளியில் அகப்பட்டுப் பேச்சு முழுவதுமே கரைந்துபோய்விடும்.

*

அதிரவைக்கும் படத்தொகுப்பும், சில குறும்படங்களின் காட்சிகளும் நம்மை ஒருகணம் மலைக்கவைத்து ஒருவிதப் பீதியையும் ஆச்சரியத்தையும் நம்மிடம் உண்டாக்க முடியும். ஆனால் முழு உண்மையையும் அவை வெளிப்படுத்துவதில்லை. கறுப்புப் பேரலையின் கடும் எழுச்சி, அதன் வித்தியாசமான நிறம், கவலை கொள்ளவைக்கும் அதன் பொறுமையான வருகை, வியக்கவைக்கும் அதன் வேகம் எனப் பல விஷயங்கள்.

பேரலை வரும்போது ஓடித் தப்பிக்கவேண்டிய அவசியம் இல்லை என நினைத்துச் சிலர் அசையாமல் அங்கேயே நின்றுவிடுவார்கள். ஒலி பெருக்கிகளில் விடுக்கப்படும் எச்சரிக்கைகளைப் பொருட்படுத்தாமல், நிலநடுக்கப் பாதிப்பால் கலைந்துபோயிருக்கும் வீட்டை ஒழுங்குபடுத்துவதிலும் சுத்தம் செய்வதிலும் ஈடுபட்டிருப்பார்கள். இவர்களைப் பொருத்தவரையில் நிலநடுக்கம் என்பது ஒன்றும் இல்லை அல்லது பெரிதாக ஒன்றும் இல்லை, இந்த நேரத்தில் இவர்களை எதிர்நோக்கி உள்ள பெரும் சேதத்தை உருவாக்கக்கூடியது அது என்பதை எல்லாம் ஒரு கணம்கூட நினைத்துப் பார்க்க மாட்டார்கள். மேலும் சிலர், 'அது எல்லாம் ஒன்றும் தூரம் வராது' என்று நினைப்பார்கள்.

சிலர் கடைகளில் நின்றவாறு உடைந்த கண்ணாடித் துண்டுகளைக் கூட்டிக்கொண்டு இருந்தனர். வேறு சிலர் கார்களில் உட்கார்ந்தபடி முதலில் எழும்பி வந்த பேரலைகளைப் பார்த்துக்கொண்டிருந்தனர். ஒரு முதியவர் அதற்குள்ளாக மேற்கூரையைச் சரிபார்க்கத் தொடங்கிவிட்டார். ஒரு பெண் தன் குழந்தையைச் சமாதானம் செய்ய வெளியே அழைத்துச் சென்றார். பலரால் நம்பமுடியவில்லை அல்லது அவர்கள் நம்ப விரும்பவில்லை. உண்மையிலேயே அப்படி நடக்குமா? ஓடித் தப்பிக்கவேண்டும் என்று நினைத்தவர்களிடமும் ஒருவிதத் தயக்கம் இருந்தது. எல்லோரிடமும் ஒரே மாதிரியான கேள்விதான்: என் மனைவி எங்கே? என் கணவர் எங்கே? என் சகோதரன்? என் மகன்? அந்த நேரத்தில் பல்லாயிரக் கணக்கானவர்கள் இப்படிக் கேள்விகளை எழுப்பிக்கொண்டு இருந்தனர். அதன் பின்னர், 'நான் அவருக்காகக் காத்திருக்கவா? நான் அவரைத் தேடிப் போகவா?' அன்றையப் பெரும் சோகத்தில் இப்படிப் பலநூறு சிறு துயரச் சம்பவங்கள்.

'நான் இங்கேயே இருப்பதா? இங்கிருந்து ஓடித் தப்பிப்பதால் பயனுண்டா?' இப்படி எதாவது ஒரு கேள்வி மனதில் எழும்போதே பலர் இறந்துவிடுவார்கள். இக்கேள்விக்குப் பதில் தேடுவதற்கு உரிய காலத்தைப் பேரலை தருவதில்லை.

இத்தனைக்கும், அவர்களிடம் பலமுறை, 'உயரமான இடங்களில் ஏறிக் கொள்வதுதான் அவசரமாகச் செய்ய வேண்டிய காரியம்' என்று சொல்லப்பட்டுள்ளது. மலை, மேற்கூரை, கட்டிடத்தின் கடைசி மாடி இப்படி ஏதாவது ஓர் இடம். நகராட்சி ஊழியர்கள், தங்கள் உயிரைப் பணயம் வைத்து மீண்டும் ஒலிபெருக்கியில் இந்த எச்சரிக்கைகளைப் பலமுறை அறிவித்த வண்ணம் இருந்தார்கள். இன்னும் வெள்ளம் சூழாத பகுதிகளில், சிவப்புத் தீயணைப்பு வாகனங்கள் அலைந்தபடியே இருந்தன. மக்களைப் பாதுகாப்பான இடங்களில் ஏறிக் கொள்ளுமாறு அவை அறிவித்துக்கொண்டிருந்தன.

ஆனால், எல்லாம் விரைவில் நடந்துவிட்டது. கமேஷியில் (Kamaishi) நிலநடுக்கம் ஏற்பட்டு அரைமணிநேரம் கழிவதற்குள் நகரம் முழுவதுமே நீருக்குள் மூழ்கிவிட்டது. கெஸெனுமாவில் சைரன் ஒலிகளும் ராட்சச ஒலிபெருக்கிகளும் மீண்டும் மீண்டும் அறிவிப்புகளைக் கத்தினாலும் பயனில்லை. அதற்குள் காலம் கடந்துவிட்டது. எங்கும் தண்ணீர். அந்த இடத்தைவிட்டுப் புறப்படாதவர்கள் ஏற்கனவே இறந்திருக்க வேண்டும் அல்லது இன்னும் சில நொடிகளில் இறந்துவிடுவார்கள். அவர்களில் பெரும்பாலானோர் மூழ்கும்போது ஏற்படும் கொடும் வேதனையை அனுபவித்தனர்.

அந்த நேர்த்தில் பயம் அதிகமாகி அமளியில்கூடப் போய் முடியும். தண்ணீர் முழுவீச்சில் மூர்க்கமாகப் பாயும். நீரலைகள் ஒன்றின்மேல் ஒன்றாக ஏறும், விலகிக்கொள்ளும், பின் விலகிச் செல்லும், மீண்டும் தோன்றும், சிதறும், பின்னர் நகரமெங்கும் பாய்ந்தோடும். நிறங்கள் மாறும். கருமை அடர்த்தியாகும். சேவல் கொண்டை போன்ற நுரை முடியுடன் அழகாக எழும். அந்த வலிமையான பேரலை மனிதர் வாழும் நிலத்திற்குள் நுழையும்போது குறிப்பிடத்தக்க கறுப்பு நிறச் சேற்றிலான ஒரு பேய் போன்ற வடிவம் பெற்றுவிடும். அதன் விளிம்பில் மிகவும் அடர்த்தியாகவும் வெண்மையாகவும் காட்சியளிக்கும் அந்தப் பேயின் உடம்பில் நூற்றுக்கணக்கான வெண்புள்ளிகள் தெரியும். அவை கார்கள், டிராக்டர்கள், கிடங்குகள், தூண்கள்.

ஒரு தீயணைப்பு வீரரை 30 மீட்டர் தூரம்வரை தூக்கிய அலை, இரண்டாவது மாடியில் அவரை உமிழ்ந்து உடைந்த ஜன்னல் வழியாக வெளியேற்றியது. சிலரை மேலேபோகும்போது 500 மீட்டருக்கும், திரும்பி வரும்போது 2 கிமீ.க்கும் இழுத்தது. இவை யாவும் உலோகத் தகடுகள் வளைகிற சட்டங்கள் நொறுங்குகிற மரம் விரிசல் விடுகிற உலோகங்கள் கிழிகிற பல்வேறு சத்தங்களின்

பேரிரைச்சலுக்கு மத்தியில் நடக்கும். இப்படி அடித்துச் செல்லப்படுபவர்கள் ஏதாவது ஒரு பலகை மிதந்து வந்தால் அதைத் தெப்பமாகப் பயன்படுத்திக்கொள்வார்கள். 5 மீட்டர் தூரத்தில் சிலர் படுகாயங்களோடு கிடைப்பார்கள். ஆனால் உயிரோடு இருப்பார்கள். மற்றவர்கள் இறந்திருப்பார்கள். கடலில் காணாமல் போயிருப்பார்கள் அல்லது சிதைவுகளாக நிரந்தரமாகப் புதைந்துபோயிருப்பார்கள்.

அந்தப் பேய் தொடர்ந்து முன்னேறும். ஒவ்வொரு கணமும் பெரிதாகும். அது ஒரு தீய சக்தியுடைய கறுப்பு நிற நீர்ப் பேய். மென்று, சக்கையாக்கி, விழுங்கி, செரித்து வெளியேற்றும் அப்பேய் என்றும் ஓய்வதும் இல்லை, பின்வாங்குவதும் இல்லை. நகரினைப் பேரலைகள் மூழ்கடிக்கும்போது ஒரே புகலிடம் இரண்டு சொற்களில்தான் அமைந்துள்ளது: சீக்கிரம் கிளம்பவேண்டும், உயரத்தில் ஏறவேண்டும். வயதானவர்கள் கைப்பிடிச் சுவரைப் பிடித்து ஏறுவார்கள். குழந்தைகள் தாயின் தொடையைப் பிடித்து ஏறுவார்கள். மாடி, மேற்கூரை, மலை இப்படி உயரத்தில் இருக்கும் அனைத்திற்கும் மதிப்பு ஏறிவிடும்.

சோமாவில்(Soma) யோஷிட்சு மியாஸாக்கி, (Yoshitsu Miyazaki) காரின் மேற்கூரையின்மீது ஏறிக்கொண்டார். அவரைச் சுற்றி இருப்பவர்கள் ஓடுகிறார்கள், விழுந்தடித்துக்கொண்டு பாய்கிறார்கள், நீந்துகிறார்கள், தத்தளிக்கிறார்கள். இப்படி நகரமே இங்கும் அங்கும் நகர்ந்துகொண்டிருக்கிறது. கொஞ்சம் நேரம் கார்மீது நின்றிருந்தவர் பிறகு ஒரு மின்கம்பத்தைப் பிடித்துக்கொண்டார். அதில் ஏறி ஒரு பால்கனியை அடைந்து அங்கிருந்து மேற்கூரைக்குப் போனார். வேகமாகத் தாவிக் குதித்து உடம்பை வளைத்துத் தப்பிக்கும் குரங்கின் உத்திகள்.

ஆற்றின் கரையில் அடைக்கலம் புகுந்து நிற்பவர்களிடம் பெருமூச்சு கலந்த புன்னகை தெரிந்தது. ஆனால் ஒரு மூதாட்டி அவர்களை அவசரமாக எச்சரித்தார். ஆற்றங்கரை சுனாமிக்குப் பாதுகாப்பான இடம் இல்லை என்றார். உயரமான இடம். எப்பொழுதும் அதிக உயரமான இடமாக இருக்க வேண்டும். ஒரு மீட்டர், ஏன் அரை மீட்டர்கூட உங்கள் உயிரைக் காப்பாற்ற உதவக்கூடும்.

சுனாமி ஒரு ஜெல்லி மீனைப் போன்றது. அதைப் பார்க்கத் திரும்பலாம் என்று துணிபவர்களை நிரந்தரமாகத் திரவமாக்கி விடும். கமாய்ஷியில் இரண்டு பேர் அணைத்த கோலத்தில்

கிடந்தனர். கமாய்ஷிப் பகுதியின் காதல் ஜோடிகள் இறுதிவரை அவர்கள் ஒருவரை ஒருவர் பிரியவில்லை.

பல இடங்களில் மக்கள் அசையவில்லை. சில நேரங்களில் அருகில் வசிப்பவர்கள் என்ன செய்கிறார்கள் பார்க்கலாம் என்று காத்திருந்தார்கள். ஏதாவது நகைப்புக்குரியதாகிவிடுமோ என்ற பயம் அல்லது காத்திருக்கும் அபாயம், வெறுமனே புரியாமல் போவதும் உண்டு. முதல் பேரலை வரும் என்று சிலர் காத்திருப்பார்கள். இன்னும் சிலர் நிலநடுக்கத்தின் முதல் அதிர்வு உண்டாகி முடிந்ததும் பணியைவிட்டு வெளியேறிக் கரையோரம் இருக்கும் தங்கள் வீட்டில் ஏதாவது பாதிப்பு ஏற்பட்டுள்ளதா என்று பார்ப்பார்கள். அவர்களது இந்த அனிச்சையான நடவடிக்கை புரிந்துகொள்ளக்கூடியதுதான். ஆனால் இதனாலேயே பலர் பலியாகியிருக்கிறார்கள். மேலும் சிலர் இருக்கிறார்கள். அவர்கள் அதிகாரப் பூர்வமான அறிவிப்புகளுக்குச் செவி சாய்த்து நடந்து சென்று உயரமான புகலிடங்களாகப் பார்த்து ஏறாமல் கார்களை எடுத்துக்கொண்டு போனார்கள். பாதிவழியிலேயே அவர்களை நீர் சூழ்ந்துகொண்டு விட்டது. உடனே முழு வேகத்தில் திரும்பினார்கள். எங்கும் பரவியிருந்த தண்ணீரின் இராட்சதக் கைகளைத் தவிர்க்க, பலமுறை திசைகளை மாற்றிப் பார்த்தார்கள். காருக்குள் மாட்டிக்கொண்ட நபருக்கு அதுதான் இறுதி (எல்லாம் முடிந்தது). சில நிமிடங்களிலேயே பயத்திலோ அல்லது மாரடைப்பிலோ இறந்து போவார்.

வேகமாக நகரமுடியாதவர்களான முதியவர்களுக்கும் குழந்தைகளுக்கும்தான் மிகவும் கடினம். குறிப்பாக முதியவர்கள். சுனாமிக்குப் பலியானவர்கள் பாதிப்பேர் 65 வயதிற்கு மேற்பட்டவர்களாவார்கள். ஏறக்குறைய அத்தனை பேருமே நீரில் மூழ்கி இறந்து போனார்கள். காரணம், வயதானவர்களுக்கு வேகமாக நகரமுடியாத பிரச்சனை ஒருபுறம் இருக்க, காது கேட்கும் பிரச்சனைவேறு. எச்சரிக்கை அறிவிப்புகள் அவர்கள் காதில் விழாது. அதேபோல் படுக்கையில் விழுந்துகிடக்கும் முதியவர்கள், நோயாளிகள் குளிரால் பாதிக்கப்பட்டு அல்லது மூளையில் ஏற்பட்ட தாக்குதலின் காரணமாக படுத்தபடி இருக்கவேண்டிய கட்டாயத்தில் உள்ளவர்கள், ஊனமுற்ற நோயாளிகள், குழந்தைகள். இத்தகையவர்கள் தாங்கள் இருக்கும் கட்டிலோடு, சக்கர நாற்காலியோடு மூழ்கிப்போவார்கள். சரியாகச் சொன்னால், கட்டிலோடு பிணைக்கப்பட்டு வெகு தூரத்திற்கு அவர்கள் அடித்துச் செல்லப்படுவார்கள்.

மற்றவர்கள் எப்படியோ தப்பி ஓடித் தங்கள் புகலிடங்களில் ஏறி இருப்பார்கள். சுனாமி அவர்களைத் தேடி அங்கு வரும். சில இடங்களில் அப்பேரலை 6 கிலோ மீட்டர் ஆழம்வரைகூட நிலத்திற்குள் ஊடுருவி உள்ளது. அவர்களது உடல்கள் உப்பியும், சிதைந்தும் 20 கிலோ மீட்டர் தூரத்தில் கடலில் கிடக்கும். இப்பகுதி முழுவதும் பாதுகாப்பான புகலிடங்கள் என இனங்காணப்பட்ட 100 இடங்களுக்குமேல் தாக்குதலுக்கு உள்ளாகி அவற்றில் சிலர் முற்றிலுமாக விழுங்கப்பட்டனர். எந்த இடத்தில் உயிர் தப்பலாம் என்று நினைத்துத் தஞ்சம் புகுந்தார்களோ அங்கேயே இப்படி நூற்றுக்கணக்கானவர்கள் மாண்டு போனார்கள்.

*

கடைசியாக, நகரில் திறந்திருந்த ஒரு சிறிய உணவகத்தில் நாங்கள் இருந்தோம். நிலநடுக்கம் ஏற்பட்டது முதல் மக்கள் எல்லோருக்கும் ஜப்பானிய அல்லது வெளிநாட்டுப் பத்திரிக்கையாளர்களின் பழக்கம் வந்துவிட்டது. எப்போதும் எதைப்பற்றியாவது சொல்லவேண்டும் என்று விரும்பினார்கள். மேலும், நாங்கள் இரண்டுபேர் இருந்தோம். ஒரே மொழியைப் பேசுபவர்கள். எதையும் கலக்காமல் குடிப்பவர்கள். மொழிபெயர்ப்பெனும் தடையேதும் இல்லை. இன்னமும் எங்களைச் சுற்றி சுனாமி வலம்வந்துகொண்டே இருக்கிறது. பேச்சு வெள்ளமென வழிந்தோடியது.

என்னிடம் அவர்கள் அதைப் பற்றி விவரிக்கிறார்கள். தொடர்ந்து விவரித்துக்கொண்டே இருக்கிறார்கள். சில சமயங்களில் கண்களில் நீர் கசிய, கைகளில் நடுக்கத்துடன் பேசுகிறார்கள். நான் அவர்களைக் கவனித்தாக வேண்டும். நான் மனம் தளரக் கூடாது. அவர்கள் மனம் சோர்வதில்லை. அவர்கள் பேச்சின் இறுதிவரை செல்வார்கள். சம்பவம் நடந்த குழப்பத்தினூடேயே அதன் பயங்கரத்தை அப்படியே என்னிடம் விவரிப்பார்கள். அவர்கள் எல்லாவற்றையும் என்னிடம் சொல்கிறார்கள்.

சுனாமியில் எல்லாத் திசைகாட்டிகளும் வலுவிழந்து கோரமாக விழுந்து போகும். சில திசைகாட்டிகள் பொறுமையாக இருக்க முயலும். அலைக்கழிக்கப்படும் குழப்பத்தில் மேல் எது? கீழ் எது? என்று கண்டுபிடிக்க அந்தக் காற்றழுத்தமானி சூரியனைத் தேடும். கீழே தண்ணீர், சேறு. மேலே காற்று, மேற்பரப்பு, வாழ்க்கை.

மினாமி சான்றிகுப் (Minami-Sanriku) பகுதியில் நாற்புறமும் நீரால் சூழப்பட்ட சுவரின்மேல் நின்று ஒருவர் போராடிக் கொண்டிருந்தார். பயத்தில் கூச்சல் போட்டார். விரைவிலேயே வெள்ளைநிற அடிப்பகுதியில் ஒரு பழுப்புப் புள்ளியாய் மாறிப்போனார். ஜன்னல் அருகில் இருந்த பிரம்புத் தொட்டிலில் குழந்தை ஒன்று மூச்சுத் திணறி, சில நொடிகளில் தன் தந்தையின் கண்ணெதிரிலேயெ இறந்துபோனது. அந்த அமளிக்கிடையில் ஒரு பெண் தன் கைபேசியை எப்படியோ வெளியில் எடுத்துவிட்டார். ஏற்கனவே வாய் நிறைய நீருடன் இருந்த அவள், தன் மகனைத் தொடர்பு கொண்டார். வலிமையான, உயரமான இளைஞன் ஒருவன் ஏதோ ஒரு பந்தைப் போல் சுவற்றிலிருந்து தரைக்கும், பின் தரையிலிருந்து தளத்திற்கும் பந்தாடப்பட்டான். உண்மையில், ஏற்கனவே அவன் ஒரு மனித இடிபாடாக மாறியிருந்தான். மற்றொருவன் தன் ஸ்வெட்டர் பையில் உருவான காற்றினால் பேரலைகளின் மேற்பரப்பில் மிதந்து தப்ப உதவியது. ஒரு மிதவை ஆடையைப் போல் என்று கூறலாம். அவனது மற்றொரு பையின் காற்று, மேற்கூரைக்கும் தளத்திற்கும் இடையே பல மணிநேரம் மூச்சுவிட உதவியது. ரெட்டை அற்புதங்கள். சிலர் மரத்தூண்களைப் பிடித்துக்கொண்டனர். வீடுகளிலிருந்து பெயர்ந்து வந்த பெரிய கட்டைகளைப் பிடித்துக்கொண்டனர். மேலும் சிலர், எந்தப் பக்கமாக மிதந்து வந்த மரத்தையோ லாரியின் கேபினையோ பிடித்துக்கொண்டனர். இப்படித் தற்செயலாகச் சிலர் உயிர்தப்பினர்.

இப்படிப்பட்ட குழப்பத்தில், எல்லோருமே அவர்கள் உடம்பிற்கு மெதுவாக நேர்ந்த அவஸ்தையை, அவர்கள் இட்ட கூச்சலைப் பற்றிச் சொல்வார்கள். நீரின் சப்தம், கண்களில் உப்பு. வாய்க்குள் போகும் அல்லது பற்களைப் பதம் பார்க்கும் கிளிஞ்சல்கள். சேற்றினாலான கயிற்றால் கழுத்தை இறுக்கிவிடும் நீர் முடிச்சுகள். கண்கள் குருடாக்குதல். சுவாசம் மறுக்கப்பட்டு, மூச்சுத் திணறல், கம்மிய குரலில் விக்கல், நுரையீரல் அமுக்கப்படுதல், சேறினை விழுங்குதல், மேலே அவ்வளவு நீலமாக இருக்கும் வானம் மறைந்து, தப்பிப்போகும். இறப்பதற்குமுன் எங்கேயோ தூரத்தில் ஒரு காகம் கரையும் ஒலியோ, குரங்கு எழுப்பும் சத்தமோ அவர்கள் காதில் விழும்.

இது போன்ற சூழ்நிலையில் வழக்கமாக நடைபெறும் சாகசச் செயல்களைப் பற்றியும், கோழைத்தனமான நடவடிக்கைகளைப்

பற்றியும் அவர்கள் கூறுவார்கள். சிலர் அருகில் வசிக்கும் பெண்மணியையோ குழந்தையையோ தோள்மீது வைத்து அழைத்துச் சென்றிருக்கிறார்கள். இன்னும் சிலர் மற்றவர்களைப் பற்றிக் கவலைப்படாமல் ஓடிப்போய் இருக்கிறார்கள்.

அழுத்தப்பட்டுத் தாக்கப்பட்ட, அலைக்கழிக்கப்பட்ட உடல்களுடன் அவர்கள் என்னிடம் விவரிப்பார்கள். கூச்சல்கள் ஒன்றின்மேல் ஒன்று எனக் கலந்திருக்கும். பேரலைகள் போலவே அவை இருபுறங்களிலிருந்தும் வரும். முடிவற்ற அவஸ்தைகளுடன் முனகும் இக்கூப்பாடுகள் சங்கமித்துப் பரவும். நம்மைச் சுற்றி எங்குத் திரும்பினாலும் இறந்து கொண்டு இருப்பவர்களின் மரண ஓலம்தான் கேட்கும். திடீரென ஏதோ ஒரு கடினமான பொருளில் இடித்துக்கொள்வோம். அது ஒரு சுவர், தூண் அல்லது மற்றும் ஒரு மனித உடல் — உயிர் உள்ளதோ உயிர் அற்றதோ — இப்படி எதுவாகவும் இருக்கலாம். சொல்ல முடியாது. வளைந்த கைகள், கால்கள், தோள்கள், பொருட்களை இறுக்கப் பிடித்த கைகள், இவற்றிற்கு மத்தியில் பீதியிலிருக்கும் கண்களுடன் மஞ்சள் நிற முகங்கள் உங்கள் கண் எதிரே வரும். குறிப்பாக நீரை மட்டும் விழுங்கி விடக் கூடாது. ஆனால், என்ன முயற்சி செய்தாலும் எப்படியும் விழுங்கி விடுவோம். அது மூக்குத் துவாரங்களில் பாதித்து உடலெங்கும் ஊடுருவி விடும். அத்துடன் அதிக அளவில் சேறு, முடி, பூச்சிகள் எனப் பலபொருட்களையும் விழுங்கிவிடுவோம். வாந்தி வரும். மூச்சு அடைக்கும். தப்பிப் பிழைத்தவர்களில் சிலர் பதற்றத்தோடு என்னிடம் பகிர்ந்துகொண்ட ஒரு செய்தி: அதன் பிறகு மூன்று அல்லது நான்கு நாட்களுக்குக்கூட அவர்களது சிறுநீர் கருப்பாக இருக்குமாம்.

பெரும்பாலானோர் மூச்சு விடுவதற்குத் திணறி நிலை குலைந்தனர். ஓரடிகூட எடுத்து வைக்க முடியாது. தட்டுத் தடுமாறி எழுந்து பின் விழுந்து பிறகு மீண்டும் எழுந்து எனத் தள்ளாடுவார்கள். வேறு சிலர் எழுந்திருக்கவே மாட்டார்கள். அவர்கள் நிதானமாக கிட்டத்தட்ட மெதுவாக வலியின்றி நீரினால் மூழ்கடிக்கப்படுவார்கள். திரும்பி அவர்கள் பின்னால் இருப்பதைப் பார்ப்பார்கள். அவர்களுக்குத் தெரிவதெல்லாம் பெரும் சமுத்திரம்தான். அது ஒரு மென் மரணம். செயலிழப்பின்மூலம் மரணம். நினைத்துப் பார்க்க முடியாத நிதானத்தில் மரணம் வரும்.

உயரமான இடங்களுக்கு (மேற்கூரை, அருகிலுள்ள ஒரு குன்று) தப்பித்துச் செல்ல முடிந்தவர்களைச் சத்தம், நீராவி,

புகை ஆகியவை சூழ்ந்துகொள்ளும். வானம்கூடப் புழுதியில் கரைந்துபோகும். சேற்றாலான இந்தப் பேரலையிலிருந்து தானும் தப்பிக்க விரும்புவதைப் போல் சத்தங்கள் மேலெழும்பும். கொஞ்சம் கொஞ்சமாக நிறங்கள் பறந்து செல்லும். கரும்புகைத் திட்டுக்களாக வானில் குடியேறும். சுனாமி என்பது மெதுவாக வரும் ஒரு கருப்புப் படச்சுருள் போன்றது. வெல்வெட் போல மங்கலாகவும் வழவழப்பாகவும் இருக்கும் திரைச்சீலை. ஆனால், கொள்ளை நோயைப் போல் கொடியது. ஒரு பூச்சாடி போல் எங்கும் வழுக்கிச் செல்லும். மின் விளக்குகளோ வேறு வெளிச்சங்களோ இல்லாத இந்த இருள் வெளியில் அனைத்தும் அலைக்கழிக்கப்பட்டு, இழுத்துச் செல்லப்பட்டுத் துண்டாடப்பட்டன. எங்கும் நாற்றங்களும் அசைவுகளும் மட்டுமே இருந்தன. இது ஒரு மோசமான சேதம்.

இந்த அச்சில் மாட்டிக்கொண்ட எந்தப் பொருளுக்கும், உயிரினத்திற்கும் இப்போது ஒரு கல்லின் எடைதான் இருந்தது. உதவி வேண்டி மக்கள் கூக்குரலிட்டார்கள். அலைகளுக்கிடையே கைகள் தோன்றுவதும் மறைவதுமாக இருந்தன. ஒரு பெண், கறுப்புக் கைகளுடைய வயதான பெண்மணி. அலைகளுக்குமேல் நீந்திய தலை, பிறகு தாக்குப் பிடிக்க முடியாமல் அடிபணிந்தது. அவரது கை ஒரு கழியை ஆட்டிவிட்டு மறைந்தது.

அங்கே வசித்த ஒருவருடைய கூப்பாடு கேட்டது: “ஆ, ஒவ்வாரிதா, நானினோ காமோ (Ah,owari da, nani mo kama…) எல்லாம் முடிந்தது.”

இறந்தவர்களுக்கான தனிமையில் சேர்ந்துகொள்ள அவர் புறப்பட்டு விட்டார்.

*

இருபதாயிரத்திற்கும் அதிகமானவர்கள் இறந்துவிட்டதாக அல்லது காணாமல் போய்விட்டதாக அறிவிக்கப்பட்டது.

ஒட்சுஷி பகுதியில் ஏறக்குறைய பாதிப்பேர் காணாமல் போய்விட்டார்கள்.

நட்டோரியில் 820 உடல்கள் சிதறிக்கிடந்தன. அவற்றில் சில மரக்கிளைகளின் உச்சியில் மாட்டிக்கொண்டிருந்தன.

95,000 கட்டிடங்கள் வெள்ளத்தால் அல்லது அதைத் தொடர்ந்து ஏற்பட்ட தீயினால் சேதமடைந்தன. 10க்கும் மேற்பட்ட குக்கிராமங்களையும், பெரிய கிராமங்களையும்,

16 பெரிய நகரங்களையும் சுனாமி அடித்துச் சென்றுவிட்டது. மினாமி சான்றிகூ போன்ற நகரங்கள் முற்றிலுமாகக் காணாமல் போய்விட்டன என்றே சொல்லலாம். அதுதான் மிகவும் பாதிப்பிற்குள்ளான நகரமாகும். அங்கு எதுவுமே இல்லை. நகரம் முழுவதும் நகர்ந்துவிட்டது. பேரலையால் அலைக்கழிக்கப்பட்டு இருட்டில் வீழ்ந்த அந்நகரம் பிறகு முழுவதுமாக அழிக்கப்பட்டது. ஆயிரக்கணக்கில் வீடுகள் நீரினால் மூழ்கடிக்கப்பட்டன. இந்த இடத்தில் நூற்றுக்கணக்கான பெரிய கட்டிடங்கள் இருந்தன. இப்பொழுது ஒன்றுகூட மிஞ்சவில்லை.

*

தொஹோக்குக் கடலோரப் பகுதியில் பல சுனாமிப் பேரலைகள் ஏற்பட்டன. பல சுழல்களைக் கொண்ட ஒரு சுனாமி ஏற்பட்டது என்றும் சொல்லலாம். எல்லா சுனாமிப் பேரலையும் ஒன்றுபோல் இருக்காது. சில நேரங்களில் விவரிக்கச் சோம்பலடைந்து, அது ஒரு தண்ணீராலான சுவர் என்று சொல்லிவிடுவதுண்டு. ஆனால், அப்படி இல்லை. பல கூர்முனைகளைக் கொண்ட ஒரு வாள் போல் சாரல் மேகத்தினாலான ஒளி வட்டத்தோடு முன்னேறும்.

முதல் பேரலை 20 முதல் 30 செ.மீ. வரை இருக்கும் என்றால் அது மிகையாகாது. கிட்டத்தட்ட போர் போலத்தான். முதலில் மின்னல்கள் வரும். ஆனால், சுனாமி தன் வேகத்தைக் குறைக்கும்போதுகூடக் கரையை நெருங்க நெருங்க அதிக சக்தி பெரும். சுனாமி ஆர்ப்பரிக்கும்போது, முன்னே செல்லும் பேரலைகளின் சக்தியை பின்னால் வரும் பேரலைகள் அதிகரிக்கும். எனவேதான் ஒரே நேரத்தில் வரும் சக்தியும் பொறுமையும் உணரப்படும். கரையைத் தொடும்போது அலையின் ஆற்றல் இரட்டிப்பாகும் அல்லது மும்மடங்காகும்.

பல இடங்களில் (ஷிபாக்கேன், அசாஹி—ஷி) (Chiba-ken,Asahi-shi) மூன்றாவது பேரலைதான் அதிக நாசத்தை உண்டாக்கியது. முதல் இரண்டு பேரலைகள் வந்து போனதும், பேரலைகளின் ஆபத்து நீங்கியது என்று மக்கள் நினைத்துவிட்டனர். எனவே, சிலர் கடலின்முன் கூடிநின்று வேடிக்கை பார்த்தனர். தங்கள் அதிர்ஷ்டத்தின்மீது சந்தேகமில்லாத சுற்றுலாப் பயணிகள் தாங்கள் பார்க்கப் போகும் கடைசிக் காட்சி இதுதான் எனத் தெரியாமல் மாட்டிக் கொண்டனர். அவர்கள் எல்லோருமே கடலால் விழுங்கப்பட்டனர்.

சில பிணங்களின் உடலில் 7 டீசர்ட்டுகள்கூடக் காணப்பட்டன. காரணம், சாதாரணமானது மட்டுமல்ல, பயங்கரமானதும்கூட. நாள் ஒன்றுக்கு ஒரு டீசர்ட் என்ற கணக்கு. இரண்டுப் பேரலைகளுக்கு இடைப்பட்ட நேரத்தில், வீட்டிற்குத் திரும்பி இப்படிப் பல சட்டைகளை அணிந்திருப்பார்கள். ஏதோவொரு அதிர்ஷ்டத்தில் எங்காவது புகலிடம் கிடைக்க நேர்ந்தால், குறைந்தது ஒரு வாரத்திற்காவது தாக்குப் பிடிக்கலாமே என்ற முன்னெச்சரிக்கைதான். ஆனால், திரும்பிச் செல்லும்படித் தண்ணீர் அவர்களை விட்டுவைக்க வில்லை.

வழக்கமாகப் பேரலை என்பது சுவாசத்தைப் போல் பின்வாங்கி முதலில் முன்னேறும். பிறகு கரை அருகே பின்வாங்கும். அதனுடன் சிலர் விளையாடுவதுண்டு. சிறுவர்கள், மணற் கோட்டைகளைக் கட்டிவைத்து, பேரலைகள் வந்து அழிப்பதை எதிர்ப்பார்த்திருப்பார்கள். தங்கள் கால்களைப் பேரலைகள் வந்து நனைக்கும்போது, அங்குள்ள இளைஞர்களின் கவனத்தை ஈர்க்க போலியாகப் பயந்ததுபோல், இளம்பெண்கள் கூச்சலிடுவதும் உண்டு. சிறுவர்களின் விளையாட்டுகளுக்கும், காதலின் வெளிப்பாட்டிற்கும் துணைநிற்கும் பேரலைகள் அவை. சிரிப்பு, ஆசை, சீண்டல் ஆகியவற்றோடு தொடர்புடையவை.

ஆனால், இந்தப் பேரலை அப்படியானதல்ல. கரையோரப் பகுதி எங்கும், சுனாமி வந்தபோது எந்தப் பக்கம் அடித்துச் செல்லப்பட்டதோ, அத்திசையைக் காட்டியபடித் திசைக் காட்டிக் கம்பங்கள் சாய்ந்திருந்தன. மற்ற கம்பங்கள் பேரலை திரும்பிச் சென்ற திசையில் முறுக்கிக்கொண்டு கிடந்தன. பேரலையின் வலிமையையும் திசையையும் காட்டும் இரும்பு விரல்கள் போல் இருந்தன. சாலையில் இருந்த காப்புச்சுவர்களுக்கும் இதேநிலை தான். ஒரு புறம், சாதாரண சுள்ளிகள் போல் பூமிக்குள்ளேயே சுருண்டிருக்க மறு புறம் வளைந்து, இன்னமும் பேரலையிடம் தம்மை ஒப்படைப்பதைப்போன்ற தோற்றத்தோடு, கடற்திசையை நோக்கிப் புடைத்துக்கொண்டு கிடந்தன.

சுனாமி பின்வாங்கும்போதும் அதன் சக்தி மேலும் வலிமையாக இருக்கும். வீடுகள் அஸ்திவாரத்திலிருந்து மீண்டும் பெயர்க்கப்பட்டு, கடலை நோக்கி மிதக்கத் தொடங்கும். கறுப்புநிற நீரலைகள் மீது அவை வத்திப் பெட்டிகளைப் போல் மிதந்து செல்லும்.

கத்திக் குத்துக்கு ஆளானவர்களுக்கு அது தெரியும். குத்தும் போது ஏற்படும் வலியை விட உடலை விட்டுக் கத்தியை உருவும்போது வலி அதிகமாக இருக்கும். இப்பொழுது எல்லோருடைய பார்வையும் நடுக்கடலை நோக்கியபடியே இருக்கிறது. கடல் உள்வாங்குகிறது. பொறுமையாக இருந்தாலும் தன் ஆளுமையை நிறுவுகிறது. இப்படிப் பின்வாங்குவது ஒரு புதிய தண்டனையைப் போன்றது. இனி, பல மணி நேரத்திற்கு பயங்கரமான அச்சத்தில் தங்கள் கண்ணெதிரே ஒட்டுமொத்த நகரமும், ஒட்டு மொத்த வாழ்வும் அடித்துச் செல்வதைத் தப்பிப் பிழைத்தவர்கள் பார்க்க இருக்கிறார்கள்.

இதிலிருந்து தப்பியவர்களில் பெரும்பாலானோர் ஓரளவிற்கு உயரமான இடங்களுக்குப் போக முடிந்தவர்கள்தான். தண்ணீரிலிருந்து தப்பிக்கப் போதிய அளவு தூரமாக, நிலத்தில் உள்ள இடமாகவும், நீரும் நிலமும் சந்திக்காத இடமாகவும் அமைந்திருக்க வேண்டும். வழக்கமாக, பெருமை வாய்ந்த பார்வையாளர்களான வரலாற்று அறிஞர்கள், கவிஞர்கள் ஆகியோர் விரும்பும் காட்சி கிடைக்கக்கூடிய உச்சியில் நின்று, வசதி குறைந்தவர்களும், ஒன்றும் இல்லாதவர்களும் கைவிடப் பட்ட நிலையில் இதனைப் பார்த்துக்கொண்டிருப்பார்கள். அன்றைய அரசர்கள், அல்லது ஷோகன்கள் குன்றுகளின் மீதுதான் தங்கள் கோட்டைகளைக் கட்டி வாழ்ந்து வந்தனர். இராணுவக் காரணங்களுக்காக மட்டுமல்ல, ஒரு குறியீடாகவும் இதனைச் செய்தனர். ஆனால், இத்தகைய பேரிடரின்முன் எந்த விதமான ஆளுமையோ அதிகார உணர்வோ ஏற்படவில்லை. இவ்வளவு உயரத்தில் அவர்கள் ஏறி நிற்பது, தங்கள் வாழ்வாதாரங்களைப் பறித்துக் கொண்ட பேரழிவைப் பார்ப்பதற்காகத்தான்.

இரவு நேரத்தில் நிலைமை மேலும் மோசமாகும். நெஞ் சை உலுக்குவதாக இருக்கும். பற்றும் தீ, ஆரஞ்சு நிறத்தில் பெரிய ஜுவாலைகளை உண்டாக்கும். கரும்புகை, இருண்ட வானத்தோடு போய்ச் சேர்ந்துகொள்ளும். நீலநிற நீர்நிலைகள், ஒரு பொய்மையான அழகில் காட்சி அளிக்கும். குளிராக இருக்கும். நகரம் எரிவதை தொப்பி அணிந்த மக்கள் பார்த்துக் கொண்டிருப்பார்கள்.

இரவு முழுவதும் பின்னதிர்வுகள். மீண்டும் ஒருமுறை எங்கும் நடுக்கம். விழாமல் இருந்த கட்டிடங்களில் நிலநடுக்கத்தில் தப்பி அடைக்கலம் புகுந்திருந்தவர்களும், அவை விழுந்து விடுமோ என்ற பயத்தில் இருப்பார்கள். பேரலைகள் பொறுமையாகப்

பின்வாங்கும் அல்லது சாத்தியமில்லாத நியதிப்படித் தொடர்ந்து சீறிக்கொண்டிருக்கும். விடியட்டும் என்று மக்கள் காத்திருப்பார்கள். காலை நேரம் ஒருபோதும் வரவிரும்பாதது போல் இருந்தது. அப்படி விடியும் போது, பனித்துளியும் சாரலும் கொண்ட போர்வையாய், வானமே ஒரு கல்லறை போல் வெண்பனியாய்த் தோற்றமளிக்கும். இனி, யாரும் வானம் நீலமாக இருப்பதை நம்பமாட்டார்கள்.

இரவில் பனி, காலையில் மழை. பலருக்கும் கால்கள் நடுங்கிக் கொண்டிருந்தன. மேட்டுப்பகுதிகளில், காற்று பலமாக வீசுவதால் தாங்கமுடியாத அளவிற்குக் குளிர் அதிகமாக இருந்தது. மேலும் ஓர் இரவை இங்குக் கழித்தாக வேண்டும் என்று நினைத்த மாத்திரத்திலேயே சோகமாகவும் நம்பிக்கை இழந்தும் போய்விடுகின்றனர். உயரமான பகுதியிலுள்ள ஒரு காலியிடத்தில் மக்கள் கூடினர். தண்ணீர்க்குழாய் ஒன்றில் விழுந்த ஓட்டையின் வழியாக, கொஞ்சம் நீர் வெளியேறியது. எல்லோரும் தாகத்தில், பசியில் தவித்தனர். குழந்தைகள் அழுதனர். இத்தகைய அமளியில் விவரிக்க முடியாத சகோதரத்துவம் உண்டாகிறது. புகையிலை, பேரிக்காய்கள் ஆகியவற்றைப் பகிர்ந்து கொள்கிறார்கள். ஒருவர் மாற்றி ஒருவர் குழந்தையைப் பார்த்துக்கொள்கிறார்கள். தன் வாழ்வில் எஞ்சியுள்ளதை சமவெளியில் தேடிப் பார்க்கும் முயற்சி நடக்கிறது.

நிலமும் கடலைப் போலவே இடிபாடுகளால் நிறைந்திருக்கும். எதையும் அடையாளம் சொல்ல முடியாது. பெயரிட முடியாத நிலைமை. மிதக்கும் காட்சிகள், தலைகீழாய், கொடுங்கனவாய். ஆதிகால உபயோகமின்மை எனும் நிலைக்கு அனைத்தும் தள்ளப்பட்டன. எல்லாவற்றையும் இழந்தவர்களின் பரிதாபக் காட்சி. இனி அவர்களிடம் எழும் கேள்விகள்..

இவ்வளவு தூரம் தண்ணீர் ஏறுமா? ஏறலாம்.

மற்றுமொரு பேரலை வந்துவிடுமா? நிச்சயமாக.

விரைவில் உதவிகள் வந்து சேருமா? சொல்லமுடியாது.

இதற்கெல்லாம் அரசாங்கம் செலவை ஏற்குமா? நிச்சயமாக ஏற்காது.

நெருப்பு, கண்களை உருத்தும் அடர்த்தியான புகை, நீர் ஆகியவற்றின் மீது வைக்கப்பட்ட பொருட்கள். எல்லோரும் கடலினைப் பார்க்கிறார்கள். அது வென்றுவிட்டது.

கடல் வென்று விட்டது. தொன்றுதொட்டு இருந்துவரும் பேராற்றலோடு எல்லாவற்றையும் நீர் மீண்டும் கைப்பற்றி அடித்துச் சென்றுவிட்டது. "ashes to ashes", 'சாம்பலிலிருந்து சாம்பலுக்கு' என்பதன் திரவ வடிவம். அனைத்தும் கடலுக்குத் திருப்பிச் செலுத்தப்பட்டுவிட்டன. இது பரவலான அடிபணியும் நடவடிக்கை.

சீற்றம், வேகம், அடித்துச் செல்லும் ஆற்றல் ஆகிய அம்சங்களால் கடல் தன் ஆளுமையை நிலைநாட்டுகிறது. இனி அது பின்வாங்குதல், பொறுமை ஆகியவற்றின் மூலமாக நம்மை ஆட்டிவைக்கும். பின் வாங்குதல் நிகழும் போது எல்லாம் சகதியாகிவிடுகிறது. ஆர்ப்பாட்டமில்லாத அடிச்சுவடு, ஸ்தம்பித்து நிற்கும் இராஜ்ஜியம். பேரழிவு வெற்றிபெறுகிறது.

கடல் உள்வாங்கும் என்று எதிர்பார்த்துச் சிலர் மேற்கூரை களின்மீது காத்துக்கொண்டிருந்தார்கள். கீழே கடல் உள்வாங்கியபோது முற்றிலும் சூறையாடப்பட்ட அல்லது ஆங்காங்கே சேதமடைந்த நகரங்களில் உள்ளவர்கள் தங்கள் ஈரமான குடில்களில் ஸ்தம்பித்துப் போய்ப் பதைபதைப்பில் இருந்தனர். இரண்டு நாட்களுக்குக்கூடத் தேங்கி இருக்கும் நீரில், பிணங்களுக்கு மத்தியில் உதவிகளை எதிர்பார்த்தபடிக் காத்துக்கொண்டிருந்தனர்.

III

நாங்கள் அந்த வேனில் படுத்து உறங்கினோம். அதாவது, எதற்கும் முன்னெச்சரிக்கையாக, முழுமையானதொரு சமதளத்தில் கொஞ்சம் உயரத்தில். புதிய நிலநடுக்கம் வருமோ என்ற அச்சம் எங்கும் பரவியிருந்தது. கடல்மீது எல்லோருக்கும் சந்தேகம். எதைப் பார்த்தாலும் சந்தேகம். தொஹோக்கூ பகுதியில் இரவு நேரத்தில் எல்லோரும் மிகவும் விழிப்பாக மாறிப்போகிறார்கள். இன்று இரவு தவளைகளின் முனகல்கள் கூடப் பயங்கர உறுமல் போல எனக்குத் தோன்றியது.

கார்க் கதவின் மேல் முகம் புதைத்தபடி ஜூன் உறங்கிக் கொண்டிருந்தாள். தன்னைப் பாதுகாத்துக்கொள்ள விரும்புவதைப் போல் கால்களை வயிற்றோடு மடக்கிக்கொண்டு தூங்கினாள். பயணமும் நேற்று இரவு நடந்த உரையாடலும் சேர்ந்து எங்களை மிகவும் களைப்படையச் செய்திருந்தன.

அந்தப் பகுதியின் வரைபடத்தைப் புரட்டிப் பார்த்தேன். நேற்று எங்கள் பயணக் களைப்பின் காரணமாக, நகரின் பெயரினைக்கூட நினைவில் வைத்துக்கொள்ள முடியாமல் போனது. எனினும், ஏனென்று தெரியவில்லை. இன்று காலை எப்படியாவது அதைக் கண்டுபிடித்துவிட வேண்டும் என்று விரும்பினேன். வரைபடத்தின் ஒரு புள்ளி மீது தன் விரலை வைத்தபடி, ஜூன் என்னிடம் 70,000 பேர் வசிக்கும் மினாமி சோமா பகுதியைச் சுட்டிக் காட்டினாள். இன்று, அங்கு எத்தனைபேர் மிச்சம் இருக்கிறார்கள்?

வானிலை நன்றாக இருக்கிறது. வானத்தில் காலை 7 மணிக்கே ஹெலிகாப்டர்கள் வட்டமிடும் சத்தம். வேனிலிருந்து இறங்கிக் கொஞ்சம் காலாற நடக்கலாம் என்று வெளியில் வந்தேன். கடலின் தொடுவானை நோட்டமிட்டேன். பேரழிவில் சிதைந்த நகரின் காட்சிகளைப் பார்த்த அனுபவம் எனக்கு இல்லை.

என் இடப்பக்கம், சிலர், தங்கள் பெரிய ரப்பர் காலணிகளை அணிந்து கொண்டிருந்தனர். அதோ மேலே, ஒரு வணிகர் மேற்கூரையின்மீது நின்றபடி அலறிக்கொண்டிருக்கிறார். பரிதாபகரமான உருவம். எதிர்ப்பக்கம் கீழே, இடிபாடுகள் குவிந்து கிடக்கும் பள்ளத்தாக்கில் கடலால் பாதி விழுங்கப்பட்டு மூழ்கிய நிலையில் இருக்கும் ஒரு வீட்டை, அதன் மேற்கூரையில்

உறுதியான கயிறுகளைப் பிணைத்துக் கரைக்கு இழுக்கும் முயற்சியில் இரண்டு டிராக்டர்கள் ஈடுபட்டிருக்கின்றன. மனிதனின் பரிதாபத்திற்குரிய சிறிய அளவிலான ஆனால் சிலாகிக்கக்கூடிய இந்த நடவடிக்கை எனக்குச் சிரிப்பை வரவழைத்தது. மனதிற்கு இதமாகவும் இருந்தது. தூரத்தில் ஒலிபெருக்கிகள் பொருத்தப்பட்ட லாரிகள் நெருங்கும் சத்தம் கேட்டது. உடனடியாகத் தேவைப்படும் பொருட்களும் உணவுப் பொருட்களும் இன்று எந்த இடத்தில் விநியோகிக்கப்படும் என்பதை அறிவிக்கும் வாகனங்கள் அவை.

தெர்மா ஃபிளாஸ்க், காப்பி, புல், பனித்திவலை என எழும் அதிகாலை நேர மணங்கள். ஆவி பறக்கும் கருப்புத் திரவம், எரிந்துபோன கார்களின் உடைந்த பாகங்களுடன் என் வலப்பக்கம் காணப்படும் கடற்கரை. இவை ஒருபுறம் இருந்தாலும் எனக்கு நேற்று கேட்ட செய்திகள்தான் மீண்டும் நினைவிற்கு வருகின்றன. உண்மையில் அவை, என்னைவிட்டு இரவிலும் நீங்கவில்லை. எப்படி ஒரு நிலநடுக்கம் முடிந்து நீண்ட நாட்களுக்குப் பிறகும் ஒரு விதத் தலைச்சுற்றல் இருக்குமோ அதேபோல்தான் இதுவும். நெஞ்சில் பதிந்துவிடும் இந்த உருவங்களும், பேரழிவைப் பற்றிய விவரிப்புகளும் நம்மால் எளிதில் மறக்க முடியாது. கொஞ்சம் காலம் கழித்தும் ஏதாவதொரு கையசைவு, யாராவது செய்யும் உதவி, ஓர் உரையாடலினூடே — என இப்படி ஏதாவதொரு தருணத்தில் அவை நம் கண்முன் வந்து நிற்கும். நகரை நோக்கி அதாவது, மீதி இருக்கும் இடத்தை நோக்கிச் சரிவான சிறிய பாதை வழியாகச் செல்ல நான் இப்போது தயாராகிறேன்.

ஒரு பேரழிவு ஏற்பட்ட பகுதியில் நடந்து செல்லும் வாய்ப்பு வாழ்க்கையில் அமைவது மிகவும் அரிது. இந்த ஏப்ரல் மாத இறுதியில் ஏற்பட்டிருந்த சேதம் ஏதோ அண்மையில் நடந்தது போல் இருக்கிறது. நம்மைச் சுற்றியுள்ள நிலைமையில் இதை உணர முடிகிறது. காற்றின் தரத்தில் காணப்படும் ஒரு குறிப்பிட்ட அம்சம், உடைந்த பலகைகள், சரிந்து விழுந்த மேற்கூரைகள், பிடுங்கி எறியப்பட்ட தூண்கள் — இப்படிப் பல வடிவங்களில் இப்பொழுதும் அப்பேரழிவை உணர முடியும். நேர்ந்துள்ள இயற்கைச் சீற்றத்தைச் சீர்செய்து, ஓர் ஒழுங்கிற்கும் நியதிக்கும் உட்பட்டதாய் மாற்றும் நோக்கத்தோடு, பேரழிவில் சேதமடைந்த பகுதிகளை மீட்டுருவாக்க மனிதனுக்கு இன்னமும் நேரம் கிட்டவில்லை. இங்கிருக்கும் குழப்பம் அவனது வீட்டிலும் பரவலாகத் தெரிந்தது. அது, கண்ணியமின்றி விரசமாகவும்

மிகைப்படுதப்பட்ட அவலட்சணமாகவும் அருவருக்கத் தக்கதாகவும் இருந்தது.

பாதங்கள், களிமண் சேற்றில் புதைந்து போகின்றன. நிலம், நிலமாக இல்லை. எங்குப் பார்த்தாலும் அரித்துப் போயிருந்தது. பேரழிவின் தாக்குதலில் தப்பிப் பிழைத்த வீடுகளின் முகப்புகள், துளைக்கப்பட்ட காகிதம் போலவும், உருக்குலைந்த அட்டைப் பெட்டிகளைப் போலவும் காட்சியளித்தன. கறுத்த மரத்தினாலான சுவர்கள், நீலநிற ஓடுகள் ஆகியவற்றைக் கொண்டு பாரம்பரியமுறையில் கட்டப்பட்ட வீடு ஒன்று வலப்பக்கமாகச் சாய்ந்திருந்தது. கடலோரப் பகுதியில் ஏற்பட்ட பேரிடரில் அகப்பட்ட இவ்வீடு, சரியாகச் சொன்னால், மாரடைப்பு ஏற்பட்டு இன்னும் சிறிது நேரத்தில் உயிர்விடப் போகிற ஒருவரைப் போல் காட்சியளித்தது. மற்றும் ஒரு வீடு நவீன வகையானது. அது பார்க்கக் காளானைப் போல் இருந்தது. அது முழுவதும் கீழே அரித்துப்போய், வெண்ணெயைத் துண்டாடுவதுபோல் கான்கீரீட்டைப் பேரலை ஊடறுத்து இருந்தது. மேற்கூரை மட்டும் பூவிதழின் வட்டத்தைப் போல் மீதம் இருந்தது. இதைப் போன்று பல வீடுகளைப் பார்த்தேன். எல்லாம் காளான் வீடுகள். தொப்பி வீடுகள். தரைத்தளம் அலையால் அடித்துச் செல்லப்பட்டிருக்கும் இவ்வீடுகளில் இரண்டாவது மாடி மட்டும் தாக்குப்பிடித்து நிற்கும். விதவிதமான காளான் வீடுகள் அல்லது கடற்பஞ்சு போன்ற இயல்புடையவை. அனைத்தும் தண்ணீரின் நினைவுகளோடு சுவர்களில் ஊறிப்போய் அதிகபட்சமாக எரிந்து முடிந்த திரியின் எஞ்சிய பகுதியாக முனை மழுங்கித் தோன்றின..

மொத்தத்தில் தீ விபத்துக்குப் பலியாகிப்போன ஒரு பரந்த தேசத்தைப்போல் அது இருந்தது.

நான் நடந்துகொண்டிருக்கிறேன். பேரழிவினூடாக நடந்து செல்கிறேன். சின்னஞ்சிறு துண்டுகள், பெரிய துண்டுகள், சிறிய இடிபாடுகள் அனைத்தும் கலந்து குவிந்துள்ளன. இரும்பு, கான்கிரீட், பிளாஸ்டிக் தகடுகள் — எல்லாமே தூளாகவும், சாம்பலாகவும், புழுதியாகவும் நொறுங்கிப் போயிருந்தன. அது ஒரு பிரம்மாண்டமான கடற்கரை. ஆனால், இடிபாடுகளின் கடற்கரை.

பெரிய கட்டிடங்களும், வளாகங்களும் பட்டை உரிக்கப் பட்ட மரங்கள் போல் உள்ளூறுப்புகளை வெளிக்காட்டிக் கொண்டிருந்தன. அவை குடியிருப்புகளா அல்லது கிடங்குகளா,

நினைவுச் சின்னங்களா, இல்லை மாடங்களா, அலுவலகங்களா அல்லது வீட்டின் பகுதிகளா என்று இனங்காண முடியாத அளவு உருக்குலைந்து போயிருந்தன. துருப்பிடித்துப் போயிருந்த உலோகப் பாகங்கள் சேறும், நீரில் ஊறிய கான்கிரீட்டும் கலந்த குவியலில் கிடந்தன. அவற்றை மண்ணில் சாய்த்துப் புடைத்த சக்தியின் மூர்க்கத்தனம் இரக்கமின்றி அவற்றைப் பார்க்க விடாமல் தடுத்தது. உலோகங்களும் மற்றப் பொருட்களும் கலந்து இருந்த குழப்பமான வடிவம், அவற்றைக் கண்டுபிடிக்க முடியாதபடி செய்தது.

ஒரு விடுதியின் நுழைவாயிலில் சில வாகனங்கள் தம் பயணத்தை முடித்திருந்தன. நான் விடுதியினுள் நுழைந்தேன். படிக்கட்டுகளுக்கும் கைப்பிடிக்கும் இடையே ஒரு வாகனம் சிக்கிக் கொண்டிருந்தது. கான்கிரீட்டுக்கும் இரும்புக்கும் இடையில் செருகிக் கொண்டிருந்த அந்த வாகனம் மாடிப்படியில் ஏறமுயன்றது போல் இருந்தது. கடல் அவ் வாகனத்தைக் கவ்வி இரண்டாவது மாடிவரை இழுத்துச் சென்று பிறகு தூணில் வைத்துத் நசுக்கியிருந்தது. அதாவது, ஒரு சில நொடிகளுக்குள் கான்கிரீட், கல், இரும்பு, உடைந்த கண்ணாடி ஆகியவற்றைக் கொண்டு ஒரு கலைப்படைப்பை உருவாக்கிவிட்டது. உருவாக்குவதற்கரிய இப்படைப்பு, எந்த வொரு நிகழ்காலக் கலை அருங்காட்சியகத்திலும் பலத்த வரவேற்பைப் பெற்றிருக்கும். சிதைக்கப்பட்ட சடலமாயிருந்த அப்பெரிய விடுதியிலிருந்து வெளியே வந்தேன். திரைச்சீலை போல் இருந்த ஒன்று, ஜன்னல் போல் இருந்த ஒன்றில் ஊசலாடிக் கொண்டிருந்தது. கண்ணாடிகள் அனைத்தும் உடைந்திருந்தன.

சாய்ந்திருந்த மின்கம்பங்களைச் சுற்றி மீன்பிடி வலைகள் சுருட்டிக்கொண்டிருந்தன. மிதந்து வந்த ஒரு வீடு, சூப்பர் மார்க்கட்டிற்குள் மோதியிருந்தது. லாரியின் பேனட் மீதும், வீட்டு மேற்கூரையிலிருந்து விழுந்திருக்கலாம் என எண்ணி, ஓடுகள் மீதும் (கூரைகள் மீதே நடக்கிறோம் என்பதே பிறகுதான் தெரியவரும்) அடிமரங்களின் மீதும் நடந்தோம். உத்திரங் களின் சட்டங்கள், இரும்புக் கம்பிகள், ஏதோ ஒன்றின் ஒயர்கள் எங்கிருந்து வந்தவை என்றும் தெரியாது. இப்படிப் பலவற்றையும் தாண்டி நடந்து சென்றோம்.

பொருட்கள், புகைப்படங்கள், நெருங்கியவர்கள் என எதையாவது தேடிக் கொண்டிருக்கும் மனிதர்களைக் கடக்க நேரிடுகிறது. சிலர் குறுக்கும் நெடுக்குமாக நடக்கிறார்கள்.

சிலர் அழுகிறார்கள். ‘அதோ அங்குதான் வீடு இருந்தது’ என்று ஒரு பெண்மணி ஓலமிட்டாள். கந்தல் துணிகள் சிதறிக் கிடந்த சேற்றுப் பகுதி ஒன்றின்முன் நின்று அவள் புலம்பிக்கொண்டிருந்தாள். தடுப்புச்சுவர்களும் தரைகளும் பெயர்க்கப்பட்டிருந்தன. தூண்களும் அறைகளின் சட்டங்களும் பிய்க்கப்பட்டு அம்மணமாகக் காட்சியளித்தன. அனைத்தும் அலங்கோலமாக இருந்தன. பக்கங்கள் புரட்டப்பட்ட ஒரு புத்தகம் தரையில் கிடந்தது. சேற்றில் ஒரேயடியாக புதைந்து போயிருந்த அதன் தலைப்பை என்னால் கண்டுபிடிக்க முடியவில்லை. மேலடுக்கில் மாட்டப்பட்டிருந்த ஓவியம் ஒன்று கீழே விழுந்து, ‘டோக்கோனோமா’(tokonoma)வின் அடிப்பகுதியை மறைத்துக் கொண்டிருந்தது. அலங்காரப் பொருட்கள் அடுக்கி வைக்கப் பயன்படும் அம்மாடம், இப்பொழுது கெட்டியான சேற்றினைச் சேமிக்கும் கலமாக மாறிப்போனது இருக்கும் இடமாக மாறிப் போனது. பின்புறம், ஒரு பெரிய கல் சுவரின் பகுதி ஒன்று கவிழ்ந்திருந்தது. ஒரு பெரிய நாவல் மரம் சரியாக மையப் பகுதியில் உடைந்து, அடிமரம் கீழே சாய்ந்திருக்க, மரத்தின் உச்சி, சிறிய கல் தொட்டியின்மீது மோதியிருந்தது.

பிறகு, ஓரிடத்தில் நிற்போம், பார்ப்போம், மனக்கணக்குப் போடுவோம். இங்கு, மங்கலான தெளிவற்ற தடயத்தைக் குறிக்கும் வழவழப்பான சில கற்கள். அநேகமாக, இது ஒரு தோட்டமாக இருந்திருக்க வேண்டும். இதோ இங்கே ஒரு சமையலறை இருந்திருக்க வேண்டும். பாத்திரம் கழுவும் இடத்தின் டைல்ஸ், தண்ணீர்க் குழாய்கள், இரும்பு பைப்புகள் —இவற்றை வைத்து இதனை ஊகிக்கலாம். சுனாமி வந்த பாதையைக் கணிக்க முயன்றேன். இங்கு அந்தப் பேரலை வீட்டிற்குள் நுழைந்துள்ளது. கூடத்தைக் கடந்து பின் வாசல் வழியாக வெளியேறியுள்ளது. தண்ணீர் உள்ளே நுழைந்ததும், வெளியேறியதும் ஒரு சூறைக்காற்றின் ஆற்றலுடன் நடந்துள்ளது. புழக்கடைக் கதவைத் திறந்த பேரலை, இரண்டாவது வீட்டின் முற்றத்தைக் கடந்து, அந்த வீட்டின் முன்வாசல் வழியாக வெளியேறியுள்ளது. இப்போதைக்கு இவை ஏதும் முக்கியமல்ல. இவையெல்லாம் சொல்லி இனிப் பயனில்லை. ஏனெனில், அனைத்துமே அடித்துச் செல்லப்பட்டு விட்டன. இப்பொழுது அங்கு முன் வாசலும் இல்லை புழக்கடையும் இல்லை.

ஒரு கல்மீது, சின்னாபின்னமான நிலையில் இருந்த புத்தர் சிலைகள். ஒரு ஷிண்டோ விகார் (கோயில்) அங்கே இருக்கிறது. அதன்முன் இப்பொழுது எதுவும் இல்லை. ஊகிக்கக்கூடிய

அச்சிறு பாதையோ மரங்களோ புதர்களோ எதுவும் இல்லை. ரம்மியமான பூம்பொழில், கோயிலின் அமைதி — அனைத்தும் நிரந்தரமாக மறைந்துவிட்டன.

இன்றும்கூட, எந்த நேரத்திலும் அவை நிலைகுலைந்து விழக்கூடும் என்ற உணர்வையே அனைத்தும் ஏற்படுத்துகின்றன. மரக் கம்பங்களில் கட்டப்பட்ட அறிவிப்புப் பதாகைகளில் ‘உள்ளே செல்லத் தடை, அபாயம்‘ என்று எழுதப்பட்டிருந்தது. இடிபாடுகள்கூடப் பீதியடையச் செய்கின்றன.

இனி, எல்லாமே உறுதியற்ற தோற்றம்தான். பைன் மரத்து முள் ஒன்று விழுந்தால்கூட, ஓர் இடிபாட்டை ஏற்படுத்திவிடும் என்பது போல் இருந்தது.

*

இன்று ஏப்ரல் 28 ஆம் நாள். மார்ச் 11 ஆம் தேதியிலிருந்து 49 ஆவது நாள். புத்தமத மரபின்படி இன்றுதான் இறந்தவர்களின் ஆன்மா, வேறு உலகத்திற்குப் புறப்படக்கூடிய நாள். 49 நாட்களாக இறந்தவர்களின் சாம்பலை ஒரு கலசத்தில் போட்டு அதை நடுவீட்டில் உள்ள ஒரு மாடத்தில் பாதுகாத்து வந்தார்கள். இன்று 49 நாட்கள் கழிந்த பிறகு இந்தக் கலசத்தைக் குடும்பத்தின் புதைகுழிக்கு எடுத்துச் சென்று இறந்தவரின் அலைக்கழியும் ஆன்மா, வேறொரு பிறவி எடுக்க, வழிசெய்வார்கள். சாலை ஓரத்தில் அமைந்துள்ள கோயில்களில் காக்காய்ப் பொன், வெள்ளிக் காகிதத்தால் சுற்றப்பட்ட மூங்கில் குச்சிகளும் பெரிய மலர்ப் பதாகைகளும் குவிந்திருந்தன.

இக்கோயில்களில் பெரும்பாலானவை, சுனாமியால் சேதமடைந்துவிட்டன. இஷினோமாக்கியில் (Ishinomaki) உள்ள ஃபுயூசேஜி (Fusei-ji) பகுதிகளில் 500 கல்லறைகள் அடித்துச் செல்லப்பட்டு விட்டன. எந்தப் பக்கம் திரும்பினாலும் கல்லறைகளின்மீது கார்கள் மோதியிருந்தன. பெயர்க்கப்பட்டுச் சிதறிக் கிடந்த நடுகற்களையும் எங்கும் காண முடிந்தது.

பாடல்கள் ஒலித்துக்கொண்டிருந்தன. ஊதுபத்திகள் எரிந்தன. வீறல்விட்ட கல்லறைகள், திறந்துகொண்ட புதை குழிகள், ஊடுருவப்பட்ட நிலவறைகள் என இவற்றிற்கு மத்தியில் அங்கிருந்த லாந்தர் விளக்குகள், பதாகைகள், தூப கலசங்கள், தாமரை மலர் வளையங்கள் ஆகியவற்றின் பின்னணியில் எல்லோரும் பிரார்த்தனை செய்கிறார்கள், தலைவணங்குகிறார்கள், குனிந்து தொழுகிறார்கள், தியானம் செய்கிறார்கள், இறந்தவர்கள் நினைவாக வேண்டுகிறார்கள், அவர்கள் நினைவாகத் தேநீர் ஊற்றுகிறார்கள்.

இறந்தவர்களின் பெயர்கள் கல்வெட்டுகளின்மீதும் மரப் பலகைகள்மீதும் பொறிக்கப்பட்டு இருந்தன. இவை ஊதுபத்திகளுக்கும், புத்தம்புது மலர்களுக்கும் இடையே காணப்பட்டன. கல்லறைப் பீடங்கள், சிவப்பு மற்றும் வெள்ளை ரோஜாக்கள், மஞ்சள்நிற — கிரிசாந்தம், தாமரை, லில்லி — முதலிய மலர்களால் அலங்கரிக்கப்பட்டு இருந்தன. பலியானவர்களின் புகைப்படங்கள் மலர்களுக்கிடையே வைக்கப்பட்டு இருந்தன. அஞ்சலி செலுத்துபவர்கள் வளைந்து மண்டியிட்டபடிப் பாய்களின்மீது அமர்ந்திருந்தார்கள். ஜப்பானிய தற்காப்புப்படை வீரர்கள், காவல்துறை வீரர்கள், தீயணைப்புத்துறை வீரர்கள் ஆகியோரும் சில சடங்குகளில் பங்கேற்றனர். அவர்கள் அணிந்திருந்த சீருடை அச்சூழ்நிலைக்கு மேலும் பெருமை சேர்த்தது. தேடுதல் பணியில் ஈடுபட்டுள்ள குழுக்களும் மீட்புப் பணியாளர்களும் இப்பொழுது ஏறக்குறைய குடும்பத்தின் ஓர் உறுப்பினர்களாக மாறிவிட்டனர்.

மினாமி சோமாவை விட்டு வெளியே வந்தபோது சிலவற்றைக் குறிப்பெடுத்துக் கொண்டேன். காணாமல்போன பொருட்களின் பட்டியல் போல் அது இருந்தது.

வங்கிகள் : மூடப்பட்டுள்ளன.

உணவுப் பொருள் அங்காடிகள் : மூடப்பட்டுள்ளன.

பார்வைக் கண்ணாடிக் கடைகள் : மூடப்பட்டுள்ளன.

புத்தகக் கடை : மூடப்பட்டுள்ளது.

(Denny's) டென்னிஸ் குழுமத்தின் குடும்ப உணவகம் : மூடப் பட்டுள்ளது.

நூடல்ஸ் விற்கும் சிறிய உணவகம் : மூடப்பட்டுள்ளது.

ஆடை விற்பனையகம் : மூடப்பட்டுள்ளது.

டி.வி.டி., குறுந்தகடுகள், வீடியோ வாடகைக்கு விடும் கடை: மூடப்பட்டுள்ளது.

நிசான் : மூடப்பட்டுள்ளது.

(Shiseido) ஷிசெய்டோ : மூடப்பட்டுள்ளது.

ரப்பர் டயர் உற்பத்திச்சாலை, சில்லறை டயர் வணிகம், ரப்பர் மண்டி : மூடப்பட்டுள்ளன.

(Au),'ஓ', செல்பேசி இணைப்பு : மூடப்பட்டுள்ளது.

வொர்க்மேன் : (Workman) மூடப்பட்டுள்ளது.

மலர்கள், பழங்கள், ஃபோர் சீசன்ஸ் காணவில்லை.

*

சாலைகள் இருந்ததற்கான சுவடுகள் எதுவும் இல்லாத ஒரு சாலையின் வழியாக நாங்கள் பயணித்தோம். வேறு எதனுடனும் ஒப்பிட முடியாத அளவு உருமாறி இருந்த இயற்கைப் பின்னணி.

கடலோரப் பகுதியில் அமைந்திருந்த கிராமம் ஒன்றில், ஒரு சிவப்பு டிராக்டர் கவிழ்ந்திருந்தது. கையில் கவைக் குச்சிகளுடன் சிலர், காகிதத் துண்டுகள், அட்டைப் பெட்டிகள், இரும்புத் துகள்கள் ஆகியவை சிதறிக் கிடந்த நிலப்பகுதிகளைக் குத்திப்பார்த்துக் கொண்டிருந்தனர். வெக்கையாக இருந்தது. அங்கே நின்று அவர்களுக்குத் தண்ணீர் கொடுத்து உதவினோம். அந்த ஊரில் பிறந்த மீட்புப் பணியாளர் கேன்ழியுடன் பேசிக்கொண்டிருந்தேன். இளைஞரான அவரது கலைந்திருந்த தலைமுடிமீது வெள்ளைத் தொப்பி. பேனா மைபோல் ஜொலித்த கருப்புநிற அசாதாரண கண்கள். தொடக்கத்திலிருந்து தொடர் நிகழ்வுகளை நேரில் பார்த்து அனுபவித்தவர்.

மார்ச் 11 ஆம் தேதி ஏற்பட்ட வெள்ளத்தின்போது 23 இரயில் நிலையங்கள் அடித்துச் செல்லப்பட்டு விட்டதாக என்னிடம் அவர் தெரிவித்தார். சீர்குலைவையும், சிதறிக் கிடக்கும் இடிபாடுகளையும் யூகிக்க முடிகிறது. எங்குப் பார்த்தாலும் தண்ணீர். அது ரிக்கூஹென்டாகடா போன்ற நகரங்கள் சிலவற்றில் நகர மன்றத்தையும், காவல் நிலையங்களையும்கூடச் சிதைத்துவிட்டன. வழக்கமாக இயங்கும் கட்டுப்பாட்டுக் கேந்திரங்கள், நிலையங்கள் ஏறக்குறைய காணாமல் போய்விட்டன அல்லது சீர்குலைந்துவிட்டன. மக்களைத் தப்பிச் செல்ல உதவும் பொருட்டு, கடைசி நிமிடம் வரை கடலோரப் பகுதியில் தங்கியிருந்த நகராட்சி ஊழியர்களும், காவல் துறையினரும் பலியானவர்களின் பட்டியலில் அடங்குவர்.

தற்காலிகச் சவக் கிடங்குகளில் (பெரும்பாலும் உடற்பயிற்சிக் கூடங்கள்) நூற்றுக் கணக்கான சடலங்கள் குவியத் தொடங்கியுள்ளதைப் பற்றி விவரித்தார். ஓடும், தாவும், வீசும், அசையும் உடல்கள் எனப் பழக்கப்பட்ட அவ்விடம், திடீரென தண்ணீரால் உப்பிய சடலங்களின் பைகள் அணியணியாக வருவதைக் கண்டது. நூற்றுக் கணக்கில் உடல்கள். அனைத்தும்

பிளாஸ்டிக் அல்லது ரப்பர் உறைகளில் அடைக்கப்பட்டவை. விரைவில் சவ மண்டபங்கள் நிரம்பிப்போய்ச் சவக்கிடங்கில் ஐஸ்கட்டிப் பைகள் நிறைந்த பெட்டிகளில் உடல்களைப் பாதுகாக்க வேண்டியிருந்தது. சில மின்மயானங்களில் 60 உடல்களைக்கூட ஒரே நாளில் எரித்தனர். மயானச் சுவர்களின்முன் சடலங்கள் வரிசையாகக் காத்திருந்தன. இறந்தவர்களும் வரிசையில் நின்றனர்.

இடுகாடுகள் முழுவதும் படகுகளும், கார்களும், கல்லறை களின்மீது மோதி நிறைந்திருந்தன. எனவே, இறந்தவர்களுக்கு அஞ்சலி செலுத்த இயலவில்லை. சடலங்கள் வயல்களிலேயே எரியூட்டப்பட்டன. இடிந்து விழுந்த வீடுகளின் மிகச் சொச்சங்கள், குவிக்கப்பட்டிருந்த காலி இடங்களிலும் உடல்கள் எரிக்கப்பட்டன. அதாவது, தீமூட்டவும் இடிபாடுகள் உதவின.

தொடக்கத்தில் நிலநடுக்க எச்சரிக்கைகள் அடிக்கடி வெளியிடப்பட்டன. கைபேசி ஒலித்தவுடன் எல்லா வேலை களையும் அப்படியே விட்டுவிட்டு, உடனடியாக உயரமான இடங்கள், குன்றுகள் ஆகியவற்றைத் தேடிச் செல்வார்கள். போகப் போகக் குறைந்த அளவிலேயே சடலங்கள் கிடைத்தன. ஏதாவது ஒரு சடலம் கிடைத்துள்ளது என்ற அறிவிப்புக் கிடைத்ததும், தம் குடும்பத்தைச் சேர்ந்தவரா என்பதைத் தெரிந்து கொள்ள எல்லோரும் விரைந்தனர். இப்படித்தான், இன்று காலையும் ஒரு நாவல் மரத்தின்கீழ் இரண்டு இளம்பெண்கள் மல்லாக்காகக் கீழே கிடந்தனர். இறந்து வெகு நாட்களாகி இருக்கவே, உடல் அழுகிப்போய் தண்ணீரைவிடவும் சில்லிட்டுப் போன உடலுடன், வாய் பிளந்தபடிக் கிடந்தனர். சற்றுமுன், நீர்த்தேக்கத் தொட்டியின் அடிப்பாகத்தில், பத்திற்கும் மேற்பட்ட சடலங்கள் ஒன்றின்மேல் ஒன்றாக இறந்தபோது இருந்த நிலையில் விறைத்தபடிக் கிடந்தனர். சில நேரங்களில் தன் சீற்றத்திற்குப் பலியானவர்களைக் கடல் இப்படி ஒன்றாகக் குவித்து வைக்கும்.

எனக்குப் பின்புறம், அகழும் எந்திரம் ஒன்று திடீரென இயங்கத் தொடங்கியது. அதன் ராட்சத எந்திரக் கை, பெருந் திரளாகக் குவிந்துள்ள இடிபாடுகளின்மீது அழுந்தும்முன் நண்டு ஒன்றின் கொடுக்கினைப் போல் காற்றைக் கிழித்தது. பேரோசையுடன் ராட்சத எந்திரங்கள் ஒன்றன்பின் ஒன்றாக இயங்கத் தொடங்கின. இந்த அகழும் எந்திரங்களின் ஓசை கேட்கும்போது, இனி நம்பிக்கைக்கான வாய்ப்பு ஏதும் இல்லை

என்று அறிய முடிந்தது. காதைச் செவிடாக்கும் எந்திரச் சீற்றத்தின் முன்பு அவற்றின் அடியில் உண்மையில் யாராவது உயிருடன் இருப்பார்கள் என்று யாராவது நம்பினால் அது ஆச்சரியம்தான்.

நாள் முழுவதும் தூசியிலும் சேற்றிலும் முகமூடி அணிந்துதான் வேலை செய்தாக வேண்டும். ஏதோ அங்கே இருப்பதே களைப்படையச் செய்துவிட்டதைப் போல், அப்படிச் சோர்ந்துபோய், எல்லோரும் சன்னமான குரலில் பேசுவார்கள்.

*

இவை எல்லாவற்றையும்விட மிகவும் கொடுமையானது நாற்றம். செத்துப்போன மீன்கள், சேறு ஆகியவற்றின் வயிற்றைப் புரட்டும் துர்நாற்றம். அந்தச் சேறினை 'ஹெதொரோ' (hedoro) என்று அழைப்பார்கள். அது சுனாமியின்போது மட்டும் வரும் சேறு. ஊர்திகள், கேன்கள், விமானங்கள், படகுகள், வீடுகள், மனிதச் சதைகள், மீன்கள் என அது அடித்து வந்த பொருட்களின் எல்லா நாற்றங்களும் அந்தச் சேற்றில் அடங்கி யிருக்கும். வீடு, உடைகள் வைக்கும் நிலைப்பேழை, என எல்லா இடத்திலும் அது ஒட்டியிருக்கும். துர்நாற்றத்துடன் இருக்கும் அருவருக்கத்தக்கக் கருப்பு நிறச் சேறு. விவரிக்க முடியாத அழுகல் முடைநாற்றத்தைப் போன்ற வாடை வீசக் கூடியது. உடைந்த முட்டையுடன் உப்பு, மற்றும் சோயா கலவையில், சேறும் உளைமண்ணும் குழைத்துத் தேங்கிய நீர், உலர்ந்த செடிகொடிகள், மீன், பச்சைநிறப் பாசிகள், துருப் பிடித்த உலோகம், காய்ந்த மரம் — இவையனைத்தும் கலந்த துர் நாற்றம்.

அது துவர் மஞ்சள் மணம் கொண்டது. சிறிது பிசுபிசுப்புத் தன்மையுடன் வெளுத்து, கொஞ்சம் கெட்டியாகவும், வெண்மையாகவும், மையத்தில் உப்பும் காடியும் கலந்ததாகவும் மிருதுவாகவும் கசப்பாகவும் இருக்கும். மேற்புறத்தில் காரீயத்தின் கனமும் தீய்ந்த இறைச்சி வாடையும் செறிவாகவும் கடினமாகவும் உறுதியாகவும் வலிந்தும் அபரிதமாகவும் இருக்கும். அது உடல் முழுவதும் பரவி, தொண்டையைத் தாக்கி, மூக்கினுள் ஊடுருவி நாக்கில் கரைந்து, திடீரென வெறுக்கத்தக்கக் குமட்டலை உண்டாக்கும்.

கைகளை எவ்வளவு கழுவினாலும் துர்நாற்றம் போகவில்லை. ஆலயங்களிலும், கல்லறைகளிலும், எஞ்சியுள்ள பகுதிகளிலும்

ஊதுவத்தியின் வாசனையையும் மூழ்கடிக்கும் அளவிற்கு இந்தத் துர்நாற்றம் வீசியது.

*

கடற்காற்றைக் கொஞ்சம் சுவாசித்து வரலாம் என்று கடற் கரைவரை நடந்து போனேன். பேருந்து ஓட்டுநர் ஒருவருடன் உரையாடினேன். கடந்த, ஒரு வாரமாக, மீட்புப் பணியாளர் களையும், இடிபாடுகளில் வேலை செய்ய வந்த ஊழியர்களையும் ஏற்றிச் செல்ல ஒரு புதிய பேருந்தை (பழைய பேருந்து, சுனாமி யால் சேதமடைந்துவிட்டது) பயன்படுத்துவதாகச் சொன்னார். தொடர்வண்டி நிலையத்திலிருந்து துறைமுகம்வரை, துறைமுகத் திலிருந்து தொடர்வண்டி நிலையம்வரை என இதே வழித் தடத்தில் தான் நாற்பது ஆண்டுகளாகப் பணியாற்றி வந்த போதிலும், இப்பொழுது ஒவ்வொரு வீதியின் திருப்பத்திலும் வழி தவறி விடுவதாகவும், தன்னால் எதையும் அடையாளம் காணமுடியவில்லை என்றும் கூறினார்.

பிறகு, சுமார் பத்து மீட்பு பணியாளர்களைச் சந்திக்கும் வாய்ப்பு எனக்குக் கிடைத்தது. எல்லோரும் ஒரேமாதிரியான வெள்ளைநிற உடையில் இருந்தனர். பச்சைக் கையுறைகள், பிளாஸ்டிக் காலணிகள், கண்ணாடியுடன்கூடிய முகமூடிகள் இவற்றுடன் காட்சியளித்தனர். அவர்கள் அணிந்திருந்த முக்காட்டினைப் பார்த்தால், புனித யாத்திரைக்கு வந்த துறவிகள் போல் இருந்தனர். ஏற்பட்டுள்ள பேரிடரை அளவிட்டு, பெரிய மெரூன்நிறக் குச்சியின் உதவியோடு அது நிகழ்ந்த பகுதியை வரையறுக்க முயன்றனர். தொடையளவு ஆழ நீரில் நின்று ஏரிகள், கரைகள் என நீர்நிலைகளின் அடிப்பகுதிவரை ஆய்வு செய்தனர். இப்பொழுது, யாரையும் எதையும் காப்பாற்ற அவர்கள் அங்கு இல்லை என்று எனக்கு விளக்கம் அளித்தார்கள். சடலங்களைக் கண்டுபிடித்து அவற்றை அப்புறப்படுத்த வேண்டும் அவ்வளவுதான். எப்போதும் ஓர் உடம்பிற்குப் பத்துபேர் எனக் கவனிப்பார்கள். பிணங்களைத் தீயணைப்புப் பணியாளர்கள், வெறுங்கையால் தூக்குவார்கள். அவற்றைப் புதைச்சேற்றிலிருந்து மீட்டெடுத்துக் கல்லறைகளின் அலங்கோலங்களுக்கு மத்தியில் தற்காலிகமாக அமைக்கப்பட்ட தகன மையங்களுக்கு அவற்றைக் கொண்டு செல்வார்கள். விசித்திரமான ஈமக்கிரியைகள்; துணி ஏதும் அணிவிக்காமல் சேற்றால் அலங்கரிக்கப்பட்ட அந்திமக்கடன். சில நேரங்களில், படகு விளிம்பில் பொருத்தப்பட்ட சக்தி வாய்ந்த தொலைநோக்கிகளின் உதவியோடு முதலில் உடலைக்

கண்டுபிடிப்பார்கள். பிறகு, அந்த இடத்தில் அவசரமாக ஏற்பாடு செய்யப்பட்ட ஹெலிகாப்டரிலிருந்து புகைக்குண்டு ஒன்று வீசப்படும். அதன்மூலம் பிணம் மிதக்கும் இடத்தைத் தோராயமாக அடையாளங்காண முடியும். உண்மையிலேயே அந்த நபர் இறந்துவிட்டாரா என்பதை உறுதி செய்தாக வேண்டும் (இதயத் துடிப்பைக் கவனித்தல், இமைகளைத் திறந்து பார்த்தல், நாடித் துடிப்பை உணர்தல்). பின்னர், அந்த ஹெலிகாப்டர், சவக்கிடங்கை நோக்கிப் பிணத்தைச் சுமந்து செல்லும்

பல உடல்கள் கண்டுபிடிக்காமலேயே போய்விடும். அவை நீரில் அடித்துச் செல்லப்பட்டிருக்கலாம் அல்லது டன் கணக்கில் குவிந்திருக்கும் சேறுடன் கூடிய இடிபாடுகளுக்கு அடியில் புதைந்து போயிருக்கலாம். ஜப்பானிய, அமெரிக்க ரோபோக்கள், கடலோரப் பகுதிகளில் உள்ள பாறைகளின் சின்னஞ்சிறு மூலைமுடுக்குகளிலும் தேடுதல் வேட்டையில் ஈடுபட்டிருந்தன. மனிதக் குவியல்களுக்கும் மற்ற பொருட்களுக்கும் இடையே உள்ள வித்தியாசத்தைக் கண்டுபிடிக்க நவீன வசதிகளுடைய நிழற்படக் கருவிகளையும், எதிரொலிக் கருவிகளையும் (சோனார்கள்) பயன்படுத்திப் பார்த்தார்கள். உயரிய தொழில்நுட்பத்தில் பிணத்தைக் கண்டுபிடிப்பதற்கான தேடல் அது. சில வாரங்கள் கழிந்த பின்னர், கடைசி நம்பிக்கையையும் கைவிட்டு, உறவினர்கள் ஒரு நிழற்படத்தைத் தெரிவு செய்து அதைச் சட்டமிட்டு மாட்டிவைத்தார்கள். இல்லையெனில், பலியானவர்களின் உடைகளை எடுத்து வைத்து, இறுதிச் சடங்குகளுக்கு ஏற்பாடு செய்தனர்.

பலருடைய ஆடைகள், பேரலையின் சீற்றத்தில் பறித்துச் செல்லப்பட்டு இருந்தன. முழு நிர்வாணமாகவோ, கந்தல் துணிகளோடோ காணப்படும் உடல்களை அடையாளம் காண்பது சிரமமாக இருந்தது. திடீரென, கேன்ழியின் குரல் கம்மி, வார்த்தைகள் வரச் சிரமப்படுவதுபோல் தெரிந்ததால், அவரிடம் ஒரு சிகரட்டை நீட்டினேன். பெரிதாக ஓர் இழுப்பு இழுத்துவிட்டு, அமைதியானார். பின்னர், சட்டென ஒரேமூச்சில் எல்லாவற்றையும் விவரித்தார். கடற்கரையில், இடிபாடுகளுக்கு இடையில், சட்டையைத் தலையில் சுற்றிய நிலையில் இறந்த மனிதர் (தன்னைக் காப்பாற்றிக் கொள்ளவா அல்லது சித்திரவதையை அதிகமாக்கிய தண்ணீர் இவரை மூச்சடைக்க வைத்து, நசுக்கிவிட்டதா?) அரை நிர்வாணத்தில் பேரலை காரணமாக நெடுஞ்சாண்கிடையாக வீழ்ந்து கிடந்தார்.

சுனாமியால் ஆடைகள் உருவப்பட்டு விலா எலும்புகள் உடைந்து கடற்கரையில் சிலர் கேட்பாரற்றுக் கிடந்தனர். இது, இந்தப் பேரலையின் தரங்கெட்ட நடவடிக்கையாகும்.

பெரும்பாலும், தரைக்குக் கொண்டுவரும்போது இந்த உடல்கள் சின்னாபின்னமாயிருக்கும். இறந்தவரின் உடல்கள், புழுத்துப்போகும் அளவிற்குக் கெட்டுப்போயிருக்கும். பிய்த்துப் போய்த் துண்டு துண்டாய்க் கீழ்விழும். தோராயமான அடையாளங்களை வைத்துதான், உடல்களை அடையாளம் காண்பார்கள். பல நேரங்களில், கைப்பேசிதான் மீட்புப் பணியாளர்களுக்குத் தகவல் அளிக்கும். கடைசியாக, சந்தைக்கு வந்த அதிநவீன கைப்பேசி, ஒருவரின் தனிப்பட்ட அடையாளத்தின் கடைசிக் குறியீடாக மாறிப்போவது, முரண்பாடானதுதான். காவல்துறை அண்மையில் ஓர் அறிவிப்பை வெளியிட்டது. உயிர் பிழைத்தவர்களின் மரபணுச் சோதனையின் (டி.என்.ஏ) உதவியோடு இறந்தவர்களை அடையாளம் காண்பதற்காகப் பத்தாயிரக் கணக்கான நபர்களின் எச்சில் மாதிரிகள் வைக்கப்பட்டன. ஆங்காங்கே அவசர அவசரமாகச் சீரமைக்கப்பட்ட நகரமன்றங்களில், உயிர்ப்பிழைத்தவர்கள் வந்து அங்கு வைக்கப்பட்டிருந்த வெள்ளைத் தட்டில் துப்பிவிட்டுச் சென்றார்கள். இதன்மூலம் இறந்தவர்களின் முகத்தின்மீது ஒரு பெயரை ஒட்டமுடியும்.

அப்படி அடையாளம் கண்டுபிடிக்கும் வரையில், உப்பிப் போன உடல்களைப் பார்க்கவே சகிக்கவில்லை. மார்பகங்கள், நீரினால் பெரிதாகத் தெரிந்தன. உப்பிய வயிறுகள், அதிகம் கழுவப்பட்ட சதையால் வரும் துர்வாசனை; குறிப்பாக, மூழ்கிப்போனவர்களின் முகம், கன்னங்கள் ஆகியவை பைகளைப் போல் தொங்கிக்கொண்டிருந்தன; தலை வீங்கிப் போய், வெள்ளைக் கண்களுடன் காட்சியளித்தன.

வேலையைத் தொடரச் செல்லும்முன், சிகரெட்டுக்காக மீண்டும் ஒருமுறை கேன்ழி எனக்கு நன்றி சொன்னார். சில அடிகள் எடுத்து வைத்தவர், எதையோ சொல்லத் திரும்பி வந்தார். அந்த விஷயத்தை என்னிடம் சொல்ல அவர் மறந்திருந்தார். ஆனால், எல்லா குடும்பங்களுக்கும் அது தெரியும். தண்ணீரில் நீண்ட நேரம் மூழ்கியிருந்த இறந்தவர்களின் முகங்களை நீரினால் கழுவ முடியாது. வேகமான நீர்த்தாரை நெற்றியைத் துளையிட்டுக் கன்னங்களைப் பீய்த்துச் சென்றுவிடும். மூக்கு, சப்பையாகி உதடுகள் பிய்ந்துபோகும். அவர்களுடைய இறுதி யாத்திரைக்குப் புறப்படும்முன், இறந்தவர்களைக் குளிக்கவைக்க

அவர்களது முகத்தை மென்மையாகக் கையால் தேய்க்க வேண்டும். இது கேன்ழிக்கு நன்றாகத் தெரியும். காரணம், அவருடைய அம்மா, சகோதரன், சகோதரி எல்லோருமே இப்படி மூழ்கிதான் இறந்திருந்தார்கள்.

IV

கடற்கரையை ஒட்டிய நெடுஞ்சாலையில் பயணத்தைத் தொடர்ந்தோம். போக்குவரத்து சிக்னல்கள் இல்லை; திசை காட்டிப் பதாகைகள் இல்லை; எல்லா அடையாளங்களும் துடைத்தெறியப்பட்டிருந்தன. சாலைகளில் வரையப்பட்டிருந்த பாதைக்கோடுகளின் வண்ணத்தையும் கடல் மங்கச் செய்திருந்தது. சில நேரங்களில் அவற்றை முற்றிலுமாக அழித்தும் இருந்தது. ஓரிரு இடங்களில் மட்டும், ஏதோ சுவடு போல மஞ்சள் அல்லது வெள்ளை நிறக் கோடுகள் சிறிதளவு தென்பட்டன. இரக்கத்தைத் தவிர, வேறு எந்த உணர்வையும் தூண்டாத இந்த ஆளரவமற்ற இடத்திற்கு, சாலையின் இருபுறமும் நின்றிருந்த அந்தக் கூர்மையான சிவப்புத் தொப்பியுடன் கூடிய பாதுகாப்புக் கட்டைகள், முற்றிலும் ஒரு கோமாளித்தனமான தோற்றத்தைத் தந்தன.

சில இடங்களைக் கடந்தால், சாலை மீண்டும் அழகாகத் தோற்றமளிக்கும். அங்கொன்றும் இங்கொன்றுமாகத் தப்பித்திருந்த சிறு வீடுகள், புதர்கள், பசுமையான சோலைகளுடன் அந்தச் சாலை பொலிவாக இருந்ததென்றே சொல்லலாம். பிறகு, திடீரென எவ்வித அறிகுறியும் இல்லாமல், ஏதோவொரு சாத்தியமற்ற பயணம்போல், ஒரு காட்சியிலிருந்து வேறொரு காட்சிக்கு, அதாவது அதன் மறுபக்கத்திற்குச் சென்றுவிடுவோம்.

சில குறிப்பிட்ட இடங்களில், சேறு, இடிபாடுகள் இவற்றைத் தவிர வேறு எதுவும் இல்லை என்றே சொல்லலாம். வேன்களிலிருந்த வழிகாட்டும் கருவி, தொடர்ந்து தடுமாறிக் கொண்டிருந்தது. மறைந்துபோன வழித்தடங்கள், கண்டுபிடிக்க முடியாத நகரங்கள், துண்டிக்கப்பட்ட சாலைகள் ஆகியவற்றை நோக்கி அக்கருவி நம்மை ஆற்றுப்படுத்தியது.

சாலை எங்கும் கவச ஊர்திகளையும், பாதுகாப்பு வீரர்களின் வரிசைகளையும் கடந்து சென்றோம். அவை ஜப்பானின் தற்காப்புப் படைகள். துணைக்கு அமெரிக்கக் கடற்படையினரும் இருந்தனர். ஜூன், என்னிடம் செய்தித்தாளைக் காட்டினாள். அன்று காலை டோக்கியோவிலிருந்து வந்திருந்த ஒரு பத்திரிக்கையாளரிடமிருந்து அதைப் பெற்றிருந்தாள். அப்பகுதி முழுவதுமாக, 106300 பேர் அமர்த்தப் பட்டுள்ளனர். இவர்களைத்

தவிர, 90 ஹெலிகாப்டர்கள், 541 விமானங்கள், 50 கப்பல்கள் ஆகியவையும் பணியில் ஈடுபடுத்தப்பட்டுள்ளன என்று அறிய முடிந்தது. ஒரு விஷயம் தெளிவாகிவிட்டது. நாமிருப்பது ஒரு போர்க்களத்தில். பஞ்சபூதங்கள், மிருகங்கள், மனிதர்கள் எல்லோரும் போரில் ஈடுபட்டுள்ளனர்', என ஏற்கனவே லிஸ்போன் நிலநடுக்கம் குறித்த தன் பாடலில் (Voltaire) வொல்தேர் குறித்துள்ளார். 'இந்தப் பயங்கரமான சேதங்கள், இடிபாடுகள், சிதிலங்கள், துக்ககரமான சாம்பல்கள், இதோ உடைந்து நொறுங்கிய பளிங்குக் கற்களின்கீழ் ஒருவர்மீது ஒருவரெனக் குவிந்து அழுந்தியுள்ள இந்தப் பெண்கள், குழந்தைகள், சிதறியுள்ள உடல் பாகங்கள், எல்லாவற்றையும் விரைந்து போய்ப் பாருங்கள்.' ஆனால், மகிழ்ச்சி பறந்து போகிறது. நிழல்போல் மறைந்து போகிறது. நம் கவலைகள், வருத்தங்கள், இழப்புகள் எல்லாம் எண்ணிலடங்காதவை.

*

கொஞ்சம் வடகோடியிலுள்ள மட்சுஷிமா (Matsushima) திட்டுக்கு நாங்கள் வந்து சேர்ந்தபோது, வொல்தேரின் இப்பாடல் வரிகளை எங்கள் உதடுகள் இன்னமும் முணுமுணுத்தபடி இருந்தன. மட்சுஷிமாமாவை அடைந்தவுடன், ஒரு வார்த்தையும் தன்னால் எழுத முடியாது என்று பாஷோ ஆரம்பத்தில் நினைத்ததாகச் சொல்வதுண்டு. அந்த இடத்தின் அழகு, அந்தளவிற்கு அவரை ஸ்தம்பிக்க வைத்து விட்டதாம்.

ஒரு கவிதையை எழுதியாகவேண்டிய அவசரத்தில்,

'ஆ மட்சுஷிமா!

ஆ—ஹா மட்சுஷிமா! ஆ!

மட்சுஷிமா! ஆ!'

எனும் புகழ்பெற்ற இக்கவிதையை அவர் எழுதியிருக்க வேண்டும். இப்படியான கதைகளை எல்லாம் நான் ஒருபோதும் நம்பியதில்லை. உண்மைதான். ஜப்பானின் மிகவும் அழகான இயற்கைக் காட்சியையுடைய மூன்று இடங்களில் ஒன்றாக மட்சுஷிமா கருதப்படுவதை மறுப்பதற்கு இல்லை. எனினும், பாஷோ ஒரு தன்னிகரற்ற கவிஞர். 46 வயதில், கவிதைக் கலையின் உச்சத்தில் இருந்தவர். இயற்கை எழிலின்முன், அவர் எதையும் செய்ய இயலாத நிலையில் நின்றிருப்பார் என்பதை நான் நம்பமாட்டேன்.

அதிகச் சுமையேற்றப்பட்ட வேனை ஓட்டியபடியே சாலையில் ஒருகண்ணும், என் வலப்பக்கம் விரிந்திருக்கும்

அருமையான இயற்கைக் காட்சியின்மீது ஒரு கண்ணும் வைத்தபடியே பயணத்தைத் தொடர்ந்தேன். இப்படியெல்லாம் எனக்குத் தோன்றிய எண்ணங்கள் தற்செயலாக நடக்கவில்லை என்பதை உணர்ந்துகொண்டேன். நிகரற்ற ஓர் அழகின்முன்பு, ஒரு பேரழிவின்முன்பு என்ன எழுதிவிட முடியும். இக்கேள்வி என் பயணம் முழுவதும் என்னை நச்சரித்துக்கொண்டே இருந்தது.

கண்ணால் பார்த்ததைச் சொல்லிவிட வேண்டும் என்ற உத்வேகம், பேசவேண்டும் என்ற விருப்பம் போன்றவை எழும்போது. கூடவே வரிசையாகத் தயக்கங்கள், பிடிவாதங்கள் —இவையும் தோன்றும். இதற்குக் காரணம், இந்த மக்கள் பெற்ற அனுபவத்திற்கும், அதைப் பற்றி இவர்களால் தரமுடிந்த அல்லது முடியாத விவரிப்புகளுக்கும் இடையில் இருக்கும் பெரும் இடைவெளி ஆகும். நடந்தவை பற்றிப் பேச ஆரம்பித்த சிறிது நேரத்திலேயே மூச்சுத் திணறும். 'இதுவரை கேள்விப்பட்டதில்லை', 'கற்பனையை மிஞ்சும் அளவு உள்ளது' என்று நம்மைக் கூறவைக்கும் உண்மைச் சம்பவமாக அது இருக்கும். 'மனித இனம் பார்க்கக் கூடாததைப் பார்த்துவிட்ட இம் மாந்தர்களுக்கு' மொழி போதாது அல்லது பயன்படாது எனும் நிலையைக் குறித்து, 'மனித இனம்' என்ற தன் நூலின் தொடக்கத்தில், ரொபேர் ஆந்தேல்ம் (ROBERT ANTELME) குறிப்பிட்டிருந்ததை எண்ணிப் பார்த்தேன்.

மட்சுஷிமா பகுதியை அடைந்தபோது எங்களுக்கு மிகவும் அச்சமாக இருந்தது. எனினும், மற்றவற்றோடு ஒப்பிடும்போது அந்நகரம் வெகுவாகத் தப்பியிருந்தது எங்களை வியப்பில் ஆழ்த்தியது. இருந்தபோதிலும், அங்கிருந்து சில மீட்டர் தொலைவில் கொஞ்சம் கிழக்குப் பக்கமாக ஹிக்காஷி மட்சுஷிமா எனுமிடத்தில் 650 பேர் இறந்திருந்தனர். அச்சமூட்டும் எண்ணிக்கை. இவ்வளவு பக்கத்தில் இருந்த மட்சுஷிமா மட்டும் சுனாமியால் ஏன் பாதுகாக்கப்படவேண்டும்? சாலையோரக் குப்பைகளைச் சுத்தம் செய்யும் ஒரு பெண் இதற்கான காரணத்தை நமக்குத் தருகிறார். அப்பகுதிக்குப் பெருமை சேர்க்கும் பைன் மரங்கள் நிறைந்த சுமார் 250 சிறிய தீவுக் கூட்டம்தான் கடற்கரையைப் பாதுகாத்துள்ளது. சொல்லப்போனால், அவைதான் சுனாமியை வெட்டித் துண்டாடி நேருக்குநேர் தாக்காமல் தடுத்துள்ளன.

தடுப்பணைகள், தடுப்புச் சுவர்கள், மதில்கள், கட்டுமானங்கள், நெருக்கமான உலோக முக்காலிகள், கான்கிரீட்டுப்

பெட்டகங்களால் கொட்டப்பட்ட கெட்டியான சிமென்ட் பாலங்கள். கடற்கரை மணலில் செருகப்பட்ட முளைக்குச்சிகள், இராணுவத்தின் செறிவான கட்டுமானங்கள் என அலைகளுக்கு இடையில் நிர்மாணிக்கப்பட்டிருந்தாலும் அவற்றால் தனது கரைகளின் பின்னலழகைக் காத்துச் சின்னஞ்சிறு தீவுக்கூட்டம் வெற்றிபடைத்த அளவுக்குச் சாதிக்க முடியவில்லை.

திடீரென என் கேள்விக்குப் பதில் கிடைத்துவிட்டது. சிறு தீவுகள் அல்லது கிளை நதிகள், ஒழுங்கற்றும், பராமரிக்கப்பட்டும் இருக்கும். வெள்ளை அல்லது கருப்பு நிறத்தில் கூர்மையாக இசைக் குறிப்புகளாய்ச் சிதறும் இவற்றை வைத்து எழுத வேண்டியதுதான். ஆ மட்சுஷிமா!

*

பேரழிவின்போது எழுதுதல் என்பது தனிக்கதை. சுனாமி, நிலநடுக்கம் ஆகியவற்றின் காரணமாக முக்கியமான மின் உற்பத்தி நிலையங்கள் இயங்க முடியாத நிலைக்குத் தள்ளப்பட்டன. அச்சகங்களும் பாதிக்கப்பட்டிருந்தன.

இந்த அமளிக்கிடையில், சில பத்திரிக்கையாளர்கள் பழைய முறையைக் கையாண்டு பார்த்தார்கள். "இஷினோமாக்கி ஹிபி ஷம்போன்" (Ishinomaki Hibi Shimbun) எனும் நாளிதழின் 9 ஊழியர்கள், மூழ்கிப்போன நூலகங்கள், சேதமடைந்த கிடங்குகள் எனக் கிடைத்த இடத்திலெல்லாம் சேகரித்த தாள்களில் நாள்முழுவதும், மின்விளக்கின் வெளிச்சத்தில் கையால் எழுதிக்கொண்டிருந்தனர். பல்வேறு பொருட்களின் உதவியோடு தட்டச்சு செய்யப்பட்டிருந்த ஒவ்வொரு பத்திரிக்கையும் வித்தியாசமாக இருந்தது. விளம்பரத்தாளின் பின்பகுதி, இங்கர்தாள் அல்லது மேலுறைகள், சுவர்தாள், மரத்தாள், அரிசித்தாள், துடைக்கும் தாள் என எல்லாம் பயன்பட்டன. பிறகு, துடுப்பில், மிதிவண்டியில், நடந்துங்கூட (பாஷோ போல்!) சென்று தங்கவைக்கப் பட்டுள்ளவர்களின் முகாம்களில் இப்பிரதிகளை விநியோகித்தார்கள். அங்கிருப்பவர்கள் படித்து, கேட்டு, பேசி, விவாதித்து, பார்த்ததைச் சொல்லித் தொடருவதற்காக இதைச் செய்தார்கள்.

இத்தகைய பேரழிவு, இன்றைய பத்திரிக்கை உலகத்திற்கு ஒரு கனவாகத் தோற்றமளிக்கும். எழுத்தின் பல வகைகள், மீண்டும் பழக்கத்திற்குத் திரும்புதல், உள்ளங்கையின் பலத்தைப் பரிசோதித்தல் இந்த அசாதாரணமான உழைப்பில் விளைந்த 7 பிரதிகள் (அவசர எழுத்து, சூழலுக்கான எழுத்து) இனி

வாஷிங்டனில் உள்ள செய்தித்தாள் அருங்காட்சியகத்தில் இடம்பெறும்.

*

மறுநாள் உச்சி வேளையில், நாங்கள் கெசெனுமா பகுதிக்குள் நுழைந்தோம். கெசானோவை உலுக்கிய 3 பேரிடர்கள் : ஜிஷீன், சுனாமி, கசாய் (jishin, tsunami, kasai) எல்லோருடைய உதடுகளிலும் வலம் வந்த இச்சொற்கள் எங்கும் எதிரொலித்தன நிலநடுக்கம், சுனாமி மற்றும் தீவிபத்துக்கள் ஆகியவற்றைக் குறிக்கும் சொற்கள்தான் அவை.

இப்பகுதியில் 6 அல்லது 7 மீட்டர்வரை பேரலை எழும்பி யுள்ளது. கெசெனுமா வளைகுடா 10 மீட்டர் ஆழத்திற்குச் சுனாமியால் குடையப்பட்டது. ஆம். 10 மீட்டர் 7 நிமிடங் களுக்குள் எல்லாமே முடிந்தவிட்டது. பேரழிவின் விரைவு.

இவைதவிர, பின்னதிர்வுகள், விபத்துகள், முடிவின்றித் தொடர்ந்தன. இரண்டு நாட்களாக இடைவிடாது நகரம் எரிந்து கொண்டிருந்தது. குண்டுவெடிப்புப் போல் அவ்வப்போது நிகழும் தீ விபத்துகள். அந்த 2 நாட்களும் கடல் முழுவதும் நெருப்பாய், அக்கூமு (akumu) ‘அது ஒரு கெட்ட கனவு’ என்று வயதான தபால் ஊழியர் ஒருவர் குறிப்பிட்டார்.

ஜப்பானில் உள்ள 10 பெரிய துறைமுகங்களில் கெசெனுமாவும் ஒன்றாகும். வீதிகள் இருபுறமும் ஆயிஸ்டர் கிளிஞ்சல்கள், இறந்த சிறு மீன்கள், மீன்பிடி வலைகள் ஆகியவற்றால் நிறைந்திருந்தன.

என் காலருகில் கண்ட கோரமான காட்சி, இப் பகுதியின் வளத்திற்குக் காரணமான இரும்பு உருக்காலைகளும், மீன்பிடித் துறைகளும் அழிக்கப்பட்டுச் சூனியமாகிவிட்டன என்பதை உறுதி செய்தது. தண்ணீரால் முறுக்கப்பட்டு, உப்பினால் அரிக்கப்பட்டுக் கிடந்த துருப்பிடித்துப்போன உத்திரத்தின் அருகே ஒரு இறந்துபோன மீன். சர்தீன் (மத்தி) மீன்களின் மத்தியில் பின்னதிர்வில் உண்டான பேரலையால் குவிக்கப்பட்ட கிளிஞ்சல்களின்மீது நடந்து கொண்டிருந்தோம்.

அப்படியே சொல்லவேண்டுமென்றால், அத்துறைமுகம் நிலநடுக்கத்தால் வெடிக்கப்பட்டு, பின்னர் சுனாமியால் நொறுக்கப்பட்டது. புதிர் விளையாட்டுப் பாகங்களை மாற்றிப் போடுவது போல், நிலநடுக்கம் கான்கிரீட் பலகைகளைக் கழட்டிப் போட்டது. அங்கிருந்த வாராவதி, பல கிலோமீட்டர்

தூரத்திற்கு இடம் மாறியிருந்தது. தொடர்ந்து பெரிய பிளவுகளைத் தாண்டிச் செல்ல வேண்டியிருந்தது. அப்பிளவுகளூடே கடல் ஜொலிப்பதைக் காணமுடிந்தது. எங்குப் பார்த்தாலும் படகுகள் நிலத்திற்குள் செருகிக்கொண்டிருந்தன. உலகின் அனைத்து நியதிகளையும் பொய்யாக்கி பேரலையிலிருந்து தப்பிக்கவும் உறுதியான நிலத்தில் அடைக்கலம் தேடவும் விரும்பியதைப் போல் படகுகள் நிலத்திற்குள் புகுந்திருந்தன. இது உலகின் அனைத்துக் காரணகாரிய விளக்கங்களையும் தோற்கடித்தது. இப்படகுகள் வெகுதூரத்திற்கு அடித்துச் செல்லப்பட்டிருந்தன. அதற்குமுன், வழியிலிருந்த கட்டிடங்களுக்குள் அவை நுழைந்து சென்றிருந்தன.

என் கண்முன் மியோஜின் மாரு (Myojin Maru) எனும் வெள்ளை நிற பெரிய கப்பல் இருந்தது. அது படித்துறையின் மேலேறி, கப்பல்துறை வளாகத்தின் பல மீட்டர் தூரம் முன்னேறி அதன் விலாப்பகுதியின் கீழ் கான்கிரீட் கட்டுமானத்தை முறுக்கியிருந்தது. நகருக்குக் குறுக்கே சற்றே மத்தியில் அது கிடந்தது. அதனுடைய பிரம்மாண்டமான மரச்சுவர்கள் சாலையின் குறுக்கே கிடந்து வழி மறித்தன. 379 டன் எடையும், 48 மீட்டர் நீளமும் உள்ள இக்கப்பல், ஆழ்கடல் வஞ்சிரமீன்களைப் பிடிக்கப் பயன்படும். வெள்ளைத் தொப்பியும், ஆரஞ்சு நிறக் கைத்தடியுமாய் அத்துறைமுகத்தில் நடமாடிக் கொண்டிருந்த ஒரு போலீஸ்காரரிடம் சில தகவல்களைச் சேகரித்தேன். கரைதட்டிச் சிதிலமடைந்த நகரமுடியாத இந்தப் பிரம்மாண்டமான கப்பலின் மிச்சங்களைக் கண்காணிக்கும் பணியில் அவர் அமர்த்தப்படிருந்தார். வேறொரு தகவலையும் அவர் தந்தார். சற்று வடக்காக ஒட்சுஷி (Otsushi) பகுதியில் ஹமாயுரி (Hamayuri) எனும் கப்பலுக்கு நேர்ந்த கதியை விவரித்தார். 109 டன் எடை கொண்ட அக்கப்பல், சுற்றுலாப் பயணத்திற்காக உருவாக்கப்பட்டது. அது ஒரு விடுதியின் மேற்கூரையின்மீது தன் பயணத்தை முடித்திருந்தது. அதை அப்படியேவைத்து, நினைவுச் சின்னம் ஒன்றை எழுப்பலாம் என்று முதலில் திட்டமிட்டார்களாம். ஆனால், இறுதியில், கிரேன்மூலம் இறக்கப்பட்டு, அது அழிக்கப்பட்டதாம். சுனாமியைத் தொடர்ந்து வந்த மறு அலையால் கொள்ளையடிக்கப்பட்ட பொருள் போல இழுத்துச் செல்லப்பட்ட படகுகள் குறித்தும், அந்தப் போலீஸ்காரர் விவரித்தார். அலைக்கழிப்பில் படகுகள் காணாமல் போயின. ஒரு மாதம் கழித்தும் அவை 360 மீட்டர் தூரத்திற்கும் அப்பால் காணப்பட்டன. சில படகுகள் 100 கிலோமீட்டர் தூரத்திலும் கடலில் மிதந்தன. மற்றவை நங்கூரம்

பிடுங்கப்பட்ட நிலையில், சேறும் சகதியுமாய் இருந்த கடலில் முடிவின்றி மிதந்து கொண்டிருந்தன. அவற்றின் வயிற்றுப் பகுதி, பாறையின் கூர் முனையால் பிளக்கப்பட்டு, மரத்தின் உச்சியில் செருகப்பட்டிருந்தன.

அந்தப் பெரிய துறைமுகத்தைச் சுற்றிப் பார்த்தேன். ஒருவரையும் காணவில்லை. கடலிலிருந்து 100 மீட்டர் தூரத்தில், பேரலை இப்போதும் முழுச் சீற்றத்தில் இருந்தது. பார்க்க பிரமிப்பாக இருந்தது. கட்டிடங்களின் மூலைமுடுக்குகள் நொறுக்கப்பட்டிருந்தன. தண்ணீரின் தாக்குதலால் நடைபாதை விளிம்புகள் கரைந்துபோயிருந்தன. சுனாமியின் காரணமாக வெடித்துச் சிதறியிருந்த கெசெனுமா மீன்காட்சிச் சாலையைப் பார்த்தேன். வாராவதி மிக அருகிலிருந்த அந்தச் சேதமடைந்திருந்த மீன்காட்சிச் சாலையின் கூடத்தைச் சுற்றிப் பார்த்தேன். இருபுறமும் கண்ணாடித் துண்டுகள், கான்கிரீட் இடிபாடுகள். புகைப்படங்கள் காணாமல் போயிருந்தன. புரிந்துகொள்ள முடியாத அளவிற்கு விஞ்ஞான விளக்கங்கள் மறைந்துபோயிருந்தன. சுறாமீன்களின் அருங்காட்சியகத்தில், அதன் நீலநிறச் சுவர் முழுவதையுமே சுனாமிப் பேரலை குடைந்திருந்தது என்று சொல்ல வேண்டும். அந்தக் கட்டிடத்தின் நீள்வாக்கில் பெரிய வடுவினை ஏற்படுத்திச் சென்றிருந்தது. பார்ப்பதற்குக் கட்டடத்தின் பக்கவாட்டில் யாரோ தன் ராட்சச விரலை நுழைத்துப் பார்த்ததைப் போல் இருந்தது. பேரலையின் நினைவுகள், அங்குள்ள கல்லை, இப்போதும் அசைத்துத் துடிப்புடன் வைத்திருந்தன என்றே சொல்லவேண்டும்.

கடலிலிருந்து 500 மீட்டர் தூரத்திலேயே உள்ள சாசா காஜின்(Sasagajin) பகுதியைச் சேர்ந்த கெசெனுமா ஆரம்பப் பள்ளியில் கண்ட காட்சிதான் எல்லாவற்றையும்விட மிகவும் பிரமிப்பாக இருந்தது. அனைத்து மாடிகளிலும் இருந்த கடிகாரங்கள் நின்றுபோயிருந்தன. அதுவும், எல்லாம் ஒரே நேரத்தில். பள்ளியின் நான்கு மாடிகளிலும் ஏறிப்பார்த்தேன். 15.33 என்ற நிலையில் ஒவ்வொரு கடிகாரமும் நின்றிருந்தது. கடிகாரத்தின் வெண்ணிறச் சட்டத்தில் அந்த நேரம் பதிந்திருந்தது. நகரவேண்டிய ஒவ்வொரு நொடியும் முட்கள் அசையாமல் இருந்தன. நேரம் இனியும் நகருவதாக இல்லை.

*

இன்னும் கொஞ்சம் வடக்கு நோக்கிச் செல்லலாம். ரிக்குஷென்தகடா (Rikuzentakata). ஜப்பான் அரசின் அதிகாரப்பூர்வ

வரிசை முறைப்படி, ஜப்பான் நாட்டின் மிக அழகான 100 இடங்களில் ஒன்றாகும். இந்தப் பட்டியல்களை எல்லாம், சுனாமி கேலிக்குரியதாகிவிட்டது. சிமென்ட் கான்கிரீட்டின் அசைக்க முடியாத கம்பீரத்தைச் சேதம் செய்து, சுனாமி எல்லாவற்றையும் சிதைத்துவிட்டது. இந்தப் பகுதியில், பத்தில் ஒருவர் இறந்திருக்கிறார். பயங்கரமானதொரு மூர்க்கத்தில் சில பகுதிகள் முழுவதுமே அழித்தொழிக்கப்பட்டிருந்தன.

சுய்சென் ஷுஸோ (Suisen Shuzo) எனும் சகே (saké) மது சுத்திகரிக்கும் தொழிற்சாலை, வெள்ளத்தில் மூழ்கியிருந்தது. வடிசாலையின் சுவர்களைத் துளையிட்ட பேரலைகள், விலைமதிப்புள்ள அமுதம் நிறைந்த பச்சைத் தொட்டிகளை அடித்துச் சென்றுவிட்டன. அவை 500 கிலோமீட்டருக்கும் அப்பால் காணப்பட்டன. தண்ணீர் மறுசுழற்சி ஆலை ஒன்று எவ்விதத் தடயத்தையும் விட்டுவைக்காமல் ஒருசில நொடிகளில் மாயமாகிவிட்டது. நகர மன்றம், ஒரு தீயணைப்பு நிலையம், ஒரு விளையாட்டு மையம் ஆகியவைதான் எஞ்சியிருந்தன. ஏறக்குறைய அவ்வளவுதான். எனினும், மிக மோசமான நிலையில் பாதிக்கப்பட்டிருந்ததால், எப்படியும் அவற்றையும் இடித்துத் துடைத்து, புதிதாகக் கட்டிடங்கள் கட்டித்தான் ஆகவேண்டும்.

கடலுக்கு அருகிலே சுனாமி பாதுகாப்புத் தடுப்புச் சுவர் துண்டுதுண்டாகக் கிடந்தது. சிமென்ட் முக்காலிகள், பாறைக் கேடயங்கள், உலோகத் தூண்கள் என அனைத்துமே தவிடு பொடியாகிவிட்டன. அவை அனைத்தும் ஒருங்கு திரண்டு மாபெரும் உருண்டைகளாகிவிட்டன. பீரங்கிக் குண்டுகளாகவும், உலோகக் கணைகளாகவும் நகரத்தின்மீது வீசப்பட்டன. தண்ணீராலான உண்டிவில், ஒழுங்குமுறையற்ற ஏவுகணைகள். நகரத்தைக் காத்திருக்கவேண்டியது அழிவைக் கூட்டுவதற்கு வழிவகுத்துவிட்டது.

இந்தத் திரவ உருளையின்முன், கான்கிரீட், கல், மரம், இரும்பு, சிமென்ட் ஓடுகள் என எல்லாமே தாக்குப்பிடிக்க முடியாமல் அடிபணிந்து போயின. மேற்கூரைகள் தரையில் கிடந்தன. இது பார்க்கக் கோயில்கள் தரையோடு தழுவிக் கட்டியது போல் இருந்தது. தப்பிப்பிழைத்த ஒருசில அரிதான கட்டிடங்களில், கீழ்த்தளங்களின் அனைத்து ஜன்னல்களும் உடைந்திருந்தன. சில சமயங்களில் 2 கண்ணாடி வீறல் நடுவில், அதில் வசிக்கும் நபரின் பரிதாபமான முகத்தைப் பார்க்கலாம். தன் கடந்தகால நினைவாக ஏதாவது கிடைக்காதா எனத்

தேடுதலில் ஈடுபட்டிருப்பார். எங்குப் பார்த்தாலும், வெள்ளை பிளாஸ்டிக் சதுரக் கூடைகள், மரச் சட்டங்கள், சக்கைச் சிம்புகளாகவும் துரும்புகளாகவும் உருமாறிய குடியிருப்புகள்.

அவை எல்லாப் பொருட்களிலும், எல்லா அளவுகளிலும், எல்லா வடிவங்களிலும் காணப்பட்டன. அது ஒரு பிரம் மாண்டமான மிகாட்டோ விளையாட்டுப் பொருள். எங்கும் காணப்படும். ஆனால், எளிதில் கைக்கெட்டாத அளவில் பரவிக் கிடக்கும் இலட்சக்கணக்கான இடிபாடுகளினால் உருவானது அது.

வீட்டில் பயன்படும் மரச்சாமான்கள், மேஜை, நாற்காலி போன்ற பொருட்கள், டயர்கள், மரத்தினாலான பழைய சாப்பாட்டு மேஜை, மரத்தில் செய்த சிற்றுளி வேலைப் பாடுகளோடுகூடிய நாற்காலிகள். நான்கு சக்கரங்களும் வானம் பார்க்க, இறந்து கிடந்த குதிரையைப் போல் இருந்தது ஒரு லாரி. இவை எல்லாவற்றையும் பார்த்தால், திடீரென போரின் காரணமாக மூலைமுனைகள் மழுங்கிய கெர்னிக்காவின் இயற்கைக் காட்சி நினைவிற்கு வந்தது. பிக்காசோ அதைச் சரியாக கவனித்திருக்கிறார். பேரழிவு ஒன்று நடக்கும்போது, வளைவுகள் மறைந்து போகும். பூமியின் முழு வட்டம், அதன் மென்மை, அதன் சுவை அனைத்தும் துண்டு துண்டாகவே எஞ்சி நிற்கும்.

பள்ளிக்கூட மேஜைகள், டைல்ஸ் சில்லுகள், இரும்புப் பட்டைகள், அலுமினியக் குழாய்கள் எல்லாம் கிடந்தன. பல கிலோமீட்டர் பரப்பளவிற்கு அழுகிப்போன மீன்வாடை வீசியது. எல்லாம் பளுவான இடிபாடுகள். கடல்நீர் அவற்றில் நிறைந்து, அதன் சுவடு, எடை, நெடி எல்லாவற்றையும் தேக்கிவைத்தது. கண்கள் எரிந்தன. மூக்கு ஒழுகியது. எந்தப் பொருளை எடுத்தாலும் அதன்மீது தூசியின் மெல்லிய படலம் இருப்பதுபோல் தெரிந்தது. கல்நார் (அஸ்பெஸ்டாஸ்) ஓடுகள் இருந்தன. மேலும், மொத்த இடமும் கதிரியக்கத்தால் தூவப்பட்டிருந்தது. அதனோடு நிறைய நச்சுப் பொருட்களையும் அழுகிக்கொண்டிருக்கும் பன்றியின் உடல் பாகங்களையும் சேர்த்துக்கொள்ள வேண்டும்.

இதுபோன்ற இடிபாடுகள் பல மீட்டர் உயரம்வரை எழும்பும். இவ்வளவு பொருட்களையும் சிதைத்து, திடீரென சாத்தியமற்ற முறையில் உப்பும் சேறும் கலந்த ஒரு கட்டமைப்பிற்குள் அம்பாரமாகக் குவித்துவைத்த பேரலையின் வலிமையைக்

கற்பனை செய்துபார்க்க முடிகிறது. தண்ணீர் எல்லாவற்றையும் உறிஞ்சி அரித்துப் பின்னர் விழுங்கி இருக்கிறது. அப்படிப்பட்ட ஊடறுப்பின்போது தயிர் டப்பாக்கள், ஆப்பிள் தோல்கள், மீன் முட்கள், பழங்களின் மீதங்கள் ஆகியவை எஞ்சியிருந்தன.

இன்னமும் எங்குப் பார்த்தாலும் கார்கள் காணப்பட்டன. ஒரு கார், வயலில்; மற்றொரு கார், குளத்தில். கார்களின் படைப்பிரிவு. சேற்றுக் குவியல் ஒன்றில் ஒரு கார் செங்குத்தாகச் செருகிக்கொண்டிருந்தது. வேறு ஒரு கார், கோவில் ஒன்றில் காணப்பட்டது. கல்விளக்கு ஒன்றில் மோதிக் கண்ணாடி உடைந்த நிலையில் இருந்தது. மற்றுமொரு கார், கம்பத்தைச் சுற்றிக்கொண்டிருந்ததைப் பார்த்தால், சாத்தியமற்ற சேர்க்கைக்கு அது முயன்றது போல் இருந்தது. இன்னும் சில கார்களின் பின்பகுதி சிறு குட்டையில் மூழ்கியும், சிலவற்றின் முகம் துருத்திக்கொண்டும், மேற்கூரைகளும், மரங்களில் என மூக்கை நீட்டியபடிக் காணப்பட்டன. கோயாவின் பேய்கள்போல் வாயைத் திறந்தபடியும் அவை இருந்தன. அப்படியே பித்துப்பிடிக்கவைத்துவிடும் காட்சி என்றாலும் அது மிகையல்ல. யதார்த்தம் ஊசலாடியது. எப்போது வேண்டுமானாலும் பன்றி மூக்கிலிருந்து இசைக் கலைஞர்கள் வெளிப்படலாம். அல்லது எலி ஒன்று ஒரு பெண்மணிமீது குதிரையேறி வரலாம். இவற்றை எல்லாம் நான் எதிர்ப்பார்த்திருந்தேன்.

இந்த இடிபாடுகளை எங்கே கொட்டுவது? குப்பைகளை எரிக்கும் கூடங்கள் சில நேரங்களில் சேதமடைந்திருந்தன அல்லது பழுதாகியிருந்தன. எப்படியும் கணக்கிடமுடியாத எண்ணிக்கையில் அவை இருந்தன. அனைத்தையும் ஒட்டு மொத்தமாக நிருவகிப்பது என்பது கடினம். அப்புறப் படுத்துவது என்றால் அதிகச் செலவாகும். சுத்தப்படுத்துவது என்பது சிக்கலானது. இன்றைய தேதியில் அவற்றில் பாதியை மட்டுமே வைத்துப் பாதுகாக்க முடியும். 5 கிலோமீட்டர் உயரத்திற்கு அவை மலைபோல் குவித்து வைக்கப்பட்டிருந்தன. திடீர் தீ விபத்து ஏற்படுவதைத் தவிர்ப்பதற்கான அதிகபட்ச உயரம் அது. பூங்காக்கள், விளையாட்டு அரங்கங்கள், திடல்கள், காப்பகங்கள்கூடப் பயன்படுத்தப்பட்டன. சிறார் தோட்டங்கள் குப்பைகளால் நிறைந்திருந்தன.

கற்பனைக்கு எட்டாத அளவு புழுதிக்கும் அமளிக்கும் இடையில், புல்டோசர்கள் இத்தனை குப்பைகளையும் எரி யடுப்பில் நிறைத்தன. கிரேன்கள், கன்வேயர் பெல்டுகள், நீரியல் இயக்கச் சக்கரங்கள், இராட்சத மண்வெட்டிக் கருவிகள்,

இயந்திர டைனோசர்கள் என வரலாற்றிற்கு முற்பட்ட மிருகங்களைப் போல் அவை மண்ணிலிருந்தும் விண்ணிற்கும் அங்கிருந்து இறங்கிச் சாம்பல் கலவையில் வேலை செய்தன.

இடிபாடுகளில், இடைவிடாத சோகத் தொனியில், ஒரு ரோஜா மெத்தை,

ஒரு குத்துச்சண்டைக் கோப்பை, சிதைந்த நிலையில்

சேறும் அழுக்குமாய், உள்ளிருந்ததை எல்லாம் காலியாக்கி வரிசையாக அடுக்கி

வைக்கப்பட்ட பணப்பைகள்.

குடும்ப நகைகள், பயண நினைவுப் பொருட்கள், புகைப்பட ஆல்பங்கள்

முதுகில் மாட்டும் ஒரு பை, ஒரு காப்புறுதி அட்டை, இன்னமும் பிரிக்கப்படாத

ஒரு சாக்லெட் பார், ஓட்டுநர் உரிமம் ஒன்று

கசங்கிய நிலையில் காகிதத் துண்டுகள்

அனைத்தும் ஏதோ தீர்ப்பு வழங்கித் தண்டனை அளிக்கப்பட்டவை போல்

அவை அனைத்தும் அங்கே சிதறிக் கிடந்தன. உருவ மிழந்து இருந்தாலும், அவற்றின் உறுதியான உண்மைத் தன்மையுடன்

அவை பிரமிக்க வைத்தன.

அவற்றுக்குமேல், மலர்கள், மெழுகுவர்த்திகள், ஊதுபத்திகள், விளக்கு ஏற்றும் ஒளியில் குழந்தைகளுக்கான விளையாட்டுப் பொருட்கள், வீட்டுக்கொரு பொம்மை, பொம்மை ஒவ்வொன்றிற்கும் ஒரு நிழல். மக்களின் வாழ்க்கையின் சிறு பகுதிகள்.

இதைத்தவிர, எவ்வித வடிவத்திற்குள்ளும் அடக்க முடி யாதவை. எது போன்றும் காட்சியளிக்காதவையும் அங்கு இருந்தன. அங்கே நான் கண்ட, இடையிடையே கண்ட, சேகரித்த அல்லது கடந்து சென்ற இடிபாடுகள் எல்லாவற்றையும் குறித்துத் துல்லியமாக என்னால் விவரிக்க முடியாது. அதற்கு ஒரு வாழ்க்கை முழுவதும் செலவழித்தாக வேண்டும். இடைவிடாது தானே எழுதிக்கொள்ளும் ஒரு புத்தகம் வேண்டும். எறும்பின் புத்தகம் போல்.

அது நடக்கும்வரை நான் நடக்கிறேன். தொடர்ந்து நடக்கிறேன். எழுதுகிறேன். பொருட்களின் துடைத்தழிப்பின்மீது நடந்துகொண்டிருக்கிறேன்.

*

ரிக்கூஸென்டாகாட்டா பகுதியில் 10,000 பைன் மரங்கள் இருந்தன. வெண்மைநிறத் தொடர் கடற்கரைகளுக்கும், கறுப்பு நிற, பைன் மரங்களுக்கும் பெயர்போன பகுதி இது. இரண்டு கிலோமீட்டர் தூரத்திற்கு 70,000 பைன் மரங்கள் நிறைந்த வனப்பகுதி. எல்லாம் கடலிலிருந்து 300 அல்லது 400 மீட்டர் தொலைவில். இப்பொழுது இதில் எதுவும் மிச்சமில்லை. அல்லது ஏறக்குறைய எதுவும் இல்லை என்று சொல்லலாம். காரணம், ஒரு பைன் மரம். ஒரேயொரு மரம் தாக்குப்பிடித்து நின்றிருந்தது. பேரழிவின் பரப்பில், தன்னந்தனியாக கருப்பு நிறத்தில் 10 மீட்டர் உயரத்திற்கு நின்றிருந்தது. அது இப்போது கடலுக்கு 5 மீட்டர் தொலைவில் இருப்பதால் அதைச் சுற்றிலும் மணல், மரத்துண்டுகள் ஆகியவற்றால் தடுப்பு இடப்பட்டிருந்தது. இரண்டாவது முறையாக அம் மரத்தைப் பேரலைகள் வந்து தாக்காமல் இருப்பதற்கான பாதுகாப்பு வளையம் அது. பல மக்களுக்கு உதவி தேவைப்படும் இந்நேரத்தில், இந்தப் பைன் மரத்தைப் பாதுகாக்கவும் முயற்சிகள் மேற்கொள்ளப்பட்டன. காலப்போக்கில் இது ஒரு குறியீடாக மாறிப்போகும். அதனைப் பாதுகாக்க இரண்டு மீட்டர் உயரத்திற்கு ஒரு பாதுகாப்புச் சுவர் எழுப்பப்போவதாகவும் பேசிக் கொண்டார்கள். கடல்நீர், சுனாமியால் கலக்கப்பட்ட பெட்ரோல், இரசாயனப் பொருட்கள் ஆகியவை அதன் வேர்ப் பகுதியை அச்சுறுத்திக்கொண்டிருந்தன. கடல் நீர்த்தூறல்கள் அதைத் தாக்குகின்றன. கிழிக்கப்பட்டும், உரிக்கப்பட்டும் இருந்த அதன் கீழ்க்கிளைகள், அலைகளால் ஏற்படுத்தப்பட்ட வடுக்களைப் பறைசாற்றின. ஆனால், அதன் கொடிகளும் முட்களும் மட்டும் சில மீட்டர் தூரம் மேலே நேராக நீட்டிக்கொண்டிருந்தன.

பேரலைகளிடமிருந்தும், காற்றிடமிருந்தும் தங்களைக் காத்துக்கொள்வதற்காக, மூன்று நூற்றாண்டுகளுக்குமுன் அங்குள்ள கிராம மக்கள், இந்தப் பைன் மரங்களை நட்டு, வனப் பகுதியை அமைத்தனர். பசிபிக் சூறாவளிகள், கிளைகளும் மரங்களும் சூழ்ந்த இந்த பிரம்மாண்டமான தடுப்பின்மீது மோதியுள்ளன. ஆனால், பத்து மீட்டர் உயரத்திற்கு எழும்பிய சுனாமிப் பேரலைகள் எல்லாவற்றையும்

சில நொடிகளில் அழித்து விட்டன. எங்கும் காணப்படும் பட்டுப் போன மரங்களின் அடிப்பகுதிகள், ஏற்பட்டுள்ள அதிர்ச்சியின் பயங்கரத்தையும், தாக்குதலையும், வீச்சையும் பறைசாற்றுவதாகக் கிடந்தன. அடிப்பகுதிகள் முறுக்கியபடிக் கிடந்தன. உப்பினால் அரிக்கப்பட்டுப் பேரலையின் சீற்றத்தால் இரண்டு துண்டுகளாகக் கிடந்தன.

இந்தச் சின்னங்களிடம் வியக்கத்தக்கதொரு உறுதியுடன் மக்கள் பற்றுக்கொண்டுள்ளனர். இவாட்டே மாவட்டத்தில் உள்ள யமாடா—மாச்சி (Yamada-machi) பகுதியில் நேற்று பேரலையால் தாக்கப்பட்ட 300 ஆண்டுகள் பழமை வாய்ந்த ப்ரூய்ன் மரம் ஒன்று பூத்திருந்தது. இச்செய்தியை வானொலி அறிவித்ததும் எழுந்து நடனமாடவேண்டும் என்ற அளவிற்கு மகிழ்ச்சியில் திளைத்தேன்.

அன்று மாலை இந்நிகழ்வைக் கொண்டாட ஃபுக்குஷிமாவின் வைன் பாட்டில் ஒன்றை வேனில் வைத்து ஜூன் திறந்தாள். அந்த மது ஷர்தோனே(Chardonnay), 100 சதவீதம், 2009. பழமும் மலரும் கலந்த, அதன் அழகான பெயர்: ‘பட்டும் கனிந்ததும்’.

*

V

நாங்கள் மேலே செல்கிறோம். தொடர்ந்து வடக்கு நோக்கி முன்னேறுகிறோம். இன்று, ஒரு புகலிட மையத்தில் நின்று, பார்வையிடுவது எனத் திட்டம். அங்கு இருப்பவர்களுக்குத் தேவையான பொருட்கள், துணிமணிகள், குறிப்பாகக் குடிநீர், மருந்துகள் ஆகியவற்றைக் கொண்டு செல்கிறோம்.

மலைகளுக்குப் பின்புறம், நேராகவும், படர்ந்தும் கிடந்தும் இருந்த பாறைகளின் நிழலில் கடற்கரையோரம் முழுவதும் தற்காலிகமாக அமைக்கப்பட்ட ஆயிரக்கணக்கான மீட்பு முகாம்கள், இருப்பிடங்கள். ஜூன், ஒரு வலைத்தளத்தைப் பார்த்து வைத்திருந்தாள். இந்த முகாம்கள் அமைந்திருக்கும் இடம், அங்கிருப்பவர்களுக்குத் தேவைப்படும் பொருட்களின் பட்டியல் ஆகியவை அதில் இடம்பெற்றிருந்தன. முக்கியச் சாலைகளுக்கு அப்பால் கொஞ்சம் ஒதுக்குப் புறமாக இருந்த ஒரு முகாமை நாங்கள் தேர்வு செய்தோம். அப்படித் தெரிவு செய்வதில் எங்களுக்குச் சில சங்கடங்கள் இருந்தன. சுனாமிப் பேரலையின் காரணமாக, புலம் பெயர்ந்தவர்கள் அல்லது அணுஉலைப் பயங்கரத்தால் விரட்டப்பட்டவர்கள் என மொத்தம், சுமார் 1,13,000 பேர் இருந்தனர்.

முற்பகல் முடியும் தறுவாயில் நாங்கள் அங்குப் போய்ச் சேர்ந்தோம். விழா அரங்கம் ஒன்றில், மீட்கப்பட்ட அனைவரும் தங்கவைக்கப்பட்டிருந்தனர். அரங்கு நிறைந்திருந்தது. ஒரு மேற்கூரை, 1000 கட்டில்கள். வரிசையின் இடைவழிகள், படிக்கட்டுகள், ஜன்னல்கள் கொஞ்சம் பெரிதாக இருந்தால், அவற்றின் விளிம்புகளில்கூட மக்கள் ஒண்டவைக்கப்பட்டிருந்தனர். அங்கு நாள்தோறும் 3000 பேருக்கு உணவு பரிமாறப்பட்டது. கழிவறைகள் செயல்படவில்லை. நடமாடும் கழிவறைகள் பயன்படுத்தப்பட்டன. அவற்றில் எல்லோரும் பார்க்கும்படித் தங்களைக் குறுக்கிக் கொள்வார்கள். தோள்பட்டைகளின் மீதிருக்கும் ஒரு பெரிய போர்வையால் மூடப்பட்டிருக்கும். அது குதிகால்வரைத் தொங்கிக்கொண்டிருக்கும். எவ்வித அந்தரங்கத்திற்கும் இடமில்லை. சிலர் பகற்பொழுதைக் காரில் கழிப்பார்கள், அல்லது ஒரு செய்தித்தாளை மறைப்பாக வைத்துக்கொண்டு அதன் பின்புறம் ஒளிவார்கள். அச்செய்தித்தாள் அவர்களை

வெயிலிலிருந்தும் மற்றவர்களின் பார்வையிலிருநதும் காப்பாற்றும். அது ஒரு கொடூரமான நகைமுரண். ஏனெனில், அச்செய்தித்தாள் ஏறக்குறைய எப்பொழுதுமே நிலநடுக்கத்தைப் பற்றியே விவரித்துக்கொண்டிருக்கும். அருகிலேயே, அவசரமாக இரண்டாவது புகலிட முகாம் ஒன்றை உடற்பயிற்சிக் கூடத்தில் திறந்திருந்தார்கள். அங்கு 100 குழந்தைகள் ஒருவரையொருவர் முண்டியடித்துக்கொண்டு இருந்தனர்.

நீண்ட காலமாகக் குளிர்தான் பெரும் பிரச்சனையாக இருந்து வந்தது. அந்த இடத்திற்குச் கணப்பு வசதி கொண்ட, புகலிட முகாம்களை, அரசு அவசரமாக அமைத்திருந்தது. அந்த 36 முகாம்களுக்குக் குறைந்தது 1000 பேர் தங்கள் பெயர் குலுக்கலில் விழுமா எனக் காத்திருந்தனர். ஏனெனில், இத்தகைய தற்காலிக இருப்பிடங்களை வழங்கப் பல குலுக்கல்கள் இருந்தன. அவற்றில் பதிந்திருந்தவர்களின் பெயர்ப் பட்டியலின் எண்ணிக்கை கற்பனைக்கு எட்டாத அளவிற்கு அதிகமாக இருந்தது. இந்த இடத்தைவிட்டு, ஆளில்லாத தங்கும் விடுதிகளில் சென்று தங்குவதையே தப்பித்தவர்கள் விரும்பினர். பாழடைந்த தங்கள் சொந்த வீட்டின் உடைந்த மரத்துண்டுகளைக் கொண்டுஅவர்கள் அடுப்பெரித்தனர்.

இப்பொழுது மழைக்காலம் நெருங்குகின்றது. இதன் பிறகு வெயில்காலம் வரும். அதற்கான கடும் வெக்கை. எரிசக்திச் சிக்கனம் நடைமுறையில் இருப்பதால், மின்விசிறிகள் மெதுவாகச் சுற்றும் என்பது எல்லோருக்கும் தெரியும். எனவே, ஜன்னல்கள் மீது அட்டைகளை வைக்கத் தொடங்கினர். சிலர், நிழல் வருவதற்கு ஒரு யோசனை தந்தனர். கதவுகளின்மீது செடிகொடிகளைப் படரவிடலாம் என்பதுதான் அது. அதன் பெயரைக் குறிப்பிட்டால் போதும். பரவலாக எழும் வெடிச் சிரிப்பைக் கேட்கலாம். அவர்கள் அதற்கு வைத்த பெயர், ‘காலைப் புகழ்’. வேறொருவர், இதைத் தங்கள் மீட்பு முகாமிற்குப் பெயரிடலாம் எனக் கூறியதும். சிரிப்பொலி அதிகமாகியது. குளிரால் முடக்கப்பட்டு, வெப்பத்தால் அச்சுறுத்தப்பட்டுத் துன்பத்திலும் சிரிப்பவர்கள்தான் ஃபுக்குஷிமாவின் அகதிகள்.

தண்ணீர் கொண்டுவர, நாள்தோறும் இரண்டு அல்லது மூன்றுமுறை ஆற்றுக்குச் சென்று வந்தனர். அதை ஒரு பாத்திரத்தில் ஊற்றி காஸ் அடுப்பில் சூடேற்றிக் குழந்தைகளைக் குளிப்பாட்டினார்கள். சில நேரங்களில், சில கிலோமீட்டர் தூரம்கூட மிதிவண்டியில் சென்று உணவு, விறகு, அல்லது

நிலக்கரி முதலியவை கொண்டு வரப்பட்டன. பொதுக் குளியல் இடங்களை நோக்கி, ஒரே நாளில் பலமுறை, அகதிகளை ஏற்றிக்கொண்டு பேருந்து ஒன்று சென்று வந்தது. ரொட்டிகள், அடைக்கப்பட்ட உணவுப் பொருட்கள், வறண்ட பிஸ்கட்டுகள், சிறு பைகளில் அடைக்கப்பட்ட உணவுகள் ஆகியவற்றை உட்கொள்வார்கள்.

உயிர் பிழைத்தவர்களுக்கான முகாம்கள் நன்கொடை மழையில் நனைந்தன. ஜப்பான் முழுவதிலிருந்தும் வெளி நாட்டிலிருந்தும் அவை வந்து குவிந்தன. நிறுவனங்கள், தனிநபர்கள் எனப் பலரிடமிருந்தும் அவை வந்தன. உடைகள், புத்தகங்கள், விளையாட்டுப் பொம்மைகள், ஒரு திரைக்குப் பின்னால் புதிய குளிர்சாதனப் பெட்டிகள், குளிரூட்டிப் பெட்டிகள். ஒரு மண்டபத்தின் மூலையில் நூற்றுக் கணக்கான பச்சைத் தேயிலைப் புட்டிகள், புத்தம் புதிய காலணிகள், ஒவ்வாமைத் தடுப்பு முகக் கவசங்கள், அரிசி, எண்ணெய், ரொட்டி வகைகள். உலகம் முழுவதிலிருந்து வரும் நன்கொடைப் பொருட்களை அடுக்கி வைக்க ஒரு நாள் முழுவதும் தேவைப் பட்டது.

நாங்கள் கொண்டு சென்ற உணவுப் பொருட்கள், தண்ணீர், உடைகள் ஆகியவற்றைக்கொண்ட பொதியை வரவேற்புக் குழுவினரிடம் ஒப்படைத்தோம். கருப்பு நிற மார்புக் கச்சைகளுக்கு, உள்ளாடைகளுக்கு வயதான பெண்களிடையே பெரும் வரவேற்பு இருந்தது. அவற்றை ஒப்பிடுவதும் சலசலப்புடன் மாற்றிக்கொள்வதுமாக இருந்தனர். மீட்பு முகாமில் எல்லோரும் அலுப்பின் உச்சத்தில் இருந்தனர் என்பதை விரைவில் புரிந்து கொண்டோம். எனவே, சமூகப் பணியாளர்கள் அங்குள்ள வயதானவர்களுக்கு வண்ணக் காகிதங்களைக் கொண்டு சுமை கொக்கிகள், விசிறிகள், மலர்கள் போன்றவற்றைத் தயாரிக்கச் சொல்லித் தந்தார்கள். காகிதங்களை மடித்து, வெட்டிக் காகித விளையாட்டுகளைக் கற்றுத் தந்தனர். விளையாட்டுத் துறை, தொலைக்காட்சி ஆகியவற்றைச் சேர்ந்த பிரபலங்கள் எனப் பார்வையாளர்கள் இராணுவத் தோரணையில் அடிக்கடி இந்த சோகமான பெரிய உடற்பயிற்சிக்கூடத்தை வந்து எட்டிப் பார்ப்பார்கள். சில நாட்களுக்குமுன், வேறொரு மையத்தில் நடந்தது போல் விரைவில் பேரரசரும், பேரரசியும் நேரில் வரலாம் என்றும் பேசிக் கொண்டார்கள். நாஸு (Nasu) பேரரசின் வேலை யாட்களின் குளியலறையைப் பயன்படுத்திக்கொள்ளத் தஞ்

சமடைந்தவர்களுக்கு அனுமதிகூடத் தரப்பட்டிருந்தது. இந்த அரச குடும்பத்தினர் அவ்வளவு தாராளகுணம் கொண்டவர்கள்.

உணவு, தங்கும் இடம், கொண்டாட்டம், என இருந்தாலும், மீட்பு முகாமில் இருந்தவர்கள் ஒவ்வொரு மீட்பு முகாமாகப் பந்தாடப்பட்டனர். நண்பர் வீட்டிலிருந்து பள்ளிக்கூடம், ஒரு விடுதியிலிருந்து உடற்பயிற்சிக்கூடம், அல்லது ஒரு வீட்டில் தங்கி வேலை செய்வது என மாற்றப்பட்டுக்கொண்டிருந்தனர். ஓனாகாவா பகுதியில் அணுஉலை வெடித்ததன் காரணமாகத் தங்கள் நிலங்களிலிருந்து விரட்டப்பட்டவர்கள், வேறோர் அணுஉலைக் கூடத்தில் மீண்டும் சந்தித்துக்கொண்டனர்.

இந்த மீட்பு முகாம்களில் வதந்திகள் பஞ்சமில்லாமல் உலா வந்தன. பேரரசரின் அரண்மனைக்குப் பக்கத்தில் உள்ள பிரின்ஸ் ஓட்டலில் தங்கும் அளவுக்குக் கொடுத்து வைத்தவர்கள் பற்றி எல்லோருக்கும் தெரியும். புனரமைப்புப் பணிகளுக்காக, டோக்கியோவின் இந்த அரண்மனை மூடப் பட்டிருந்தது. பொதுநலச் சேவையா அல்லது விளம்பர உத்தியா என்பது யாருக்கும் தெரியாது. ஆனால், கொஞ்சம் கற்பனை செய்து பாருங்கள். பல நாட்கள் குளிரிலும், அச்சத்திலும், அலைச் சலிலும் கழித்த பிறகு, எல்லாவற்றையும் இழந்த இம்மக்கள் உலகின் விலை உயர்ந்த ஓட்டல்கள் ஒன்றில், சொகுசான அறைகளில், உடற்பயிற்சிக் கூடங்களில், அதிநவீனக் குளியல் அறைகளில் இருந்தனர். அல்லது இவை எதையும் கவனிக்காமல், டன் கணக்கில் குவிந்துள்ள இடிபாடுகளின்கீழ் அங்கேயே கிடக்கும் மக்களைப் பற்றி நினைத்தபடி கனத்த இதயத்தோடு வெறுமையாக அந்த ஓட்டல்களின் கூடங்களில் சுற்றியபடி இருந்தனர் என்றும் சொல்லலாம்.

ஆனால், பெரும்பாலான நேரங்களில், கல்லூரிகள் அல்லது உடற்பயிற்சிக் கூடங்களில் உறுதியான மரத்தரைகளில் தங்கியிருந்தனர். அங்குப் போர்வைகளின் பற்றாக்குறை காணப்பட்டது. உடனடி நூடல்ஸ் கிண்ணிகள் தரப்பட்டன. ஒவ்வொருவரும் தன் எல்லையை அடையாளப்படுத்திக் குறித்து வைத்தனர். எப்பொழுதும் குறுகலான இடப்பகுதிகளின் எல்லையைக் குறிக்க நாற்காலிகளினாலான சுவர்கள் பயன்பட்டன. இளைஞர்கள், வீடியோ விளையாட்டுக்களை ஆடிக் கொண்டிருந்தனர். வயதானவர்கள், நீலநிற பிளாஸ்டிக் மேலுறைகளின்மீது படுத்துக் கிடந்தனர். அவர்கள் படுத்திருந்த விதம், அங்கிருந்து எப்பொழுதும் எழுந்திருக்கப் போவதில்லை

என்பதைப் போல் இருந்தது. அளவுக்கு அதிகமானவர்கள் தங்கவைக்கப்பட்டிருந்த அந்த அறையில் இருந்து பெரும் சோர்வு மயக்க உணர்வு தென்பட்டது.

அந்த அறையின் நடுவில் ஒரேயொரு தொலைக்காட்சிப்பெட்டி மட்டும் தொங்கிக் கொண்டிருந்தது. அதைச் சுற்றிலும் பன்னிரெண்டுக்கும் மேற்பட்ட சாய்வு நாற்காலிகள். நூற்றுக்கணக்கான கண்கள் அதை மொய்த்துக்கொண்டிருந்தன. இரவு 10 மணிக்கு ஊரடங்கு உத்திரவு. காலையில் உடற்பயிற்சிகள். பகல் வேளையில் சச்சரவுகள் எழும். மன உளைச்சல், இரத்த அழுத்தத்தை அதிகரிக்கும். இரத்தம் அடர்த்தியாகும். தண்ணீர்க் குறைபாடு, இதயக் கோளாறுகளுக்கு வித்திடும். இதைத் தவிர, நிமோனியாவும். அங்கிருந்த கடலோரப் பகுதிகள் சாக்கடைகளாக மாறியிருக்க, அவற்றில் கொழிக்கும் கிருமிகளாலும், சேற்றில் உள்ள இரசாயனப் பொருட்களை நுகர்வதாலும் எளிதில் பரவக்கூடிய தோல் நோய்களாலும், வயிற்றுக் கோளாறு நோய்களாலும் எண்ணிலடங்காதவர்கள் பாதிக்கப்பட்டனர். இத்தகைய பயங்கரமான சுகாதாரச் சீரழிவில், முதியவர்கள் தங்கள் படுக்கையை விட்டு வெளியில் செல்வதில்லை. மார்ச் மாதத்திற்கும் மே மாதத்திற்கும் இடையில் மூன்றில் ஒரு பங்கு பேர், நிமோனியா நோயால் இறந்துள்ளனர். சுனாமி, தன் பயணத்தை, அவர்களின் நுரையீரல்களில் தொடர்கிறது என ஒரு மருத்துவர் என்னிடம் கூறினார்.

எனினும், மீண்டும் வாழ்க்கை தொடர்கிறது. எங்கு திரும்பினாலும் அதே பேச்சுதான். இந்த ஊரைப் புனரமைப்பதா அல்லது இதை விட்டு விட்டு வேறு எங்காவது சென்று புது வாழ்க்கையைத் தொடங்குவதா என யாருக்கும் தெரியவில்லை. "எல்லாவற்றையும் இடித்துத் தள்ளுவது என்றாலே, நிறைய செலவாகும்", என்று நகர மன்றத்தின் ஊழியர் ஒருவர் என்னிடம் தெரிவித்தார். "இடித்துத் தரைமட்டமாக்கவே நிறைய செலவு செய்வதென்றால், மீண்டும் புனர்நிர்மாணம் செய்ய நம்மிடம் பணம் எதுவும் இருக்காது!" என்றார். ஒரு புதுப் படகை வாங்க வேண்டும் என்றால், என்னவெல்லாம் செய்ய வேண்டும் என்று மணிக்கணக்கில் (50 லட்சம் யென்கள், குறைந்தது 5000 ஈரோக்கள்) விளக்கினார்கள். பணத்தைப் பற்றி அதிகம் பேசினார்கள். நிலநடுக்கம் ஏற்பட்டதிலிருந்து ஓய்வூதியம் வாங்காதவர்களின் எண்ணிக்கை அதிகமாக இருந்தது. இது காலங்காலமாக அரசுக்கு எதிராக நிலவிவரும் வரட்டு பிடிவாதப் போக்கு.

அணுஉலைக்குத் தப்பியவர்களின் நிலை மேலும் வழக்கத்திற்கு மாறானது. கோபம், விரக்தி ஆகிய இரண்டிற்கும் இடையே கிடந்து அல்லாடுபவர்கள். அவர்களிடம் சோர்வையும் பேச்சில் குழப்பத்தையும் என்னால் உணர முடிகிறது. அணுஉலை மையங்களைச் சுற்றியுள்ள நிலை, நாள்தோறும் தெளிவாகவும் (ஊடகங்களில் மேன்மேலும் இருட்டடிப்பு) — முடிவற்ற பேரிடர் — மர்மமாகவும் உள்ளது. எப்பொழுது திரும்ப முடியும், அல்லது திரும்பலாமா என்பதுகூட மக்களுக்குத் தெரியவில்லை. இன்னும் 5 வருடங்கள், 10 வருடங்கள் அல்லது இன்னும் அதிக நாட்கள் கழித்து இனி, திரும்பி வரவே முடியாது என ஏற்கனவே சிலர் சந்தேகம் கொள்ளத் தொடங்கிவிட்டனர். “ஒருவேளை, இறப்பதற்காகத்தான் இங்குத் திரும்பி வருவேனோ?” எனக் கண்கள் பனிக்க ஒரு விவசாயி முணுமுணுத்தார்.

மற்றுமொரு மீனவர், குறிப்பாக, கதிரியக்கக் கழிவுகளைக் கடலில் கொட்ட அனுமதியளித்தவர்களைக் குற்றஞ்சாட்டிப் பேசினார். “ஒரு வீடா, மீண்டும் கட்டி விடலாம். ஒரு படகு என்றால் சீர்செய்து விடலாம் ஆனால், கடல்? யார் அதைச் சீர் செய்வது?” சிலர், பல வாரங்களாக, நல்ல நீர் கிடைக்காததால், குளியல் நீரைக் குடித்து உயிர் பிழைத்தனர். பேரலையைப் பற்றிப் பேசும்போது இன்னமும் அவர்கள் கண்களில் பயம் தெரிந்தது. மற்றவர்கள் பேசுவதை நிறுத்திவிட்டனர்.

தன் மகன் இறந்ததை நினைத்து, நாள் முழுதும் ஒரு பெண் அழுது அரற்றுகிறார். “அந்த ஒலிபெருக்கியில் சொன்ன அறிவிப்புகளை மட்டும் அவன் கேட்டிருந்தால், மலை மேல் ஏறிச் செல்ல அவ்னுக்கு நேரம் மட்டும் இருந்திருந்தால்” இப்படி, அவர் முணுமுணுக்கிறார், குமுறுகிறார். அவரால் தாங்க முடியாத தன் சோகத்தைச் சொல்ல முடியவில்லை. “இது மட்டும் இருந்தால். அது மட்டும் இருந்தால்.” ஒவ்வொரு வாக்கியத்தையும் “இப்படி மட்டும் இருந்தால்” என்றே தொடங்கி என்னவெல்லாம் நடந்திருக்கும் எனச் சாத்தியக் கூறுகளை அடுக்கிக் கொண்டே பேசுகிறார். அவர் இழந்துவிட்ட மகனை ஈடு செய்ய தனக்குத்தானே ஏற்படுத்தி வைத்துள்ள அனுமானங்களின் அடிப்படையில் தன் மனக்கணக்கின் சிறையைச் சுற்றிச்சுற்றி வருகிறார். இரவில் முற்றிலுமாக செயலற்ற நிலையில் அவரைப் பார்க்கலாம். இப்பொழுது வாக்கியத்தை மாற்றி, தொடர்ந்து “என்னால் புரிந்து கொள்ள முடியவில்லை. புரியவில்லை” என்று திரும்பத்திரும்பப் பிதற்றிக்

கொண்டிருக்கிறார். எனவே, இடைவிடாமல் நீண்ட முடிவற்ற சோகத்தின் பின்னே எஞ்சியுள்ள தன் வாழ்நாளைக் கழிக்க அவர் சென்றுவிட்டார் என்பது தெரிந்தது.

இரவு 10 மணி. அறையில் உள்ள விளக்குகள் அணைக்கப் படுகின்றன. நிசப்தம் நிலவுகிறது. சிறுவர்கள் சலசலப்புகள், வறட்டு இருமல்கள், குறட்டை ஒலிகள் ஆகியவை இடையிடையே குறுக்கிட அவ்வமைதி நிலவியது. அறையைவிட்டு லாரியை நோக்கிச் செல்கிறோம். கதவினை மூடும்முன் திரும்புகிறேன். திடீரென அறையில் விளக்கு எரிந்தால் பொருள்களும் உருவங்களும் குவிந்துபோவதைப் பார்க்கலாம்; சிறிய மெத்தைகளைக் கால்கள் சுற்றிப் பின்னுவதைப் பார்க்கலாம்; தோள் பட்டைகள் இழுத்துக்கொள்வதையும் முறுக்கிக்கொள்ளும் முழங்கைகளையும் சூம்பிப்போன குழந்தைகளையும், திரை விழுந்த கிழவிகளையும் காணமுடியும். இருட்டில்கூடப் புருவமுடி நிறைந்த முகங்கள், கொடுங்கனவுகள், விட்டத்தை உற்று நோக்கியபடித் திறந்த வாய்களுடன், கனவிலும், அழிவிலும் மூழ்கிய கண்கள், சுவாச உறுமல்கள் என எல்லாவற்றையும் ஊகிக்க முடியும்.

மீட்புமுகாமின் வாயிலில் வயதான ஒருவர் உட்கார்ந்திருந்தார். அவரது வெள்ளைத் தலை, நிலவின் ஒளியில் மின்னியது. இருட்டில், தேயிலையை மென்று கொண்டிருந்தார். இருளில், தனிமையில் மெதுவாகப் பேசிக் கொண்டிருந்தார். எண்ணச் சுவடுகளை, மீதமுள்ள நினைவலைகளை, சொற்களை அசைபோடுவது போல் இருந்தது. எங்களைப் பார்த்துப் புன்னகை செய்தார். முகாமில் அமலில் இருந்த ஊரடங்கு உத்திரவினை, அவரால் தாக்குப் பிடிக்க முடியாது. யாருக்கும் தெரியாமல் பின்புறக் கதவு வழியாக இன்னும் கொஞ்சம் நேரத்தில் அவர் மீண்டும் உள்ளே வந்து விடுவார்.

*

அடுத்த நாள், புறப்படுவதற்குமுன், சில மணிநேரங்கள் எங்கள் தோழர்களாக இருந்தவர்களிடம் விடைபெற்றுச் செல்ல மீண்டும் மீட்பு முகாமிற்கு வந்தோம். அருமையான அந்தக் காலைப் பொழுதில் முந்தைய நாளினைப் பற்றி வேறுவிதமான எண்ணம் தோன்றியது. நான் கவனித்த முதல் விஷயம்: ஓர் இளைஞன், தன் தண்ணீர் பாட்டிலைத் தன்னைவிட வயதானவருக்குப் புன்னகையோடு வழங்குகிறான். எல்லோரும் கூடி வாழக்கூடிய பாசமானதொரு, ஒரு சிறு வாழ்க்கை,

கொஞ்சம் ஏமாற்றமுடையதாகவும் இருக்கும். அத்தகைய வாழ்க்கை மெல்ல நடைமுறைக்கு வருகிறது.

முந்தைய நாள் பார்த்த அந்த முதியவர், இன்னும் அதே இடத்தில் உட்கார்ந்திருக்கிறார். இரவுப் பொழுதை வெளியில் கழித்திருப்பாரோ? இல்லவே இல்லை. எங்களைப் பார்க்கிறார். அடையாளம் கண்டுகொள்கிறார். வணக்கம். வணக்கம்.. நிலவின் ஒளியைக் கண்டு ரசிப்பதற்காக இரவில் நேரங்கழித்து உறங்கச் செல்வதாகவும், காலைப் பனிமூட்டத்தை அனுபவிக்க, அதிகாலையிலேயே எழுந்து விடுவதாகவும் எங்களுக்கு விளக்கினார். முன்னுதாரணமாகக்கொள்ளவேண்டிய ஞானம்.

தூரத்தில் மனங்கவரும் இசையைத் தெளிவாகக் கேட்க முடிந்தது. சோப்புக் கலந்த நீரை, ஒரு வாளியில் நிரப்பி, அதில் தங்கள் துணிகளை நனைத்து, அதைச் சுற்றி நின்று பாடிக்கொண்டிருந்தனர். வயதான நபர், தலையைத் தூக்கி, காதுகளைத் தீட்டிக்கொண்டு கவனித்தார். அப்போது அவர் தோற்றம், பூக்கொத்துக்களின் நடுவே நின்று ஒரு சிலந்தி வலையினூடாக வானவில்லை ரசிக்கும் ஒரு மிரண்ட குழிமுயலைப் போலிருந்தது.

பிறகு, திடீரென அவர் பாடினார். துணி துவைப்பவர் களின் உயிரோட்டமான மெட்டை அவரும் உற்சாகத்துடன் பாடினார். அவருடைய விரல்களும் தான் அணிந்துள்ள கோட்டின் கைப் பகுதியின்மீது கண்ணுக்குத் தென்படாத கித்தாரை வாசிக்க வருடின. அவரது மென்மையும், சோகமும் கலந்த பாடல், அந்த அதிகாலை அமைதியில் பிரார்த்தனை போலெழுந்தது.

ஒரே நேரத்தில், நுண்ணுணர்வும், வலிமையும் மிகுந்தவராக அவர் காணப்பட்டார். அவரிடமிருந்து புதினா வாடை வீசியது. அவரது சட்டைக் காலரிலிருந்து, லில்லி மலர் வாசம் வந்தது. அழகான இரட்டையர்களான அவர்களைப் பார்க்கச் செல்வதாக எங்களிடம் கூறினார். அவர்களிடம் சிறிது உரையாடப் போவதாகச் சொன்னார். மேலும், அவர்கள் இருவரும், தான் படுத்திருக்கம் இடத்துக்கு இன்று இரவு வர வாய்ப்பிருப்பதாகச் சொன்னார். ஜுவன், வாய்விட்டுச் சிரித்தாள். பிறகு, தன் பாடலைத் தொடர்ந்தார். தடவிக்கொடுக்கக் கூடியதாகவும், வலிமையானதாகவும் இருந்தது அப்பாடல். அவருடைய ஆற்றல், எங்களை ஏதோ

ஓர் அருள் போல் ஆட்கொண்டது. நிலநடுக்கத்தில் உருவான அத்தனைத் தூசுகளையும், சுனாமி விட்டுச் சென்ற அத்தனை மாசுகளையும் எங்களிடமிருந்து அவர் விலகச் செய்தார்.

சட்டென அகுட்டாகாவா எழுதியப் பகுதி நினைவுக்கு வந்தது. "*1923* இல் ஏற்பட்ட பெரும் நிலநடுக்கம் பற்றிய சில்லறைக் குறிப்புகள்" எனும் அந்தப் புத்தகத்தைப் பிரஞ்சு — ஜப்பானிய நிறுவன நூலகத்தில், நான் டோக்கியோ திரும்பியபோது எடுக்க முடிந்தது. அண்மையில் நேர்ந்த நிலநடுக்கத்தைக் காட்டிலும் அதிகச் சீற்றத்துடன் பயங்கரமாக அப்பொழுது நிலநடுக்கம் ஏற்பட்டிருக்கிறது. முதல் அதிர்வு ஏற்பட்ட *14* நொடிகளுக்குள், யோக்கோஹாமா (Yokohama) காணாமல் போய்விட்டது. டோக்கியோ, யோக்கோஹாமா ஆகிய ஜப்பானின் இரண்டு பெரிய நகரங்கள் வரைபடத்திலிருந்தே துடைத்தெறியப்பட்டு விட்டன.

எதுவும் மிச்சமில்லாமல் பாழடைந்துபோன மருநூஷிப் பகுதியின் இடிபாடுகளின் வழியே அகுட்டாகாவா நடந்தபடிக் கடந்து சென்றபோது மிகவும் கவலையூட்டும் சிந்தனைகள் அவரை ஆட்கொள்கின்றன. செந்தூரக் கலவை போல் சிவந்த கால்வாயின் சேறு நிறைந்த கரைக்கு முன்போனவுடன், தண்ணீரின் மேற்பரப்பிலிருந்து திடீரென ஒரு பாடல் ஒலிப்பதைக் கேட்கிறார். யாருமே எதிர்பாராத பாடல் அது.

"பாடுபவன், ஓர் இளைஞன். அவனது தலை மட்டும் தண்ணீருக்குமேல் எழும்புகிறது. எனக்கு ஒரு வினோதமான புத்துணர்வு உண்டானது. உள்ளுக்குள் பாடும் அந்த இளைஞனின் குரலோடு சேர்ந்து பாட வேண்டும் எனும் விருப்பம் எழுவதை உணர முடிந்தது. எவ்விதக் கவலையுமில்லாமல், அவன் பாடவில்லை என்பதில் சந்தேகம் எதுவுமில்லை. எனினும், அந்தக் குறுகிய இடைவெளியில், என்னை அறியாமல் என்னுள் இருந்த எதிர்மறைச் சிந்தனையை அப்பாடல் போக்கி விட்டது".

இன்று, கெசெனுமாவின் (Kesennuma) மீட்பு முகாமில் நில வொளியின் கீழ் அமர்ந்திருக்கும் இந்த வயதான வெள்ளை முடிக்காரர், தண்ணீரிலிருந்து, வெளியே தலையை நீட்டிய அந்த இளைஞனை நினைவூட்டினார். அவனேதான் அவர். மாறவே இல்லை. அதோ அவர் அங்கே, சுற்றிலும் பேரழிவின் தாக்கம், விதியின் கொடூரம், உடற் பயிற்சிக் கூடத்தின் கெடு பிடிகள், கொண்டாட்ட அறைகளின் கட்டாயம், துக்கத்தின்

கறுப்புப் பட்டாம் பூச்சிகள் இவையெல்லாம் சூழ்ந்திருக்க, தன் குரல், உடல், விருப்பம் ஆகியவற்றோடு மல்லுக்கு நின்றார். பெயர் தெரியாத இந்தக் குழப்பமான சூழ் நிலையில், நாம் எதிர்பாராத நேரத்திலும், ஒரு மெல்லிசை ஒலிக்கக் கூடிய வாய்ப்பு உண்டு என்பதை, அவரது இருப்பு நமக்கு உணர்த்தியது. கருங்கூந்தலுடன், எடுப்பான மார்பகங்களுடன், பெரும் தொண்டையுடன் வெகு தூரத்திற்கு எதிரொலிக்கப் பாடும், அந்த இரண்டு துணிதுவைக்கும் பெண்களுடன் சேர்த்துப் பார்க்கும்போது, அகுட்டாகாவா தன் அற்புதமான வாக்கியத்தில் குறிப்பிட்டதைப் போல், "கட்டவிழ்ந்த தீ விபத்துக்கூட இத்தகைய விஷயங்களைச் சாம்பலாக்க முடியாது".

நம்மைச் சுற்றி ஏற்பட்டுள்ள பேரழிவின் அளவுடன் ஒப்பிட்டால், இந்த நடவடிக்கை மிகவும் துடிப்பானது. இந்தப் பேரிடரில் இருந்துங்கூட, ஒரு சிறிய இசை உயிர்த்தெழக்கூடும். நாம் பிழைத்து விடுவோம்.

VI

இது பயணத்தின் இறுதிப் பகுதி. இன்றைய இலக்கு, தடை செய்யப்பட்ட பகுதியின் விளிம்பில் இருக்கும், எல்லைக் கிராமமான மியாக்கோமுராவை(Miyako-mura) எட்டுவதாகும்.

முதலில் கொரியாமா(Koriyama) நெடுஞ்சாலை 47ஐ விட்டு வெளியேறி, பிறகு நெடுஞ்சாலை 49ஐயும் விட்டு வெளியே வருகிறோம். ஓர் அழகிய ஏரியை ஒட்டிச்செல்லும் நெடுஞ் சாலை 57 இல் உள்ள மியாரு (Miharu) தடுப்பணை மற்றும் புகழ்பெற்ற வெப்ப நீரூற்று சைத்தோநோயுவைக் (Saito no yu) கடந்து செல்கிறோம். சிறிது நேரம் அற்புதமான ஏரியை அனுபவித்துச் செல்லலாம். அது மாலையை நெருங்கும் நேரம். செர்ரி மரப் பாதை. பூத்துக் குலுங்கும் காலம். பாதை முழுக்க, மடல்களின் கொத்துகள் நமக்குப் பாதுகாப்பாக வருகின்றன. நெடுஞ்சாலை 40இல் நுழைந்து மியாக்கோமுராவை நோக்கிச் செல்ல தமுராவில் பாதை மாறுகிறோம்.

செர்ரி மரங்கள் நிறைந்த மலைகளிடையே பாதை வளைந்து வளைந்து செல்கிறது. ஃபுக்குஷிமா செர்ரி மரங்களின் பூமி. இடப் பெயர்களிலும், இடம் பெற்ற அவை, எங்கும் காணப்பட்டன. சக்குராக்கோ — செர்ரிமர ஏரி, மிஹாரு ஸக்குராதாக்கி (Miharu-zakurataki) — மூன்று வசந்த வட்டாரத்தின் செர்ரிமர அருவி என அழைக்கப்படும். கவர்ச்சிகரமான சொற்களைச் சுற்றிலும் உப்பும் கடற்பாசியும் வெளிப்படுத்தும் நறுமணத்தை ஊடுருவிய நுண்ணிய ஆவி பறக்கும் வாடை, ஒரு மெல்லிய ஊதப்பட்ட கண்ணாடிக் குடுவையைப் போல் கவிழ்ந்திருந்தது. ஆனால், இன்று மக்களின் முணுமுணுப்பைக் கண்டுகொள்ளாமல், அனைத்தும் துடிப்புடன் மென்மையாக மின்னிக்கொண்டுப் பூத்துக் குலுங்குகின்றன.

அது ஒரு மேய்ச்சல் பகுதியின் இயற்கைக் காட்சி. ஆனால், அங்குள்ள சிதைந்த மேற்கூரைகள் நிலநடுக்கத் தால் தாக்கப்பட்டுள்ளதை நினைவூட்டும். ஃபுக்குஷிமா பகுதிக்குள் நுழையும்போது, நம் பார்வையில் விழுவது இந்த மேற்கூரைகள்தான். இருப்பிடத்தின் குறிப்பிட்ட வசதியைக் குறிப்பவை மேற்கூரைகளின் ஓடுகள். ஆனால், ஏராளமான மேற்கூரைகள் நிலநடுக்கத்தின் காரணமாக உடைந்திருந்தன. ஓடுகள் சரிந்து, இப்பொழுது, கூரைகளை

நீலநிறப் பாய்கள், அல்லது மணல் சாக்குகளைக் கொண்டு மூடியுள்ளனர். ஃபுக்குஷிமாவின் வீடுகளைப் பொறுத்தவரை, நேரடியாகச் சொல்லவேண்டுமென்றால், 'உச்சிமீது வானிடிந்து விழுந்துவிட்டது.'

அவர்கள் சென்ற சுமையுந்தில், மற்ற வானொலிகள் இன்றைய வானிலையை அறிவிப்பதுபோல், ஃபுக்குஷிமா வானொலி, கதிரியக்க அளவுகளைக் பட்டியலிட்டுக் கொண்டிருந்தது. நிலைபெற்றுவரும் நவீன உலகின் முன்னறிவிப்புகள். இது கதிரியக்கம் குறித்த கணிப்பு அறிக்கை. எனவே, மே முதல் தேதி, ஒரு மணிநேரத்திற்கு இத்தனை மைக்ரோ சிவட் விகிதம்

மினாமி ஆயிசு(Minami-Aizu)	*0.08*
ஆயிசு வகாமாத்சு(Aizuwakamatsu)	*0.98*
கோரியாமா (Koriyama)	*1.52*
ஷிராக்காவா (Shirakawa)	*0.62*
ஃபுக்குஷிமா (Fukushima)	*1.64*
இத்தாத் (Iitate)	*3.17*
மினாமி சோமா (Minami-Soma)	*0.52*
நாமி—ஷித்தாகுஷிமா(Nami-Shitakushima)	*10.5*
நாமி—அக்காஜிக்கி (Namie-Akajiki)	*17.8*
இவாக்கி (Iwaki)	*0.25*
நாசூ (Nasu)	*0.19*
ஷிரேஷி (Shiraishi)	*0.19*
சென்டாய்(Sendai)	*0.09*

அணுஉலை மையங்கள் — சொல்லப்போனால் — இப்பகுதியின் நிலநடுக்க மையப்புள்ளியாக இருந்தன. சம்பளம், சொத்துவரி, வருமான வரி, இதர வரிகள் என, ஒரு வகையில் இப்பகுதியின் பொருளாதார நுரையீரலாக விளங்கிய காரணத்தால், இந்த நகரங்களின் பெருமையாக அவை கருதப்பட்டன. எல்லாம் அதனதன் இடத்தில் இருந்தன. அணுஉலைகள் இயங்கின. புகைக் கூண்டுகள் புகைந்தன. பொருளாதார நடவடிக்கைகள் முழுவீச்சில் நடைபெற்றன. தண்ணீர், சோடா, பச்சைத் தேநீர் அல்லது சீனத் தேநீர்

அடங்கிய பிளாஸ்டிக் புட்டிகளை இரவும் பகலும் தொடர்ந்து, தானியங்கி எந்திரங்கள் விநியோகித்தன.

இன்று, அணுஉலை அவர்களுக்கு மட்டும் சொந்தமில்லை. இந்த உலகத்துக்கே சொந்தமானது. (எதை எக்காலத்துக்கும் செயல்படவிடக்கூடாது என்பதற்குக் குறியீடாகிவிட்டது.) தொழிலாளிகள், தொழில்நட்ப வல்லுநர்கள் எனக் குழுமியிருந்த நிலைமாறி, இப்பொழுது கையுறை, காலணிகள், தலைக்கவசங்கள், முகமூடிகள் என உச்சி முதல் உள்ளங்கால்வரை போர்க்கால உடையில் படைவீரர்களைப் பார்க்க முடிந்தது. அந்த உலை, ஒரு பேய். கடலிலும், மண்ணிலும் திறந்த வெளியில், காற்றில் மரணப் பெருமூச்சை, வாடையை நிரந்தரமாகக் கக்கிக் கொண்டிருந்தது. தரையிலும், வானிலும், கடலிலும் எங்கும் அது, சபிக்கப்பட்டிருந்தது.

*

ஆனால், இந்தக் குழந்தைகள் எங்கே சென்று விட்டார்கள்?

இப்பொழுது, பிற்பகல் மணி 4. இந்நேரம் பள்ளியில் இருந்து திரும்பும் சிறுவர்களின் சிரிப்பொலியும், இளம் தாய்மார்களின் அரட்டையும் கேட்க வேண்டும். இரவின் ரம்மியத்தில் தலை குனிந்தவாறு அந்திச் சூரியனின் கதிர்களை அனுபவித்த படி நடந்து செல்பவர்கள் வரும் நேரம்.

அங்கு தற்காப்புப் படையைச் சார்ந்த வாகனங்கள் மட்டுமே இயங்கிக் கொண்டிருந்தன. புழுதிமேகங்களுக்கிடையே சரளைக் கற்களின்மீது சென்ற அவற்றின் சத்தம், நம் அச்சத்தைப் போக்குவதைக் காட்டிலும், கவலையையே அதிகம் தந்தன.

அவ்வப்போது, வயதான பெண்மணி ஒருவரைக் கடக்க நேர்ந்தது. நடந்தோ மிதிவண்டியிலோ, கை நிறையப் பலசரக்குச் சாமான்களுடன் பெரும் சுமையுடன் அவரைப் பார்க்க முடிந்தது. கிராமத்துப் பெண்ணின் பாணியில், தலையில் ஒரு துண்டைத் தொப்பிக்குப் பதிலாகக் கட்டியிருந்தார். முதுகில், ஒரு மூங்கில் கூடையை வைத்திருந்தார். அது காலியாகவோ, துணிமணிகள், வீட்டு உபயோகப் பொருட்கள் நிறைந்தோ இருக்கும். அவர் நகரத்தை நோக்கிச் செல்வார். அல்லது மலையை நோக்கி ஏறுவார். மலையிலும் ஒன்றும் இல்லை. தண்ணீரும் இல்லை. மின்சாரமும் இல்லை. வயதான பெண்கள், பக்கத்தில் உள்ள கிராமங்களுக்குச் சென்று அங்கே மீதம் உள்ள — அதாவது, ஏறக்குறைய எதுவும் இல்லாத —

பொருட்களை வாங்கிச் செல்லப் போவார்கள். அல்லது மீட்பு முகாம்களிலும் வந்து பொருட்களைப் பெற்றுச் செல்வார்கள். பிறகு, எளிதில் முறிந்துவிடக்கூடிய உருவத்துடன் மலையை நோக்கி அவர்கள் திரும்பிச் செல்வதைப் பார்க்கலாம்.

அவர்களிடம் விசாரித்தால், 3 மாடி உயரத்திற்கு ஒரு சுனாமிப் பேரலை, எங்கும் தீ, வெடித்துச் சிதறும் கட்டிடங்கள், மற்றக் கட்டடங்களும் இடிந்துவிடக்கூடிய அபாயம் என அவர்களின் அனுபவத்தை விவரிப்பார்கள். குறிப்பாக, அணுஉலை மையத்தில் மார்ச் 12ஆம் தேதி ஏற்பட்ட பெரும் வெடிவிபத்தின்போது உண்டான சத்தம், சுற்றுவட்டாரத்தில் பல கிலோ மீட்டர் தூரத்திற்குக் கேட்டதாம். அங்கே வசித்தவர்களின் பதற்றம், முன்னுக்குப்பின் முரணான தகவல்கள், பெட்ரோல், உணவுப் பொருட்கள் ஆகியவற்றின் தட்டுப்பாடு, அரசு அதிகாரிகளின் நிர்வாகக் குளறுபடி, நுகர்வோர்களுக்கு அணுசக்தி வினியோகிக்கும் அதிகாரிகளின் தலைமறைவு. முன்னெச்சரிக்கை நடவடிக்கையாக, கிராம எல்லைகளில் முகாமிட்ட இராணுவம். (காப்பாற்றவா? வெளியேற்றவா? சட்டம் ஒழுங்கை நிலைநாட்டவா?) என்ன நடக்கும் என யாருக்கும் தெரியவில்லை. நாம் புறப்பட்டாக வேண்டும். அதுவும், வேகமாகப் புறப்பட வேண்டும். முடிந்த அளவு, தூரத்திற்குப் போய்விட வேண்டும் — இவை மட்டுமே தெரியும். “அணுஉலையைப் பொறுத்தவரை, இதை ஞாபகத்தில் வைத்துக்கொள்ளுங்கள். இதுதான் ஒரே விதி நம்மால் முடிந்தவரை, சீக்கிரமாகவும், தூரமாகவும் போய் விட வெண்டும்”. இதை என்னிடம் கூறியவர், 90 வயது நிரம்பிய மூதாட்டி. அவர், இதை ஒன்றும் வேடிக்கையாகச் சொல்லவில்லை.

பிறகு, பத்துக்கும் மேற்பட்ட பேருந்துகளில் அங்கிருந்து வெளியேற்றப்பட்டவர்கள் பல்வேறு இடங்களுக்கு அழைத்துச் செல்லப்பட்டனர். தறிகெட்ட திசைகாட்டிக் கருவிகளாய் நகரங்கள் மாறிப்போயின. மீட்பு முகாம்களுக்கு வந்து சேர்ந்ததும், கதிரியக்கச் சோதனையை மக்கள் செய்தாக வேண்டும். இப்பகுதிக்குள் நுழைவதை விநியோகிஸ்தர்கள் யாரும் இப்பொழுது விரும்புவதில்லை. ஒன்றன்பின் ஒன்றாக, கடைகளும், உணவு விடுதிகளும் மூடப்பட்டு வந்தன. கதிரியக்கம் குறித்த அச்சம், வாழ்வாதாரப் பொருட்கள், மருந்துகள் ஆகியவற்றின் விநியோகதிற்கும் தடையாக அமைந்தது. பத்திரிக்கையாளர்களும் இடத்தைக் காலிசெய்து விட்டார்கள்.

விரைவில், இத்தாத்தே—முரா (litate-mura)எனும் சபிக்கப்பட்ட கிராமத்திற்கு வந்து சேர்ந்தோம். இவ்வூர், தடைசெய்யப்பட்ட பகுதிக்கு அப்பால் இருந்தாலும், அச்சுறுத்தக்கூடிய அளவில் கதிரியக்க விகிதங்களைக் கொண்டிருந்தது. நுழைவாயிலில், கூர்மையான மேற்கூரைகள், ஆரஞ்சுநிற தோரணவாயிலுடன் மிகவும் அழகான, சிறிய ஷின்டோ ஆலயம் ஒன்று இருந்தது. மேலும், நாம் இருப்பது, ஜப்பானின் மிக அழகிய கிராமங்களில் ஒன்றாகும் எனும் குறிப்புடன் ஒரு பதாகையும் இருந்தது. அக்கிராமம், பள்ளி மாணவர்களின் மேசைகளைப் போல், வரிசையாக அமைந்த வீடுகளுடன், அந்தக் குடியிருப்புப் பகுதி தூய்மையாகக் காட்சியளித்தது. குன்றின் பக்கவாட்டில் ஒரு சிறிய கல்லறை, ஏராளமான பசுமை இல்லங்கள், பூத் தோட்டங்கள் காய்கறித் தோட்டங்கள். ‘தக்காமி இல்லம்’ என்னும் சத்திரத்தில் இறங்கிப் பார்த்தோம். அங்கே ஒருவரும் இல்லை. சுற்றியுள்ள நிலங்களும் வெறிச்சோடிக் கிடந்தன.

மலையொன்றைப் பின்புலமாகக் கொண்ட இத்தாத்தே—முரா, ஒரு தாழ்வான பகுதியில் அமைந்துள்ளது. எது இவ்வூருக்கு அழகினை அளித்ததோ, அதுவே இப்பொழுது மோசமான தலைவலியாய் ஆகிவிட்டது. வடக்கே சில கிலோமீட்டர் தொலைவில் உள்ள அணுஉலை மையத்தில் இருந்து தொடர்ந்து வெளியேறும் கதிரியக்கம், மலையினால் தடுக்கப்பட்டு தாழ்நிலப் பொறியில் சிக்கிக்கொண்டு வெளியேற முடியாமல் தேங்கி விடுகிறது. இதைத்தான், ‘hot spot’ வெப்பப் பகுதி அல்லது ‘சிறுத்தையின் புள்ளி’ என அழைக்கின்றனர். இங்கு, சில நிமிடங்களிலேயே தொசிமீட்டர் (dosimeter) மணிக்கு 0.3 லிருந்து 3.2 மைக்ரோ சிவட்டுக்கு மாறக்கூடும். ஜப்பானின் மிக அழகிய கிராமங்களில் ஒன்று, இப்போது மிகவும் அபாயகரமான ஊர்களில் ஒன்றாகிப்போனது.

சாலையோரத்தில் உள்ளூர்த் தேர்தலுக்கான பதாகைகள் நிறுத்தப் பட்டிருந்தன. உள்ளூர் அரசியல் வாதிகளின் முகங்கள், நல்ல நிறம், டை, மடிப்பு கலையாத உடை, மிடுக்கான சிரிப்பு என வினோதமான காட்சி. எல்லோருடைய முகத்திலும், ஒரே விதமான சிரிப்பு, இத்தகைய நிலையிலும், சூழ்நிலையிலும், அது ஏதோ ஒரு சேட்டையைப் போன்றே அதிகம் தெரிந்தது.

மற்றுமொரு பதாகை; அப்பகுதியின் காய்கறிகள், பழங்கள் ஆகியவற்றின் பெருமைகளை அடுக்குவதாக அமைந்திருந்த்து : ‘ஓய்ஷி யாசாய்கா தபேத்தாய் (Oishii yasai ga tabetai)— நான், நல்ல காய்கறிகளைச் சாப்பிட விரும்புகிறேன்’. கேரட் பெட்டியும்,

நல்ல சிவப்பு நிற ஸ்ட்ராபெரி பழமும் கொண்ட அழகான ஓவியம், திடீரென கசப்பானதொரு முரண்பாடாகக் காட்சி யளித்தது. எல்லாம் முடிந்துவிட்டது என்று ஜூன் என்னிடம் சொன்னாள்.

எங்கள் சாலையின் இருபுறமும் நெல்வயல்கள் விரிந்து கிடந்தன. ஆனால், இந்த ஆண்டு, மீண்டும் நெற்பயிர் நடவு நடக்காது. இன்னமும் சில விவசாயிகளைப் பார்க்க முடிந்தது. வயதான கிராமத்துக்காரர் ஒருவர் எங்களை நெருங்கி வந்தார். எங்களை இந்த இடத்தில் பார்த்ததில் அவருக்கு ஆச்சரியம். அவரிடம் நாங்கள் பேச்சுக் கொடுத்தோம். வயல்களைப் பற்றி விரிவாகப் பேசினார். இந்நேரமே, பொதுவாக நடவு வேலைகள் நடந்திருக்க வேண்டும். ஆனால், வயல்களை உழுது தயாராக்கிவைக்கவில்லை. ஏற்கனவே அதைச் செய்யவில்லை யென்றால், கதிரியக்கத்தைத் தண்ணீர் நிலத்துக்குள் ஊடுருவச் செய்துவிடும்.

நிலங்களிலும், காய்கறிகளைப் பயிரிடும் இடங்களின் நிலத்தை மூடியுள்ள மேற் பகுதியைக் காற்று அடித்துச் சென்றுவிடும். அப்பொழுது நாம் பயிரிடலாம். ஏனெனில், கதிரியக்கத் துகள்களைப் பள்ளத்தில் இருக்கும் இடத்தை நோக்கி, காற்று அடித்துச் சென்றுவிடும் என்று அவர் எங்களிடம் உறுதிபடத் தெரிவித்தார். ஆனால், பிரச்சனை என்னவென்றால், நிரந்தரமாக அதனை வெளியேற்றுவதுதான்.

இந்தக் கிராமம் சகே பானத்துக்கும், காளான்களுக்கும் மாட்டிறைச்சிக்கும் பெயர் போனது என்று அவர் எங்களிடம் விளக்கினார். இங்கு “இத்தாத்தே முரா கியு” (Itate-mura gyu) எனும் பெயரில் ஒரு புவிசார் அங்கீகாரம் பெற்ற பண்ணை உள்ளது. இதற்கு, பிராண்ட் அடையாளம் உறுதிபடுத்தப்பட்டது என்று பொருள். இவற்றில் ஒரே மாடுகூட ஒரு மில்லியன் யென்னுக்கு (9000 ஈரோவுக்கும் மேல்) விலை போகும். சிவப்பு லேபில்! அணுஉலை மைய வெடிவிபத்துக்குப் பிறகு, இது ஒரு நோய்வாய்ப்பட்ட குறியீடாக மாறிவிட்டது. யாரும் இனி இதை வாங்க முன்வருவதில்லை. மேலும், ‘லாம்பீர் தெ சான்ஸ்’ எனும் திரைப்படம் ஏற்படுத்திய சலசலப்புக்குப் பிறகு, நடிகர் தார்சுயா ஃபுஜி(Tatsuya Fuji)யால் பிரபலமடைந்த ‘கேஸ்தார்’(Caster) எனும் சிகரெட்டுகளைத் தயாரிக்கப் பயன்படும் புகழ் பெற்ற புகையிலையும் அங்குதான் பயிரிடப்படுகிறது. அனைத்தும், சம்பவம் நடந்த மறுநாளே நின்றுபோயின.

என்னைச் சுற்றி என்ன உள்ளது எனப் பார்க்கிறேன். பண்டகப் பைகள், மின்சார பேட்டரி அட்டைகள், தண்ணீர்ப் பாட்டில்கள், வயதானவர்களுக்கான டயாப்பர்கள், முகக்கவசங்கள் ஆகியவை இருக்கின்றன. எங்கள் உரையாடலைக் கேட்டுவிட்டு மற்றுமொரு கிராமத்துவாசி வருகிறார். அவரிடமுள்ள ஜெய்ஜர் கருவியைக் காட்டுகிறார். மணிக்கு 3.15 மைக்ரோ சிவெட்சைக் காட்டியது. தனக்குப் பின்னால் அடிவாரத்தில், செயலிழந்து நின்றுள்ள டிராக்டர்களைக் கையால் சுட்டிக் காட்டினார். மண் கெட்டுப்போய்விட்டது. இனி ஒன்றும் செய்வதற்கில்லை. நெல் மூட்டைகளில் இருந்தும் வயல்களில் உள்ள கோஸ்களில் இருந்தும் களை முளைத்திருந்தது. பூத்துக் குலுங்கும் வயல்களின் பகுதியாக, ஒருகாலத்தில் விளங்கிய இத்தாத்தே பகுதி, அகண்ட பாழடைந்த நிலமாக மாறிக்கொண்டிருந்தது.

இரண்டாவது கிராமவாசி மேலும் விளக்கினார். அவரும் சில விளக்கங்களைத் தந்தார். கனத்த இதயத்துடன் பேசினார். பால், கதிரியக்கப் பாதிப்புக்குள்ளானது. உருளைக் கிழங்குகள் கதிரியக்கத்தால் தாக்கப்பட்டன. கோஸ்கூட கதிரியக்கத் திற்குப் பலியாகியது. அனைத்துக் காய்கறிகளும் தடை செய்யப்பட்டன. பாலைக் கொட்டுவதற்காக நிலத்தைத் தோண்டினர். டன் கணக்கில் பால் ஊற்றப்பட்டது. எடையைக் குறைவாக்கும் பொருட்டு, ஸ்பினாச் கீரைகளைக் காயவைத்துப் பிறகு அவற்றைத் தூக்கி எறிவார்கள். “பார்த்தீர்களா? ஆண்டின், பாதியை — அவர்கள் வாழ்க்கையின் பாதியைப் பயிரிடச் செலவிட்டவர்கள்; அவற்றைப் புதைத்துவிடும் அல்லது எரித்துவிடும் நிலைக்குத் தள்ளப்படுகிறார்கள். பல கேள்விகள் எழும். “எனக்கு எவ்வளவு பணம் கிடைக்கும்? யார் செலவிடுவது? எப்பொழுது நான் மீண்டும் என் பொருட்களை விற்க முடியும்? இந்தக் காய்கறிகளை எங்குக் கொண்டுபோய் வைப்பேன்? இவை எல்லாம் பாதிக்கப்பட்டவை என்பதும் உறுதியாகத் தெரியாது” என் வேலையாட்களுக்கு எவ்வளவு காலம் என்னால் ஊதியம் தர முடியும்? இன்னும் எத்தனை காலம் நான் தாக்குப் பிடிப்பேன்?

அரசு, நகர மன்ற நிர்வாகம், மாவட்ட நிர்வாகம், டெப்கோ ஆகியவை பல ஆண்டுகளாக ஒரே விஷயத்தை, ஒரே வார்த்தையைத்தான் மீண்டும் மீண்டும் சொல்லி வந்திருக் கின்றன. அது பாதுகாப்பு. அனைத்தும் பாதுகாப்பாக. Safe, safe, safe...(அந்த வயதான கிராமவாசி, ஆங்கிலத்தைப் பயன்படுத்தினார்) ஏதோ அன்னிய மொழியில் சொன்னால்,

பாதுகாப்பு மேலும் நம்பகத்தன்மை உடையதாக மாறிவிடுவது போல், சர்வதேச முன்னெச்சரிக்கையும் உயர் தொழில்நுட்பப் பெருமைகளையும் சூடிய சொற்களைப் பயன்படுத்தி, அவரிடம் பொய் சொல்லி வந்திருக்கிறார்கள் என்பதை அவர் புரிந்து கொண்டதுபோல் தெரிந்தது. பிறகு அவர், ஜப்பான் மொழியில் "ஸெட்டாய்னாய்", (Zettai nai) இல்லவே இல்லை. விபத்து என்பதே ஏற்படாது என்றும், அவர்கள் சொன்னார்கள். நிச்சயமாக, அதை அவர்கள் எப்பொழுதும் எங்களிடம் சொல்லி வந்திருக்கிறார்கள். எல்லா மொழியிலும் சொல்லியிருக்கிறார்கள்.

மேலுமொரு விவசாயி, எங்களுடன் வந்து சேர்ந்து கொண்டார். அவரிடம் 40 பசுக்கள் இருந்தன. அவற்றைத் தன் "குடும்பம்" என அழைத்தார். மாடுகளைக் கொன்றுவிடும்படியும், காய்கறிகளை அழித்துவிடும்படியும் அவரையும் கேட்டுக்கொண்டனர். அவர், கடும் கோபத்தில் இருந்தார். எண்ணிக்கையைப் பட்டியலிட்டார். உடன் வாழும் 700 விலங்குகள், 1300 பன்றிகள், 680 கோழிகள், இலட்சக்கணக்கில் இத்தனை உயிரினங்களும், தடைசெய்யப்பட்ட பகுதியில், பசி, பட்டினியால் வாடி மாண்டு போகின்றன. துயரம் பலமணி நேரத்திற்கு நீடிக்கின்றது. இரவு நேரத்தில் அவை எழுப்பும் ஓலம், பல கிலோமீட்டர் தூரத்திற்குக் கேட்கும்.

அணுஉலைகளைச் சுற்றியுள்ள பகுதிகளில் வினோதமானதொரு வாழ்க்கை நிலைகொண்டுவிட்டது. இந்த வாழ்க்கைக்கு என, புதிய விதிகள், புதிய சட்டங்கள், புதிய சம்பிரதாயங்கள் உருவாயின. அங்குள்ள விவசாயிகள், தங்கள் கழுத்தைச் சுற்றி அணிந்துள்ள 2 அல்லது 3 கெகர் கதிரியக்கமானி மார்புமேல் ஆடிகொண்டிருக்க, நடமாடிக்கொண்டிருந்தனர். அவர்களது உரையாடலில், கதிரியக்க அளவீட்டுக் கருவிகளான மில்லி சிவெர்டும், மைக்ரோ சிவெர்டும் ஆக்கிரமித்திருந்தன. நம்மைச் சுற்றி எங்கும் தேதிகள், அளவுகள் — இவற்றைப் பற்றித்தான் பேச்சு. அதிகாரிகள்மீது யாருக்கும் நம்பிக்கை இல்லை. "கதிரியக்கம் குறித்து ஏதாவது சொல்கிறார்கள் என்றால், எதையும் நான் இப்பொழுது நம்புவதில்லை" என ஒருவர் ஆவேசமாகக் கூறினார். "நிலத்தில் குழிவெட்டி, அதில் கத்த வேண்டும் போல் இருக்கிறது" என்று வினோதமான முறையில், அழுத்தமாகத் தன் வாக்கியத்தை முடித்தார்.

நாங்கள் மீண்டும் பயணத்தைத் தொடர்ந்தோம். அந்தக் கிராமத்தையே கடந்தோம். போக்குவரத்தின் சிவப்பு விளக்கு எரிந்தது. யாரும் இல்லை.

பள்ளிக்கூடம் வெறிச்சோடிக் கிடந்தது. வீடுகள் மூடியிருந்தன. அவ்வப்பொழுது, இனி, யாருக்குப் பூப்பது எனத் தெரியாமல், துலிப் மலர்கள் நிலத்தில் காணப்பட்டன.

இத்தேமுராவில் இனி, வெறுமனே கடந்துதான் போக வேண்டும்.

அதுவும் காரில், கண்ணாடியை நன்றாக மூடியபடி.

முகக்கவசத்துடன் சூப்பர் மார்க்கெட் ஒன்றில் இருந்து வெளியே வந்த ஒருவர், தன் முக்காட்டை அவசரமாகச் சரி செய்தார். கிராமத்தின் நினைவாக நான் கொண்டு செல்லும் கடைசிக் காட்சி இதுதான். விரைவில், அப்பகுதியைவிட்டு விலகி, சாலையில்வர நெஞ்சம் கனக்கிறது. அந்த வயதான விவசாயி கூறிய வார்த்தைகள் காதுகளில் தொடர்ந்து ஒலிக்கின்றன. Safe...safe...safe... (பாதுகாப்பு... பாதுகாப்பு... பாதுகாப்பு...)

*

விரைவில், யாரும் நம்மைக் கடந்து செல்லாத சாலைக்கு வந்துவிடுகிறோம். பாதை இப்பொழுது மாறுகிறது. சில இடங்களில் ஒரு மீட்டருக்கும் அதிகமாக பிட்யூமென் தனிமத்தின் அளவு உயருகிறது. வினோதமாக மையக்கோடு வரையப்பட்டதைப் போலவே நீளவாக்கில் பாதை இரண்டாகப் பிளந்துகொள்கிறது. ஜப்பானில் சாலைகள் பொதுவாக இரண்டு கட்டங்களில் அமைக்கப்படுவதாக ஜப்பான் சாலை வடிவியல் நிபுனர் ஒருவர் எனக்கு விளக்கம் அளித்தார். இதன் காரணமாகத்தான், நடுவில் உள்ள வெள்ளைக் கோட்டினைப் போலவே நிலநடுக்கம் ஏற்பட்டபோதும், சாலை, துல்லியமாக இரண்டாகப் பிளவுபட்டது. ஒரு காகிதத்தை எளிதாகக் கிழித்துப் போடுவதுபோல், கல்லினாலான ரிப்பன் போன்ற சாலையை, ஒரு ராட்சச கத்திரி வெட்டிப்போட்டதைப் போல் தோன்றியது.

அபாயகரமான பகுதியில், ஆறுமணிநேர சாலைப் பயணத்தில், மொத்தமாகவே 5 பேரைத்தான் பார்த்தோம். ஒருவர், ஏதோ துண்டறிக்கைகளை விநியோகித்துக் கொண் டிருப்பதுபோல் தெரிந்தது. வயதான பெண்மணி ஒருவர், தோட்டத்தில் களை எடுத்துக்கொண்டிருந்தார். பிறகு, ஒரு சிறிய குடும்பம், தந்தை, தாய், மகன். 3 அல்லது 4 வயதுகூட நிரம்பாத அந்தக் குட்டிப்பையன், சேற்றில் குதியாட்டம் போட்டுக் கொண்டிருந்தான். ஏறக்குறைய எல்லோருமே

இந்த இடத்தைவிட்டுப் போய்விட்டனர் என்பது உறுதியாகி விட்டது.

கொஞ்சம் கொஞ்சமாக இருள் கவ்வ ஆரம்பித்துவிட்டது. 288 ஆம் சாலையில் சென்றுகொண்டிருந்தோம். ஆனால், கட்சுராவோ—முரா (Katsurao-mura) பக்கமாகச் செல்லும் 399 ஆம் எண் சாலையில் சென்றால் இன்னும் வேகமாகச் செல்லலாம் என நினைத்தோம். அந்த ஊரிலிருந்து நிலநடுக்கத்தால் பள்ளமாக்கப்பட்ட சிறிய மலைப்பாதை வரும். அங்கு விளக்குக் கம்பங்கள் குனிந்தபடி நின்றன. இருபுறமும், அகழிகளைப்போல் ஆழமான பள்ளங்கள். பெரிய நிழல் பிம்பங்கள். தோழ் (Toge), திருப்பங்கள் நிறைந்த மலைப்பகுதி. எங்கள் வேன், சரிவான சாலைகளில் மிகவும் கஷ்டப்பட்டது. காதுகள் அடைத்துக்கொண்டன. எங்களுக்குப் பதற்றம் அதிகரிக்கிறது. கார், பனியால் முற்றிலுமாக மூடப்பட்டுவிட்டது. கண்ணாடிகளைத் திறப்பது என்ற பேச்சுக்கே இடமில்லை. நாம் இருப்பது அபாயகரமான பகுதியின் நடுவில். சாலை 399 என்பது பிசாசுப் பாதை. அணுஉலை மையங்களைச் சுற்றி 20 கி.மீ. வரை அது உள்ளது.

தடைசெய்யப்பட்ட பகுதி என்பது, ஒரு தீவிபத்தை நெருங்குவது போன்றது. 20 கி.மீ. சுற்றளவு கொண்ட ஒரு வட்டம் (கட்டாய வெளியேற்றம்), பிறகு 10 கி.மீ. கொண்ட மற்றொரு வட்டம் (வெளியேற்றம் பரிந்துரைக்கப்பட்டது, தனிமைப்படுத்தப்படுவது கட்டாயம்). 20 அல்லது 30 கி.மீ.க்கு அளவுள்ள இந்தப் பாதை முழுவதிலும் யாருமே இல்லை என்றே சொல்ல வேண்டும்.

தடைசெய்யப்பட்ட பகுதி. இதனைப் பாம்பு ஒன்றின் வளையங்களுக்கு ஒப்பிடலாம். கொஞ்சம் கொஞ்சமாக அப்பகுதி முன்னேறிச் செல்லும். கடலோரப் பகுதிகளில் இருந்து மலைகளின் சுற்றுவட்டாரம்வரை விரிவடைகிறது. ஆரம்பத்தில், 3 கி.மீ. தூரம்தான் இருந்தது. ஆனால், வெகுவிரைவில் 20 கி.மீ.க்குப் பரவிவிட்டது. அமெரிக்காவைப் பொறுத்தவரை, 80 கி.மீ. தூரத்திற்கு அப்பால் விலகியிருக்கும்படித் தங்கள் நாட்டினருக்கு முதல் நாளிலிருந்தே அறிவுரை கூறினார்கள். மே மாதத் தொடக்கத்தில், அமெரிக்க எரிசக்தித் துறையும், ஜப்பான் அரசின் விஞ்ஞான மொழில்நுட்பத்துறை அமைச்சகமும் கூட்டாக ஒரு வரைபடத்தை வெளியிட்டனர். அதில், குறைந்தபட்சம், ஃபுக்குஷிமா, தாய்—ச்சி அணுஉலைக்கூடத்தின் வடமேற்காக 50 கி.மீ. நீளமும், 20 கி.மீ. அகலமும் கொண்ட

பகுதிகளில் உள்ள மக்களை வெளியேற்றியாக வேண்டும் என்று குறிப்பிடப்பட்டிருந்தது.

தடைசெய்யப்பட்ட பகுதி. வட்டவட்டமாக, மக்களை இரகசியம் ஆட்கொண்டிருந்தது. இருட்டும் புதிரும் நிறைந்துள்ள இந்த இடத்தில் என்ன நடக்கிறது? விலங்குகள் பட்டினியில் வாடுகின்றன. இடிபாடுகளிலிருந்து தங்கள் முழு எதிர்ப்புச் சக்தியைத்தாண்டி, காலத்தின் ஓட்டத்தில் வீடுகள் சரிந்து விழுகின்றன. எனினும், எந்த வீடு என்ன ஆயிற்று என்று சொல்ல, அங்கே யாரும் இருக்கப் போவதில்லை. கேமராவோ அல்லது வேறு சாட்சிகளோ எதுவும் இருக்க வாய்ப்பில்லை. எல்லையில்லா அமைதி மட்டும் அங்கு நிலவுகிறது. அவ்வப்பொழுது, இந்த அமைதியைக் குலைக்கும் விதமாகப் பட்டினியால் வாடும் கன்றுகளின் ஓலம், வாழ்வின் இத்தனை பெரும் வேலைப் பளுவையும் மீறிப் பசுக்கள் தொடர்ந்து எழுப்பும் ஒலி ஆகியவை கேட்டன.

இங்கே எதற்காக வந்துள்ளோம்? உலகின் அத்தனை இன்பங்களுக்கும் அப்பால் ஒரு துன்பமயம். சோகம் நிறைந்ததொரு ஆவி உலகம். அவ்வப்பொழுது, ஜப்பானிய தனுக்கி விலங்கு, போக்குவரத்து விளக்குகளைத் தாண்டிச் செல்வதைப் பார்க்க முடிந்தது. இது என்ன சோர்வா, பதற்றமா தெரியவில்லை. ஆனால், இன்று காலை, நாங்கள் பார்த்த காட்சிகளுடன் ஒப்பிட்டால், நம்பமுடியாத அளவிற்கு ஒலியிலும், நடவடிக்கைகளிலும் வித்தியாசம் தெரிந்தது. இங்கே எல்லாவற்றையும் ஒழுங்குபடுத்துவதிலும், போராடுவதிலும், வாழ்வதிலும், சுத்தம் செய்வதிலும் சிறிதளவில் என்றாலும் துடிப்பாக ஈடுபட்டிருக்கும் இந்த மக்களைப் பார்க்கும்போது அழிவுகளையும் இடிபாடுகளையும் கண்டு வருத்தப்பட வேண்டியுள்ளது.

பல்வேறு விலங்குகள், வாழ்வின் பலதரப்பட்ட உயிரினங்கள் வெளிப்படுத்தும் அத்தனை உணர்வுகளும் பயங்கரமானதொரு உணர்வில் கரைந்து போகின்றன. சரி! இப்பகுதியின் நியதிக்குள் நாம் நுழைந்துவிட்டோம். நம்மை அறியாமலேயே கண்களுக்குத் தெரியாத நிலைகளில் பதற்றம் நம்மை ஆட்கொண்டுவிட்டது. கட்டுக்கடங்காமல் எழும் புகைமூலம், அது நமக்கொரு பெரும் புரிதலைத் தருகிறது. எங்கும் நிசப்தம் நீக்கமற நிறைந்துள்ளது. ஏதோ ஒன்று தடம் புரண்டுவிட்டது. அது என்னவென்று துல்லியமாகத் தெரியவில்லை. ஆனால் அது மறுக்கமுடியாத துல்லியமான உணர்வாக இருப்பதால் அதிலிருந்து நம்மால்

தப்பிக்கவும் இயலாது. இது காற்றில் இடம்பெற்றுள்ளது. அரிதாய் கேட்கும் ஒலிகளில் உள்ளது. நம்மை அரிதாய்க் கடந்து செல்லும் வாகனங்களின் ஓடுபாதையிலும் உள்ளது. மனிதாபிமானமற்ற வெற்றிடத்தையும் பாழடைந்த காட்டையும் விட்டுத் தப்பி செல்ல நினைப்பவைபோல் அவை தோற்றமளித்தன. தவறான கற்பிதம், கயமை, தலைமறைவு ஆகியவற்றில் நாம் நிலைகொண்டுள்ளோம். எல்லாம் கமுக்கமாக நடந்தன. யாரும் நிற்பதில்லை. ஜன்னல்களைத் திறப்பதில்லை. அக்கம் பக்கம் உள்ளவர்களிடம் பேசுவதில்லை. அது பொருமுகிறது, பொங்குகிறது. அதற்குப் பெயர் என்று எதுவும் இல்லை. இப்பொழுது அது நம்மை முழுவதுமாகச் சூழ்ந்துள்ளது.

ஃப்புட்டாபா, தொமியோக்கா, நாமி, ஒக்குமா, மினாமிசோமா, இத்தாத்தே—முரா. (Futaba, Tomioka, Namie, Okuma, Minami-Soma, Itate-mura) இவ்வூர்ப் பெயர்களை நிரந்தரமாக மறப்பதற்குமுன் கொஞ்சம் ஞாபகத்தில் வைத்துக் கொள்ளுங்கள். வெற்றுப்பெயர்களைக் கொண்ட இந்த நகரங்கள் இனி இன்மையின் நினைவை மட்டுமே தாங்கி நிற்கும். இவைதான் ஜப்பானின் புதிய ஆவி நகரங்கள்.

மியாக்கோ—முரா எனும் எல்லைக் கிராமத்தில் ஏறக்குறைய அங்கு வசித்த அனைவரும் காலிசெய்து விட்டனர். இது போன்ற ஆவிக் கிராமத்தில் நுழையும்போது எது மாதிரியான உணர்வு ஏற்படுகிறது என்பதை விவரிப்பது கடினம். முதலாவதாகப் பெருத்த அமைதி. அமைதியென்றால் எல்லையற்று விளங்குவதைப் போன்ற ஆழ்ந்த அமைதி. செவிடாகி விட்டதைப் போன்ற உணர்வு ஏற்பட்டது. காகங்கள் கரையும் ஒலி, மோட்டார் வாகனங்களின் உறுமல்கள், நாய்கள் குரைக்கும் சத்தம் இவையெல்லாம் ஏதோ எப்பொழுதுமே இருந்ததில்லை என்பதைப் போன்ற உணர்வு. காற்றுக்கூடக் காணாமல் போயிருந்தது.

கட்டிடங்களின் பாகங்கள் நிழல்களைப் போல் மிதந்தன. சில சிற்றுண்டிக் கடைகளின் கதவுகள் திறந்திருந்தன. மிதி வண்டிகள் கேட்பாரற்றுக் கிடந்தன. யாருமில்லாத புகைவண்டி நிலையத்தின்முன் என்றும் வர வாய்ப்பில்லாத பயணிகளுக்காக ஒரு டாக்ஸி காத்துக்கிடந்தது. சூறையாடப்பட்ட பலமான வீடுகள். தூங்கா விளக்குகளின் மங்கிய ஒளிவட்டம். நடைமுறைக்குச் சாத்தியமற்றதொரு உணர்வில் ஊர் முழுவதும் மூழ்கி இருந்தது. இதற்கு வெகு அருகிலேயே தடைசெய்யப்பட்ட பகுதிகளில் சில மஞ்சள் புள்ளிகள், இரவை ஊடுருவிக் கொண்டிருந்தன.

அப்பகுதியின் வாயிலில் மரத்தினாலான தடுப்பு வேலிகளும் இராணுவ லாரிகளும் பாதுகாப்புக்கு இருந்தன. அந்த மஞ் சள் புள்ளிகள், மக்கள் அப்பகுதியிலிருந்து வெளியேறிச் சென்றபோது போட்டுவிட்டுச் சென்ற விளக்குகள். அவை இப்பொழுதும் இரவும் பகலுமாக எரிந்து கொண்டிருக்கின்றன. இனி வசிக்க முடியாத நிலையில் உள்ள இந்த ஊர்களுக்கு, இவை தேவையற்ற, நிரந்தர அடையாளங்கள்.

இந்த நகரம் மறைந்துபோய்விட்டது. சாலை வரைபடங்களிலும் இறந்தவர்களின் நினைவுகளிலும் மட்டுமே அது இடம் பெறும். பயம் மட்டுமே எஞ்சியுள்ளது. நாங்களேகூட ஒருவித இடைப் பட்ட தோராயமான நிலையில்தான் இருக்கிறோம். இன்னும் உயிருடன் இருக்கிறோம் என்ற உறுதி மேலிட வாழ்கிறோம்.

VII

எனவே, திரும்பிச் செல்ல வேண்டிய பாதையில் பயணத்தை மேற்கொண்டோம்.

புறப்பட்ட இடத்திற்கும் போய்ச் சேரும் இடத்திற்கும் இடையில் ஒரு பெரும் பள்ளம் தோண்டப்பட்டுவிட்டதைப் போன்ற உணர்வு. எங்கள் வேனில் இன்னமும் ஏராளமான தண்ணீர் பாட்டில்களும் பதப்படுத்தப்பட்ட உணவுப் பெட்டி களும் இருந்தன. காரணம், அனைத்து மீட்பு முகாம்களையும் எங்களால் கண்டுபிடிக்க இயலவில்லை. பழகிப்போன சிறிய பாதைகளில் பலமுறை நாங்கள் வழியைத் தவறவிட்டோம். எங்களைச் சூழ்ந்திருந்த பேரழிவின் இந்தப் பயங்கர ஸ்தம்பிப்பு, பரவலான சரிவு — இவற்றிலிருந்து நாங்கள் எவ்விதப் பாதிப்பும் இல்லாமல் வெளியேறிடவில்லை.

இலட்சக்கணக்கானவர்கள் மாண்டிருந்த இந்தச் சேற்றுச் சமவெளியில் எங்குப் பார்த்தாலும் நீலநிற பிளாஸ்டிக் பைகள் சிதறிக் கிடந்தன. சுத்தப்படுத்தும் வேலை தொடங்கிவிட்டது. இது பல ஆண்டுகளுக்கு நீடிக்கும். குன்றுகளின்மீது மரக்கிளைகளில் ரோஜா நிற பிளாஸ்டிக் பேப்பர் ரிப்பன்கள் கட்டப்பட்டிருந்தன. அவை, வெடிப்புகள் சீர்செய்யப்பட்டுப் போக்குவரத்திற்குத் திறந்துவிடப்பட்டுள்ள பாதைகள் எவை என்பதை அறிவித்தன. பள்ளத்தாக்குகளில், பெருமளவில் குவிந்துள்ள இடிபாடுகளின் மத்தியில் நடப்பட்டிருந்த மஞ்சள், சிவப்பு, பச்சை நிறக் கொடிகள், அழுகல் பிண்டத்தின் சாம்பல் நிற அங்கியின்மீது செருகப்பட்ட வண்ணக் குண்டூசிகள் போல் காட்சியளித்தன. அவை அங்குள்ள வீடுகளின் தற்போதைய நிலவரத்தையும், அவற்றின்மீது எடுக்கப்பட்டிருக்கும் நடவடிக்கை குறித்தும் அறிவித்தன. பார்ப்பதற்கு இது பேரழிவிற்கான அக்குப்பஞ் சர் போல் இருந்தது.

பச்சைக் கொடிகள் — தொடக்கூடாதவை

மஞ்சள் கொடிகள் — இடிபாடுகளை அப்புறப் படுத்த வேண்டியவை

சிவப்புக் கொடிகள் — முழுமையாக இடிக்க வேண்டியவை

இப்பொழுது நிலவும் குழப்பமான சூழ்நிலையை எதிர்த்துப் போராட, இடிந்துவிட்ட இயற்கைக் காட்சியை மெல்லமெல்ல ஈடுகட்டும் விதமாக மனிதன் கோடுகளையும் வளைவுகளையும் வரைந்து பார்க்கிறான். வெட்டி எறிந்து ஒழுங்கு செய்கிறான். தடம் புரண்டிருந்த இந்தச் சூழ்நிலையில், மீண்டும் அர்த்தமுள்ளதொரு தோற்றத்தைத்தர, ஒருவித ஒழுங்கை உண்டாக்கும் முயற்சியாக ஏராளமான சிதைவுகளின்மீது கொடிகளை நடுகிறான். வெள்ளைக் கொடி, நீலக் கொடி இப்படியாகச் சில அற்ப வெற்றிகளைத் தனக்குத்தானே உருவாக்கிக் கொள்கிறான். ஆனால், அவற்றுக்கு அவன் கொடுத்த விலை அதிகம். சேற்றினையும் கோர தாண்டவத்தையும் எதிர்கொள்ளச் சில துணிகளும் கணக்குகளும் கொண்ட படைப்பு இது.

நாட்டின் பல பகுதிகளிலிருந்து உதவிக்கரம் நீட்ட வந்த நூற்றுக்கணக்கான சமூகப் பணியாளர்கள், கார்களில் வந்து இறங்கினர். பேருந்தில் வந்தவர்களின் நடவடிக்கை எல்லா இடத்திலும் ஒரே மாதிரியாக இருந்தது. எங்கும் சாதாரண உதவிகளையே அவர்கள் செய்தனர். இஷினோமாக்கியில் (Ishinomaki) நாங்கள் சிறிது நேரம் நின்றோம். வெள்ளைச் சீருடைகள், ரப்பர் காலணிகள், முகக்கவசங்கள் ஆகியவற்றுடன் ஜியோனின் (Jionin) பகுதியின் புத்தக் கோயிலின் கல்லறையைச் சில சமூகப் பணியாளர்கள் பொறுமையாகச் சுத்தம் செய்து கொண்டிருந்தனர். அங்குப் பொறிக்கப்பட்டிருந்த கற்கள் அனைத்திலும் இருந்த சின்னஞ்சிறு புத்தர் சிலைகளைக் பலமுறை மீண்டும் மீண்டும் மென்மையாக, இதமாகத் துடைத்துக்கொண்டிருந்தனர்.

துண்டிக்கப்பட்டிருந்த இணைப்பை மிகவும் மென்மையாக ஆனால், வேகமாகச் சீர்செய்தாக வேண்டும். காலத்தின் இணைப்புகளை மீண்டும் சேர்த்து முனைப்புடன் வைக்க வேண்டும். எதையெல்லாம் பேரிடர் தொய்வுற வைத்ததோ, புரட்டிப் போட்டதோ, அழித்துவிட்டதோ அதையெல்லாம் மீண்டும் எடுத்து ஒன்றுசேர்த்து அதற்கொரு மனித வடிவம் தர வேண்டும். இடிபாடுகளில் இருந்து நம்பமுடியாத, யோசித்துப் பார்க்க முடியாத ஆனால், அதே நேரம் செய்தாக வேண்டிய சக்தியை வெளிக்கொணர்ந்து எல்லாவற்றையும் மீண்டும் தொடங்க வேண்டும்.

சோக கீதத்திலிருந்தும் பேரழிவில் இருந்தும் வெளியே மீண்டுவர வேண்டும். விதியின் பெயரில் எதிர்மறையாக எழும் விமர்சனங்களை உதாசீனப்படுத்த வேண்டும்; விட்டுவிலகிச்

செல்ல வேண்டும். இழந்துவிட்ட சக்தியை ஒன்று திரட்டிப் புதியதொரு தொடக்கதிற்கு வித்திட வேண்டும்.

*

வீடுகளையும் வாகனங்களையும் மட்டும் சுனாமி அடித்துச் செல்லவில்லை. இலட்சக்கணக்கில் மண்ணில் சிதறிக் கிடக்கும் பாடக் கையேடுகள், ஆல்பங்கள் அல்லது கேட்லாக்குகள் உள்ள புகைப்படக் குவியல்கள் — இவற்றின் எச்சங்களாகக் கிடைக்கும் சிறு துண்டுகளைக் காணும் போது, நம் ஒட்டுமொத்த நினைவுகளையும் சுனாமி அடித்துச் சென்றுவிட்டது தெரிகிறது. எங்களைச் சுற்றிப் பலரும் பிடிவாதமாக எதையோ தேடிக் கொண்டிருந்தனர். சிலர் வெறித்தபடி எதையோ உற்றுப் பார்த்தனர். வேறொருவர் தொடர்ந்து எதையோ முணுமுணுத்தபடி இருந்தார். ஏதோ பழைய பொருட்கள் விற்கும் சந்தையில் இருப்பது போன்ற உணர்வு. ஆனால், இது ஒரு வித்தியாசமான சந்தை. இதில் ஏதும் விற்பனைக்கு இல்லை. காணாமல் போனதைக் கண்டுபிடிப்பதற்காக மட்டுமே இங்குக் கூடலாம்.

எல்லாவற்றையும் இழந்து விட்டவர்களுக்குச் சுக்குநூறாகிப் போன அல்லது துண்டாடப்பட்ட தம் ஒட்டுமொத்த கடந்த காலத்தை நினைவூட்ட ஒரு புகைப்படம் கிடைத்தால் போதும். அது ஒரு பொக்கிஷம் போன்றது. குடும்பப் படங்களைத்தான் தேடுவது வழக்கம். ஆனால், நண்பர்களின் படங்களையும் தேடினார்கள். சில நேரத்தில் நெருக்கமான உறவோ தூரத்து உறவோ உங்களுக்கு வேண்டியவரின் புகைப்படம் கிடைத்துவிட்டால் என்ன ஓர் உணர்ச்சி தோன்றிவிடுகிறது! தன் மனைவியின் புகைப்படத்தைத் தேடும் ஒரு முதியவர், "ஏதாவது குழுப்படமாக இருந்தால்கூடப் பரவாயில்லை, அவளுடைய முகத்தைப் பார்த்து விடவேண்டும்.." என்றார். அப்படி ஒரு படம் அவருக்குக் கிடைக்கும் வாய்ப்பு மிகவும் அரிது. ஒவ்வொரு புகைப்படமும் பேச, விவரிக்க, நடந்ததைப் பகிர்ந்து கொள்ள ஒரு வாய்ப்பாக அமைந்து விடுகிறது. அதைப் பற்றி விவாதிப்பதில் தன் இறந்த காலத்தை மீண்டும் உருவாக்கவும் நினைவுகளைக் கோர்க்கவும் உதவுகிறது.

இடிபாடுகளிலிருந்து மீட்டெடுத்த புகைப்படங்களைச் சுத்தம் செய்து கொண்டிருந்த சமூகப் பணியாளப் பெண்ணின் அருகில் சென்றேன். மங்கிப்போய், பூசம் பூத்துப்போன படங்கள் பிளாஸ்டிக் தட்டிலோ காய்கறிகள் வைக்கும்

தட்டிலோ அடுக்கிவைக்கப்பட்டிருந்தன. சில புகைப்படங்கள் சுருட்டிக் கொண்டிருந்தன. சில, மூலையில் கிழிந்து அல்லது உரிந்திருந்தன. ஆனால், அவை அங்கு அவளது பாராமரிப்பில் இருந்தன. சிரித்தபடி, வட்டமான உப்பிய முகங்களுடன் குதூகலமாகத் தொட்டிலில் இருக்கும் குழந்தைகளின் புகைப்படங்களை அந்தப் பெண் என்னிடம் காட்டினாள்.

அந்த இளம் பெண்ணுக்குக் கழுத்துவரை தொங்கும் சடை கொண்ட கூந்தல் இருந்தது. அடர் கறுப்புநிறக் கருவிழிகளுக்கிடையில், முட்டை வடிவத்தில் இருந்த அந்த வெள்ளையான முகத்திற்குச் சிறிதாகக் கட்டியிருந்த முடிக்கற்றை ஓர் அழகைத் தந்தது. அவளது பெயர் ரீக்கோ. ஒரு புகைப்படக்குவியலின்மீது வைத்திருந்த திருமணப் புகைப்படம் ஒன்றை அவள் கையில் எடுத்தாள். மணப்பெண் ஜொலித்துக் கொண்டிருந்தாள். இளம் மணமகன் கலைந்த தலையுடன் காணப்பட்டான். அதன் அடியில் சீன மையால் 1967 என எழுதப்பட்டிருந்தது. புகைப்படத்தின் மற்ற பகுதிகள் அதிகமாகச் சேதமடைந்திருக்கத் தண்ணீரின் தாக்குதலை எவ்வாறு இந்தத் தேதி மட்டும் தாக்குப்பிடித்தது என்று அவளிடம் கேட்டேன். எல்லாம் அந்த மையின் தரம்தான் காரணம் எனப் பதில் அளித்தாள். அது ஓர் அற்புதமான மை. சணல் மர விதைகள், பைன் விதைகள் ஆகியவற்றைக் கொண்டு தயாரிக்கப்பட்டிருக்க வேண்டும். அவள் சீனாவுக்குச் சென்றிருந்தபோது, அரிசிமாவில் உருவாக்கிச் செம்பருத்தி டிக்காஷனில் தோய்த்து செய்த நறுமணமான மைகளை அங்குப் பார்த்திருக்கிறாள். அவை, தண்ணீரில் முக்கி 6 மாதங்கள் கழித்தும் அப்படியே இருக்கும் எனப் பெயர் பெற்றவை.

ரீக்கோ (Rieko), டோக்கியோ பெருநகர நூலகத்தில் பணியாற்றி வருகிறாள். மைகள் குறித்த விஷயங்களில் கரைகண்டவள். அந்தப் புகைப்படத்தை வானத்தை நோக்கித் தூக்கிக் காட்டினாள். லேசான நீலநிறத்தில் மை இப்போதும் வெளிச்சத்தில் சிவப்பு நிறமாகப் ஒளிர்ந்தது. சீன மையில் பயன்படுத்தப்படும் சில பொருட்கள் தீப்புண்ணை ஆற்றவும், ஏன் நாய்க் கடிக்கும்கூட மருந்தாகவும் உதவுவதாக என்னிடம் அவள் விவரித்தாள். குமட்டல், வாந்தி ஆகியவற்றைத் தடுக்கவும் சில பயன்படுவதாகவும் சொன்னாள். கொஞ்ச நேரத்திற்குமுன் இடிபாடுகளைப் பற்றிக் கையேட்டில் நான் எழுதுவதைப் பார்த்திருக்கிறாள். சிரித்துக் கொண்டே, இதைப் போன்ற மையைப் பயன்படுத்துமாறு எனக்கு அறிவுரை

கூறினாள். அது ஓர் அருமையான அறிவுரை; குறித்து வைத்துக் கொண்டேன்.

அனைத்து ஆவணங்களையும் மிகுந்த பொறுமையுடனும் துல்லியமாகவும் ரீக்கோ அடுக்கி வைத்துக் கொண்டிருந்தாள். படித்து வாங்கிய பட்டங்களை ஒரு கட்டாகவும், ஒப்பந்தங்களை ஒரு கட்டாகவும், வரி ரசீதுகளை மூன்றாவது கட்டாகவும் அடுக்கி வைத்தாள். எனினும், புகைப்படங்கள்மீது மட்டும் தனிக்கவனம் செலுத்தினாள். அவற்றை உலரவைத்துச் சுத்தப்படுத்தி அடுக்கி வைத்தாக வேண்டும். கொடி க்ளிப்புகள், டூத் பிரஷ்கள் (பல் துலக்கிகள்) குளிர்ந்த நீரில் தோய்த்தெடுத்த கந்தல் துணிகள் ஆகியவற்றின் உதவியோடு மெதுவாக அதை சீர்செய்தாக வேண்டும். கொஞ்சம் கொஞ் சமாக வரிகள் தெளிவாகத் தெரிந்தன. நிறங்கள் மீண்டும் தெரியத் தொடங்கின. இது சாதாரணமான துடைக்கும் வேலையைவிட ஒருபடி மேலானது. இது ஒரு வகையான தொடுசிகிச்சைமுறை. தண்ணீரால் இழந்ததைத் தண்ணீரைக் கொண்டே மீட்டாக வேண்டும். ரீக்கோ எல்லாவற்றையும் புரிந்து கொண்டாள். எனவே அவள் அடுக்கி வைத்து, மீண்டும் சட்டத்துக்குள் இட்டு அவற்றை வகைப்படுத்துகிறாள். கன்னத்தின்மீது சரிந்து விழும் முடிக்கற்றையுடன் அவளது பாணியில் குதூகலமாகக் குழந்தை முகத்துடன் அழகாகக் காட்சியளித்தாள். இப்பொழுதும் மின்னும் ஜன்னல்கள் நிறைந்த பெரிய வீட்டில், சோகத்தில் உள்ள குழந்தைகள் — அற்புதமான படங்களைப் பார்த்துக் கொண்டிருக்கிறார்கள். நேர்ந்துவிட்ட பேரழிவுக்கு இப்படிச் சில வாக்கியச் சிதறல்கள் மூலமும், சீன மையின் வனப்பையும் கொண்டும் ஒரு மனித வடிவத்தைத் தர முயன்று கொண்டிருந்தாள்.

அவள் செய்வதுதான் சரி. குறிப்பாக சிறுமைத்தனத்திடமும் அடிபணியக் கூடாது. அதேபோல் அழிவிடமும் இந்தப் பேரழிவைக் குறித்து உண்மையை வெளியிடும் தோரணையில் அதை மறைக்கும் விலாவாரியான வர்ணனைக்கும் அடிபணியக் கூடாது. தற்போதைய நிலை குறித்த ஒட்டுமொத்த சித்திரத்தைத் தரும் முயற்சி. அதனைப் பற்றிய சுருக்கமாகத்தான் அது இருந்தாலும், அலங்காரமான வார்த்தை ஜாலத்திலிருந்து விடுபடும் (மாண்டவர்கள்மீதும் சேதங்கள்மீதும் முள்ளின்மீது ரோஜாவை வைப்பது போல் தங்கள் சொற்சித்திரத்தை வடிப்பவர்கள்) அதே வேளையில், கையறு நிலையிலிருந்தும் (இறந்தவர்கள் தலைமாட்டிலேயே இடைவிடாது அமர்ந்து

கண்ணீர் வடிப்பவர்கள்) விடுபட வேண்டும். இங்கு நிலவும் சூழ்நிலை, இளையவர் முதல் முதியவர்வரை இங்கு வசிப்பவர்கள் அவர்கள் வாழ்வைச் சந்திக்கும் கலை, அவர்களது வாழ்வியல் கணக்கெடுப்பு என அதைக் குறிப்பிடாமல் (செய்கைகள், எண்ணிக்கைகள், அன்றாட வாழ்வின் விவரிப்பு) அவர்களிடமிருந்து நாம் உத்வேகம் பெற வேண்டும். எனவே, இடிபாடுகளில் கிடைக்கும் மிகச் சிறிய பொருளுக்குக்கூடப் பெரும் முக்கியத்துவம் ஏற்பட்டுவிடுகிறது.

காத்திருக்கும் பொறுமை உடையவர்களுக்கு முறையாக எல்லாம் வந்து சேரும் என்பது போல், என் வேனுக்குத் திரும்பலாம் என்று நினைத்தபோது, விதி எனக்குக் கடைசியாக ஒரு சான்றைக் கொடுத்து உதவியது. அதோ அங்கே, தலையில் சிவப்புநிறத் தொப்பியும், ஓவர்கோட்டுமாய் இடிபாடுகளுக்கு மத்தியில் தனது ஜாஸ் இசைத்தட்டுக்களை முதியவர் ஒருவர் தேடிக்கொண்டிருந்தார். என்னைப் பார்த்துக் குரல் கொடுத்தார். எதையோ எனக்குக் காட்டிவிட வேண்டும் எனத் துடித்தார். நிலத்தில், மரத்தாலான தரையின் ஒரு பகுதி பெயர்த்துக் கொண்டிருந்தது. இருக்கட்டும்.

அதற்கு என்ன?

நான் அதை உற்று நோக்க வேண்டும். மேலும், குனிந்து பார்க்க வேண்டும் என்று அவர் விரும்பினார். அவ்வாறே பார்த்தேன். மரம் முற்றிலுமாக வண்ணமிழந்து போயிருந்தது. (சில பைன் மரங்களும் ஒரு மீட்புப்படகும் இருக்கும்) ஃபூஜி மலைப் பின்னணியில் ஓவியம் மட்டுமே அந்த மரத்தின் நிறத்தில் ஒட்டியிருந்தது. அதனளவில் அது ஒரு சாதாரண படப் பின்னணிதான். இருந்தாலும் கோரமாக வந்த பிரம்மாண்டமான பேரலை அந்தக் கண்ணாடி ஜன்னல்களைக் கடந்து உள்ளே வந்து மரத்தரையைப் பெயர்த்துள்ளது. பிறகு இடியோசையின் மத்தியில் இந்த மரத்தின்மீது பேரலையின் தனிப்பெரும் ஆற்றலால் கண்ணாடிச் சட்டத்தின் ஒரு துண்டைக் கொண்டு வந்து பதித்துள்ளது. மழுங்கிப்போன கண்ணாடியின்கீழ் இந்த மென்மையான ஃபூஜி மலை வரைபடத்தை மட்டும் இதன்மூலம் விட்டுச் சென்றுள்ளது.

ஆக, ஃபூஜி சிரிக்கின்றது! ஜப்பானின் குறியீடு! "தன்னிகரில்லாத மலை", தன் பலங்கொண்ட மட்டும் அவர் சிரித்தார். பெரிய ஓவியர்களின் பெயர்களெல்லாம் அவர் உதடு உச்சரிக்கின்றது. ஹோக்குஸாய்! ஃபூஜி மலையின் 36 காட்சிகள்!

ஹீரோஷீx!Hiroshige வான்கோ,Van Gogh, மொனே,Monet, மனே Manet... இதில் செசானையும் Cezanne அவரது செயின்ட் விக்துவார் மலையின் 80 காட்சிகளின் ஓவியங்களையும் மறக்க முடியாது. கண்டுபிடிக்கப்பட்ட இப்பொருளைப் பார்த்து மிகவும் மகிழ்ச்சியடைந்தார். தங்கப் பற்களும், சிறு வெள்ளைப் பொக்கைகளுமாய் இருந்த அவரது வாய் முழுவதும் தெரிவதுபோல் சிரித்தார். இந்தப் பேரழிவில் அவர் அழகாக இருந்தார். இச் சிரிப்பு அவருக்கு நம்ப முடியாத ஆற்றலை அளித்தது. சூறையாடப்பட்ட இயற்கைக் காட்சியின் மத்தியில் எதுவுமே நடக்காததுபோல், ஜாஸ் இசை, ஓவியம் என எல்லாவற்றையும் பற்றிப் பேசிக் கொண்டோம். ஒரு மணிநேர உரையாடலுக்குப்பின் என்னை விட்டுப் பிரியும்முன் கடைசியாக ஒருமுறை வாய்விட்டுச் சிரித்துவிட்டு அவர் சென்றபோது பேரிடரைப் பற்றி முன்பு இருந்த எண்ணம் இப்போது என்னிடம் மாறியிருந்தது.

இத்தகைய துணிவான நபரை எதிர்த்து சுனாமியால் என்ன செய்துவிட முடியும்? அவரது சிரிப்பு இப்பொழுதும் என் காதில் எதிரொலிக்கிறது. அவர் மரணத்தை ஒரு பொருட்டாக மதிக்கவில்லை.

*

டோக்கியோவிற்குத் திரும்பிச் செல்லும்முன், பேரலையால் விட்டுவைக்கப்பட்ட ஒரு கட்டிடத்தின்மீது ஏறிப்பார்த்தேன். இங்கிருந்து இடிந்து விழுந்த வசிப்பிடங்களின் குவியல்கள் அனைத்தும் தெரிந்தன. தூரத்தில் அடையாளத்துக்கென்று கான்கிரீட்டினாலான ஒரே ஒரு கட்டிடம் மட்டும் மங்கலாகத் தெரிந்தது. இடிந்து விழுந்த, தரைமட்டமான, உருக்குலைந்த வீடுகள். வெட்டவெளியில் மிகப்பெரிய மரங்கள் வெட்டப் பட்டிருந்தன.

இறுதியாக ஒருமுறை, இடிபாட்டுக்குவியல் உருவாக்கிய குன்றுகளை நோட்டம்விட்டேன். ஊரை அடையாளம் காணமுடியவில்லை. எனவே மேற்கூரைகளின் கூர்மையான முனைகள், கார்களின் வெள்ளைக் கட்டுமான பாகங்கள் என என்றும் மாறாத, பரிச்சயமான வடிவங்களைக் கண் தேடியது. ஆனால், கண்ட காட்சிகள் அனைத்தும், வியப்பூட்டின; கவலைகொள்ள வைத்தன. இதுவரைப் பார்த்திராத வினோதமானதொரு இயற்கைக் காட்சியைக் கடல் செதுக்கிச் சென்றுள்ளது.

இரும்பு, கான்கிரீட், பிறகு வெகு தூரத்தில் மீண்டும் இரும்பு கான்கிரீட், இரும்புச் சேறு. கண்ணுக்கு எட்டியவரை கோரத் தாண்டவத்தால் பாதிக்கப்பட்ட நிலப்பகுதி.

இரும்பு, அட்டை, கான்கிரீட், பித்தளை, காகிதம் எனச் சாத்தியமுள்ள அத்தனைப் பொருட்களின் துகள்களும் காணப்பட்டன. இயற்கையின் காட்சிக்கு அழகும், உள்ளூர்த் தோற்றமும், கவர்ந்திழுக்கும் தன்மையையும்தந்த தற்செயலாக அமைந்த மேடுபள்ளங்கள் அனைத்தும் அந்தக் கருப்புப் பேரலையிடம் மண்டியிட நேர்ந்தது. உண்மையிலிருந்து உரித் தெடுக்கப்பட்ட தோல்கள் போல் இடிபாடுகள் மட்டுமே எஞ் சியிருந்தன.

எந்தப் பழங்கதையும் இங்குப் பலிக்கவில்லை. காவியங்கள் விவரிக்கும் அழிவுகளுக்கு நேர்மாறானதை நாம் எதிர் கொண்டோம். எதுவும் சுவாரஸ்யமாகவோ தனித்தன்மை யோடோ இல்லை. உண்மையாகவோ, டாம்பீகமாகவோ, பழங்காலத்ததுபோலவோ அதிசயிக்கும்படியோ இல்லை. இங்கே யாருமில்லை. பார்க்க முடியாததைப் பார்வையிட யாரும் துணிந்து வரவில்லை. இனிச் சுற்றுலாப் பயணத்திட்டம் இங்கு இல்லை. பயணக் கட்டுரை சாத்தியம் இல்லை. அழகியலாளர் மற்றும் பேரழிவினைப் பார்வையிடும் பயணிகளுக்கும் விவரிக்க வார்த்தைகள் இல்லை. அவர்களுக்குப் பழக்கமான அடையாளங்கள் காணாமல் போக, அவர்கள் பார்க்க நினைக்கும் இயற்கைக் காட்சியை அனுபவிக்காமலேயே அதனைக் கடந்து செல்வார்கள்.

தொஹோக்குப் பகுதியை விட்டுப் புறப்படும்போது, அங்கே நான் விட்டுச் சென்ற நபர்களைப் பற்றி மட்டுமல்ல எனக்குமுன் வந்துசென்றவர்களையும் நினைத்துக் கொள் கிறேன். பாஷோ, தன் பயணத்தின்போது ஹிராய் ஸுமியை (Hiraizumi) வந்தடைந்தபோது, அவர் எழுதிப் பாதுகாக்கப் பட்டிருக்கும் அவரது மிகவும் அழகான கவிதைகளுள் ஒன்று “நாட்சு—குசா யா/ச்சுவாமோனோ—தோமொகா/ யுமேனோ அடோ.”(Natsu-kusa-ya/tsuwamono=domo ga/yume no ato) 17 சீர்களும் 3 அடிகளும் உள்ள, கச்சிதமாகச் செதுக்கப்பட்ட, நெகிழ்வூட்டும் ஹைக்கூ. இதை இவ்வாறு மொழிபெயர்க்கலாம்.

வேனிற் புற்கள்

விறன்மிகு வீரர்கள்

ஒரு கனவின் சுவடு

ஹிராய்ஸுமி 12ஆம் நூற்றாண்டின் ஃபுய்ஜிவாரா குடும்பத்தின் கோட்டையாகவும், ஜப்பானின் மிக அழகிய நகரங்களில் ஒன்றாகவும் இருந்தது. 5 நூற்றாண்டுகளுக்குப் பிறகு, பாஷோ அங்கே வந்தபோது, அந்த இடத்தில் ஒன்றுமே மிச்சமில்லை. எனவே, பல பொழிப்புரையாளர்களின் பார்வையில், பாஷோ, வருத்தத்தையும் மறைந்துபோன மாட்சிமை பற்றிய ஏக்கத்தையும் குறுகிய அளவாக இருந்தாலும் இந்தக் கவிதையில் அழுந்தக் கால்பதித்துச் செல்லும் காலத்தைக் குறித்தும் பாடியிருக்கிறார் என்றே தோன்றுகிறது. காலமும் போரும் அவற்றின் லீலைகளைப் புரிந்தன. கோட்டைகள் அழிந்துபோய்க் கிடக்கின்றன. வசிப்பிடங்கள் கேட்பாரற்றுக்கிடக்கின்றன. ஒரு காலத்தில், போர்வீரர்கள் இருந்த இடங்களில், கொள்ளைக்காரர்கள் பல்கிப் பெருகியுள்ளனர். அனைத்துப் பகுதியையும் முட்புதர் கவிந்து மூடியிருக்கிறது.

அழிவைக் கலைப்பூர்வமாக்குதல் அல்லது அதற்கு ஓலமிடுதல் என்பதில் காலந்தாழ்த்தாது இயங்கும் நமது காலத்திய செல்லரித்துப்போன பெரும் விளக்கவுரை எந்திரம் உடனடியாகச் செயல்பட ஆரம்பித்தது. சில மொழி பெயர்ப்புகளில், கள்ளத்தனமான கோலாகல அடை மொழி ஒன்றைச் சேர்ப்பார்கள். "புற்கள் கருகின" அல்லது "வாடிப் போய் இருந்தன". "கனவு", "மாயமான மங்கிய நினைவாக" மாறியிருந்தது. மரணம் எப்பொழுதும் வட்ட மிட்டபடி இருந்தது. நம் வாழ்வு குறித்த கவிதையை அது குற்றம் சுமத்திக் கைப்பற்றியது. மர்கெரீத் யுர்செனார் (Margueritte Yurcenar) குறிப்பிட்டதைப் போல், சோகம் ஆட்சிநடத்திட அவர் ஜப்பானில் பயணம் மேற்கொண்டபோது இறந்த கால அற்புதமான ஜெலட்டினால் வரலாறு முடக்கப்பட்ட நாட்டைத் தான் பார்க்காதது ஏமாற்றம் அளித்ததாக அவர் குறிப்பிட்டிருந்தார். "இறந்துபோன படைவீரர்களிடம் மிஞ்சியவை இதோ இந்த வேனிற் புற்பூண்டுகள்தான்". ஒருகாலத்தில் பூத்துக் குலுங்கிய ஒரு நாட்டின் அழிவை நோக்கும்போது சூறையாடப்பட்ட தன் நாட்டைக் குறித்துத் தன் ஏக்கத்தைத் தெரிவிப்பதில்தான் பாஷோவின் ஒட்டுமொத்த கலையும் அடங்கியுள்ளது.

இப்படித் துக்கக் காட்சியாய் அதைக் கொச்சைப்படுத்தி விட்டால், பாஷோவை முற்றிலுமாகப் புரிந்து கொள்ளவில்லை என்று பொருள். ஒருகாலத்தில் செழிப்பாக இருந்து இன்று

சேதமடைந்துவிட்ட ஒரு பகுதிக்குப் பயணம் செய்வது எனும் பழமை வாய்ந்த சீன வழக்கத்தை மேற்கொள்ளும் கவிஞனின் பார்வை இந்த ஹைக்கூவில் உள்ளது. இன்னும் குறிப்பாக, 8ஆம் நூற்றாண்டில், சீனப் பழங்கவிதையின் பொற்காலம் எனப் போற்றப்படும், தாங்கின் (Tang) காலத்தைச் சார்ந்த புகழ்பெற்ற சீனக் கவிஞர் துய் ஃபுய்வின் (Du Fu) கவிதையை அவர் நினைவூட்டுகிறார். புகழ்பெற்ற ஜப்பான் கவிஞர் புகழ் வாய்ந்த சீனக் கவிஞரை மேற்கோள் காட்டும்போது, நம் காதுகள் நம்ப மறுக்கும்.

பாஷோ குறிப்பிடும் துய்ஃபுய்யின் கவிதை ஜப்பானில் மிகவும் பிரபலமான கவிதை. எனக்குத் தெரிந்தவரை இது பிரஞ்சில் மொழிபெயர்க்கப்படவில்லை. அது ‘ஷுன் வாங்’ (chun wang) குறித்த கவிதை. அதாவது, “வசந்த காலத்தின் காட்சி”. அதன் தலைப்பு சுட்டுவதைப் போல் சோகமயமான காலம்வரை, வசந்தத்தின் ஆற்றலைப் பறைசாற்றும் பாடல். “நாடு அழிந்துவிட்டது. ஆனால், மலைகளும் நதிகளும் அப்படியே இருக்கின்றன. வசந்தம் வரும்போது, கோட்டையின் அழிவுகளின்மீதும் செடிகள் துளிர்த்தெழுகின்றன”.

பிரான்ஸில் அவரது படைப்பின்மீது ஆர்வம் காட்டும் மிகச் சிலரில் ஒருவரான சீனவியல் நிபுணரான அபேல் ரெமுய்சா (Abel-Remusat) குறிப்பிடுவதைப்போல, சுதந்திரமும் கலகக் குரலும் கொண்ட துய்ஃபுய்யிடம் அடிபணியாத பிடிவாதக் குணம் இருந்தது. “கம்பீரமான மலர்” எனும் பொருள் கொண்ட “செமெய்” (Tseumei) என்ற பிரபலமான புனைப் பெயரிலும் அவர் அழைக்கப்பட்டார். ஜப்பானில் அவரை “SS” (Shisei) என அழைத்தனர். அதாவது கவிச்சித்தர் அல்லது கவிப்புனைஞர். இத்தனைப் புனைபெயர்களும் தெரிவிக்கும் செய்தி இது தான். கைவிட்டோ பின்வாங்கியோ பழக்கமில்லாத கவிஞர் அவர். தொஹோக்குவில் சேதமடைந்த இயற்கைக் காட்சிகளைச் சித்தரிக்கும்போது, சீனச் செவ்விலக்கியங்களை மனப்பாடமாகத் தெரிந்த பாஷோ அவரை நினைவு கூர்ந்தது ஏதோ தற்செயலாக நடந்ததில்லை.

பல நூற்றாண்டுகளைக் கடந்து இந்த இரண்டு நாடுகளுக்கும் இடையில் தொடர்ந்து நிகழ்ந்து வரும் இவ்வுரையாடலில் பாஷோ, துய்ஃபூவுடன் பேசுகிறார். பூதுய் மோந்தின் ஒற்றையடிப் பாதையில், தன் ஆசான் விட்டுச் சென்ற தடத்தின்மீது நடந்து அவருக்குச் சில செய்திகளை அனுப்பி வருகிறார் எனச் சொல்லலாம். ஆம். இந்த நாடு அழிந்துவிட்டது. குழப்பமும்

நிலவுகிறது. ஆனால், நீங்களே பார்ப்பது போல் புல்பூண்டுகள் மட்டும் அப்படியே இருக்கின்றன.

பாஷோவின் கவிதை, முறையீடும் அல்ல, கையறுநிலைப் பாடலும் அல்ல. இன்மையைப் போற்றும் பாடலும் அல்ல. நம்மை எதிர்நோக்கும் நிச்சயமான மறைவு வாழ்வின் விளிம்பில் நின்று அது குறித்து ஒரு முதியவர் வைக்கும் ஒப்பாரியும் அல்ல. மாறாக, பரந்துபட்ட இந்தச் சிதைவில், அவரே விவரிப்பது போல், “மோசமான வானிலைக்கு இலக்கான இந்த எலும்புக்கூடு”, செடிக்கும் கோடைக்கும் உத்திரவாதமளிக்கிறது. பாஷோவின் கவிச் சாதனை என்று ஒன்று இருந்தால் அது இதுதான். எனவே வெகு தூரத்தில் இருந்து வந்து பல நூற்றாண்டுகளைக் கடந்த ஏதோ ஒரு பிரம்மாண்டமான விஷயம் மீண்டும் தொடங்குகின்றது. துய்ஃபூவின் பாடலை மீண்டும் சுட்டி, மிகவும் பழமை வாய்ந்த நினைவுச் செறிவுக்கு அறைகூவல் விடுக்கிறார். உணர்ச்சிவசப்பட்ட கற்பனைகள், பேரிடர் பற்றிய பல நாட்டார் வழக்குகள், இவற்றுக்கு அப்பால், தன் நினைவால், பண்பாட்டால், உடம்பும் சிந்தனையும் மீண்டும் செயலாக்கம் பெறும் இடத்தைக் கண்டுபிடிக்க அவர்கள் எத்தனிக்கிறார்கள்.

பாஷோவை நினைக்கும்போது, இடிபாடுகளில் தன் புகைப் படங்களைக் கழுவிய டோக்கியோ நூலகப் பணிப்பெண், துணி துவைக்கும் பெண்களின் பாடலைப் பாடிய அந்தக் கிராமவாசி, இடிபாடுகளுக்கு அடியில், ஒரு மரச் சட்டத்தில் தெரிந்த எளிதில் மறையக்கூடிய அழகைக் கண்டதும், செஸானைப் பற்றி என்னிடம் பேசியதோடு ஜாஸ் மெட்டு ஒன்றைப் பாடிக்கொண்டிருந்த அந்தச் சிவப்பு நிறக்கோட் அணிந்த முதியவர், ஆகியோரை மீண்டும் நினைத்துக் கொண்டேன்.

அவர்களிடம் ஒரு விதப் பொறுமை இருந்தது. கடலுக்கு அடியில் முங்குபவர் அல்லது வாட்போர் புரிபவர் ஆகியோரிடம் உள்ளது போன்றது அது. பேரழிவை அவர்களின் உள்ளார்ந்த ஆற்றல் அலட்சியப்படுத்தத் தூண்டாது. மாறாக, உடலுக்கு ஊறு செய்யும் விளைவுகளைச் சந்திக்க அவர்களை முன்கூட்டியே ஆயத்தப்படுத்தியது. இவையெல்லாம் விதிப்பயன், சலிப்பு, நேர்த்தியான செயல்திறன் அல்லது நல்லொழுக்கம் எனக் குறிப்பிட்டது. அவர்களில் ஒவ்வொருவருக்கும் சந்தேகங்களும் சோகங்களும் இருக்கத்தான் செய்தன. ஆனால், இந்தக் கோரமான காட்சியின் நடுவில் யாரும் பின்பற்ற முடியாத, தமக்கே உரிய பாணியில் அதனை எதிர்கொள்ளும் லாவகத்தைப்

பெற்றிருந்தனர். திசை தடுமாறிய இந்தப் பூலோகத்தில் உயிர்களைக் காவுகொண்ட இந்தப் பதற்றமான கால கட்டத்தில், ஒவ்வொருவரும் அவரவர் முறையில், வேறுபட்ட தத்தமது பொறுமையைப் பதிவுசெய்தனர். அவர்களது இந்த நடவடிக்கை நம்மில் ஒவ்வொருவருக்கும் குறிப்பிடத்தக்க முக்கியத்துவம் வாய்ந்ததாக அமைந்தது. அவர்களின் செய்கைகள் எல்லாவற்றிலும், மர்மமான, நெகிழ்ச்சியான வகையில் வாழ்க்கை வெளிப்பட்டது.

நம்மை ஆக்கிரமித்த இந்த இடிபாடுகளுக்கும் புதிய பேரழிவுகளின் அச்சுறுத்தலுக்கும் மத்தியில் அவர்கள் உறுதியாக நின்று காண்பித்தனர். எதுவும் மூடப்படவில்லை. எல்லாமே திறந்துள்ளன. செடிகள் உள்ளன. அவை வளர்கின்றன. கனவுகள் இருந்ததால், அவற்றின் சுவடுகளும் இருந்தன. மரணம் என்பது முற்றுப்புள்ளி அல்ல.

அரைஆயுள் - வாழும் முறை

I

மீண்டும் டோக்கியோவில்.

தெற்கிலிருந்து வடக்குப் பகுதியான ஒக்கினாவாவை (Okinawa) நோக்கிப் பரந்து விரியும் சாலையின் இருபுறமும் செர்ரி மரங்கள் நிறைந்த ஊரை இப்பொழுதுதான் தொலைக்காட்சிச் செய்தி அறிக்கையில் காட்டினார்கள். மலர்களும் பறவைகளும் சூழ, மகிழ்ச்சித் துள்ளலில் அது நம்மை நோக்கி முன்னேறுகிறது. இன்னொருபுறம், கதிரியக்கப் பாதிப்பு என்ற கண்ணுக்குத் தெரியாத கொள்ளைநோய் ஒன்று, அதுவும் பரவி வருகிறது. ரோஜா, வெள்ளை நிறங்களில் இந்தத் தீவுக்கூட்டப் பகுதி முழுவதையும் கவியும். அக்கோடு, ஃபுக்குஷிமாவின் நேர் எதிர்த் திசையில் இறங்கித் திட்டுத்திட்டாகத் தலைநகரின் ஓரங்களில் மட்டுமல்ல நிச்சயமாக அதைத் தாண்டியும் பரவும். இக்கோடு கதிரியக்க மூட்டத்தின் நேர்

எதிரியாகும். முதலாவது மெல்லிய ஆனால் உறுதியான கோடு. அதனுடன் இதழ்களின் மென்மையான நறுமணம், பூத்துக் குலுங்கும் நிறங்கள், காட்டுக் கோழிகள் மற்றும் இளஞ் சிட்டுக்களின் கானங்கள் எல்லாம் கலந்து வரும். மற்றொரு கோடு கண்ணால் பார்க்க முடியாது. மூக்கால் நுகர முடியாது. புழுக் கூட்டம் போன்று புலப்படாதது.

புதிய வார்த்தைகள் வெளி வந்துவிட்டன. அவை காற்றில் பரவி, உயிர்க் கொல்லும் மூலக்கூறுகளாய் எல்லோருடைய உதடுகளிலும் உலா வருகின்றன. அந்தப் பட்டியலில், கவித்துவமாகவும், அசாதாரணமாகவும் வேதி மூலங்களின் பெயர்கள் கோர தாண்டவம் புரிந்தன : செஸியம், டிரினிஷியம், ஸ்ட்ரோன்சியம்,(cesium,trinitium,strontium) அணுச்சிதைவின் படைப்புக்களான அயோடின், ஸிர்கோனியம், மாலிப்டீனம்(i odine,zirconium,molybdenum) வாயுப் படைப்புக்களான ட்ரைடியம், ஸெனான், க்ரிப்டான், (tritium,xenon,krypton) பலதரப்பட்ட ஓரிடத் தனிமங்களான ஐசோட்டோப்புகள் (isotopes) மற்றும் கதிர் நஞ்சை உமிழும் வேதிப் பொருட்கள். அந்தக் கூறுகள் மிகவும் புதியவையாகவும், அதே நேரத்தில் மிகப் பழையனவாகவும் இருந்தன. அவற்றுக்குப் பெயரிட, லத்தீன் மொழி (காட்மியம், பலாடியம், சமேரியம்) (cadmium,palladium,samarium), கிரேக்க மொழி (ஆல்ஃபா, பீட்டா, காமா) (alpha, beta,gama), ஆகியவற்றைக் கையாளக் கொஞ்சம் சம்பிரதாயமான நளினமான நச்சுவியல் பரிபாஷையைப் பயன் படுத்தினர். பூமியையும் சந்திரனையும் (செலேனியம், டெலூரியம் உலோகம்) (selenium,tellurium), கடவுளையும் (நெப்டொன்னியம், ப்லுய்டோனியம்) (neptunium,plutonium) போற்றினார்கள்.

அவை, கேளிக்கையான புரியாத புதிராக டெலூரியம் 132, டெக்னிசியம் 99 (technetium) என ஏதோ ராப் இசைக்குழுப் பெயர்களின் சாயலோடு, ஒருவிதக் குழப்பத்தில் ஒலித்து வரும். வார்த்தைகளிலேயே, வைரஸ் தன் வேலையைக் காட்டும். இறுதி விகுதிகள் தொக்கி விக்கி நிற்கும். உயிர் எழுத்துக்களும் மெய்யெழுத்துக்களும் கலகம் விளைவிக்கும் (ä«ò£®¡,Iodine). கோமாளித்தனமாகவும் (ஸிர்க்கோனியம் 93) புரட்சிகரமாகவும் அல்லது டாம்பீகமாகவும் (ஸ்ட்ரோன்சியம் 89, அமேரிசியம் 241)(americium) இருக்கும். உலகமே குறியீடுகளும் பொறிகளும் கொண்ட சிக்கலானதொரு பிரபஞ்சமாகப் பரிணமித்தது.

எனக்கு மிகவும் பிடித்தது நியோபியம் 95. அகராதியைப் புரட்டியபோது, அது, தட்டித் தகடாக மாற்றப்படக்கூடிய

பளபளப்பான சாம்பல் நிறத்தில் இருக்கும் உலோகம் என்றும், அது காற்றில் வெடிக்கும்போது நீல நிறமாக மாறிவிடும் என்றும் அறிந்து கொண்டேன். அணு உலைகளில் பயன்படுத் தப்படும் எரிபொருள் அணுஅடுக்குகளின் மேல்பூச்சாக, ஸிர்க்கோனியத்துடன் உடன் கலந்து நியோபியம் 95 (niobium) பயன் படுத்தப்படுகிறது. உண்மையிலேயே அதிக அளவு நச்சுத் தன்மையுடையது. அதன் பெயர் எனக்குப் புதிராக இருந்தது. அது தாந்தாலின் மகள், நியோபியின் (Niobe) பெயரிலிருந்து வருகிறது. தன் குழந்தைகளின் அழகைப் பற்றி அவ்வளவு பெருமைபட்டுக் கொண்ட அவள் கல்லாக மாறும்முன் அவர்களின் கொலையைப் பார்க்க வேண்டியிருந்தது என "இலியத்" காப்பியம் விவரிக்கிறது. (கிரேக்கத் தொன்மத்தில் இடம்பெற்றுள்ள இவரது தற்பெருமைக்கு தண்டனையாய் இவருடைய குழந்தைகளை, அப்போலொ, அர்தெமிஸ் ஆகியார் மூலம் லெடோ கொல்கிறார்) ஹோமரின் காப்பியத்தை அணுவுலைப் பொறியியலாளர்கள் படிக்க வேண்டிய நேரம் இது என நினைக்கிறேன்.

அதோ அங்கே மேலே, அணு உலைகள் சுழற்சி முறையில் சிதறுகின்றன. அவற்றில் எது மிகவும் வெப்பமானது? 1, 2, 3 எது? உங்கள் கணிப்பில் இறங்குங்கள். திறந்தவெளியில் மூன்று அணு உலைகள் கொதித்துக் கொண்டிருக்கின்றன. அவை அனைத்தும் ஒரு புது நிலநடுக்கம், திடீர்ச் சுழற்காற்று அல்லது கொஞ்சம் மூர்க்கமாக வந்த பின்னதிர்வு எனச் சக்கர விளையாட்டுப்போல் ஏதோ ஒரு புள்ளியில் சிக்கிக்கொண்டன. இந்த மூன்று சீட்டு விளையாட்டில், SFP எனப்படும் Spent Fuel Pools (பயன்படுத்தப்பட்ட எரிபொருள் தேக்கத் தொட்டிகள்) உள்ளன. இவற்றைப் பற்றிப் பெரிதாக நமக்கு எதுவும் தெரியாது எனினும், நம்மை மேலும் அச்சுறுத்துவதாக அவை இருந்தன. ஏதாவது தெரிந்தால் நல்லதுதான். காரணம், அணுஉலைகளைப்போல் அல்லாமல் இவற்றுக்கெனச் சேமிப்புக் களஞ்சியங்கள் (Confinment Vessels) இல்லை. உதாரணமாக, 4ஆம் அணுஉலைக் கலன் உறுதியற்ற நிலையில் இருந்தது. இதிலிருந்து கிடைக்கும் முடிவு என்னவென்றால், இவை அனைத்தும் எந்த நேரத்திலும் வெடித்துவிடவோ அல்லது ஏதோ ஒரு நாளில் இடிந்து விழவோ நேரும் என அச்சுறுத்திக் கொண்டிருந்தன என்பதுதான். அதுவரை, வியக்கத்தக்க முறையில் சீராகத் தத்தமது துகள்களைப் பரப்பியவண்ணம் இருந்தன. வரும் கோடைக்காலம் மிகவும் வெப்பமாக இருக்கும்.

இதைவிட வேடிக்கையான விஷயம், அப்பொழுது வந்த அறிவிப்பில் இருந்தது. அவர்கள் கூறிவருவதுபோல் 'எல்லாம் ஒழுங்காக' நடைபெற்றாலும், கொஞ்சம் கூடுதலான அளவில் வைட்டமின்களைப் பெற்றிருப்பார்களா என உறுதிசெய்துகொள்வதற்காக, ஃபுக்குஷிமாவின் 34,000 சிறுவர்களுக்கும் பள்ளி தொடங்கும்முன் தொசிமீட்டர் கருவி அளிக்கப்படும் என்பதுதான் அது. சில வைட்டமின்கள் அதிக அளவில் அந்தச் சிறுவர்கள் உடம்புக்குள் சேர்ந்துவிடாதபடிப் பரிசோதனை செய்வதற்கான ஏற்பாடு அது. தென்கோடியில் உள்ள ஷிபா(Chiba) பகுதியின் ஆட்சி எல்லைக்கு உட்பட்டவர்களும், டோக்கியோவின் அருகில் உள்ளவர்களும் தொப்பிகளை அணிந்துகொள்ள வேண்டும். கைகளை நன்கு கழுவ வேண்டும். நாள்தோறும் வாய் கொப்பளிக்க வேண்டும். இதே காலகட்டத்தில், ஏறக்குறைய உலகெங்கும் உள்ள அக்கறையுடைய விஞ்ஞானிகள், நிபுணர்கள் எல்லோரும், அணு உலையைவிட்டு வெளியேற வேண்டுமா வேண்டாமா என்பதைத் தெரிந்துகொள்ள விவாதித்துக்கொண்டிருந்தார்கள்.

*

பின்னதிர்வுகளும் நிகழ்ந்து கொண்டிருந்தன. நிகழும் இடை வெளி, சக்தி ஆகிய அம்சங்கள் அவ்வப்பொழுது நமக்கு அவை நட்பு ரீதியாகச் சிறு சமிக்ஞையை அனுப்பத் தவறுவதில்லை. இது போன்ற இடத்தில் வாழ்வதென்பது மிகவும் கடினமாக இருந்தது. படுத்துக் கிடக்கும் ஒரு பெரிய கரடியின் வயிற்றின்மீது உட்கார்ந்திருப்பதைப் போல் இருந்தது. அது எந்த நேரமும் திரும்பிப் படுக்கும் — நீங்களோ, அதற்கு அடியில்.

எனினும் எல்லாம் பழகிப் போனது. உதாரணமாக, டோக்கியோவுக்கு நாங்கள் திரும்பிய மறுநாளிலிருந்து இரவில் பலமுறை இந்த அனுபவம் ஏற்பட்டது. முதலில், வாடிக்கையாக நிகழ்வதுதான். கோட்ஸ்டான்டின் ஹேங்கர்களின் பயமுறுத்தும் அதிர்வுகள். எலிகள் கொறிப்பது போல் அவற்றின் தொடர் முணுமுணுப்பு. சுவர்களில் இருந்தபடி அவை நகர்ந்தன. ஜன்னல்கள் நடுங்கின. திரைச்சீலைகள்கூடப் படபடப்பில் இருந்ததைப் போல் தோன்றியது. ஏதோ சில சொற்களை என்னிடம் உச்சரித்துவிட்டு, ஜூன் திரும்பிப்படுத்து மீண்டும் உறங்கினாள்.

சிறிது நேரம் கழித்து, புதியதாக ஒரு மறு அதிர்வு.

இம்முறை நிலநடுக்கம் கொஞ்சம் அதிக சக்தியுடன் இருந்தது. வைகறையின் தொடக்கத்தில் மேலும் அதிகமானது. வீட்டின் பல்வேறு அறைகளுக்கும் இடையில் ஒலி நடமாட்டத்தை இணைக்கும் விதமாக வெற்றிடத்தில் எந்த மூலைக்கும் அது நகர்ந்து கொண்டே இருந்தது. மாடங்களின் படிகள் நடுங்கின. தாதாமி தரைகள் அதிர்ந்தன. நம் கூரைமீது இருந்த ஓடுகளின் நொறுங்கும் சத்தத்தைக் கேட்டபோது கனவா அல்லது நனவா என்று சந்தேகம் வந்தது. அது இரவு நேரம். ஒரு படகில் இருந்தேன். கடலின் நீர்மட்டம் உயர்ந்திருந்தது. ஜூனை அன்பாக அணைத்தேன். இத்தோடு முடித்துக்கொள்ள வேண்டுமென்றாலும் இசையோடு முடிக்க வேண்டும். பேரலையின்மீது ஆடினோம். தாங்கோவில் இருந்து வால்ஸ்ஸுக்கும், பிராஸ்ஸிலிருந்து கிராலுக்கும் எனப் பல அசைவுகள். எங்களைச் சுற்றி இருந்த கட்டிடங்கள், ஆடிக்கொண்டிருந்த படகுகள் போல் காட்சியளித்தன.

நிலநடுக்கம் பொறுமை இழந்தது. பூக்கூடைகளைக் கீழே தள்ளியது. ஒரு சிறிய மல்காஷ் சிலையை மரச் சட்டத்தின்மீது இடிக்க வைத்தது. நாங்கள் தொடர்ந்து தூங்கிக் கொண்டிருந்தோம்.

மிகப் பழமையான நினைவுகளை அசைபோட்டுக் கனவு காணவும் நிலநடுக்கம் உதவியது. காலம் விழுந்து, தடுமாறி, திரும்பி, பள்ளத்தில் இருந்து எழுந்தது. நிலத்தில் உள்ளது போல் காலத்திலும் அதிர்வுகள் இருந்தன. ஒருபோதும் நினைக்கப்படாத, சொல்லப்படாத வினோதத் தொடர்புகள். இன்று இரவு, மறு அதிர்வுகளின் போது சேன் மலோப்பகுதியை(Saint-Malo) மீண்டும் பார்க்கிறேன். நான் சிறு வயதாக இருந்த காலத்தை அலங்கரித்த வளைந்து செல்லும் சிறிய வீதிகள் கோர்ன் தெ சேர் வீதி (Corne-de-cerf), வியேய் பலேத் வீதி(Vieille-Palette), குருவா தெ ஃபியஃப் சதுக்கம்(Croix-du-Fief), எஸ்த்ரே வீதி(Estrees), பீக்கீபுவா வீதி(Pie-qui-boit). மலர்களின் கீழ் மறைந்திருக்கும் பெத்தீத் ஹெர்மீத் (Petite-Hermite) பாதையைக்கூட என்னால் இனங்காண முடிகிறது. மலர்களிடையே குதிரைகளும் காட்டுப் பூனைகளும் மேய்ந்தபடி இருக்கும். இரவு நேரத் தென்றல், உப்பு வாடை அடிக்கும் சாரல்கள். பச்சைநிற மரத்தினாலான படிக்கட்டுகள். சிறு நடையிலோ நொண்டியபடியோ கவாலியே(Cavalier)சந்திலிருந்து வித்துவார்(Victoire)திருப்பம்வரை இறங்கும் அப்படிக்கட்டுகள், பின்னர் இரண்டாகப் பிரிந்து மெனுயே(Menuets) வீதியை நோக்கிச் செல்லும்.

நிலநடுக்கம் கோபத்தில் வெடித்தது.

கீழே, மேலே எனத் தசைகள் முறுக்குவதைப்போல் எலும்புகள் நொறுங்குவதைப்போல் வீடு முழுவதும் குலுங்குகிறது; வீடே ஒட்டு மொத்தமாக நடுங்குகிறது; ஆர்ப்பரிக்கிறது, கிளர்ச்சியில் இறங்குகிறது. இப்பொழுது, அது ஒரு புனிதமான மந்திரத்தை ஜெபித்தபடி நடுங்கும் நோயாளியாய் உள்ளது. "பொத்தாம் ஆம் க்ராம். கராபான் க்ரேத்தா. தனாமான் அனாங்தேரா." (potam am cram…karaban kreta…tanaman anangtera…) நம் தலைக்குமேல் எங்கேயோ ஒரு நட்சத்திரம் பைத்தியமாகி, அதன் முறிவு சிரிப்பொலிபோல் கேட்கிறது. அதோ, அந் தோனின் அர்தோ (Antonin Artaud) எனக்குத் தெரிகிறார். நகரமன்ற கூரையின்மீது ஏறி நிற்கிறார். கொந்தளிக்கும் கடலில் குதிக்கப் போகிறார். அவர் ஜாஸ்பியானோ வாசித்தபடித் துப்பாக்கியால் சுடுகிறார். இந்தப் பேரழிவில் என்னவொரு இசை! ஓடுகள் விழுகின்றன. தாழ்ப்பாள்கள் பறக்கின்றன. வீடுகளின் மேற்கூரைகள் சரிந்து கீழே விழுகின்றன. இதையொரு பனிச்சரிவு என்று சொல்லலாம். இரவில் மூன்று கவிதைக் குவியல்கள்.

எனக்கு விழிப்பு வந்துவிட்டது. வெளிச்சமாக உள்ளது. கட்டிலின் விளிம்பில், காலை மடக்கியபடி, கன்னத்தில் கை வைத்து ஜூன் உட்கார்ந்திருக்கிறாள். அழகான சிரிப்பில் அந்தக் கன்னம் ஒளிர, அடுத்த கன்னம் அவள் கால்முட்டியைத் தொட்டபடி இருந்தது. "என்ன நல்ல தூக்கமா?" பூனையைப்போல் நெட்டி முறித்தாள். நான் அசந்து தூங்கினேன். நல்ல தூக்கம்.

*

எல்லாம் பழகிவிடுவோம். நிலநடுக்கம், மறு அதிர்வுகள் எல்லாம் பழக்கத்துக்குள் வந்துவிடுகின்றன. அவை நம் வாழ்விலும் கனவிலும் நுழைந்து விடுகின்றன. அடுத்தமுறை அது நிகழும்வரை அவை அடிபணிந்து, நம் கட்டுக்குள் வந்துவிடுகின்றன.

ஆங்கில நாளிதழ் ஒன்றில், இன்று இரவு ஏற்பட்ட நில நடுக்கத்தைப் பற்றிக் குறிப்பிடும்போது, "ஓரளவு சக்திவாய்ந்த நிலநடுக்கம்" என விவரித்திருந்தனர். மற்றுமொரு நாளிதழ் "வரம்புக்குட்பட்ட அதிர்வு" (மரியாதைக்குரிய நிலநடுக்கமோ?) என்றது. அடுத்துமுறை ஏற்படுவது, ஓரளவு "சக்திவாய்ந்த" கூரையின் பகுதியை நம் முகத்தின்மீது விழச் செய்யாது என நம்புவோம். 4 அல்லது 5 ரிக்டர் அளவு சக்தி கொண்ட

மறு அதிர்வுகள் இப்பொழுது வழக்கமாகிப்போன நடன அசைவுகளாகத் தோன்றுகின்றன.

இவ்வளவு பேர் நம்மை இடத்தைக் காலிசெய்யும்படி வற்புறுத்தும்போது, இந்த நகரில் தங்குவதிலும் ஒருவித பெருமிதம் இருக்கத்தான் செய்கிறது. ஒரு வேடிக்கையான தற்செயல் நிகழ்வு. தொடர்வண்டியில், 2011 ஜுன் 16ஆம் தேதியன்று, ரிஷார் புரோத்திகான், (Richard Brautigan) 1976 ஜுன் 16 ஆம் தேதி எழுதிய "அதற்கடியில் நின்றபடி" என்ற தலைப்பிட்ட பாடலைப் படித்தேன்.

"என் அலாரம் 9 மணிக்கு ஒலிக்க வேண்டும்.

ஆனால் அதற்கு நேரமில்லை.

காரணம் 7.30 மணி நிலநடுக்கம்

அந்தப் பொறுப்பை எடுத்துக்கொண்டது.

விடுதியில் ஏற்பட்ட நிலநடுக்கம் காரணமாக

என் கனவின் பள்ளத்தாக்குகளில் இருந்து

நான் திடீரென என் கட்டிலுக்குத் திரும்பினேன்.

அறை எண் 3003 விரைவில்

30 மாடிகள் கீழிறங்கி

ஷின்ஜிக்கு நான்கு மூலை சந்திப்பாக மாறப்போகிறதோ

என வியந்தேன்.

என்ன இருந்தாலும்

சாதாரண அலாரத்தைவிட

அது மிகவும் சிறந்ததுதான்.

*

யொக்கோஹாமா பகுதியின் ஐக்கியா எனும் பெரிய கடையின் ஒலிபெருக்கியில் நிலநடுக்கம் குறித்த அறிவிப்பு வந்தது. பிறகு, சில நிமிடங்களில், "மன்னிக்கவும் அது ஒரு தவறான தகவல்". யொக்கோஹாமா (Yokohama) பகுதிக்கு இந்த எச்சரிக்கை பொருந்தாது. தொடர்ந்து, அமைதியாக உங்கள் பொருட்களை வாங்கிச் செல்லுங்கள்." சரி, சரி.. "கொயுகுரி குடாசாய்."(Goyukkuri kudasai) ஒன்றும் அவசரம் இல்லை.

வர்த்தக உலகில், அதிகம் புழக்கத்தில் அப்பொழுது இருந்த அமெரிக்க வாசகம் : "Business as usual." "மாமூல் வாழ்க்கை" பாதிக்கப்படவில்லை. நன்றாகத் தூங்குங்கள், நல்லவர்களே! வணிக பரபரப்பைத் தொந்தரவு செய்ய எதுவும் வரக்கூடாது. இவர்கள் எல்லோரும் வர்த்தக மனிதர்கள். அரசியல், பல்கலைக்கழகம், விளம்பரம், தொலைக்காட்சி, புனிதமாகப் போற்றப்படுகிற நிதிச்சந்தை ஆகியவற்றை மறக்க முடியுமா — இவர்கள் எல்லோரும் தங்கள் அன்றாட வாழ்வின் இயக்கத்தை இந்தப் பேரழிவில் நிலைநாட்ட முயன்றார்கள். ஆனால் பலனில்லை. ஏதோ ஒன்றுமே நடக்கவில்லை, சமூகம், நிர்வாகம், ஊழியர்கள், மத்திய, நிதி எனப் பல்துறைப் பெரிய எந்திரம் மீண்டும் தன் கைகளை ஓங்கச் செய்வதோடு தன் தாக்கத்தை அதிகரிக்கவும் செய்யமுடியும் என்ற தோற்றத்தை ஏற்படுத்தும் முயற்சி இது.

"நல்லவர்களே, வேலை செய்யுங்கள்! ஒன்றாக வந்து சேருங்கள். எங்களை இயங்கவிடுங்கள். எல்லாவற்றையும் நாங்கள் பார்த்துக்கொள்கிறோம். பிறகு, இரவில் உங்கள் வீட்டிற்குத் திரும்புங்கள். முடங்கியிருங்கள். கதிரியக்கத் துகள்கள் உங்களைத் தாக்காது. நீங்கள் பாதுகாப்பாக இருப்பீர்கள். முடங்கி விடுவீர்கள். துல்லியமாகப் பார்த்தால், முண்டங்களாக முடங்கி விடுவீர்கள். இந்த நேரத்தில், கணக்கிட முடியாத தங்கள் வேலையைச் செர்ரி மரங்கள் எதுவும் சொல்லாமல் செய்கின்றன. இதோ, அவை எவ்வித ஆபத்தையும் வெளிக்காட்டாமல், ஆனால், தங்கள் பாணியில் ஜொலித்தபடி, அழகாக, அற்புதமாகப் பூத்துக்குலுங்குகின்றன. கணக்கிலடங்கா ஓட்டைகள்போல், நகர்முழுவதும் வெள்ளைத் திட்டுக்களாக அவை காட்சியளிக்கின்றன."

*

எனினும், நமக்கு எதுவும் சொல்லப்படுவதில்லை என்றும் நினைக்கக்கூடாது. மாறாக, தொலைக்காட்சியில், பத்திரிக்கைகளில், அலைவரிசைகளில், இணையத்தில், தகவல்கள் வந்து குவிந்தவண்ணம் இருக்கும். சுனாமியைப் போலவே முழுவீச்சில் தரவுகள் அலையலையாய் வந்து சேர்ந்தன. பாமரனுக்கு அவை எதுவும் விளங்காது. ஆனால், அத்துறையின் வல்லுநர்கள்கூட அதன் அர்த்தத்தைப் புரிந்துகொள்ளக் கஷ்டப்பட்டார்கள். தொஹோக்கூவின் (Tohoku) சில கிராமங்களில், சுத்தமாகப் புரிந்துகொள்ள முடியாத இந்தப் புதிர் எண்கள் நிறைந்த பதாகைகளைப் பார்த்தேன். பண்டைய

புனிதமோ பிரம்மாண்டமோ இல்லாமல் புதிதாய் வந்து முளைத்த இப்பெரிய ஆலமரங்களின்கீழ் கூடும் கிராமவாசிகள் இதிலுள்ள எண்களைப் பார்ப்பார்கள். அவர்களது விதி குறித்த ஆருடங்கள் அல்லது அவர்களது துயரத்திற்கான அறிகுறிகள் ஆகியவற்றை அவற்றில் தெரிந்துகொள்ள முயல்வார்கள். வினோதமான பரிசோதனைகள், குறைகளை வெளிக்காட்டாமல் விளைவுகளை மறைக்கவே அதிக அக்கறை காட்டும்; ஒருபோதும் தீர்வுகளை அளிக்கா.

மைக்ரோ சிவர்ட், மில்லி சிவர்ட், பெக்கொரல், ராட், ரெம், ரான்ட்ஜன் என அளவை முறைகளை வைத்து விளையாட்டு நடக்கும். யாருக்கும் ஒன்றும் விளங்காது. ஒரு நாள், கடலில் சட்டப்படி அனுமதிக்கப்பட்ட அளவைக் காட்டிலும் 3355 மடங்கு அதிகமாக, அயோடின் கதிரியக்க அளவு இருந்தது. அடுத்த நாள், இது 4835 மடங்காகியது. சரி, அப்படியென்றால் அதற்கு என்ன பொருள்? அணுஉலை 2இல் அயோடினின் 135இன் அளவு கணக்கிடப்படுகிறது. இது "இயல்பான நிலையைக் காட்டிலும் 10 மில்லியன் அளவு கொண்டதாகும்". உடனடியாக, அணுஉலை மையம் காலிசெய்யப்பட்டது. சில மணிநேரங்களுக்குப் பிறகு, அதில் ஒரு தவறு நிகழ்ந்துவிட்டதாகவும், உண்மையில் அந்த அளவு "ஒரு லட்சம் மடங்கு இயல்பானது" என அறிவிப்பு வெளியானது. அப்பாடா! இப்பொழுதுதான் நமக்கெல்லாம் நிம்மதி ஆனால், சில நாட்களுக்குப் பிறகு (அல்லது முன்), அணுஉலை மையம் இருந்த கடற்பகுதியில் பிடிக்கப்பட்ட மீன்களைப் பரிசோதித்தபோது, அயோடின் 131இன் அளவு, ஒரு க்யூப் சென்டிமீட்டருக்கு, 200000 பெக்கொரலாகக் கணக்கிடப்பட்டது. இது அனுமதிக்கப்பட்ட அளவைப் போல் 5 மில்லியன் மடங்கு ஆகும். 'நுவெல் அப்செர்வாத்தர்'(Nouvel Observateur) எனும் இதழில் வெளியான ருசிகரமான தலைப்பு விவரிப்பதைப் போல், "மீன்களின் நிலைமை கவலைக்கிடமாக உள்ளது".

உண்மை என்னவென்றால், எப்படியும் இந்த எண்களுக்கு எந்த அர்த்தமும் இல்லை. இந்த அளவைகளைப் பொறுத்தவரை எவ்வித விளக்கமும் கொடுக்க முடியாது. அவை நிலையில்லாத, முரண்பாடுகள் நிறைந்த தோராயங்களும் ஊகங்களும் கொண்ட அளவைகள். இவற்றைப் பார்க்கும்போது நம்மால் என்றுமே மீளமுடியாத, கணக்கிட முடியாத ஒரு விஷயத்தில் நுழைந்துள்ளோம் என்பதை மட்டும் அவை உணர்த்துவது

போல் தோன்றும். கருவிகள் சேதமடைந்துள்ளதால் அல்லது அவை சரியாக இயங்காததால் மட்டுமல்ல, இதை மதிப்பீடு செய்யும் அந்த எந்திரத்தின் கணக்கீட்டு அளவைவிடக் கதிரியக்கத் தாக்கத்தின் அளவு அதிகமாக இருக்கும். அதாவது, அந்த எந்திரத்தைச் சேதமடையச் செய்யாமல், எண்களைப் பதிவு செய்ய முடியாது. நாளுக்குநாள் கவலைக்குரியதாகிவரும் சூழலின் எதார்த்த நிலையை மூடி மறைக்க இத்தகைய தகவல்கள் உதவி செய்தன. அதிகமாக இருக்கும், அதே நேரத்தில் பற்றாக்குறையாகவும் இருக்கும்படியான நிலையை உருவாக்குவதில் இவை சாதனை படைத்தன. இருக்கும் நிலையில் இந்த எண்களைப் பார்த்தால், ஷத்தோபிரியான் (Chateaubriand)குறிப்பிடும், "தன் நெடிய மர்மத்தை உணர்த்தக்கூடிய பாலைவன உதடுகளின்மீது இட்ட முத்திரைகள்போல் விளங்கும்" இட்டைட், மாயா, எகிப்து நாகரீக, இனம் புரியாத எழுத்துக்கள்போல் அவர்கள் கண்களுக்கு அவை தெரியும்.

ஒன்று மட்டும் உறுதி. அணுஉலை மையத்திலிருந்து 5 கிலோ மீட்டர் தூரத்தில், தொசிமீட்டர்கள் நிரந்தரமாக ஒரு சத்தத்தை வெளிப்படுத்தின. அந்தக் கருவிகளை அணைத்துவிட்டால் நல்லது என நினைக்கும் அளவிற்கு அந்தச் சத்தம் அதிகமாகவும் தொடர்ந்தும் ஒலித்து வந்தது. 4 நாட்களிலேயே ஓர் ஆண்டிற்கான கதிரியக்க அளவுகளைப் பெற்றவர்களைப் பற்றி ஊழியர்கள் தங்களுக்குள் பேசிக்கொண்டார்கள். அதிகாரப்பூர்வ மதிப்பீட்டின்படி, (அவை குறைத்து மதிப்பிடப் பட்டிருக்கலாம்) குறைந்தபட்சக் கதிரியக்க அளவு 400 மில்லி சிவர்ட் இருப்பதாகவும், அதிகபட்சம் 1000க்கும் மேல் உள்ளதாகவும் அறிவிக்கப்பட்டது. 250 மில்லி சிவர்ட்டு எனும் அளவிலிருந்து (இந்நிலை வருவதற்குமுன் உடம்பில் என்ன நிகழ்கிறது என்று நம்மால் ஊகிக்க முடியாது. மாற்றங்களை வெளிப்படுத்த சில ஆண்டுகள் பிடிக்கலாம்) குமட்டல், வாந்தி, செல்களின் சிதைவு, எலும்புகளின் தேய்மானம் என உடலியற்கூறின் முதல் அறிகுறிகள் தோன்றும். ஆனால், மூன்று பணியாளர்களின் நிலை தெளிவாகத் தெரிந்தது. பொத்தலான காலணிகளுடன் கதிரியக்க நீரில் நடந்ததால் அவர்களை உடனடியாக மருத்துவமனையில் சேர்க்க வேண்டியதாயிற்று. அவர்களுடைய கால் விரல்களின் நுனிப்பகுதிகள் எரிய ஆரம்பித்தன. அந்த இடத்தில்தான் எல்லோருக்குமே விஷயம் புரிய ஆரம்பித்தது. இந்த எண்களுக்கு முன் என்ன செய்வது என்று தெரியாத காரணத்தால், எதை

வேண்டுமானாலும் செய்தார்கள். மார்ச் 14ஆம் தேதி, பணி மற்றும் நலவழித்துறை அமைச்சகம், அணு உலை மையப் பணியாளர்களுக்கு அனுமதிக்கப்பட்ட அதிகபட்ச அளவை 5 ஆண்டுக்கு 100 மில்லி சிவர்டிலிருந்து, ஆண்டுக்கு 250 மில்லி சிவர்ட் என அதிகரித்தது. உண்மைதானே? அவற்றை மீறமுடியாது என்றால், பின் எதற்காக, அந்த அனுமதிக்கப்பட்ட அளவுகள்? ஏப்ரல் மாதத்தில், இன்னும் ஒருபடி மேலே சென்றது. குழந்தைகளுக்கான அதிகபட்ச அளவு, ஆண்டுக்கு 20 மில்லி சிவர்ட் என அதிகரிக்கப்பட்டது. சரியாகப் பார்த்தால், பிரான்ஸில் அனுமதிக்கப்பட்ட அதிகபட்ச அளவான இதற்கு (சர்வதேசக் கதிரியக்கப் பாதுகாப்புக் குழுவுக்கும்தான்) அணுஉலைப் பணியாளர்கள் உட்படுத்தப் படலாம். பெற்றோர்களும் பல்வேறு சங்கங்களும் கொடுத்த அழுத்தத்தின் காரணமாக அரசு பின்வாங்கியது. எனினும், எப்படியாவது நடைமுறையை நியாயப்படுத்த, எந்த அளவுக்கு நலத்தைப் பற்றிய அக்கறையின்மை தேவைப்படுகிறது என்பதை நாம் குறிப்பிட்டாக வேண்டும். எவ்வித பாதுகாப்புமில்லாத குழந்தைகளை, அதிகம் அனுபவமுள்ள அணுஉலை நிபுணர் களுடன் ஒரே நிலையில் வைக்க முடியுமா? அதை அவர்கள் செய்தார்கள்.

இப்படுகொலைக்குத் துணைபோக மறுத்து, பிரதமரின் அணுஉலை நிபுணர் டொஷிஷோ கொஸாக்கோ பதவி விலகினார். எனினும், இவரின் நடவடிக்கைக்கான காரணத்தை விளக்கக் கூட்டப்படவிருந்த பத்திரிக்கையாளர் சந்திப்பு, இரண்டு நாட்கள் கழித்து, சில கட்டுப்பாடுகளின் காரணமாக எனச் சொல்லி ரத்து செய்யப்பட்டது. என்ன மோசமான விஷயத்தைச் சொல்லிவிடப்போகிறார்? இதே போல், அணுஉலைக்கு எதிரான பேரணியில் கலந்து கொண்டதால், நடிகர் தாரோ நடித்துக்கொண்டிருந்த பிரபலமான தொடரில் தொடர்ந்து நடிக்கும் வாய்ப்புப் பறிபோனது. அவர் செய்த பெருங்குற்றமும் அதேதான். ஃபுக்குஷிமாவின் தலைமுறையை, ஐரோப்பிய அணுஉலை ஊழியர்களின் கதிரியக்க அளவுக்குச் சமமாக உட்படுத்தக் கூடாது என்று கூறியதுதான் அது. இதைத்தான் பிரஞ்சு கவிஞர் லொத்ரேயமான் (Lautreamont), "குழந்தைகள் போல் குப்பைகள் சிந்தித்துப் பார்க்காது" என்று குறிப்பிடுவார்.

தர்ம சங்கடமான சூழ்நிலைகளில் இருந்து நழுவிச்செல்ல, தகவல்களை நீர்க்கச் செய்யும் சில வழிமுறைகள் உள்ளன. தகவல்களை மிகவும் அளவுக்கு அதிகமாகத் தேக்கி வைப்பது

வாடிக்கையான முறை. உதாரணமாக, அணுஉலை மையப்பகுதி முழுவதும் கண்காணிப்புக் கருவிகள் இருக்கும். ஆனால், அவற்றில் சில காட்சிப் படங்களே காணப்படும். அணுஉலைகள் எண் 2, 4 ஆகியவை வெடித்தபோது பதிவான வீடியோவைப் பற்றி ஒரு தகவலும் இல்லை. பொதுமக்கள் பார்வைக்கு அவை வராமலேயேபோயின.

ஃபுக்குஷிமாவில் தேக்கி வைக்கப்பட்டுள்ள எரிபொருள் எத்தனை டன்கள் எனத் துல்லியமாக யாருக்கும் தெரியாது.

அணுஉலை 3இல் எம்.ஓ.எக்ஸ். MOX (ஃபுளூடோனியம் இருப்பதால் மிகவும் விஷத்தன்மையுடைய வெடிபொருள்) இன் சரியான அளவு குறித்து எதுவும் தெரியாது. இத்தனைக்கும், இத் தகவல், தெப்கோ நிறுவனத்தின் ஜப்பானியர்களும், அரேவாவின் பிரஞ்சுக்காரர்களும் தரக்கூடியதுதான். காரணம், அவர்கள்தான் இதை விநியோகம் செய்பவர்கள்.

அணுஉலைகளின் மையப் பகுதிகளின் நிலவரம், அவை எங்கு அமைக்கப்பட்டுள்ளன என்பனவெல்லாம் யாருக்கும் தெரியாது.

மார்ச் மாதம், அணுஉலை மையத்தில் ஆய்வு செய்த, 140 பேர் கொண்ட தேர்ச்சி பெற்ற இராணுவ நிபுணர்களின் ஆய்வு முடிவுகள் பற்றி எதுவும் தெரியாது.

ஏப்ரல் மாதம், கடலில் கொட்டப்பட்ட 11, 500 டன் நீரின் கதிரியக்க அளவு பற்றி எதுவும் தெரியாது.

வெடிவிபத்தின் காரணமாக வெடித்துச் சிதறிய பல்லாயிரக் கணக்கான டன் எரிபொருள் குறித்தும் எதுவும் தெரியாது.

காற்றிலுள்ள கதிரியக்கத்தைக் கண்காணிக்கும் பணியில் ஈடுபட்டுள்ள சர்வதேச குழுக்கள் எடுத்த நடவடிக்கைகள் குறித்தும் எதுவும் தெரியாது.

இதற்கெல்லாம் மகுடம் வைத்தாற்போல், ஜப்பான் நாடாளு மன்ற விசாரணைக் குழுவிடம், அணுஉலை மையத்தின் நிர்வாகி சில ஆவணங்களை அளித்தார். அவற்றில், கருப்பு ஸ்கெட்ச் பேனாவால் அழிக்கப்பட்டுச் சில பகுதிகள் முற்றிலுமாகப் படிக்க முடியாதபடி இருந்தன.

அப்படியே வெளிவந்தாலும், அத்தகவல்கள் மிகவும் சிறிய அளவிலும், உளவியல் ரீதியாக யோசித்தும் வெளியிடப்பட்டன. உண்மையான அளவுகளை உடனடியாகத் தராமல், அளவு உயரும்போது, அடிக்கடி அதனை மாற்றி அமைத்தனர். ஒரு

கோபுரத்தில் வளைந்து செல்லும் எண்ணற்ற படிக்கட்டுகள் போல் அந்த எண்ணிக்கைகள் இருக்கும். இல்லையென்றால், கதிரியக்கத்தின் தாக்கத்தைப் பற்றிக் குறிப்பிடாமல் தவிர்ப்பதற்காக, "சராசரி" அளவுகள் கொடுக்கப்பட்டன. இது தவளை விஷயத்தில் உள்ள நகைமுரண். வெந்நீர் வாணலி ஒன்றில் அதைத் திடீரென முக்கினால், அது ஒரே தாவலில் வெளியே தப்பிச் சென்றுவிடும். ஆனால் தண்ணீரைப் படிப்படியாகக் கொதிக்க வைத்தால், சில மணிநேரத்திற்குள் ஆடாமல் அசையாமல் செத்துப்போகும். அணுஉலை ஒரு பிரம்மாண்டமான ஏமாற்று விளையாட்டு. விளையாட வேண்டிய சீட்டு, அடுத்த சீட்டை ஊகிப்பதற்குத்தான் வழிவிடும். காட்டும்போதே மறைக்க வேண்டும். ஒரே நேரத்தில் காட்டுவது போல் பாவனை செய்து கொண்டே மறைத்து விடவேண்டும். இந்தக் கொடூரமான விளையாட்டின் விதிமுறை இதுதான். எப்பொழுதுமே தன்னைப் பணயமாக வைத்து விளையாடாத கொடூரமான விளையாட்டு.

ஆனால், தகவலை மூடி மறைக்க மிகவும் நம்பகமான வழி, அதனைச் சொல்லாமல் இருப்பது மட்டும் இல்லை. ஆயிரக்கணக்கில் பல தகவல்களைத் தெரிவிக்கும் அதே நேரம் இந்தத் தகவலையும் சேர்த்துப் பொதுமக்களுக்கு அறிவித்து விடுவதுதான் அவ்வழி. ஒழுங்கு எதுவுமின்றி குவியும் செய்தி அறிக்கைகள், அறிவிப்புகள், எப்பொழுதும் வெளிப்படையாகப் புரியாத தொழில்நுட்பச் சொற்கள் இவற்றுக்கிடையே அறிவுத் திறன் மிக்கவர்கள்கூட குழம்பிப்போவார்கள். பொறுமை மிக்கவர்கள், முயற்சியைக் கைவிடுவார்கள்.

"தகவல் அளிக்கப்படுகிறது" என்றால், என்ன நடந்தது என்பதையும் எப்படி நடந்தது என்பதையும் ஒருபோதும் சொல்வதில்லை. மாறாக, அதற்கு ஒரு வடிவம் தந்து, தவறான விளக்கங்களுக்குள் அதை அடைத்து, கருத்துக்களின் குட்டையிலும், அறிக்கைகளின் ஏற்றம் இறைக்கும் கருவியிலும் (எதிர்க் கருத்துக்களும் உண்டு), அதற்கான விளக்கங்களின் மேகக் கூட்டத்திலும் அதனை மூழ்க வைத்துவிட முயற்சி செய்யவேண்டும்.

பார்க்கப்போனால், அவர்களுக்கு எதுவும் தெரியாது என்பதுதான் உண்மை. அப்படியும் இருக்கலாம். சில விஷயங்களில், சாத்தியமாகவும் இருக்கலாம். அணுஉலைகளைக் குளிர்விப்பதா? அவர்களுக்கு அதைச் செய்யத் தெரியாது. கதிரியக்கத்துக்குள்ளான நீரை அப்புறப்படுத்துவதா? அவர்களுக்குத்

தெரியாது. பழுது பார்ப்பதா? அதைப் பற்றிப் பேச வேண்டாம். கதிரியக்க ஆபத்துகள் குறித்து? அது பற்றியும் எதுவும் தெரியாது. உணவில் நஞ்சு? பார்க்கலாம். விளைவுகள், பக்க விளைவுகள், பாதிப்புகள்? விடுங்கள், அடுத்த விஷயத்தைக் கவனிப்போம். பேரழிவுக்குப்பின் பல மாதங்கள் கழித்து, நிலைமையைப் பற்றிப் புரிந்துகொள்ளக் குறிப்பாகக் கதிரியக்கக் கழிவுகள் குறித்துப் போதுமான அளவுக்காவது நம்பகமான, உறுதியான தகவலைத்தர இயலாமல் போய்விடுகிறது.

குறைத்துக் குறைத்து மதிப்பிடுதல், காலந்தாழ்த்துதல், முக்கியத்துவத்தைக் குறைத்தல் என எவ்விதப் பலனும் அளிக்காத பெரிய கட்டுகளைப் போடும் உத்திகளை அவர்கள் எல்லோரும் அறிந்திருந்தார்கள். அந்த முயற்சியில் எப்பொழுதும் அவர்கள் தோற்றதில்லை. விளக்கப்படம் (திடீரெனத் திட்டம் என்றால் என்ன என்று புரியும்) தீவிரமான போலி விளக்கங்கள், பிறகு "உடல் நலத்திற்கு எவ்வித உடனடி பாதிப்பும் இல்லை" என்பதும் ஏற்கனவே தெரிந்த முடிவுரைதான். அரசின் அறிவிப்புகளில், எங்காவது மனித உடல் நலத்திற்கு ஆபத்தான கதிரியக்க அளவுகள் குறித்துப் பேசக் கேள்விப்பட்டிருக்கிறோமா?

சந்தேகத்திற்கு இடமின்றி, நாகாசாக்கிப் பல்கலைக்கழகப் பேராசிரியரும் அணுக்குண்டு ஆய்வு நிறுவன உறுப்பினருமான டாக்டர் ஷுனிஷி யமாஷிட்டாவுக்குத்தான் (Shunichi Yamashita) இவ்விஷயத்தில் முதல் பரிசு கிடைக்கும். அவரது கூற்றுகளில் ஒரு சிறு பகுதி உண்மையிலேயே நம்மைச் சிரிக்கத்தூண்டும் அல்லது குமட்டலை வரவழைக்கும். மிகவும் சுவைக்கக்கூடிய அந்தக் கருத்து இதுதான் : "சிரிக்கும் மக்களை நிக்கோநிக்கோ (nikoniko) கதிரியக்கம் பாதிக்காது. கவலைப்படும் மக்களை குய்யோகுய்யோ (kuyokuyo)த்தான் பாதிக்கும். மிருகங்கள் மீதான பரிசோதனைகள் இதனை உறுதிசெய்துள்ளன". கதிரியக்கம் குறித்த பயம், கதிரியக்கத்தைக் காட்டிலும் பெரும் பாதிப்பை உண்டாக்கக்கூடியது.

எனவே, அந்த மருத்துவரின் சிகிச்சை, எளிமையானது என்றாலும் பலனளிக்கக்கூடியது. 'Be happy, don't worry'(மகிழ்ச்சியாக இரு, கவலைப்படாதே). 'How I stopped worrying and learned to love the bomb' (கவலைப்படுவதை நிறுத்திவிட்டு எப்படி குண்டை நேசிக்கக் கற்றுக்கொண்டேன்) - குண்டிற்குப் (bomb) பதிலாக அணு உலைக்கூடம் (nuclear plant) என்று போட்டுக் கொள்ளவும். பாடும்போது குப்ரிக்கின் (Kubrick)

மருத்துவர் ஃபொலாமூர் (Folamour) எனக் குறிப்பிடுவார்கள். சிரிக்க வேண்டும்! இனியும் யாரையும் குற்றம் சொல்லாமல் அணுஉலையை மகிழ்ச்சியாக, வெற்றிகரமாக, கம்பீரமாக நேசிக்கக் கற்க வேண்டும். மேலும் ஒரு சிறு தகவல் : ஃபுக்குஷிமா நகர மன்றத்தின் உடல் நல அபாயங்களுக்கான ஆலோசகராக மருத்துவர் யமாஷிட்டா இருந்தார். உண்மையிலேயே, இது பெரிய வேடிக்கைதான்.

பல ஆண்டுகளாக முக்கியமான தகவல்களை நாமே மறைத்து விட்டு, இத்தகைய பொய்கள், அமைதிக்கான அறைகூவல்கள் முதலியவைமூலம் பேரிடரின்போது என்ன பதில் சொல்வது என்று தெரியாதபோது, முழு வீச்சுடன் செயல்படும் சில சுற்றுச்சூழல் அமைப்புகளிடையே, அணுஉலையின் மோசமான பிம்பத்தைக் காட்டும் நடவடிக்கை வேடிக்கையானது. இவை எல்லாம் நம்மால் நிர்வகிக்கப்படும், பாதுகாக்கப்படும், பராமரிக்கப்படும் மக்களின் நன்மைக்காகத்தான் என்பதில் சந்தேகமில்லை. இன்று இரவு, என் மனதைத் தேற்றிக்கொண்டு புத்துணர்வு பெற, ஐரோப்பாவிற்கும், தென்கிழக்கு நாடுகளுக்கும் இடையில் நாடோடி வாழ்க்கையை வாழ்ந்த கவிஞரான மிட்சுஹாரு கனேக்கோவின் (Mitsuharu Kaneko) "சோகத்தின் ஆன்மீகக் கதை" எனும் நூலினை உறங்கப்போகும்முன் வாசிக்கத் தொடங்கினேன். எல்லோராலும் ஏற்றுக்கொள்ளப்பட்ட கருத்துக்கு அப்புத்தகத்தில் அவர் எதிர்ப்புத் தெரிவித்திருந்தார். அப்பாவி புத்தரைப் போன்ற முகத்துடன்— நிரந்தரமான பொய்களோடு, 'மிடுக்கான ஆடையில் வலம்வரும் இந்த ஓநாய்களை', தன்னை 'ஒரு கடல்நாய்'ஆகச் சித்தரித்துக் கொண்டு பரிகசித்தார்.

*

இத்தனைக் குழப்பங்களும், மோசமான அச்சங்களை உண்டாக்கவும் கீழ்மையை வளர்க்கவுமே உதவின. திடீரென, திரைகள் விலக்கப்பட்டு, முகமூடிகள் களையப்படுவதுபோல் தோன்றியது. உள்ளிருக்கும் பண்பாடு புலப்படுகிறது.

மக்கள், பைத்தியங்களாகிவிட்டனர். உதாரணமாக, வேலை தேடும் இந்த 25 வயது ஜப்பானிய இளைஞன், ஏப்ரல் முதல் நாள், அணுஉலை மையத்திற்குள் நுழைய முயன்றான். முட்டாள்கள் தின வேடிக்கையா? அதுதான் இல்லை. மிகவும் ஆச்சரியமான விஷயம் என்னவென்றால், இன்னமும் இது போன்ற பகுதிகளுக்குள் செல்ல முடியும் என்பதுதான்.

முதல் அணுஉலை மையத்தின் நுழைவாயிலில் அவன் தடுத்து நிறுத்தப்பட்டுத் துரத்தப்பட்டாலும், இரண்டாவது மையத்துக்குள் எப்படியோ நுழைந்து விட்டான். பின்னர் அவன் கைது செய்யப்பட்டான்.

சில உணவு விடுதிகளிலும், தங்கும் விடுதிகளிலும் ஃபுக்கு ஷிமாவில் இருந்து வருபவர்களை அனுமதிக்க மறுத்தனர். புகலிடமையங்களில் சேர்த்துக்கொள்ளவும் ஃபுக்குஷிமாவின் சுற்று வட்டாரங்களில்கூட நச்சுப்பொருளால் தாக்குதலுக்கு ஆளாகாதவர் என்ற சான்றிதழைத் தருமாறு அங்கு அடைக்கலம் தேடி வருபவர்களிடமும் கேட்கப்பட்டது. தொடக்கத்தில், அங்கு வசிப்பவர்களுக்கு நம்பிக்கையூட்டும் நோக்கத்தோடு இந்தச் சான்றிதழ்களை நகர மன்றம் வழங்கியது. ஆனால், இவை வக்கிரமான தாக்கத்தை உண்டாக்கி விட்டன. இச் சூழ்நிலையில், அத்தகைய சான்றிதழ் இல்லை என்ற காரணத்தைச் சொல்லி ஃபுக்குஷிமாவில் உள்ள ஒரு மருத்துவமனையில், தோல் பிரச்சினை என்று வந்த 8 வயது சிறுமி ஒருத்திக்குச் சிகிச்சை அளிக்க மறுத்துவிட்டார்கள். ஹிபாக்குஷா(hibakusha) என அழைக்கப்படுபவர்கள் (ஹிரோ ஷிமா, நாகாசாகி பகுதியில் கதிரியக்கத்துக்கு ஆளானவர்கள்) மீண்டும் வந்துவிட்டார்கள்.

சமூக மரணம் நிகழ்ந்து கொண்டிருந்தது. வேலைகள், திருமணங்கள் (குறையுடைய குழந்தைகள் பிறக்குமோ எனும் பயம்) எல்லாம் கதிரியக்க அபாயத்தினால் தற்காலிகமாகத் தள்ளி வைக்கப்பட்டன. சில பணிமனைகளில், ஃபுக்குஷிமா என்ற தகடோடு வரும் லாரிகள் அனுமதிக்கப்படவில்லை. அணுஉலை மையப் பகுதியில் பதிவு செய்யப்பட்ட கார்களில் சில வாசகங்கள் எழுதப்பட்டிருந்தன. ஃபுக்குஷிமா பகுதியிலிருந்து வந்த ஒரு காரின் ஓட்டுனரைப் பார்த்துப் போய்விடுமாறு அந்த வழியாக வந்த சிலர் குரல் கொடுத்தனர். அந்த ஊரின் சிறுவர்கள் கடக்கும்போது, அவர்களைப் பார்த்து மற்றப் பிள்ளைகள் 'பெய்க்கீன்'!(baikin) (பூச்சி) என்று கத்தினர். ஊர்களின் மனதிலும் நச்சு கலந்து விட்டது.

II

எல்லாம் வேகமாக நடக்கின்றன. அனைத்தும் நடுங்குகின்றன. தள்ளாடுகின்றன. ஒரு மாதத்துக்கும் மேலாக, எனக்குக் காய்ச்சலோடுகூடிய சளி பிடித்துள்ளது. இது ஜப்பான் வகையைச் சேர்ந்த 'கஃபூன்' kafun சளி. மூக்கில் பிடித்துவிட்டால் போதும், உங்களை விடாது. இந்நோய், மார்ச் 11ஆம் தேதியில் ஏற்பட்ட பெரும் நிலநடுக்கம், அதனால் ஏற்பட்ட விளைவுகளின் உயிர்ப்புள்ள, உடற்கூறு சார்ந்த பிரதிபலிப்புப் போல் தோன்றியது. நிலத்தைப்போல் எனக்கும் நடுங்குகிறது, உதறுகிறது, வெடவெடக்கிறது, தும்முகிறது. அணுஉலைகள் போல் நானும் அதிர்ந்து வெளியேறுகிறேன், ஒழுகுகிறேன். பல்வேறு திரவங்களாக, துகள்களாகப் பரவுகிறேன். என்னைச் சுற்றிக் கிருமிகளைப் பரப்பிவிடுகிறேன்.

இரவு நேரத்தில், வினோதமான கனவுகள் வருகின்றன. கட்டடங்கள் முறுக்கிக் கொள்ள, பாறைகளின் பெரிய பகுதிகள் நகருகின்றன. பிறகு, சிவப்பு உடையில், மிகவும் அழகான சிறுமி ஒருத்தி வருகிறாள். என்னிடம் பேசவோ, ஏதாவது பாடவோ விரும்பி வாயைத் திறக்கிறாள். ஆனால், மெட்டுகளாகவோ, வார்த்தைகளாகவோ மாற முடியாமல், வரிசையாக, துகள்களும் உயிரணுக்களும் வெளியேறி அலைகின்றன. குளிராக இருக்கிறது. பேச்சு வரவில்லை. உடல் சில்லிட்டு, நள்ளிரவில் பயத்தில் விழித்துக் கொள்கிறேன்.

அடுத்த நாள், மெட்ரோவில், தண்டவாளத்தின் ஆட்டத்தில் தூங்கிவிழும் வயதான மனிதர் ஒருவரின் பக்கத்தில் உட்கார்ந்திருந்தேன். யாரையோ திட்டுகிறார். உற்றுக் கவனித்தேன். கதிரியக்கப் பொருட்களின் பெருக்கம், அதைத் தொடர்ந்து வரும் நச்சு, புதிதாய் வெடி விபத்துகள் வரக்கூடிய வாய்ப்புகள் ஆகியவைப் பற்றி ஏதோ முணு முணுத்துக் கொண்டிருந்தார். அவரது முணுமுணுப்பில், ஒரு வாக்கியம் மட்டும் மீண்டும் மீண்டும் வருவதைத் தெளிவாகக் கேட்க முடிந்தது. "ஷின்போட்சு... தையேன் நா கோட்டோ நீ நாருதாரோ." னியோனா ஷிம்போட்சு சுருஸோ"(Chinbotsu...taihen na koto ni narudaro...Nihon ha chinbotsu suruzo) பயங்கரமான விஷயம். இது ஜப்பானின் பேரழிவு." இப்படித்தான், அணுஉலை நம் கனவுவரை ஊடுருவி இருக்கிறது. பேரிடர், நம் கற்பனைகளையும்

ஆக்கிரமித்துவிட்டது. ஒவ்வொரு நாளும், நம் மன ஓவியங்களில் கொஞ்சம் அதிகமாகவே கலந்து, நம் வாழ்வின் அந்தரத்தில் மிக நெருக்கமாக ஊடுருவிவிட்டது. துகள்கள், பாகங்கள், உயிரணுக்கள் என நம் சொந்த உடலுக்கு மாற்றாக, அதை ஸ்தம்பிக்க வைக்கும் நோக்கத்தில் வந்த நிலக்கரி ஒட்டுண்ணிகள் அவை.

*

இதைப்பற்றித் தெளிவாகப் புரிந்து கொள்ளலாம் என்று ஃபுக்குஷிமா அணுஉலை மையத்தில் பணியாற்றுபவர்களைச் சந்திக்க முடிவுசெய்தேன். அது அப்படியொன்றும் கடினமான காரியமாக இல்லை. சிலர் டோக்கியோவில் வசித்தனர் அல்லது மருத்துவ பரிசோதனைக்காக அங்கு வந்தனர். மிகவும் சங்கடமான காரியம், அவர்களைப் பேச வைப்பது தான். ஜப்பானின் சில தொழிலாளர்களிடையே ஒரு கொள்கை ஆழமாகப் பதிந்திருந்தது. அதுதான், “ஷுஹி ஜிம்மு” (Shuhi gimu) இரகசியத்தைப் பாதுகாக்க வேண்டிய கட்டாயம். அணுஉலை விஷயத்தில் இது மேலும் அதிகமாகக் காணப்பட்டது. எதையும் பார்ப்பதில்லை, எதையும் கேட்பதில்லை, எதையும் பேசுவதில்லை. மூன்று சிறிய புத்தக் குரங்குகளின் கொள்கை — குருட்டு மிஸாரு(Mizaru), செவிட்டு கிக்காஸாரு(Kikazaru), ஊமை இவாஸாரு(Iwazaru). இவை அணுஉலைக்கும் பொருந்தும். “பார்க்காதே”, “கேட்காதே”, “பேசாதே”.

இருந்தபோதிலும் சிலர் பேசினார்கள். சில நேரங்களில் பணத்துக்காகப் பேசினார்கள். வேறுசில நேரங்களில், ஏறக் குறைய வெளியிட முடியாத பயங்கரமான தகவல் எனும் பாரத்தை இறக்கிவைக்கப் பேசினார்கள். பல்லவி போல் ஒரே நிபந்தனைதான் மீண்டும் மீண்டும் வரும். அவர்கள் பெயரை ஒருபோதும் சொல்லக்கூடாது. அவர்களது அங்க அடையாளங்கள், உடை, இருக்கும் இடம் அல்லது குடும்பம் பற்றிய தகவல் என்று அவர்களைக் காட்டிக்கொடுக்கும் எதையும் ஒருபோதும் வெளியிடக்கூடாது. ஏனெனில், உடனடியாக அவர்களது வேலை பறிபோகும். உண்மையில், அவர்களுடைய வாக்குமூலங்களின் உதவியால்தான் ஃபுக்குஷிமா அணுஉலை மையத்தில் நடைபெற்ற விஷயங்கள் குறித்து என்னால் ஒரு சித்திரத்தை (அங்கொன்றும் இங்கொன்றுமாக அரைகுறையாக இருந்தாலும்) வரையமுடிந்தது.

மார்ச் 11ஆம் தேதி, நிலநடுக்கத்தின்போது, ஏதோ ஒரு சக்தி அவர்களைச் சுவரை நோக்கித் தள்ளியது. சிலர் தரையில்

விழுந்தனர். வேறுசிலர் இருட்டில் எது கிடைக்கிறதோ அதைப் பிடித்துக்கொண்டார்கள். திடீர் மின்தடை ஏற்பட்டதால் அணுஉலை மையம் இருளில் மூழ்கியிருந்தது. கடந்த 40 ஆண்டுகளாகத் தலைநகரின் மின் தேவைகளைப் பூர்த்தி செய்துவருவது இந்தத் தொழிற்சாலைதான். இப்பகுதியின் கணிசமான மின் உற்பத்தியைத் தருவதும் இந்த மையம்தான் என்பதுதான் மோசமான நகைமுரண். அவசரக் காலத்தில் வெளியேறக்கூடிய வாயில்களில் உள்ள செவ்வக வடிவலான பச்சை விளக்குகள் மட்டும் இன்னும் எரிந்து கொண்டிருந்தன. கொஞ்சம் கொஞ்சமாக வெளிச்சம் வந்து கொண்டிருந்தது. நாம் கண் சிமிட்டுவதைப் போல் குழல் விளக்குகள் எரிந்தன. அனைவரும் வெளியேறும்படிக் கட்டளை வாசகங்களோடு ஒலிபெருக்கி ஒன்று அலறியவண்ணம் இருந்தது. மக்கள் நகருகிறார்கள். கூச்சலிடுகிறார்கள். "வாங்க போய்விடலாம்! சீக்கிரம்! வெளியே போகலாம்!" இன்ஜின்களைச் சுத்தம் செய்யும் நடவடிக்கையில் ஈடுபட்டிருந்த ஊழியர்கள், அறைகளில் உடை மாற்றிக் கொண்டிருந்தவர்கள் என எல்லோரும் அவரசத்தில் இருந்தார்கள்.

15 நிமிடங்களுக்குப் பிறகு பார்த்தால், அதற்குள்ளாக அணுஉலையின் பணியாளர்கள், அப்பகுதியின் மேற்கு வாயிலுக்கு வந்திருந்தனர். வெளியேறும்படிச் சொல்லப்பட்ட இடத்தின் அருகில் உள்ள குன்றை நோக்கி, ஆயிரக்கணக்கானவர்கள் சென்றார்கள். மஞ்சள் தொப்பி, ஆரஞ்சு அல்லது வெள்ளை நிற உடை, பணிக்கான நீலநிறச் சீருடை, இவற்றோடு அவர்களைப் பார்க்க, மலைச்சரிவில் சிறிய வண்ணப் புள்ளிகளின் ஊர்வலம் போல் தெரிந்தது.

முடிந்த அளவு, தூரமாகவும் வேகமாகவும் அவர்கள் மேலே ஏறினார்கள்.

வழியில், உடைந்த ஜன்னல் கண்ணாடிகளும், ஆழமான பிளவுகளும் கொண்ட பாதை. உடைந்த சில்லுகள்மீது அழுந்திய காலணிகள் அவற்றை நொறுக்கின. தப்பிச் சென்ற பணியாளர்கள் ஒரு மூங்கில் காட்டை முற்றிலுமாக அழித்திருந்தார்கள். அவர்கள் மூச்சிறைக்கும் சத்தம், கால்களில் மிதிபடும் புற்களின் சலசலப்பு, பஞ்சு மெத்தை போன்ற பூமியின் ஓசை என எல்லாவற்றையும் கேட்க முடிந்தது.

அன்றைய தினம், ஃபுக்குஷிமா தாயிச்சி (Fukushima-Daiichi) பகுதியில் மொத்தம் 6416 பேர் இருந்தனர். அவர்களில்

5500 பேர் (நிறுவனத்தால் அழைத்துவரப்பட்ட) உள் ஒப்பந்தத் தொழிலாளர்கள். அவர்களின் வருகைப் பதிவேடு சரிபார்க்கப்பட்டது. இரண்டு பேர் குறைந்தார்கள். 20 நாட்களுக்குப் பிறகு, கட்டிடம் எண் 4இன் நிலத்தடிப் பகுதியில் அவர்கள் பிணமாகக் கண்டுபிடிக்கப்பட்டனர். அவர்களது பெயர்கள், கஸுஹீக்கோ கொக்குபோ, யொஷிக்கி தெராஷிமா (Kazuhiko Kokubo, Yoshiki Terashima). இவர்கள்தான் ஃபுக்குஷிமாவில் முதலில் பலியான இரண்டு பேர். அவர்கள் வயது 24, 22.

தங்கள் குடும்பத்தினரைச் சந்திக்க ஏதுவாக அப்பகுதியை விட்டு வெளியேறப் பணியாளர்களுக்கு அனுமதி அளிக்கப் பட்டது. பாதை முழுவதும் விரிசலடைந்தும், போக்குவரத்து நெரிசலாகவும் காணப்பட்டது. எனவே, மக்கள் தங்கள் வாகனங்களை அப்படியே விட்டுவிட்டு நடப்பதையே பெரிதும் தேர்ந்தெடுத்தனர். அங்கிருந்து சில கிலோ மீட்டர் தொலைவில் உள்ள ஒக்கூமா பகுதியில் அமைக்கப்பட்டிருந்த அணுஉலை மையத்தின் அவசரப் பிரிவு முடங்கியிருந்தது. மின்தடை ஏற்பட்டிருந்தது. தொடர்புகள் துண்டிக்கப்பட்டிருந்தன. யாருடனும் தொடர்புக்கு வாய்ப்பு இல்லை. சுனாமி வருவதற்கு முன்பாகவே, அதற்கான அவசர ஏற்பாடுகள் இயங்காமல் போய்விட்டன. மையத்துக்கு வர முயன்ற கண்காணிப்பு அறையின் பொறுப்பாளரை சேதமடைந்திருந்த சாலைகள் தடுத்துவிட்டன. அந்தப் பகுதிக்கு ஒரு வாரம் கழித்து, அதாவது மார்ச் 18ஆம் தேதிதான் அவரால் வந்துசேர முடிந்தது.

ஃபுக்குஷிமா பகுதியிலேயே அணுஉலை பாதுகாப்புப் பதுங்குகுழி ஒன்றில் தற்காலிகமாக ஒரு கண்காணிப்பு மையம் உருவாக்கப்பட்டது. 3 அடுக்குகள், வெண்மையான மெலிதான சுவர்கள், கதிரியக்கப் பாதுகாப்புக்கென இரண்டு காற்று வடிகட்டிகள் இருந்தன. அதன் நோக்கம் : மையத்தின் ஸ்திரத்தன்மையை உறுதிசெய்வது. பிரச்சனை : அவசர கால நடைமுறைகள் அடங்கிய கையேடு, கட்டுப்பாட்டு அறையில் இல்லை. அது நிர்வாக அலுவலகத்தில் உள்ளது எனத் தெரியவந்தது! விமானியின் அறையில் இருக்க வேண்டிய விமானத்தை இயக்கும் கருவி, பயணப்பெட்டிகள் வைக்கும் இடத்தில் இருந்தால் என்ன நிலையோ அதுபோல் இருந்தது. அதைப் போய் தேடிப்பிடித்துக் கொண்டுவந்துவிடலாம் என்றாலும் நேரம் அதிகமாகிவிடக்கூடிய அபாயம் உள்ளது. ஆனால், காலம்தான் மிகவும் போதாமல் இருந்தது. நிலநடுக்கம்

முடிந்து 30 நிமிடங்களுக்குப்பிறகு, பயங்கரமான உறுமல் சத்தம் கேட்டது. 10 மீட்டருக்கும் அதிகமான நீர்ச்சுவர் ஒன்று அணுஉலை மையத்தின்மீது மோதிக்கொண்டிருந்தது. சுவர்கள் நடுங்கின. இந்தக் கட்டத்தில் தகவல்கள் வேறுபடுகின்றன. சுருட்டிக்கொண்ட இரும்புத்தகடுகளின் பயங்கரமான கிறீச்சிடும் சத்தத்தைக் கேட்டதாகச் சிலர் தெரிவித்தனர். சிலர் எதுவும் கேட்கவில்லை என்றனர். அப்பகுதியில் 60,000 கான்கிரீட் பிளாக்குகளும், 25 டன் எடை கொண்ட டெட்ராபாடுகள் எனப்படும் கான்கிரீட் தடுப்புளும் இருந்தன. தவிர, 5 லிருந்து 6 மீட்டர் உயரத்திற்கு ஒரு சுவரும் இருந்தது. அது கதிரியக்கத்தைக் காப்பதற்கென அமைக்கப்பட்டது. ஆனால் எதுவும் தாக்குப்பிடிக்கவில்லை.

அப்பகுதியைப் பேரலைகள் சூழ்ந்ததை ஒரு சிலரே பார்த்திருந்தனர். மேட்டுப்பகுதியில் தஞ்சமடைந்திருந்த மக்களுக்கு, இக்காட்சியைப் பார்க்க, பெரிய கட்டிடங்கள் இடையூறாக நின்று மறைத்துவிட்டன. பேரிடரைப் பற்றிய முற்றிலும் தெளிவான காட்சி சிலருக்குக் கிடைக்காமல் அவை தடுத்தன. எனினும், ஒரு பணியாளர், கடலில் ஒரு பெரிய குண்டு மிதந்து வந்து, அது நடுக்கடலை நோக்கிச் சென்றதைப் பார்த்ததாகத் தெரிவித்தார். அவசரக்கால டீசல் ஜெனரேட்டருக்கான எரிபொருள் கொள்கலன் அது.

கடல் மட்டத்தைவிட ஏறக்குறைய 10 மீட்டர் உயரத்தில் அணுஉலை மையம் அமைந்துள்ளது. பேரலை 13 மீட்டருக்கும் மேல் எழும்பக்கூடியது. முதலில் கிடைத்த வரைபடங்கள், அணுஉலை மையம் 30 மீட்டர் உயரத்தில் இருப்பதாகத் தெரிவித்தன. ஆனால், அணுஉலைகளைக் குளிரூட்ட அத்தியாவசியமான தண்ணீரை இறைக்கும் செலவில் சிக்கனம் செய்யும் விதமாக ஏறக்குறைய கடல் மட்டம் வரையில் சமப்படுத்தியிருந்தார்கள் என்று சொல்ல வேண்டும். பெருங்கடலுக்கு மிக அருகில் 6 அணுஉலைகள் அந்த மையத்தில் வரிசையாக அமைக்கப்பட்டிருந்தன. அதனை நீரில் புதைந்த ஒரு தங்கும் விடுதி அதாவது, ஒரு "பண்ணை வீடு" என்று அழைக்கலாம்.

ஆனால், எல்லாற்றையும்விட மோசமான விஷயம், அங்கிருந்த 13 அவசர கால ஜெனரேட்டர்களும் கடல் மட்டத்தைவிட 10 மீட்டர் உயரத்தில்கூட இல்லை. அவற்றில் பெரும்பாலானவை, சுழற்பொறிகள் இருந்த கட்டடங்களின் நிலவறைகளில் இருந்தன. பெருங்கடலிலிருந்து சில மீட்டர் தூரத்தில்தான் அவை இருந்தன. 3 மட்டும்தான் நிலத்தின் மேல்

பகுதியில் இருந்தன. 3 மீட்டர் உயரத்தில் அமைக்கப்பட்டிருந்த அணுஉலை எண் 6 மட்டுமே சுனாமிக்குத் தாக்குப்பிடித்து நிற்கக்கூடியது. இந்தப் பேரழிவு, இயல்பு நிலையிலிருந்து விலகி எத்தகையத் தாக்கத்தை ஏற்படுத்தும் என்பதற்கான முதல் அறிகுறிகள்தான் இவை.

நடமாடும் அவசர கால ஜெனரேட்டர்களுக்கான டேங்கு களுக்குத் தேவையான ஒயர்கள் எங்கு உள்ளன எனத் தெரியாத காரணத்தால் அவற்றுக்கு இணைப்பு கொடுக்க இயலவில்லை. இந்த நேரத்தில், எங்கும் கடல் நீர் ஊடுருவிவிட்டது. உப்பும் நீரும் சேர்ந்து மின் இணைப்பில் குளறுபடியை ஏற்படுத்தி, அணுஉலைகளைக் குளிரூட்டும் பணியை நிறுத்திவிட்டன. அணுஉலை மையத்தின் பாதுகாப்பிற்கு இனி எஞ்சியிருப்பவை, 12 மணி நேரம் இயங்கக்கூடிய மின்கலன்களே. அவை இயங்கும் நேரம்தான் சில அற்புதங்கள் நிகழும் எனச் சொல்வதுண்டு. ஆனால், அந்த மின்கலன்களும் இயங்குகின்றனவா இல்லையா என்று நம்மால் தெரிந்துகொள்ள முடியாது. காரணம், கணக்கிடும் அத்தனை கருவிகளும் இப்பொழுது பழுதாகி நின்றிருந்தன. கதிரியக்க எரிபொருள் பாளங்களைச் சுற்றி எவ்வளவு நீர் சூழ்ந்துள்ளது என்று இனிமேல் கண்டுபிடிக்க முடியாது.

நிலநடுக்கம் நிகழ்ந்து ஒருமணி நேரத்திற்குப் பிறகு, முழு மின்தடை ஏற்பட்டது. 2 மணி நேரத்திற்குள், 'தெப்கோ குழுமம்' எனும் அணுஉலை மைய நிர்வாகக்குழு, அணு உலைகளைக் கட்டுப்படுத்தும் சக்தியை இழந்துவிட்டதை ஒப்புக்கொள்ள வேண்டியதாகிவிட்டது. பிற்பகல் 4.36 க்கு நிலைமை கட்டுக்கடங்காமல் போனது. 4.45க்கு இச்செய்தி அரசுக்குத் தெரிவிக்கப்பட்டது. அணுஉலைப் பேரிடர் தொடங்கிவிட்டது.

*

அதன் தொடர்ச்சியாக ஏற்பட்ட குழப்பத்தைக் கற்பனை செய்துபார்ப்பது கடினம். அன்று மாலையே, அணு உலை அவசரக்கால நிலையை அறிவித்தது; அணுஉலை மையத்தைச் சுற்றியுள்ள பகுதிகளில் வசிப்பவர்களை வெளியேறும்படி பிரதமர் உத்தரவிட்டார். அங்கிருந்து வெளியேற முயன்ற 45 பேர், ஒக்குமா(Okuma) பகுதியிலுள்ள ஃப்யுத்தாபா(Futaba) மருத்துவமனையில் இறந்து போயினர். 90 நோயாளிகள் அந்த இடத்தைவிட்டு வெளியேற முடியாமல் அங்கேயே

கிடந்தனர். நிலநடுக்கம் நிகழ்ந்து 3 நாட்களுக்குப் பிறகு, உயிர் பிழைத்தவர்களும் ஊனமுற்றவர்களும் குடிக்க எதுவுமின்றித் தவித்தனர். மோசமான நீர்சக்திக்குறைவுக்கு அவர்கள் ஆளானார்கள். ஏப்ரல் 6ஆம் தேதி அதாவது, நிலநடுக்கம் ஏற்பட்டு 6 வாரங்கள் கழித்து, ஃப்யுத்தாபா மருத்துவமனையில், வெளியேற்றப்படாத மேலும் 4 உடல்களைக் காவல்துறையினர் கண்டுபிடித்தனர்.

முதலில் 3 கிலோ மீட்டர், பிறகு 20 கிலோ மீட்டர் தூரத்தில் இருந்த மக்கள் வெளியேற்றப்பட்டார்கள். மக்களிடம் தயக்கம் இருந்தது. நடுக்கம் காணப்பட்டது. முற்றிலுமாக வேறுபட்ட முறையில், அச்சூழலுக்கு ஏற்றவாறு ஏறக்குறைய ஒரு மாதம் கழித்துத் தடைசெய்யப்பட்ட பகுதிக்கு அப்பால் உள்ள சில கிராமங்களில் இருந்தவர்களும் வெளியேற்றப்பட்டனர். இதுகுறித்த எண்ணிக்கைகளும் தகவல்களும் எப்போதும் மாறிக்கொண்டே இருந்தன. வதந்திகள் உலா வந்தன. அணுஉலை மையத்தின் நிலை, காற்றின் சக்தி, திசை, டெப்கோ நிறுவனத் தலைவர் மசாதாக்கா ஷிமிஸுவின் (Masataka Shimizu) வயது என அவை மாறிக்கொண்டே இருந்தன. மோசமான பேரிடர் நிகழ்ந்த போது, இவர் ஒருவாரக் காலம் காணாமல் போயிருந்தார் என்பது கூடுதல் தகவல்.

இதுபோன்ற அலைக்கழிப்புகளால் சோர்ந்துபோன மினாமி—சோமா பகுதியைச் சேர்ந்த ஒரு பாட்டி, ஜூன் மாத இறுதியில் தன் தோட்டத்தில் தூக்கில் தொங்கினார். அணுஉலை மையத்தில் இருந்து 22 கிலோ மீட்டர் தூரத்தில் வசித்து வந்த அவர் முதல் வெடிவிபத்து ஏற்பட்டதும், முதலில் தன் மகள் வீட்டில் தஞ்சம் புகுந்தார். 2 வாரங்கள் மருத்துவமனையில் சேர்க்கப்பட்டிருந்த அவர், மே மாதத் தொடக்கத்தில் வீடு திரும்பினார். கதிரியக்கம் காரணமாகத் தன் ஊரில் உள்ளவர்களும் வெளியேற்றப்படக்கூடும் எனும் செய்தி அப்பொழுதுதான் அவருக்குத் தெரியவந்தது.

93 வயதில் ஏன் ஒருவர் தூக்கிட்டுக்கொள்ள வேண்டும்? தன் செயலுக்கு விளக்கம் அளித்து 4 கடிதங்களை விட்டுச் சென்றுள்ளார். ஒன்று, தன் குடும்பத்திற்கு மற்றொன்று அருகில் வசிப்பவர்க்கு, அடுத்தது தன் உறவினர்களுக்கு, இறுதியாகத் தன் மூதாதையர்களுக்கு. இக்கடிதங்கள் எளிமையாக ஆனால் மனதை உலுக்கும் விதமாக எழுதப்பட்டிருந்தன. “அணுஉலை காரணமாக தினமும் என் இதயமே வெடித்துவிடுவதுபோல் உள்ளது” என்று குறிப்பிட்டிருந்தார். கடிதத்தை முடிக்கும்முன்,

“இந்த அமளியால் அரண்டுபோய்விட்ட நான் இங்கிருந்து வெளியேறி என் கல்லறைக்குச் செல்கிறேன். மன்னிக்கவும்” என்று முடித்திருந்தார்.

என்றாவது ஒருநாள் இந்த அணுஉலைச் சோகத்தின் கணக்குப் பார்க்கும்போது அவரை யாரும் மறக்க முடியாது.

*

மேலும், குளிரூட்டப்படாத நிலைக்குத் தள்ளப்பட்டதும், அந்த அணுஉலைகள் இராட்சசக் கொதிகலன்களாக மாறின. எரிபொருள் பாளங்களைச் (fuel rods) சூழும் தண்ணீர் ஆவியாகும்போது (அணுசக்திக்கான எரிபொருள் அடங்கிய உலோகக் குழாய்கள்) அந்தக் குழாய்கள் திறந்துகொண்டு காற்றுடன் கலந்து கதிரியக்கங்களை உமிழும். வெடிவிபத்து நேராமல் தவிர்க்க அணுஉலைகளின் அழுத்தத்தைக் குறைத்தாக வேண்டும். அப்படி வெடி விபத்து நேர்ந்து விட்டால், அது மேலும் கதிரியக்கத் துகள்களைக் காற்றில் தூற்றிவிடும். அத்தகைய சூழ்நிலை வெகு விரைவிலேயே ஏற்பட்டுவிடும். அப்படி நடந்துவிட்டால் எதுவும் செய்ய முடியாத நிலைக்குத் தள்ளப்பட்டு, எந்தத் தீர்வும் பலனளிக்காத நிலை ஏற்படும்.

மார்ச் 12 முதல் 15 வரை, ஏதோ ஒரு கெட்ட கனவில் நிகழ்வது போல், 1,2,3,4 என ஒன்றன்பின் ஒன்றாக அந்த அணுஉலைகள் வெடித்து, தீ எங்கும் பரவியது. இந்த வெடிவிபத்துகள், ஹைட்ரஜன் வாயு அதிகம் செறிவூட்டம் அடைந்த நிலையின் காரணமாக உண்டானவை. எனினும், அணுஉலை எண் 3 வெடித்ததற்கான காரணம், அணுக்கரு பகுதித் தொடர்வினையோ என நினைக்கத் தோன்றுகிறது. அணுஉலை எண் 3இன் வெடிப்பு மிகவும் பயங்கரமாக இருந்தது. எந்தளவிற்கு என்றால், 40 மீட்டர் விட்டத்தில், 210 மீட்டர் உயரத்திற்குத் தூகள்களையும் ஜல்லிகளையும் வீசச் செய்தது. 40 கிலோ மீட்டர் சுற்றுவட்டாரத்துக்கு வெடிச் சத்தம் கேட்டது. கட்டடம் 4ஐப் பொறுத்தவரை, அதில் வெடிப் பொருள் எதுவும் இல்லை. இருந்தும் ஏன் வெடித்தது? அது ஒரு புரியாத புதிர்.

ஏற்கனவே பயன்படுத்தப்பட்ட எரிபொருட்கள் கொண்ட குளங்கள் (SFP-spent fuel pools), அணுஉலைகளின் உச்சியில் உள்ளன என்று அனைத்துலகும் தெரிந்து கொண்டது. ஏற்கனவே பயன்படுத்தப்பட்டதுதான் என்றாலும் தொடர்ந்து கதிரியக்கத் தன்மை கொண்டவை. குளிரூட்டப்படவேண்டிய

காரணத்தால் இவை தண்ணீரால் சூழப்பட்டிருக்க வேண்டிய கட்டாயத்தில் இருந்தன. 80 கிலோ மீட்டர் தூரத்திற்கு மக்கள் வெளியேற்றப்பட வேண்டும் எனத் தங்கள் பரிந்துரையை அமெரிக்க அதிகாரிகள் விரிவாக்கியதற்கான காரணம் இந்த குளங்கள்தான் என்ற விபரம் பிறகுதான் தெரிந்தது. அந்தக் குளங்கள் எவ்விதப் பாதுகாப்புமின்றி இருந்து வந்துள்ளன. சாதாரண மேற்கூரைகூடக் கிடையாது. அவசரக்காலச் செயல்முறையைப் பொறுத்தவரை, அவற்றைப் பற்றி எந்தக் குறிப்பும் அதில் இல்லை. ஆயிரக்கணக்கான டன் எடை கொண்ட 6 ஆண்டுகளாகக் குவிந்துள்ள பயன்படுத்தப்பட்ட எரிபொருள், நிலநடுக்க அபாயம் ஏற்படக்கூடிய பகுதியில், அதுவும் அணுஉலைக்கு மிக அருகில்.. "பாதுகாப்புதான் எங்கள் முன்னுரிமைகளில் முதன்மையானது" என உலகில் உள்ள அனைத்து அணுஉலை நிறுவனங்களும், அவற்றைக் கண்காணிக்க வேண்டிய சர்வதேசப் பாதுகாப்பு அதிகாரிகளும் சொல்லி வருகின்றனர்.

*

அந்தக் குறிப்பிட்ட காலகட்டத்தில் ஃபுக்குஷிமாவைப் பார்த்தவர்களுக்கு அது ஒரு போர்க்களமாகத்தான் தெரியும். இது ஒன்றும் மிகையானது அல்ல. ஏனெனில், பாதிப்புக்குள்ளான இப்பகுதிகளிலும் அணுஉலை மையத்தைச் சுற்றியுள்ள பகுதிகளிலும், பெருமளவில் இராணுவ வீரர்கள் குவிக்கப்பட்டுள்ளனர். இதைத் தவிர, ஒவ்வொருவரும், அவரது வயது, பாலினம், சமூக நிலை, பதவி அல்லது தகுதி, அதாவது, படைவீரர், செவிலி, தீயணைப்பு வீரர், பத்திரிக்கையாளர் — இப்படி யாராக இருந்தாலும், திடீரென ஒரு போர்க்களத்தில் உள்ளது போன்ற நிலைக்கு அவர்கள் தள்ளப்பட்டிருந்தனர்.

அது போர்தான். ஃபுக்குஷிமாவில் உள்ள ஜப்பான் தற்காப்புப் படையினரில் யாராவது இறக்க நேரிட்டால், அவர்கள் குடும்பத்தினர் 90 மில்லியன் யென்களைப் பெற முடியும். இத்தொகை, ஈராக்குக்கு அனுப்பப்படும் படைவீரர்களுக்கும், கடற்கொள்ளையர்கள் நடமாடும் சோமாலியா கடல் பகுதியில் கண்காணிப்புப் பணியில் ஈடுபட்டுள்ளவர்களுக்கும் வழங்கப்படும் தொகைக்குச் சமமாகும். எல்லோரும் "ஆப்ரேஷன்" perations (அவசரக்கால நடவடிக்கைகளை) பற்றிப் பேசினார்கள். இது மருத்துவம், இராணுவம் ஆகிய இரு துறைக்குமான சொற்றொடர். "பதுங்குக் குழிப்போரின்" முடிவில் அணு உலைகளை 'மீண்டும் கட்டுக்குள்" கொண்டு

வரவேண்டிய கட்டாயம் குறித்தும் பேசப்பட்டது.

இந்த நடவடிக்கையில், ஆளில்லா விமானங்களும் ரோபோக்களும் பயன்படுத்தப்பட்டன. இவற்றில் பெரும்பாலான ரோபோக்கள் சர்வதேசச் சண்டைகளில், குறிப்பாக ஈராக் மற்றும் ஆப்கானிஸ்தானில் ஏற்கனவே பரிசோதிக்கப்பட்டவையாகும். ஆளில்லா விமானங்களைப் பொறுத்தவரை, வெடிகுண்டுகளைக் கண்டுபிடிக்கவும் அவற்றைச் செயலிழக்கச் செய்யவும் அல்லது செப்டம்பரில் நடந்த தாக்குதலுக்குப் பிறகு, உலக வர்த்தக மையத்தின் இடிபாடுகளில் கிடந்த உடல்களைக் கண்டுபிடிக்கவும் வடிவமைக்கப்பட்டவையாகும். இரவில் கண்காணிக்கக்கூடிய கேமராக்கள், வெப்பம் இருக்கும் பகுதிகளைப் பதிவு செய்யும் அமைப்புகள் (தெர்மல் கேமரா), கதிரியக்கத்தைக் கண்டுபிடிக்கும் கருவிகள் என அனைத்தும் செயலில் முனைப்பானவை.

எனினும், அமெரிக்க இராணுவத்தினரின் கருத்தின்படி, எளிதில் 100 டிகிரியை மிஞ்சக்கூடிய இத்தகைய தீவிரமான சூழ்நிலையில், இது போன்ற கருவிகளில் எதையும் இதுவரைப் பயன்படுத்தியதில்லை. உதாரணமாக, ரோபோ பேக்பாட் 510 (PackBot510). இது சிறுவர்கள் விளையாடும் பொம்மைக்கார் போல்தான் இருக்கும். இது சக்கரங்களின்மீது பொருத்தப்பட்டு, அசையும் கை ஒன்றின் முனையில் உள்ள கேமராவின் உதவியோடு காட்சிகளைப் பதிவு செய்யும். அணுஉலைகளில் உள்ள ஆக்ஸிஜன் அளவினையும், வெப்பநிலையினையும் கணக்கிட, அல்லது சிறிய ரோபோக்கள் வழிகளை ஏற்படுத்திச் செல்லுமாறு கதிரியக்கக் கழிவுகளை அப்புறப்படுத்த, இந்த ரோபோக்களை அனுப்பிவைப்பார்கள். அந்த இடங்கள், அவை சென்ற ஒருசில நிமிடங்களிலேயே மரணம் சம்பவிக்கக்கூடிய அளவு ஆபத்தான இடங்களாகும்.

ஏப்ரல் 2ஆம் தேதி அதன் வரலாற்றில் முதல் முறையாக, 'CBIRF' (Chemical Biological Incident Response Force) வேதியல், உயிரியல் சார்ந்த பாதிப்புகளை எதிர்க்கொள்ளும் திறம் படைத்த படையின் 45 உறுப்பினர்களில் 15 பேர் அமெரிக்க எல்லைக்கு வெளியில் பணியமர்த்தப்பட்டனர். உயிரியல், வேதியல் அல்லது அணுசக்தியின் அவசரக்கால தேவைகளுக்கெனச் சிறப்புப் பயிற்சி பெற்ற வீரர்களைக் கொண்ட கடற்படை அது. அதில் 32 வாகனங்கள், 7 விமானங்களில் டன் கணக்கில் பொருட்கள் கொண்டுசெல்லப்பட்டன. நச்சுத் தன்மை கொண்டவற்றைக் கண்டுபிடிப்பதிலும், நச்சுத் தன்மையை நீக்குவதிலும் சிறப்புத்

தேர்ச்சி பெற்ற ஒரு நடமாடும் ஆய்வகம் ஆகியவை அதில் இருந்தன. அதில் உள்ளவர்களில் மிகவும் வயதானவரான சார்ஜன்ட் மார்க் டன்டலுக்கே (Mark Dundle) 40 வயதுதான் ஆகிறது. அவர் டெக்ஸாஸ் நகரைச் சேர்ந்தவர். அவர் பேச்சில் முன்னெச்சரிக்கை உணர்வு தெரிந்தது 'உண்மையிலேயே ஏதாவது விபரீதம் ஏற்பட்டுவிட்டால், துரித நடவடிக்கையில் ஈடுபடும் குழுவையும் ஜப்பானிய இராணுவத்தினருக்கு ஆலோசனை வழங்கவும் உதவவும்தான் நாங்கள் இங்கு இருக்கிறோம். அப்படி ஒரு நிலைமை ஏற்படாது என்பதற்கான அறிகுறிதான் எங்கும் தெரிகிறது. இருப்பினும், எங்கள் சேவை தேவைப்படும் சூழ்நிலையில் நாங்கள் அங்கு இல்லாமல் போவதைவிட, நாங்கள் அங்கு இருக்கும்போது எங்களுடைய சேவை தேவையில்லை என்பது மேல்'. ஆனால், அவர் கூறும் விதத்தைப் பார்த்தாலே, "உண்மையில், உண்மையிலேயே (really really bad) ஏதோ விபரீதம்" ஏற்கனவே நிகழ்ந்துவிட்டது என்பதைப் புரிந்துகொள்ள முடிகிறது.

தொஹோக்குப் பகுதியில் வசித்த ஜப்பானிய மக்களுக்கு உதவும் பொருட்டு வந்துள்ள பெரிய அமெரிக்கப் படையான ஆப்பரேஷன் தொமோதாஷி (Tomodachi) எனும் தொமோதாஷி நடவடிக்கைக் குழுவைச் சேர்ந்தவர்கள்தான் சார்ஜன்ட் டன்டலின் ஆட்கள். ஒக்கினோவாவில் ஒரு புதிய மையத்தை ஏற்படுத்தத் தொடங்கிய நாள்முதலே அமெரிக்காவுக்கு நல்ல பெயர் இல்லை. அத்தகைய முயற்சியை மக்களின் எதிர்ப்பைமீறி அரசின் உதவியோடு அவர்கள் செய்து வந்தார்கள். தங்கள்மீது படிந்திருந்த கறையைப் போக்கிக் கொள்ள இதுதான் அவர்கள் எதிர்பார்த்திருந்த உகந்த நேரம். "தொமோதாஷி" என்ற சொல்லிற்கு ஜப்பானிய மொழியில் நண்பன் என்று பொருள். இவர்கள் அளவிற்குக் கவலைப்படும் நண்பர்களைப் பார்ப்பது அரிது. உண்மையிலேயே அற்புதமான, புதிரான இயல்புடைய ஆட்கள் அவர்கள். தொப்பியுடன், உச்சி முதல் பாதம் வரை அதிநவீனச் சீருடைகள் அணிந்திருந்தாலும், வரலாற்றுக்கு முந்தைய ஆதிகால மனிதர்கள் போன்ற தோற்றத்தை அவர்களுக்குத் தந்தது முரண்பாடானதுதான். அவர்கள் ஈடுபட்டிருந்த மீட்புப் பணிக்கான ஒத்திகையைப் பார்த்தேன். அவர்கள் நச்சு பரவியதாகக் கற்பனை செய்யப்பட்ட ஒரு வாகனத்தைத் தெளிப்பான்மூலம் சுத்தம் செய்தார்கள். அதில் சிக்கியிருந்த கற்பனையான மக்களை வெளியே எடுத்தார்கள். சில நிமிடங்களிலேயே நச்சுத்தன்மையை அகற்றும் கூடாரம் ஒன்றை அமைத்தார்கள்.

சிக்கியவர்களின் ஆடைகளைக் கிழித்து எடுத்துவிட்டுத் தண்ணீர், சோப் கொண்டு குளிப்பாட்டினார்கள். இதில் மிகவும் ஆச்சரியப்படத்தக்க அம்சம், சாதாரனமாக சோப் போட்டுக் கழுவும் நடவடிக்கைக்கு இவ்வளவு பிரம்மாண்டமான அளவிலான உபகரணங்களைப் பயன்படுத்துவதுதான். அணுஉலையின் காரணமாக, சாதாரணக் குளியல்கூட ஒகியாஸ் (Augias) லாயத்தில் (கிரேக்கத் தொன்மத்தில், ஒகியாஸிடம் லட்சக்கனக்கான எருதுகள், முப்பது ஆண்டுகளுக்கும் மேலாக கழுவப்படாமல் இருந்தன) கழுவும் சாகசம் போல் மாறிவிடுகிறது. தொமோதாஷி நடவடிக்கையின்போது அப்பகுதிகளில் கண்டறியப்பட்ட கதிரியக்க அளவுகளின் உண்மையான தகவல்களைத் தருமாறு தொடர்ந்து கோரிக்கை எழுந்தபோதிலும், அவற்றை வெளியிட அமெரிக்க இராணுவக்குழு ஒப்புக்கொள்ளவில்லை. அந்த நடவடிக்கையில் ஈடுபட்ட பணியாளர்களின் உடைகளில், உபகரணங்களில் படிந்திருந்த கதிரியக்க அளவினையும் அவர்கள் வெளியிடவில்லை.

*

பாதுகாப்புக்குள்ளான பகுதியில், மீட்புப்பணியாளர்கள் இரண்டு நேரெதிர் தேவைகளைச் சமாளிக்க வேண்டியிருந்தது. ஒருபுறம், அணுஉலைகள், குளங்கள் ஆகியவற்றைக் குளிர்விக்க வேண்டும். இதற்குத் தனாயித் நிறுவனத்தின் (Danaides) புதிய பாரல்களில் தண்ணீரைப் பாய்ச்சியும் ஊற்றியும் நிரப்ப வேண்டும். மற்றொருபுறம், கதிரியக்கத் கட்டிகளின் வடிவில் அணுஉலை மையமெங்கும் தேங்கி நிற்கும் நச்சு கலந்த நீரை வெளியேற்றியாக வேண்டும்.

ஒரு விஷயம் தெளிவாகிறது. தண்ணீர் பாய்ச்சப்படுகிறது; வெளியேற்றவும் படுகிறது. வெளியேற்றிய பிறகு மீண்டும் தண்ணீர் பாய்ச்சுகிறோம். இது மிகவும் சாதாரண விஷயம்தான். நெருப்புதான் முக்கிய எதிரி. தீயணைப்பு லாரிகள், ஷினூக் வகை ஹெலிகாப்டர்கள், தண்ணீர்ப் பீரங்கிக் குழாய்கள், திரவ கான்க்ரீட் பீரங்கிகள் அடங்கிய லாரிகள் ஆகியவை வரவழைக்கப்பட்டன. ஆனால், தண்ணீரும் ஆபத்தானதுதான். அது கதிரியக்கப் பாதிப்புக்குள்ளாகியதால் மட்டுமல்ல, கட்டிடங்களின்மீது அப்படித் தேங்கியிருந்த தண்ணீரின் சுமை, அந்த அழுத்தம் காரணமாகக் கட்டிட பாகங்களைக் கலகலக்க வைத்து எந்த நேரத்திலும் இடிந்து விழக்கூடிய நிலையில் அச்சுறுத்திக் கொண்டிருந்தது. 'ஜெனேஸ்' (Jeunesse) (இளமை)

எனும் அதீதக் கற்பனைகள் நிறைந்த தன் சிறுகதையில், ஜோசப் கோன்ராட் (Joseph Conrad) விவரித்திருந்த கடற்படை ஊழியர்களின் நிலையில்தான் ஃபுக்குஷிமாவின் மீட்புப் பணியாளர்களும் காணப்பட்டனர். கீழ்த்திசை நாடுகளுக்குச் செல்லும் வழியில், ஒரே நேரத்தில் நெருப்பிற்கும், நீருக்கும் இடையில் மாட்டிக்கொண்ட எலிகள் போல், தீப்பிடித்த கப்பலில், தண்ணீரின் சீற்றத்திற்கு இடையில் அவர்கள் சிக்கிக்கொண்டனர். அந்த இக்கட்டான சூழ்நிலையை விவரிக்கும்போது, "புகையோடு கலந்து நீராவி மேலெழும்பியது. இந்தக் கப்பலில் தண்ணீரை இறைக்க வேண்டியிருக்கும் எனத் தெரிந்தது. அது காலி செய்வதற்காக இறைப்பது, நிரப்புவதற்காகவும் இறைப்பது என்றிருந்தது. மூழ்காமல் தப்பிப்பதற்காக, நீர் உள்ளே புகாமல் பார்த்துக் கொண்டபிறகு, அடிப்பகுதி இல்லாத பெரிய பாத்திரம் போன்ற ஒன்றில் உப்பு நீரைக் கொட்டினோம். உயிரோடு எரிந்து போகாமல் இருக்க வேகவேகமாக அதில் தண்ணீரைக் கொண்டு நிரப்பினோம்".

நிலத்திற்கும் வானிற்கும் இடையில் உள்ள இருளில், ஃபுக்கு ஷிமா அணுஉலையும் எழுத்தாளர் கோன்ராட் விவரிக்கும் கப்பல் போல் காட்சியளித்தது. பயங்கரமாக மின்னும் நீர் வட்டு ஒன்றில் அது கொலை வெறியோடு எரிந்து கொண்டிருந்தது. இந்தச் சம்பவம் எப்படி முடியும் என்பது தெரிந்ததுதான்' விடிவதற்குள் அந்தக் கப்பலுக்குப் பதில், நாலாபுறமும் கரி படிந்திருக்க, புகைக்கூட்டத்தின் கீழ் அசைவற்ற நிலையில் மிதக்கும் கருகிப்போன கூடுதான் காணப்பட்டது.'

*

விரைவிலேயே, அணுஉலைக்கூடத்தின் எல்லாப் பக்கங்ளிலும் கசிவு ஏற்பட்டது. சில்லறை வேலைகள் நிரந்தரமாகிவிட்டன. மிகவும் அவசரமாகச் செய்தாகவேண்டிய காரியத்திற்குச் சில வினோதமான தீர்வுகளைக் கற்பனை செய்துகொண்டிருந்த நேரத்தில், நிலத்தின் அடிப்பகுதி மற்றும் குடிநீர்மட்டம் வரைச் செல்லக்கூடிய தன் நீண்ட பயணத்தைத் தொடங்கிய அந்த அணுஉலைப் பிசாசு, தன் பலம் முழுவதும் திரட்டிச் சிவப்பு நிறத்தில் கசிந்துகொண்டிருந்தது.

இது போன்ற நெருக்கடியான சூழலில், எல்லாமே கற்பனைதான். 36 மீட்டர் நீளம் உள்ளதொரு எஃகினாலான மிகப் பெரிய மிதக்கும் தொட்டி ஒன்றை வரவழைத்தார்கள்.

நச்சுத்தன்மை ஏற்பட்டிருந்த நீரினைச் சேகரிப்பதற்காகப் பாதிப்புக்குள்ளான அப்பகுதியின்முன் அதை நிறுத்தினார்கள். அதன் கொள்ளளவு 10,000 டன். ஆனாலும், இது போதாது.

அணுஉலைக் கூடத்தை மூடுவதற்கும் கதிரியக்க வீச்சுகளைத் தடைசெய்வதற்குமென ஒரு சிறப்பு அங்கியைக் கற்பனை செய்து பார்த்தார்கள். இதற்கிடையில், மற்றொருபுறம், அணுஉலைகள் வெடித்துவிடாமல் இருக்க அழுத்தத்தைக் குறைப்பதற்காக அதிலுள்ள வாயுக்களை வெளியேற்றும் நடவடிக்கையில் ஈடுபட்டிருந்தனர். இதேபோல், அணுஉலைகளைக் குளிர்விக்க, நச்சுத்தன்மைக்கு உள்ளான நீர் மீண்டும் பயன்படுத்தப்பட்டது. நடவடிக்கை மீண்டும் தொடங்கிய இடத்திற்கே வந்தது. பேரழிவே மறு சுழற்சிக்கு உள்ளாகியது. ஏப்ரல் முதல் தேதியன்று, 'ஆன்டனோவ் 25' (Antanov-25) வகையைச் சேர்ந்த, உலகின் மிகப் பெரிய விமானம் ஒன்றில், தென் கரோலினில் இருந்து உலகின் பிரம்மாண்டமான கான்க்ரீட் கொள்கலன் வந்து இறங்கியது. இந்த 'மிகப் பெரிய' என்ற விவரிப்புகளில் அளவுக்கு அதிகமாக மிகைப்படுத்தும் போக்கு இருந்தது. இப்போதைய சூழ்நிலைக்கு அது தேவை என்பதை மறுக்க முடியாது. இப்படிப் பல்வேறு உபகரணங்களைவைத்து நடவடிக்கைகளில் ஈடுபடும் காட்சி, எல்லோருக்கும் நம்பிக்கை அளிக்கும் நோக்கம் கொண்டதுதான் என்றாலும் அது அவர்களை மேலும் கவலைகொள்ளவும் வைக்கிறது.

அணுஉலைகளை மூடுவதற்கென யோசிக்கப்பட்ட அந்தப் பெரிய ரெசின் அங்கி விரைவில் கைவிடப்பட்டது. பாதிக்கப் பட்ட பகுதியில் உள்ள நச்சுத்தன்மையைச் சுத்தம் செய்ய 3000 முறை ஹெலிக்காப்டர்கள் பறக்க வேண்டியிருந்தது. மேலும், உரிய பலன்கள் கிடைக்கும் என்ற உத்திரவாதமும் இல்லை. இறுதியில், பழுதான தொட்டியை அந்த அமைப்போடு இணைக்கும் குழாய் ஒன்றில் மரத்தூள், காகிதம், பாலிமர் கொண்ட கலவை உள்ளே செலுத்தப்பட்டது. கட்டிடம் 2இல், மிகவும் பிரச்சனைக்குரிய கசிவைக் கட்டுப்படுத்த இது உதவும் என்ற நம்பிக்கையில் இப்படிச் செய்யப்பட்டது. ஆனால், அதுவும் பலனளிக்கவில்லை.

மறுநாள் கடலில் அளவுக்கதிகமாகப் பரவியிருந்த அதிகக் கதிரியக்கப் பாதிப்புக்குள்ளான தண்ணீரின் ஊற்றுக்கண்ணைக் கண்டறியும் முயற்சியில், ஒரு வகையான வெள்ளைநிறத் தூள் பயன்படுத்தப்பட்டது. இக்காட்சி, மகத்தான படைப்புகள் எல்லாவற்றுக்கும் உள்ள வினோதமான முன்னெச்சரிக்கை

உணர்வைக் கொண்ட ‘ரேவ்’ (Rêves) (கனவுகள்) எனும் தலைப்பிலான குருசோவாவின் படக்காட்சியை நினைவூட்டியது. அந்தப் படக்காட்சியில், நிலநடுக்கத்தின் காரணமாக 6 அணுஉலைகள் வெடிக்கும். மக்கள் நாலாபுறமும் சிதறி ஓடுவார்கள். அணுஉலை மையப் பொறுப்பை ஏற்ற மின்சக்தி நிறுவனம், ஆரம்பத்தில் மக்கள் யாரும் அப்படி ஓடவில்லை என்று பொய்கூறியது. எனினும், இறுதியில் ஒரு பொறியியலாளர் கதிரியக்கத்தைத் அறிய ஒரு வழியைக் கண்டுபிடித்துவிட்டதாக விளக்கமளித்தார். அதாவது, அது தெளிவாக வெளியில் தெரியும்படி அதற்கு வண்ணம் பூசுவது என்பதுதான். பெரிய வெற்றி எதையும் பெறாத இத் திரைப்படம், 1990ஆம் ஆண்டில் திரையிடப்பட்டது. 20 ஆண்டுகளுக்குப் பிறகு, குரோசாவாவின் (Kurosawa) பயங்கரமான கனவுகள் நனவாகிவிட்டன.

ஃபுக்குஷிமா சம்பவத்தின்போது (இச்சூழ்நிலை இனி நீண்டகாலம் நீடிக்கும்) அணுஉலை மையத்தால் பயன்படுத்தப் படும் இத்தனைப் பெரிய அளவிலான உபகரணங்களைப் பார்த்தவர்கள், மிகவும் உறுத்தலான விஷயம் ஒன்றைக் கவனித்தனர். இந்த அணுஉலையை ஆதரிப்பவர்களின் அதிகாரப்பூர்வ உரைகளுக்கும், பாதிக்கப்பட்ட பகுதியில் நேரடியாகக் காணக்கூடிய எதார்த்தத்துக்கும் இடையே உள்ள அசாதாரணமான வேறுபாடுதான் அது. உயர் தொழில் நுட்பத்தால் இயக்கப்படும் மிகப்பெரிய தொழிற்சாலை ஒன்றின் நல்ல பெயர், அணுஉலையின் காரணமாகக் கேள்விக்குறியாகி இருந்தது. அது மிகச் சிறந்த விஞ்ஞான வளர்ச்சி, தொழில்நுட்ப ஆற்றல் என இதுவரை கருதப்பட்டது. எதார்த்தத்தில், எல்லாம் தலைகீழாகிப் போனது. பழைமையாகிப்போன உள்கட்டமைப்புகள், ஆதிகால மனநிலை ஆகியவையே காணப்பட்டன. அணுஉலை மையம் சிதைகிறது. மனிதத் தொழில்நுட்பத்தின் உச்சமாகக் கருதப்பட்ட இந்தக் கூடம் சாதாரண குழாய் முடுக்கும் வேலையாகிப்போனது. பாதிக்கப்பட்ட இடத்தில் நிர்வாகி தரும் புகைப்படங்களில், நாம் காண்பதெல்லாம் குவியல்களாகக் கேபிள்கள், இணைப்புக்கள் பிய்ந்துபோய் வெளியில் தெரியும் குழாய்கள், காபிக் கெட்டில்கள், நூல்கண்டுகள் எங்குப் பார்த்தாலும் ஈயம் மற்றும் உருக்கால் ஆன தகடுகளைப் பொருத்தியிருந்தார்கள். என்ன தொழில்நுட்பம்! என்னவொரு மேலாண்மை! கசிவுகளைக் கட்டுப்படுத்த ரெஸீன் பசை, மரத்தூள், செய்தித்தாள் துண்டுக் காகிதங்கள் ஆகியவற்றைத் தேடினர். இடிபாடுகளை அகற்றத் தள்ளுவண்டிகளையும் உலோகத் துடைப்பங்களையும்

எடுத்துக் கொண்டனர். நம்மைக் காப்பாற்றிக்கொள்ள போர்வை, தார்பாய், கூடாரம் போன்றவற்றைத் தவிர வேறு எதுவும் இல்லை. (அல்லது ஷெர்னோபில்லைப்போல் ஒரு உலை இடிபாட்டுக் கவசம் வேண்டுமானால் கிடைக்கலாம்). இதையெல்லாம் போர்த்திக்கொண்டு அதைப் பற்றிப் பேசாமல் இருக்க வேண்டும். இத்தகைய ஆரவாரமான தோற்றத்தில் அணு உலையின் இத்தனை மட்டமான வியாபாரம்.

இதற்கு மேலும் கசிகின்றன. மீண்டும் கசிகின்றன. அது ஒரு தொடர்கதை இந்தச் சம்பவத்துக்குள் வரும் புதுக்கசிவுகள் பற்றிய செய்தி அறிக்கை. ஷேக்ஸ்பியரின் ஒத்தெல்லோ கூறியதைப் போல், "நிலத்திலும் நீரிலும் பயங்கரப் பேரழிவுகள்". இன்று காலை, சாகசமும் நகைச்சுவையும் கலந்த இந்தப் புதிரான செய்தி அறிக்கையைத் தொலைக்காட்சியில் பார்த்தபடியே, அணுகுண்டுப் பாடலான போரிஸ் வியானின் வரிகளை ஜூன் பாடினாள் :

"அங்கே ஏதோ சரியில்லை. என்னவோ ஏடாகூடமாய் நடக்குது.

உடனே நான் அங்குத் திரும்பிப் போனேன்

*

அவர்கள் மீண்டும் அங்கே திரும்பிவந்தனர். இதைத்தான் வேலையில் உயிரை விடுவது என்பது. ஃபுக்குஷிமாவின் மீட்புப் பணியாளர்கள், தியணைப்பு வீரர்கள், ஜப்பான் தற்காப்புப் படைகளின் வீரர்கள், கண்காணிப்பு அறைகளின் தொழில் நுட்ப ஊழியர்கள், பணியாளர்கள், கைஉதவி செய்பவர்கள் என அனைவரும். ஷெர்னோஃபில்லில் நடந்ததைப் போல், இந்தச் சம்பவத்தின் உண்மையான வீரர்கள் (பெரும்பாலானவர்கள், அவசரத்தில் ஒப்பந்தப் பணியாளர்களாகப் அமர்த்தப்பட்டவர்கள்) அவர்கள்தான். அவர்களது வீரம், அடிபணியாமை, அறிவுக்கூர்மை ஆகியவற்றைப் பற்றிச் சொல்லித்தான் தீரவேண்டும்.

இன்று இரவு, நான் ஒரு மீட்புப்பணியாளரைச் சந்திக்க ஏற்பாடு செய்யப்பட்டுள்ளது. அவரது பெயரையோ எப்படி அவருடைய தொடர்பு எனக்குக் கிடைத்தது என்பதைப் பற்றியோ நான் கூறப்போவதில்லை. அவரது பெயர் திரு 'கா' என வைத்துக் கொள்ளலாம். இன்னும் இளமையாக இருக்கும் அவர் மெல்லிய தாடியும் மீசையும் வைத்திருந்தார். அவரைப் போன்றவர்களைச் 'சமுராய்' அல்லது 'கமிக்காஸ்'

என அழைப்பதுண்டு. ஆனால், யுயேனா பூங்காவின் பின்புறம், கீழ்ப்பகுதியில் உள்ள நகரின் சிறிய உணவகத்தில், என்முன் அமர்ந்துள்ள இவர் கொஞ்சம் வேடிக்கையான மனிதர். நீல நிற அங்கி அணிந்து, வெள்ளைநிற வேலைபாடோடு உறைபோடப்பட்டுள்ள சாய்வு நாற்காலியின் இருபுறமும் கைகளை நன்கு படியவைத்தபடி அமர்ந்திருந்தார். எதிரில், சுடச்சுட காபி.

நிலநடுக்கம் நடந்த நேரத்திலும், அதைத் தொடர்ந்து இரண்டு வாரங்களும், பாதிக்கப்பட்ட பகுதியில் திரு.கா இருந்துள்ளார். அதன்பின் சீரான இடைவெளியில் அங்குச் சென்று வந்துள்ளார். அவர் நேரிடையாக அணுஉலை மையத்தின் தெப்கோ நிர்வாகத்திடம் வேலை செய்யவில்லை. ஜப்பானில் உள்ள பெரும்பாலான அணுஉலைப் பணியாளர்களைப் போல, அவரும் ஒரு ஒப்பந்தப் பணியாளர்தான். "அணுஉலை நாடோடிகள்" (ஜென்பாட்சு ஜிப்பூஷி) —genpatsu jipushi என அழைக்கப்படுபவர்களில் ஒருவர். 1979இல் வெளியான குனியோ ஹோரியின் (Kunio Horie) புத்தகத் தலைப்பிலிருந்து புழக்கத்துக்கு வந்த பெயர். அணுஉலைப் பணியாளர்களின் அன்றாட வாழ்க்கையை விவரிப்பதற்காக, 1978 செப்டம்பர் முதல் 1979 ஏப்ரல் வரை பல்வேறு அணுஉலைக்கூடங்களில் இந்த எழுத்தாளர், பணியாளராகச் சேர்ந்து வேலை செய்துள்ளார். பல தரவுகள் திரட்டப்பட்டு, மிகவும் வெளிப்டையாக எழுதப்பட்ட அவரது புத்தகத்தை ஆச்சரியப்படும் விதமாக (?) மற்ற மொழிகளில் மொழியாக்கம் செய்யப்படவில்லை. இப்புத்தகம் மீண்டும் அச்சாகி, கையடக்கப் பதிப்பாக 1984இல் வெளியானபோது, ஹோரியால் குறிப்பிடப்பட்ட அணுசக்தி நிறுவனங்கள், அந்தப் புத்தகத்தில் இடம்பெற்ற சாட்சிகள் யார் என அடையாளம் காணும் முயற்சியில் ஈடுபட்டனர். தன் பெயரைக் கூற விரும்பாததற்கு இதுவும் ஒரு காரணம். "பயம் எதுவும் இல்லை, உஷாராக இருக்கிறேன்" என்றார் அவர்.

தோலினாலான முகமூடிக் கவசமணிந்த ஷெர்னோஃபில்லின் மீட்புப் பணியாளர்கள் தங்கள் தோல் வாய்ப்பூட்டுடன் பார்க்க மனித நாய்கள் போல் காட்சியளித்தனர். ஈயம் தோய்த்த காக்கி உடை, மிகப் பெரிய கருப்புக் கண்ணாடி, தடித்த பருத்த கையுறைகள் — இவை எல்லாம் சேர்ந்து அவர்களுக்கு ஒரு சோகமான, கொஞ்சம் கரடுமுரடான தோற்றத்தைத் தந்தது. அவர்களுடன் ஒப்பிடும்போது, ஃபுக்குஷிமாவின் ஆட்கள், நீலநிறக் கோடுகளுடன் அழகான வெள்ளைநிறச் சீருடையில்,

தேவதைகள் போல் காட்சியளித்தார்கள். கடல் நீலவண்ணக் கையுறைகள், தெளிவான கண்ணாடிகள் மற்றும் பளீர் என்ற மஞ்சள் வண்ணமான தலைக்கவசம் — இவர்களின் அலங்காரத்தை நிறைவு செய்தன.

இந்தக் காட்சிகளை நம்பவைக்க விரும்புவதற்கு முற்றிலும் மாறாக இருந்தது உண்மைநிலை. இவையெல்லாம் வெறுமனே நாடகம்தான் என்றார், திரு. கா. உண்மையில், மீட்பாளர்கள், மிருகங்களைப் போல் சேனம்பூட்டப்பட்டனர். வெளியே வந்தவுடன், முழுமையாக மூடிவிடுவார்கள். ஸ்காட்ச்போட்டு முகக்கவசமிடுவார்கள். கார்பன் குப்பியுடனான வடிகட்டியோடு முகத்தில் சுவாசக்கவசம் பொருத்தப்படும். மிகவும் வெப்பமாக இருக்கும். பிசுபிசுப்பாகவும் இருக்கும். மூச்சுவிடுவது கடினம். பார்வை தொசிமீட்டர்மீது நிலைத்திருக்கும். தோல் காலணிகள் ஒவ்வொரு அடி எடுத்துவைக்கும்போதும் குவாக் குவாக் எனச் சப்தம் எழுப்பும். அவ்வப்பொழுது, குறிப்பாகச் சகதிகளின் சுற்றுவட்டாரத்தில், அவர்கள் டேப் ஒட்டப்பட்ட பிளாஸ்டிக் பைகளால் சுற்றப்பட்டனர். உருளைக்கிழங்குச் சாக்கு அல்லது குப்பைப் பைகளில் நடப்பதைப்போல் இருந்தது. வழுக்கிக் கால் தவறி விழுந்து எழுந்து தானே ஒரு கிழங்குபோல், தோராயமான குப்பைபோல் தங்களை உணர்ந்தனர்.

குறிப்பாக, முகக்கவசம் மிகவும் மூச்சு முட்டுவதாக இருந்தது. பிராணவாயு பற்றாக்குறை. தலை நசுக்கப்பட்டும், கழுத்து ரத்த நாளங்கள் இறுக்கப்பட்டும் இருந்தன. தாங்க முடியாத தலைவலியையும் குமட்டலையும் அவை ஏற்படுத்தின. சுற்றுவட்டாரத்தைப் பார்க்க அவை உருவாக்கப்பட்டிருந்தன. என்றாலும் உண்மையில், கெய்கர் கருவியைத் தேடியே, பார்வை அக்கம் பக்கத்திலேயே செல்லும். வெப்பம் அதிகமாக இருக்கும்போது, அபாயத்தைப் பற்றிக் கவலைப்படாமல், ஆட்கள் அவற்றைக் கழட்டி விடுவார்கள். அது பேசிக்கொள்வதற்கும் வசதியாக இருந்தது. பாதுகாப்புக்கான இந்தச் சீருடைகளை அணிந்துகொண்டு எதையும் குடிக்க முடியாது; கழிவறைக்கும் செல்ல முடியாது. நீர்மூழ்கிக் கவசத்துக்குள் ஒடுக்கப்படும் நிலைக்கு ஒப்ப அவர்கள் மனிதப் பெட்டிகள் போல் மாறியிருந்தனர். சில நேரங்களில், கரையோரம் சென்று கடலினை நோட்டமிடுவார்கள். அவர்களைச் சுற்றியுள்ள பகுதிகளில், மீன்கள், ஏன் சுறாக்கள்கூட இருப்பதைக் கற்பனை செய்து பார்ப்பார்கள். தங்கள் தலைகளுக்குமேல் வெள்ளைநிறப் பறவைகள் வட்டமிடுவதைக் காண்பார்கள்.

அவர்களது வேலை, குளிரூட்டும் கருவியைச் சீர்செய்து (கார் உயரமுள்ள பம்புகள்) குளங்களை நிலைப்படுத்துவதுதான். மின் விநியோகத்தை மீண்டும் தொடங்க மின் கம்பிகளை இழுப்பது, பாதிக்கப்பட்ட பகுதியை அடைத்துக்கொண்டு கிடக்கும் இடிபாடுகளை அப்புறப்படுத்துவது, தண்ணீர் பீய்ச்சும் குழாய்மூலம் அணு உலைகளை நனைப்பது, சீர்செய்வது, அடைப்பது, முற்றிலுமாக மாற்றுவது எனப் பல வேலைகளில் ஈடுபட்டிருப்பார்கள். மிகவும் சேவை மனப்பான்மையோடு நடந்துகொள்வார்கள். எங்கே போகவேண்டும் என்று சொல்லப்படுகிறதோ அங்கே போவார்கள். என்ன செய்யச் சொல்கிறார்களோ அதைச் செய்வார்கள். ஒருமணி நேரத்திற்கு 30 நிமிடம் என முறை வைத்துக்கொண்டு கதிரியக்க அளவுக்கு ஏற்றவாறு செயல்பட்டார்கள். இவை அனைத்தும் சீரான இடைவெளியில் தொடர்ந்து வரும் பயங்கர மறு அதிர்வுகளின் மத்தியில் நிறைவேறின.

சிலரிடம் துய்போன் தியவேக் (Dupont Tyvek) பாதுகாப்புச் சீருடை இருந்தது. இது கதிரியக்கத் தாக்குதலில் இருந்து பாதுகாக்காது; ஆனால், ஒரு மைக்ரோனுக்கும் குறைவான துகள்களைக்கூடத் தடுக்கும் ஆற்றல் அதற்குண்டு. இதன்மூலம் அவை தோலுடன் தொடர்பு கொள்வதைத் தடுக்க முடியும். மேலும் சிலர் ஸ்காட் ஏர்பேக்ஸ் (Scott Airpacks)வைத்திருந்தனர். அது செயல்முறைக்கு வசதியாகப் பஞ்சும் பட்டும் திணிக்கப்பட்டு, இடுப்பில் ஒட்டப்பட்டும், கெப்லார் சேனம் கீழ் முதுகெலும்பை உறுதிப்படுத்தும் வண்ணம் கெட்டிப்படுத்தப்பட்டும் ஒரு பாராசூட்டு உபகரணத்தைப் போல் இருந்தது. ஏனென்றால், இந்த ஊழியர்கள் முற்றிலும் எதிர்ப்பு நிறைந்த சூழலில் செயல்பட, பாராசூட்டில் தரையிறக்கப்பட்டவர்கள் போல் தோன்றினர் — இது தெளிவு.

நாள் முழுவதும், கதிரியக்கக் குளியல்தான். ஆனால், கதிரியக்கம் உச்சத்தைத் தொடும் இடமான கட்டடங்களின் உட்பகுதிக்குச் செல்பவர்களின் நிலைதான் மிகவும் மோசமானது. எல்லோருக்குமே அணுஉலைகளின் அருகில் செல்ல பயம்தான். இருப்பினும், அங்குப் போயாகவேண்டியுள்ளதே. திரு. கா, சிகெரட்டைப் பற்ற வைக்க, இந்த இடத்தில் சிறிது நேரம் தன் பேச்சை நிறுத்தினார். உயனோவின் பழைய காபி பாரில் வெளிச்சம் மங்கத் தொடங்கியது. வெதுவெதுப்பேறிய மேற்கூரை மற்றும் சுவர் விளக்குகள் சற்று மஞ்சளான ஒளியை அங்குக் கசிய விட்டன. திரு.கா மேலும் ஒரு கிளாஸ் தண்ணீர்

கேட்டார். அணு உலைகளைப் பற்றிப் பேசியபோது, அவர் கண்களில் வினோதமானதொரு பிரகாசம் தோன்றியது.

அணுஉலை என்பது மிகவும் பிரம்மாண்டமாக இருக்கும். மேற்பரப்பில், பலவீனமான கட்டுமானத்தையும், இரும்பு உருக்குக் கம்பிகள் ஆகியவற்றை மட்டுமே பார்க்க முடியும். ஆனால், உள்ளே மின்கம்பிகளின் சுரங்கமே அடங்கி இருக்கும். வெடிவிபத்தில் சிதறிய தீயினால் முறுக்கப்பட்ட குழாய்களின் குவியல்கள் என இரும்பு இடிபாடுகளின் காடுபோல் இருக்கும். மின்கம்பிகள், வடங்கள் அடைத்துக்கொண்டிருக்கும் முடிவற்ற குவியல்கள். அனைத்தும் கடல்நீரில் முங்கியிருக்க, உப்பு, வியர்வை நாற்றத்துடன் பயமும் பற்றியிருக்கும். தண்ணீர் நிறைந்த சில குழிகள் இருக்கும். காலை எங்கே வைக்கிறோம் என்பதில் கவனம் வேண்டும். சில கம்பிவடங்கள் கொடிகளைப் போல் தொங்கிக் கொண்டிருக்கும். அடிக்கடித் தலையைத் தூக்கிப் பார்த்தாக வேண்டும். கீழே உள்ளவற்றில் எச்சரிக்கையாக இருப்பதோடு, பக்கவாட்டில் இருப்பவைமீதும் ஒரு கண்ணிருக்க வேண்டும். நடமாட்டம் குறைந்து, சிலநேரம், பார்வை முற்றிலுமாகத் தடைபடும். அடிக்கடி, முகக்கவசங்கள் நழுவி விழும். அப்புறம் எதற்கும் நேரம் இருக்காது. அவற்றை மீண்டும் அணிந்துகொண்டு தொடர வேண்டியதுதான். கதிரியக்க உடைச்சல்கள் எங்கும் பரவலாக இருந்தன. எங்கும் தண்ணீர். பெரும்பாலான நேரங்களில், வெளிச்சம் இல்லை. ஒருவிதமான மஞ்சள் மாலை ஒளிக்கீற்றுகள். மூச்சுமுட்டும் விளக்குகள்தான் கண்கள். அளவிடும் கைத்தடிகள்தான் காதுகள். கவசங்களின் காரணமாக மூச்சுவிடும் சத்தம் அதிகமானது. தமது இதயத் துடிப்பைத் துல்லியமாகக் கேட்க முடிந்தது.

திரு. கா சிறிது நேரம் பேச்சை நிறுத்திவிட்டு, மூச்சை இழுத்துவிட்டு, ஒரு கிளாஸ் தண்ணீர் அருந்தினார். இது போன்றதொரு சூழலில் வேலை செய்வதில் பயமாக இல்லையா என்று கேட்டேன். தயங்கிய அவருக்குப் பெரிதாக ஒன்றும் சொல்லத் தெரியவில்லை. “இது ஆபத்தானது என்கிறார்கள். ஆனால், நான் வேலை செய்ய மறுத்தால் எனக்கு வேலையே கிடைக்காது. எனக்கு வேண்டியதெல்லாம், நாளைக்கோ, அடுத்த வாரத்திற்கோ சாப்பாட்டிற்குவழி அவ்வளவுதான்.” இப்பொழுது நிலைமை தெளிவாகிறது. அவர் தொடர்ந்து பேசினார்.

ஒவ்வொருவரும் தனக்கான ஆக்ஸிஜன் சிலிண்டருடன்,

பொம்மெனத் திணிக்கப்பட்ட சீருடையில் இருட்டான, பிசுபிசுக்கும், மூச்சுமுட்டும் இடங்களுக்குள் நுழைந்தனர். அந்த சிலிண்டர், நீச்சல் வீரர்களைப்போல், 30, 45 அல்லது 60 நிமிடம்வரை மூச்சுவிட்டுத் தாக்குப்பிடிக்க உதவும். கிலோ கணக்கில் பொருட்களைச் சுமந்து வந்தனர். கேபிள்களை இழுக்கவும் தடுப்புச்சுவர்களைத் தள்ளவும் செய்தனர். இரண்டு அல்லது மூன்று நிமிடமே தாக்குப்பிடிக்கக்கூடிய இடங்களுக்குக்கூடச் சிலர் சென்றனர். உதாரணமாக, ஒரு வால்வைக் கையால் திறக்க, தண்ணீரின் அளவைச் சரிபார்க்க, கசிவு உள்ளதா என்பதைக் கண்ணால் பார்த்துக் கண்டுபிடிக்க எனப் பல காரியங்களுக்கு அப்படிச் செய்தனர். பொதுவாக அணுஉலைப் பணியாளர் ஒருவர் 5 ஆண்டுகளில் பெறக்கூடிய அனுமதிக்கப்பட்ட கதிரியக்கப் பெறுமானத்தை, 15 நிமிடங்களிலேயே சிலர் பெற்றுவிடுவதும் உண்டு. இந்த அளவு தலைசுற்றவைக்கும்.

திரு. கா இந்த இடத்தில் நிறுத்தினார். அதற்குமேல் அவரால் முடியவில்லை. பணிச்சூழல் மிகவும் குழப்பமானதாக உள்ளதாகச் சொல்லி முடித்தார். மீட்புப் பணியாளர்கள் நிரந்தரமாக ஆபத்திற்கு உட்படுத்தப்பட்டிருந்தனர். அவர்களுக்கு வேலையில் அதீதக் கவனம் தேவை. சோர்வு தென்பட்டது. பதற்றமும் அப்படித்தான். சிலர் வாந்தி எடுத்தார்கள். வேறு சிலர் மருத்துவமனைக்குக் கொண்டு செல்லப்பட்டனர். அவர் போகிறார். அவருக்கு அலுத்துவிட்டது. இந்த விவரிப்பு அவரைச் சோர்வடையச் செய்துவிட்டது. ஆனால், அவர் சொல்லியாக வேண்டும். சொல்லிவிட்டார். எனக்கு நன்றி கூறி விடைபெற்றார்.

புறப்படுவதற்குமுன், "அவர்களிடம் நன்றாகச் சொல்லி வையுங்கள். அழுவதால் எந்தப் பயனும் இல்லை. இப்பொழுது நரகத்தில் இருக்கிறோம் என்றால், நாம் செய்யக் கூடியதெல்லாம் தட்டுத்தடுமாறி மேலே வரவேண்டியதுதான்" என்ற வாக்கியத்தை விட்டுச்சென்றார்.

III

எனவே, தட்டுத்தடுமாறி மேற்பரப்பிற்கு வருவது, அதைத்தான் எல்லோரும் செய்கிறார்கள் அல்லது செய்ய முயல்கிறார்கள். ஒவ்வொருவரும் அவரவர் வழியில், அவரவர் பாணியில். பல வகை மக்கள்: முழுமூச்சாய்ச் செயல் படுபவர்கள், பதற்றமானவர்கள், ஒழுங்கை முறையாகக் கடைப்பிடிப்பவர்கள், பொறுமை காப்பவர்கள், தாறுமாறான ஆட்கள், விதியை நம்புபவர்கள், எவ்வித உணர்ச்சியையும் காட்டாதவர்கள், வீழ்ந்து கிடப்பவர்கள், எதிர்ப்புத் தெரிவிப்பவர்கள், கிளர்ச்சியாளர்கள், நடப்பது நடக்கட்டும் என்பவர்கள். குறிப்பாக, வெகுளிகளும் எதைப் பற்றியும் கவலைப்படாதவர்களும் இருந்தனர். ஏற்பட்டுள்ள புதிய சூழ்நிலையை எல்லோரும் சமாளித்தாக வேண்டும்.

முதலில், உணவு. இப்பொழுது, கதிரியக்கம் அசாதாரண அளவுக்கு எங்கும் உயர்ந்திருந்தது. சில சமயம், அணுஉலை மையத்தில் இருந்து வெகுதூரம்வரை இது பரவியிருந்தது. தேயிலை, புல், பால், ஆப்ரிக்கோ, மூங்கில் கொழுந்துகள் என எல்லாவற்றிலும் அது காணப்பட்டது. காளான் போன்ற குறிப்பிட்ட சில உணவுப் பொருள்கள் மிகவும் பாதிப்புக்குள்ளாகியிருந்தன. முடியைவிட மெல்லிய இழைகளின் வழியாகப் பூமிக்குள் தங்கள் உயிர்ச்சத்துக்களைப் பெற்ற அத்தாவரம், அதிகமாக உறிஞ்சித் தேக்கி வைக்கும் சக்தி உள்ளதோடு கதிரியக்கத்தைப் பெறும் அசாதாரண திறனையும் பெற்றதாகும். பச்சைநிற இலையோடு காணப்படும் காய்கறிகளையும் நம்ப முடியவில்லை. எவ்வளவுக்கெவ்வளவு அகலமாக இலைகள் உள்ளதோ அந்த அளவுக்கு “ரேடியா நுயிக்லெய்ட்” எனப்படும் கதிரியக்கத் துகள்கள் வந்து குடியேற ஏற்ற இடமாக அவை அமைந்துவிடும். மழை, காற்றின் உதவியோடு அவை அந்த இலைகளில் வந்து தேங்க ஏதுவாகிவிடும். வெகுவிரைவில் சேலட் கீரைகள், புரோக்கோலி, முட்டைக் கோஸ், புவாரோ (வெங்காயத் தாள் போன்ற தண்டு) அதிலும் குறிப்பாகக் ஸ்பைனாச் (பசலை) கீரைகள் ஆகியவற்றில் கதிரியக்கம் பரவிவிடும்.

’போப்பேயி’ விருப்ப உணவைவிட அதிக வைட்டமின் இருக்கும் அச்சமூட்டும் அளவுகளை எட்டிவிடும்.

கழிவுகளின் காரணமாகக் கடலில் இருந்து கிடைக்கும் பொருள்களும் பாதிக்கப்பட்டன. ஈட்டி மீன்கள், நண்டு, இறால்கள், கிளிஞ்சல்கள், பாசிகள், நத்தைகள் ஆகியவற்றை உலகில் அதிக எண்ணிக்கையில் கடலுணவுகள் சாப்பிடும் மக்களாகிய இவர்களுக்கு இது ஒரு பெரும் சோகம். எனவே, “ஷாங்கோ நாபே” (chanko nabe) (பெரிய சட்டியில் மூழ்கிய இறைச்சியுடன் ஷித்தாகே (shiitake) காளான், சீனகோஸ், புவாரோ தண்டு எனப் பல்வேறு சத்தான காய்கறிகள் போட்டு வெந்து கொண்டிருக்கும் சூப்) எனும் அவர்களது பாரம்பரிய உணவுவகையை ஃபுக்குஷிமாவில் இருந்துவரும் பொருட்களோடு தயாரித்துத் தங்கள் தோழமையைக் காட்டும் சூமோ போட்டியாளர்களின் முயற்சி தோல்வியடைந்தது. அப்படி எதுவும் நடைபெறவில்லை. எல்லோருக்கும் பயம். ஜப்பான் மீன்களின் ஏற்றுமதியில், 70%ஐப் பெறும் சீனா, கொரியா, தய்வான், ஹாங்காங் ஆகிய நாடுகள், தங்கள் ஊருக்குள் ஜப்பான் மீன்கள் வரத் தடைவிதித்திருந்தன. மார்ச் 25ஆம் தேதி முதல் அமெரிக்க ஐக்கிய நாடுகள் இறக்குமதிக்குச் சில கட்டுப்பாடுகளை விதித்திருந்தன. அதைத் தொடர்ந்து சிங்கப்பூர், கனடா, ஆஸ்திரேலியா, ஐரோப்பிய யூனியன் ஆகியவையும் அத்தகைய கட்டுப்பாடுகளை விதித்தன. ஒருபுறம், அணுசக்தியால் ஒருபோதும் எந்தப் பிரச்சனையும் வராது என்று சில நாடுகளின் (குறிப்பாகப் பிரான்ஸ்) முற்றிலும் பிறழ்வு நிலையிலான வினோதமான வாதங்கள். மறுபுறம், பாதிப்புக்குள்ளாகியுள்ள பகுதிகளில் இருந்து வரும் பொருட்களுக்குக் கட்டுப்பாடுகள்.

ஒரு கட்டத்தில், டோக்கியோவில், குழாய்நீர்கூடத் தடைசெய்யப்பட்டது. பெரியவர்களுக்கு லிட்டருக்கு 200 பெக்கெரெல், குழந்தைகளுக்கு லிட்டருக்கு 100 பெக்கெரெல் என்ற கதிரியக்க அளவு கடந்தாகிவிட்டது. இந்தத் தடையை நீங்கி வெகு நாட்களாகியும், இப்போதும் தங்கள் குழந்தைகளுக்குப் புட்டிப் பாலூட்ட அத்தண்ணீரைப் பயன்படுத்துவதில்லை.

தண்ணீர்ப் பிரச்சனை கூட ஓரளவு சமாளிக்கப்படுகிறது. ஆனால், சகே பானம், ஆம் சகேகூடப் பாதிப்புக்குள்ளாகி விட்டது! ஓ என்ன கொடுமை... யமாகாட்டா, ஷிபா, சய்த்தாமா (Yamagata, Chiba, Saitama) ஆகிய பகுதிகளில் உள்ள பாரம்பரிய விடுதிகளுக்குத் தங்கள் தயாரிப்புக்கு ஆபத்து

வந்துவிட்டது என்று உணர்ந்தார்கள். பெரும்பாலான வடிசாலை உரிமையாளர்கள், அவர்களுக்கென நெல் வயல்கள் வைத்திருந்தந்தனர். அங்குச் சிறப்பு நெல் வகை ஒன்றை அவர்கள் பயிரிட்டு வந்தனர். அதைக் கண்ணின் கருமணி போல், வாயின் உள் நாக்குப் போல் கண்ணும் கருத்துமாகக் கவனித்துக்கொண்டுவந்தார்கள். பனிக்கும் குளிருக்கும் மத்தியில், மலைகளுக்குள் ஒடுங்கியிருந்த இப்பகுதிகளில் அசாத்தியத் தரமுடைய நீர் ஊற்று வாய்த்திருந்ததால், இப்பகுதியின் தயாரிப்புகளின் சிறப்புக்குப் பெயர்போனவை. பனிவிழும் ஊரின் சகே, நெல் சகே, .. பெண்களை மயக்குபவரின் சகே, தெய்வீக ஆமையின் சகே .. இத்தனை அற்புதங்களையும் மறந்தாக வேண்டுமா?

உண்மை நிலைமையைத் தெரிந்துகொள்ள, எவ்விதத் தயக்கமுமின்றி என் பழைய நண்பர் கோயிச்சி சுஸுக்கியை அழைத்தேன். ஃபுக்குஷிமாவின் தெற்குப் பகுதியான இபாராக்கியில், சிறிய அளவில், சகே பானத் தயாரிப்பில் ஈடுபட்டிருப்பவர். அந்தப் பகுதி, தர்பூசணி, ராஸ்பரி, வள்ளிக் கிழங்கு ஆகியவற்றுக்குப் புகழ்பெற்ற ஊர். வெளிநாடுகளில் தன் வணிக உத்தியை மேம்படுத்த அப்பொழுதுதான் முயற்சி எடுத்திருந்த அவரும் பாதிக்கப்பட்டிருந்தது அவரது பேச்சில் வெளிப்பட்டது: "அதுவும், யென் மதிப்பின் உயர்வும் சேர்ந்துவிட நாம் தீர்ந்தோம். எனக்குத் தொலைபேசி அழைப்புகள் வந்தவண்ணம் இருக்கின்றன. உங்கள் சகேயை அருந்தலாமா? அது கதிரியக்கப் பாதிப்புக்குள்ளாகவில்லைதானே?" போக்குவரத்து மந்தமானது. பொருட்களைச் சோதனையிட்டுச் சரிபார்ப்பதில் காலம் விரயமானது. இதன் காரணமாகத் தயாரிப்புச் செலவு அதிகரித்தது. தான் தயாரிக்கும் சகேயில் உள்ள கதிரியக்க அளவினைக் கணக்கிட இபாராக்கிப் பல்கலைக்கழகத்தின் உதவியை நாட இருக்கிறார். ஒரு வழியாக, நல்ல காரியம் ஒன்றுக்குப் பல்கலைக்கழக அறிவியல் உதவுகிறது! அவர் பேச்சைத் தொடர்ந்தார். "இதில் மோசமானது என்னவென்றால், தர்க்கரீதியாகப் பார்த்தால், மக்கள் கவலைப்படுவதில் நியாயம் உள்ளது. இந்த ஆண்டைப் பற்றிய கவலை இல்லை. அது நடந்து முடிந்த கதை. அறுவடை செய்யப்பட்டவை ஏற்கனவே பாட்டிலுக்குள் அடைக்கப்பட்டுவிட்டன. அடுத்த ஆண்டைக் குறித்துத்தான் கவலை. தண்ணீர் ஊற்றுகள் பாதிப்படையும். அரிசியின் கதி? சுருக்கமாகச் சொன்னால், சகேயின் தரத்துக்கு உத்திரவாதமான அனைத்தும் பாதிக்கப்படும். தண்ணீர் பாய்ச்சியும், வடிநீர்

வாய்க்கால்களை அதிகமாக்கியும், நெல் வயல்களில் உள்ள கதிரியக்கப் பாதிப்புகளை குறைக்கவும் முயற்சி எடுக்கப்படும். ஆனால் எல்லாம் சரி! போர்தலேயின் நடுவில் ஓர் அணுஉலை வெடிவிபத்தைக் கற்பனை செய்து பாருங்கள்."

அசாதாரண அளவில் உயர்ந்திருந்த கதிரியக்கம், கால்நடைத் தீவனங்களில் காணப்பட்டது. கொள்ளு, தீவனப்புல் ஆகியவை பயிரிடப்படும் வயல்கள் மட்டுமின்றி வைக்கோலிலும் எருவிலும் கூட அதன் பாதிப்பு இருந்தது. அங்கிருந்து அது இறைச்சிக்குச் செல்கிறது. மாடு, காட்டுப் பன்றி, வளர்ப்புப் பன்றி எனப் பலவற்றிற்கும் பரவுகிறது. கடலில், செசியம் அதிகம் உள்வாங்கிய திமிங்கலங்களைக் காண முடிந்தது. அனைத்து மிருகங்களும் செத்துவிடவில்லை. ஆனால், எல்லா மிருகங்களும் பாதிக்கப்பட்டிருந்தன. இது ஒரு புதுமையான நீதிக்கதை. எழுதப்பட்டுக்கொண்டிருக்கும் இக்கதை முன்புள்ள கதையைக் காட்டிலும் அதிக உப்புச் சப்பில்லாமலும் அதிகக் கடுமையாகவும் இருந்தது. வெளிப்படையான, கண்ணுக்குத் தெரியாத துயரமானதொரு கொள்ளைநோய். ஏறக்குறைய உணர முடியாத அளவு சற்றே உலோகச் சுவையுள்ள நோய். உலகமே அணுஉலை மையமாகப் பரிணாம வளர்ச்சியடைந்துள்ளது. எல்லாவற்றிலும் இருந்து நம்மைப் பாதுகாத்துக் கொள்ள வேண்டும். இப்பொழுது, நம்மைச் சுற்றிலும் தனிமைப்படுத்தப்பட்ட பகுதி எனும் சந்தேகத் திற்குரிய அபாயங்கள் அடங்கிய வளையம்.

*

இனி வாழ்க்கை என்பது, கழிவுகளின் மேலாண்மைதான். நச்சு கலந்த மண், சேறு, தழைகள் இவற்றை வைத்துக்கொண்டு என்ன செய்வது?

கழிவுகளைப் பொறுத்தவரை, முடிந்தவரை எரித்துவிட்டுச் சந்தடிப்படாமல் புதைத்து விடுவோம். அப்படி எரிக்கும்போது எரியடுப்புக்கள், கதிரியக்கப் புழுதிகளைக் காற்றில் வெளியேற்றும். அவை வேறு எங்காவது வெகு தூரத்திற்குச் சென்று படியும். ஓர் இடத்தின் நச்சுத்தன்மையைப் போக்கி, வேறோர் இடத்தை நச்சுத்தன்மையுள்ளதாய் ஆக்கிவிடுவோம். இது ஒரு மோசமான முடிவில்லாத சங்கிலித்தொடர். இல்லையெனில், வெறுங்கையாலோ, உறைகள் அணிந்தோ, முகக்கவசம் அணிந்தோ சுத்தப்படுத்துவோம். மக்கள் பங்கு பெறும் அந்த மாபெரும் நடவடிக்கை வேடிக்கையாகவும்

அபத்தமாகவும் இருக்கும். இப்படிச் செய்வதன்மூலம், அணுஉலையின் அடிப்படைத் தத்துவங்களில் ஒன்றை மட்டுமே நடைமுறைப்படுத்துகிறோம். இதில் கசிவின் பிரச்சனை ஒருபோதும் தீர்க்கப்படப்போவதில்லை. வேறு ஒரு காலகட்டத்திற்கு, முடிவின்றி, காலவரையின்றி ஒத்தி போடப்படுகிறது.

முற்றிலுமாக நச்சுத்தன்மையை நீக்கப்போவதாக அறிவித்த முதல் நகரம் 'தாத்'(Date) ஆகும். இரண்டாவது நகரம், இதே ஃபுக்குஷிமா தான். (அணுஉலையில் இருந்து 50 கிலோ மீட்டர் தூரத்தில் உள்ள நகரம்). மிக உயர்ந்த அழுத்தத்தில் தண்ணீரைப் பீச்சி அடித்துத் தரையின் மேற்பகுதியை எடுத்துவிடுவார்கள். நகராட்சியைப் பொறுத்தவரை, பொதுக்கட்டடங்கள், பண்ணைகள், ஆறுகள், மலைகள் இவைதான் முன்னுரிமை அளிக்கப்டும் பகுதிகள். சுருக்கமாகச் சொல்லப்போனால், அனைத்தும் என்று சொல்லலாம். கிலோமீட்டர் மற்றும் கியூப் கிலோ மீட்டர் கணக்கில், நச்சுத்தன்மை நீக்க வேண்டிய தரைப்பரப்பு உள்ளது. மேலும், இந்த நடவடிக்கை 20 ஆண்டுகள் நீடிக்கும் எனக் கணக்கிடப்பட்டுள்ளது.

தனியார் வசிப்பிடங்களைப் பொறுத்தவரை, அவற்றில் வசிப்பவர்களே நச்சு நீக்கும் பொறுப்பை ஏற்றாக வேண்டும். அவர்களிடம் ஒரு கையேடு வழங்கப்படும். பிறகு அவர்கள்தான் பார்த்துக் கொள்ள வேண்டும். இவை அனைத்தும், நாட்டு மக்கள் தங்கள் கதிரியக்கப் பாதுகாப்பில் தங்களை முழுமையாக ஈடுபடுத்திக்கொள்ள வேண்டும் எனும் பாணியில் அமைந்த, வழக்கமான உபதேச மொழிகளின் போர்வையில் நடைபெறும். அதாவது, அது அவர்களது பாடு!.

முதலில், பாதிக்கப்பட்டவர்கள் இதை நடைமுறைப்படுத்துவது என்பதை ஏற்கனவே புரிந்து வைத்திருந்தார்கள். ஃபுக்குஷிமாவில், தங்கள் தோட்டத்தில் உள்ள மண்ணின் மேற்பரப்பை வெட்டி எடுத்து, அருகில் உள்ள காடுகள், தோட்டங்கள் அல்லது ஆற்றுப்படுகைகள் ஆகியவற்றில் கொண்டுபோய்க் கொட்டினார்கள். தங்கள் வீடுகளின் கூரைகளைச் சோப்பு கொண்டு தேய்த்தனர். பிள்ளைகளை வெளியே சென்று விளையாட அனுமதிக்கவில்லை.

இவற்றுக்கெல்லாம் மகுடம் வைத்தாற்போல், தடை செய்யப்பட்ட பகுதியில், சில ஆயிரக்கணக்கான (நிலநடுக்கத்தில் பலியான) பிணங்களைப் பெற்றுச் செல்ல யாரும் முன்வரவில்லை

எனக் காவல்துறை அறிவித்தது. காரணம், இறந்தவர்கள் சந்தேகத்துக்கு இடமின்றிக் கதிரியக்கத்துக்கு ஆளானவர்கள்.

லிஸ்போனில் ஏற்பட்ட பேரழிவின்போது போம்பால் பகுதியின் தளபதியும் பிரதமருமான 'செபாஸ்த்தியாயோ ஜோஸே தெ கார்வாலொ தெ மெலோ'(Sebastião José de Carvalho de Melo) நிலநடுக்கத்தில் உயிர் பிழைத்தார். உடனடியாக அவர் செயலில் இறங்கினார். அரச குடும்பம் லிஸ்போனை விட்டு வெளியேறிவிட்டது. லுமியர்(Lumieres) சகோதரர்களின் அறிவியல் கொள்கைகளைப் புகுத்தி இன்று நமக்குத் தெரியும் அடிவாரத்தில் உள்ள நகரை மீண்டும் செப்பனிட்டார். அவர் குறிப்பிடத்தக்க அறிவுக்கூர்மையும் திட்டமிடும் திறனும் உடையவர். அதிகப்படியாக எதையும் பேசாதவர். நிலநடுக்கம் நிகழ்ந்து முடிந்தவுடன், இப்பொழுது என்ன செய்வது என்று எல்லோரும் அவரைப் பார்த்துக் கேட்டபோது, "இப்பொழுதா? இறந்தவர்களைப் புதைத்துவிட்டு, இருப்பவர்களுக்கு உணவு கொடுங்கள்" என்று அவர் பதில் அளித்ததாகச் சொல்வார்கள்.

ஃபுக்குஷிமாவில், இந்த ஆரோக்கியமான அணுகுமுறை சாத்தியமில்லை. ஈமச்சடங்குகள் தடைசெய்யப்பட்டிருந்தன. காரணம், ஃபுக்குஷிமாவிலிருந்தது இறந்தவர்களின் சடலங்கள் அல்ல. அவை அணுஉலைக் கழிவுகள். அதுதான் மிகவும் கொடுமையானது. அவர்கள் இறப்பதில்லை. அழுகிப்போகிறார்கள். "எல்லோரையும் போல் இறந்து போக அவர்களுக்கு உரிமை இல்லை. சிறுமைப்படுத்துதல் என்ற எல்லைக்குள், மனிதக் கழிவுகளை அகற்றும் பொருளாதார அரசியல் ஏற்பாடுகள் இவ்வாறாக நடைமுறைக்கு வந்தன.

*

கதிரியக்கம் என்பது சுவையற்றது, மணமற்றது, பார்க்க முடியாதது. வெறும் கண்ணால் பார்க்க முடியாதது, தொடு உணர்வால் உணர முடியாதது, சுவையால் அறிய முடியாதது விதிவிலக்காக, மிகவும் அரிய சந்தர்ப்பங்களில், நாக்கில் தங்கும் சிறு உலோகச்சுவை, செர்னோபில்லில் உயிர் பிழைத்தவர்களை நினைவூட்டும். பிரிக்க முடியாதவாறு அதனுடன் பிரியா உறவு கொண்ட பணத்தைப் போலவே, கதிரியக்கமும் மணமற்றது. அது வருவது தெரியாது, செவிக்குப் புலப்படாது. நம் ஐந்து புலன்களையும் செயலிழக்கச் செய்து, கொஞ்சம் கொஞ்சமாக, நம்மை அறியாமலேயே நம் உடம்பை மாற்றிவிடும்.

இன்னும் சொல்வதென்றால் நிர்மூல சக்தியான அது, சிறு உணர்வையோ, குறைந்தபட்ச விவேகமோ நம்மிடம் இல்லாமல் பார்த்துக்கொள்ளும். இந்தக் கொடிய மற்றும் சாமானியத் தெய்வத்தின் அடிச்சுவட்டில்தான் அனைத்தும் நிகழும்.

எதுவும் மாறியதாகத் தோன்றாதபோது, என்ன மாறும்? அதைத் தொட்டுணர முடியாது. கால ஓட்டத்தின் ஒரு நீள்வட்டம் போன்றது. தட்டையான மேற்பரப்பின்மீது ஒரு வட்டின் நிழல் போன்றது. அமைதியின்மைக்கான ஓர் உணர்வு அல்லது தற்கொலை செய்துகொள்வதற்குமுன் அக்குதாகாவா(Akutagawa) கடைசியாகக் குறிப்பிட்டுச் சென்ற வார்த்தைகளில் சொல்வதென்றால், “ஒரு கவலைப் பேரலை”, இடிந்து விழுந்து விடுவதாக நெஞ்சத்தில் இருந்து பயமுறுத்திக் கொண்டிருக்கும் ஏதோ ஒன்று, “அறுதியிட்டுச் சொல்ல முடியாத, ஆனால் மிக அண்மையில் உள்ள எந்த நேரத்திலும் நிகழக்கூடிய ஒரு சம்பவம் போல்” அது இருந்தது.

மேலோட்டமாகப் பார்த்தால், அன்றாட வாழ்வின் பல அடையாளங்கள் ஏற்கனவே மாறிவிட்டன. தினம் தினம் தொடர்ந்து அவை மாறிக் கொண்டும் இருக்கின்றன. அணுக்கரு அயோடின் திடீரென வெடிக்க நேரும்போது உதவ அயோடின் மாத்திரைகளை அதிகாரிகள் (அரசு, தூதரகங்கள், அணு உலைப் பாதுகாப்பு ஆகியவற்றின் அதிகாரிகள்) வினியோகம் செய்திருந்தனர். இயற்கையான அயோடின், தைராய்டு சுரப்பியை நிரப்பிவிடும். இதன்மூலம் அணுக்கரு அயோடின் அங்குவந்து படிவதையும், புற்றுநோய் ஆபத்தையும் தடுத்துவிடும். கொஞ்சம், அதைப்பற்றி யோசித்துப் பார்த்தால் போதும்!

மேலும், மழைக்காலங்களில், காலணிகளையும் உடைகளையும் வெளியே விட்டுவிடும்படி அறிவுரை கூறினார்கள். காரணம், கதிரியக்கத் துகள்களின்மூலம் வீட்டிற்குள் நச்சுத்தன்மை பரவாமல் தடுக்கவே இந்த உத்தி. மழைதான் முதல் எதிரி.

அது, கதிரியக்கத் துகள்களையும் சுமந்து வந்து மடக்கிப் போட்டு மண்ணிற்குள் பாய்ச்சிவிடும். உண்மையில் நல்ல யோசனைதான். ஆனாலும், மழைக்காலங்களில் என் வீட்டின் எதிரேநின்று உடைகளைக் களைவது எனக்குச் சங்கடமாகத்தான் இருக்கிறது. (அண்மையில் காலிசெய்த என் பக்கத்துவீட்டு அழகிய பெண்ணுக்கு அது விருந்தாக அமைந்தாலும்).

IRSN (Institute for Radiological Protection and Nuclear Safety) எனப்படும் கதிரியக்கப் பாதுகாப்பு மற்றும் அணுஉலைப் பாதுகாப்பு நிறுவனம், கட்டிடங்களுக்குள் நச்சுத்தன்மை பரவுவதைக் கட்டுப்படுத்தும் பொருட்டு, சில நல்ல சுகாதார வழிமுறைகளை முன்வைத்துள்ளனர்.

— ஈரத்துணியால் தரையை நாள்தோறும் துடைத்தல், காற்றுப் புகும் சாளரக் கம்பிகளையும், காற்றூட்டும் அமைப்புகளையும் கழுவுதல்.

— மேஜை, நாற்காலி, டைல்ஸ்மீது நாள்தோறும் தூசு உறிஞ்சும் கருவியால் சுத்தம் செய்வது (தூசு உறிஞ்சியின் பைகளை அடிக்கடி மாற்றுவது)

— காய்கறித் தோட்டம் அல்லது குடும்பப் பராமரிப்பில் வரும் வீட்டுத் தோட்டத்தில் அல்லது பண்ணையிலிருந்து கிடைக்கும் உணவுப் பொருட்களைப் பயன்படுத்துவதை முடிந்த அளவு தவிர்த்தல்.

— பழங்களையும் காய்கறிகளையும் கவனமாகக் கழுவுதல்

— சிறுவர்கள், கைக் குழந்தைகளுக்குப் பாட்டிலில் அடைக்கப்பட்ட மினரல் குடிநீரினால் உணவு சமைத்தல்.

தன்னை அறியாமல் கைகளில் இருந்து வாய்க்குத் தொற்று ஏற்படும் அபாயத்தைத் தவிர்ப்பதற்காகத் தானியங்கிக் கருவிகளில் வரும் திரவ சோப்புமூலம் கைகளைக் கழுவும் பழக்கத்தைக் கொள்ளும்படியும் அறிவுறுத்தப்பட்டது. ஆழமான, புதிரானதொரு யுத்தம் தொடங்கியிருந்தது. அனைத்தும் அமைதியாகவும் தெளிவாகவும் இருந்தன. ஆனால், எல்லாமே அச்சுறுத்தின.

நிலைமை "ஏறக்குறைய இயல்பு நிலையில்" இருந்தது. அவர்கள் கூறுவதுபோல், ''almost normal.'' ஏனெனில், அவர்களிடம் ஊடகங்கள் உள்ளன. அனைத்து மொழிகளிலும் அதனை அவர்கள் ஒலிபரப்புகின்றனர். ஆனால், நிலைமை அப்படி இல்லை. "இயல்பாக" உள்ளதாகவோ ஏறக்குறைய இயல்பாக இருப்பதாகவோ இச்சூழ்நிலையை அவர்கள் விவரிக்கக்கூடாது. நமக்குப் பழகிவிட்டது என்பதாலேயே அது இயல்பு நிலையாக ஆகிவிடாது. பையில் ஒரு அயோடின் குப்பியுடன் நடமாடுவது இயல்புநிலை இல்லை. ஒரு பச்சைக் காய்கறியைச் சாப்பிடுவதில் ஏதாவது ஆபத்து உண்டா என எண்ணிப்பார்ப்பது இயல்பானது இல்லை. திடீரென மழை

நமது எதிரியாக மாறிப்போவதும் இயல்பானது கிடையாது. மேலும், தங்கள் உத்தேசம் கலந்த இனிமையான வாதங்கள்மூலம் இதைத்தான் நம்மை நம்பவைக்கப் பார்க்கிறார்கள்.

நாம் வீடு திரும்பியதும், வேகவேகமாக உடைகளைக் களைந்து, ஒரு குளியல்போட்டு, ஷூ, சாக்ஸ் ஆகியவற்றை ஈரப்பதமான துணியால் துடைத்துவிட்டு, பின்னர் குளிர்ப்பதனப் பெட்டியில் இருந்து ஒரு பீரை எடுத்துக்கொண்டு தொலைக்காட்சிமுன் அமர்ந்து பருவநிலைக் கதிரியக்கம் குறித்த அறிக்கையைப் பார்க்க வேண்டும். இத்தகைய வாழ்க்கையைத்தான் அவர்கள் நமக்குப் பரிந்துரைக்கிறார்கள்.

கொஞ்சம் வடக்கில் வசித்தவர்களின் பகுதியில், முற்றிலுமாக அசாதாரணக் கதிரியக்க அளவுகள் காணப்பட்டன. எந்த அளவு அணுஉலை அருகில் செல்கிறோமோ அந்த அளவுக்குக் கடுமையான, இக்கட்டான, நீடிக்கப்பட்ட சுகாதார விதிகள் கையாளப்பட்டன. தூசுகளைத் தவிர்க்கும் முகக்கவசங்களை அணியவேண்டும். இயன்ற அளவு அதிகமாகக் குளிக்க வேண்டும். வெளியே செல்வதைத் தவிர்க்க வேண்டும். பயணங்களைக் குறைத்துக்கொள்ள வேண்டும். பள்ளி விளையாட்டு அரங்கங்கள், விளையாட்டுத் திடல்கள் ஆகியவை தடைசெய்யப்பட்டன. வாகனங்களுக்கு நச்சுத்தன்மை நீக்கும் வேலை நடந்தது. எப்பொழுதும் கைகளைக் கழுவிக்கொண்டே இருந்தார்கள். நமக்காகக் காத்திருக்கும் நிலையும் இதுதான். (நம் எதிர்காலம் இப்படித்தான் இருக்கும்). இது ஒன்றும் முழுமையான விஞ்ஞானப் புனைகதையும் இல்லை.

*

அணுஉலை மையத்தில் அமைக்கப்பட்டிருந்த கண்காணிப்புக் கேமராவை அவ்வப்பொழுது நோட்டமிட்டேன். மரநாய் ஒன்றும் சில அண்டங்காக்கைகளும் காமிராமுன் தலை காட்டியுள்ளன.

சில நாட்களாக, ஃபுக்குஷிமாவைச் சுற்றிலும் சூரியகாந்திச் செடிகள் பூக்கின்றன. ஏப்ரல் மாதம், அதாவது பேரழிவு நடந்து, ஒரு மாதத்திற்கும் மேலாகியபின், ஷெர்னோபில்லுக்கு அருகில் உள்ள உக்ரேனுக்கு, ஜப்பான் விவசாயத்துறை இணை அமைச்சர் வந்தார். மரியாதையின் நிமித்தம் நிகழ்ந்த சிறு விஜயம். சூரியகாந்திச் செடிகள் குறிப்பாகச் செசியத்திற்கு (cesium) எதிரான தன்மை உடையவை என அவர் தெரிந்துகொண்டார். கதிரியக்கத்தை உறிஞ்சக்கூடிய தாவரங்கள் குறித்த ஆய்வுகளும்

நடந்துவந்தன. கோல்ஸா மென்நீரில் படரும் பச்சைப் பாசிகள் (ஸ்ட்ரோன்சியம், கேல்சியம், பேரியம்—strontium,calcium,barium ஆகியவற்றைத் தக்கவைத்துக்கொள்ளும் தன்மை உடையவை) என எல்லாவற்றையும், எல்லா வழியிலும் முயற்சி செய்து பார்த்தார்கள். செசியத்தை உண்ணும் ஃபோட்டோத்ரோப் நுண்ணுயிரிகளைக்கூட விட்டுவைக்கவில்லை. விரைவில் கஞ்சாவையும் முயன்று பார்ப்பார்களோ? ஷெர்னோபில் பேரழிவின்போது கிடைத்த அனுபவங்கள்மூலம் கதிரியக்கப் பகுதிகளில் 80 விழுக்காடுவரை சுனாமி நச்சுத்தன்மையை நீக்கவல்லது என்பது உறுதியானது. மிகவும் நல்ல செய்தி : கஞ்சா பயிரிடுவதை விரிவாக்கம்செய்ய இது ஏற்ற காலம்.

இப்போதைக்கு, சிதைந்த அணுஉலையின் இரும்பு மற்றும் கான்கிரீட் உடைபாடுகள், நீலநிறக் கூடாரத்துணி, கதிரியக்க நீரினைத் தடுக்க அணுஉலைப் பகுதியின் நிலத்தடி மண்ணை வடிகட்டும் விதமாக அமைக்கப்பட்ட 30 மீட்டர் உயரமுள்ள நிலத்தடித் தடுப்பரண் மற்றும் ஏறக்குறைய நிரந்தரக் கண்காணிப்பு.

*

ஜப்பான் வரலாற்றில், மாற்றி மாற்றி வடக்கிலிருந்தும் தெற்கிலிருந்தும் சமவெளிகளை வருடி வீசிக்கொண்டிருக்கும் காற்றுதான் அந்த நாட்டின் துப்புரவுத் தன்மைக்குக் காரணம் என்று சொல்வதுண்டு. ஆனால், அது இப்பொழுது கவலை, மரணம், நோய் ஆகியவற்றைக் கொண்டு வருகிறது. மழை, அதனுடன் சில தீங்குகளை இழைக்கிறது. மழைக்காலத்தில், பாதை வழுக்கும். பாதுகாப்புக்குக்குடை அல்லது போர்த்திக் கொள்வதற்கு உடை எடுத்துச் செல்ல மறக்கக்கூடாது. ஆனால் இனிமேல், மழை நாட்களில் மக்கள் மனதில் வேறொரு அச்சுறுத்தல் இருந்தது. பூமியில் திட்டாக வீசப்பட்டோ அல்லது தீண்டுவதாலோ திடீரென அவர்கள்மீது தாக்கக்கூடிய கதிரியக்கம்தான் அது. இபியூஸ் எழுதிய ‘கறுப்பு மழை’ எனும் புதினமும் அதைத்தழுவி இமாமுராவால் எடுக்கப்பட்ட திரைப்படமும் நினைவுக்கு வந்தன. அடைமழையைக்கண்டு கலக்கமுற்றனர். கிண்டல், பகடிகளுக்கு இனியும் இடமில்லை. மகிழ்ச்சியாய், புத்தம்புதிதாய்க் கொட்டும் நீரின் சத்தம் ஒரு சன்னமான அச்சத்தைக் கசியவிடுகிறது. நடைபாதை பசைபோல ஒட்டிக்கொள்கிறது. பதற்றத்தின் காரணமாக வெறுப்பும் வெறுமையுமாய் மக்கள் இதயமும் மாறும் அளவு நிலைமை மோசமாகி இருந்தது.

சிலர் தன்னிலை மறந்ததுபோல் பதற்றப்பட்டனர். வேறு சிலர், ஆசுவாசத்தின் ஊடாகக் கலங்கினர்.

அந்த மாணவன் துணி துவைத்துக்கொண்டிருந்தான். ஏறக்குறைய துணி காய்ந்துவிட்டது. ஆனால், மழைதூர ஆரம்பித்தது. சில துளிகள் விழுந்திருக்கும். எதைப்பற்றியும் யோசிக்காமல், மீண்டும் எல்லாத் துணிகளையும் துவைக்கும் எந்திரத்தில் போட்டுவிட்டான். எது நடக்கும் என்று யாருக்குத் தெரியும் என்ற நியதி அது. ஆம். உண்மைதான். எது வேண்டுமானாலும் நடக்கலாம்.

இந்தப் பெண்மணியின் மூக்கின்மீது ஒரு மழைத்துளி விழுந்து விட்டது. தன் சுவாசப்பை என்ன ஆகுமோ என்ற பயம் அவருக்கு வந்துவிட்டது. கண்ணாடியில் தன் முகத்தைப் பார்த்தார். மூக்குத் துவாரம் வடிவம் மாறியிருந்தது. விவரிக்க முடியாத அளவுக்கு அரிப்பு ஏற்பட்டிருந்தது. அவரது தலை விரைவில் மூன்று பங்கு பெரிதாகிவிடுமா? அவரது முகத்தில் ஏற்கனவே ஓட்டை ஒன்று விழுந்துவிட்டது, இல்லையா?

டோக்கியோவில் உள்ள இந்தப் பிரஞ்சுக்காரர் கடந்த 10 நாட்களாகக் குளிக்காமல் இருக்கிறார். அசாதாரணமான அளவு செசியம் அதிகரித்துள்ளதாக அதிகாரிகள் அறிவித்திருந்த நாள்முதல் குழாய்நீரைப் பயன்படுத்தும் பேச்சுக்கே இடமில்லை. உணவு அருந்தி நீண்ட நாட்களாகியது என்ற நிலையிலும் தூதரகத்திடமிருந்து வந்த வழிகாட்டு நடைமுறைகளை வரிக்குவரிப் பின்பற்றுகிறார். காலையில், உடம்பின்மீது வோல்விக் (Volvic)தண்ணீரைத் தேய்த்துக் கொள்கிறார். பல்துலக்க, எவியான் (Evian)நீரைத்தான் பயன்படுத்துகிறார்.

அண்மையில் குழந்தை பெற்ற இந்த இளம்பெண் மிகவும் அறிவியல் பூர்வமாக நடந்துகொண்டாள். ஸிர்கோனியம் 95(zirconium) குறித்த அனைத்துத் தகவல்களும் இவளுக்குத் தெரியும். தொடர்ந்து இதை முகர்ந்துவந்தால், நுரையீரல் திசுக்கள் நார்களாகி, பின் திசுக்கள் மெல்லிய கட்டிகளாகிவிடும். நச்சுக்கொடித் தடுப்பினைத் தாண்டி தாய்ப்பாலுக்குள் பரவிவிடும். இதே நிலைதான் செசியத்திற்கும். நச்சுக்கொடியில் தேக்கிவைக்கப்பட்டு, சேமிக்கப்பட்டுப் பிறகு சிறுநீரகங்களிலும், கண் தசைகளிலும் குவிந்துவிடும். அது சிறு வயதிலேயே செயல் குறைபாடுகளை உண்டாக்கி, இதய நோய்கள், கண்ணில் புரை, நோய்த்தடுப்புச் சீரழிவு — இவற்றை ஏற்படுத்தும். அவள் ஒரு முடிவினை எடுத்துவிட்டாள். புதிய வேலை ஒன்றைத் தேடிப்

பெற வேண்டிய நேரம் வரும்வரை, அடுத்துவரும் கோடையில் இருந்து தன் கணவன், பிள்ளையோடு ரோமுக்குச் சென்று விடுவது என முடிவெடுத்தாள்.

முகச்சவரம் செய்யாமலும் ஒருவன் இருந்தான். காரணம், யாரோ அவனிடம் "அது காயங்கள்மூலம் உள்ளே போய்விடும்" என்று சொல்லியிருந்தார்கள். இவனுக்கு வெட்டுக் காயம் ஏற்பட்டுவிடுமோ என்ற பயம். நகரம் முழுவதும் ஆட்டுத் தாடிகளும், கிருதாக்களும், ஒய்யாரமான அரைகுறை உடையணிந்தவர்களும், சொரசொரப்பான தாடிகளும், சிலிர்த்துக்கொண்ட மீசைகளுமாகத் தோன்றினர். நகரத்தின் சித்திரவதைப் பகுதி போன்று எங்குப் பார்த்தாலும் கோரைப் பற்கள், பிரஷ்கள் என நகரம் கேலிக்கு இரையாகும் வகையில் மயிர்களாலும், பறவையிறகுகளாலும், ஃபோக் மிருகத்தின் பிடரி மயிர்களாலும், குரங்கு வால் குஞ்சங்களாலும், பூனை மயிர்களாலும் மூடப்பட்டிருந்தது.

*

வேடிக்கையான இந்த வாழ்க்கைமுறை அதற்குள் தனக்கென வணிகமுறையையும், வர்த்தக மையங்களையும் ஏற்படுத்தியிருந்தன. தலாம்பேரிடம் (d'Alembert) வொல்தேர் (Voltaire) கூறியதைப்போல, "எல்லா வகையான பித்தலாட்டக்காரர்களும் எப்போதும் மந்திரச் சாக்குகளைச் சந்தைப் படுத்திக் கொண்டே இருப்பார்கள். குறைவான எண்ணிக்கையில் உள்ள நல்லவர்கள் அதைக் கண்டு பரிகாசம் செய்வார்கள். நேர்வழியில் செல்லாத கயவர்கள் பணம் பார்த்து விடுவார்கள்."

எப்பொழுதும் பதற்றம் இலாபங்களை உருவாக்கிவிடும். இப்படித்தான், செய்தித்தாளில் இன்று காலை படித்த செய்தி : "கஷிவாவில், (Kashiwa) ஃபுக்குஷிமாவில் இருந்து 200 கி.மீ. தொலைவில் உள்ள அப்பகுதியில், தங்கள் உணவுப் பொருட்களில் படிந்திருக்கும் கதிரியக்கத்தினை அளவிட மையம் ஒன்றை ஒரு ஜப்பானிய நிறுவனம் அமைத்திருந்தது. பெக்கெரெல் becquerel கதிரியக்க அளவு பார்ப்பதற்காக எனும் பொருளில், 'பெக்குமீரு' Bekumiru எனப் பெயரிடப்பட்டிருந்த அந்நிறுவனத்திற்குத் தொடக்கம் முதலே கிராக்கிக்குக் குறைவில்லை.

ஏறக்குறைய நாட்டின் பரவலாக எல்லாப் பகுதியிலும், உணவுப் பொருட்களைப் பகுப்பாய்வு செய்யப் புதிய சேவைகளுடன் ஆய்வகங்கள் திறக்கப்பட்டன. மண், செடிகள்,

உணவுப் பொருட்கள் ஆகியவற்றின் மாதிரிகள் பரிசோதிக்கப் பட்டன. செசியம் 134, செசியம் 137, அயோடின் 131 ஆகியவை உள்ளனவா எனத் தேடினர். நுணுக்கி நுணுக்கி காமா கதிர்களைக் கண்டறிய ஒளிநிறமாலை ஆய்வுகள். ஜப்பானின் இரசாயன மருத்துவப் பொருட்களைத் தயாரிக்கும் டேஜின் நிறுவனம் தன் பங்குக்கு ஒரு பிளாஸ்டிக்காலான புதிய பொருள் ஒன்றை உருவாக்கியது. அதன்மீது கதிரியக்கம் பட்டால், அது நீலநிற ஒளியை உமிழும்.

இதற்கிடையில், ஏற்கனவே தெரிவுசெய்யப்பட்ட உணவுப் பொருட்களின் பொட்டலங்கள், நச்சுத்தன்மையை நீக்கும் வழிமுறைகள் ஆகியவற்றை அமெரிக்க வலைதளங்கள் பரிமாறின. மேலும், நீரில் கரையக்கூடிய இரசாயனக் கலவையை உருவாக்கி, (சிறுநீரகங்களால் எளிதில் வெளியேற்றக்கூடிய அளவில்) நச்சுத்தன்மையுடைய பொருட்களில் ஆய்வு மேற்கொள்ளப்பட்டது. இவை அனைத்தும் கெலேசன் எனும் முறையில் செய்யப்பட்டது. யாருக்குக் கொஞ்சம் "கிலேஷன்" (chelation) தேவை? அதில் உணவுக்குக் கூடுதல் சத்தாக ஆல்ஃபாலிப்போயிக் அமிலமும் (இது சிவப்பணுக்களைக் காமா கதிர்வீச்சிலிருந்து பாதுகாக்கிறது) சாதாரணமாக வண்ணப்பூச்சில் பயன்படுத்தக்கூடிய ப்ருஷிய நீலம் எனப்படும் அடர்நீலமும் (இது செசியத்தின் தாக்குதலைச் சமாளிக்கப் பயன்படுகிறது) உள்ளன.

மேலும், இந்தச் சாதாரண நகரத்தில் உருவாகும் எதிர் பாராத புதிய பொருள்களின் வியாபாரம் எதுவரை செல்லும் என்பதைக் கற்பனை செய்துபார்க்க முடிகிறது. இயற்கை வியலாளர்கள் அல்லது தொழிலதிபர்கள் மட்டுமல்ல, அண்டத்தின் மனச்சாட்சியைக் கொண்டாடும் செலின் குறிப்பிடும், "பயங்கரத்தின் எச்சரிக்கையான பயனாளிகள்" எனப்படும் டிஜிட்டல் அக்குபஞ்சர் நிபுணர்கள் எல்லோரும் நமக்காக உருவாக்கியிருக்கும் அற்புதச் சஞ்சீவிகள். பகலில் தடவிக்கொண்டு அயோடின் 131ஐ எதிர்கொள்ளும் கிரீம், மக்னீசியம் குளோரைட் கலந்த பற்பசை மற்றும் குளியல் ஜெல், இயற்கை இரப்பர் செறிந்த, ஈயத்தூள் நிறைந்த, சுவற்றுக்கான வண்ணப்பூச்சு மற்றும் தரைவிரிப்புகள், செசியத்தை எதிர்க்கும் உலோகக் கலவையினாலான நவநாகரீக நகை, கம்பளி ஸ்வெட்டருக்கும், ரவைகளுக்குமான புற ஒலித் தொழில்நுட்பத்தாலான சோப்புகள். கால்களுக்கு இடையில் ஈயம் செறிந்த கண்ணாடிக் கவசமுள்ள அரைக்கால்சட்டைகள்

(வருங்காலத் தந்தையர்களின் கருவூட்டும் ஆற்றலைப் பாது காத்தாக வேண்டும்) கர்ப்பிணித் தாய்மார்களுக்கென வெள்ளி மற்றும் வீரிய கார்பன் மூலாம் பூசப்பட்ட கைப் பெட்டி களைச் சீனர்கள் தயாரித்திருப்பதாகத் தெரிகிறது. கைக் குழந்தை களை உடைய பெற்றோர்களுக்கு இது ஓர் அழகிய பரிசுப் பொருளாகும்.

திருமணப் பொருட்களுக்கான உங்கள் தெரிவுகளைச் செய்யும் போது, பட்டியலில் இவற்றைச் சேர்க்க மறந்துவிடாதீர்கள்.

*

பதற்றமாக இருந்ததால், அடிக்கடித் தழுவிக்கொள்வதும் உணர்ச்சிவசப்படுவதுமாக இருந்தனர். ஏறக்குறைய எல்லா வற்றையும் பார்த்துப் பதற்றமடைந்தனர். உடனே மற்றவர்களிடம் விசாரித்து அச்சமடைந்து ஆய்வில் இறங்கினர்.

அழிவு அதிகரிக்கும் இடத்தில் காக்கும் சக்தியும் அதிகரிக்கும். நேற்று இரவு, என் நண்பன் டெட்சுயோவிடம் இருந்து தொலைபேசி அழைப்பு வந்தது. ஹிரோஷி போலவே டெட்சுயோவும் என் பழைய மாணவர்களில் ஒருவன்தான். எனக்குத் துல்லியமாக வழிகாட்ட, நாட்டின் தற்போதைய நிலை குறித்துக் கணித்துத் தெரிவிக்க — என்று எனக்கான சிறிய பட்டாளமே இருந்தது. கல்லூரிப் படிப்பு முடிந்ததும், தான் பிறந்த டோக்கியோவின் பல பார்களில் சிறுசிறு வேலைகள் பார்த்து வந்தவன் பின்னர், தான் பிறந்த தொஹோக்குப் பகுதியில் மியாகி மாவட்டத் தலைநகரான சென்டாய்க்குச் சென்றான். நிலநடுக்கத்தால் அதிகம் பாதிக்கப்பட்ட பகுதி களில் ஒன்றான அங்கு பல “லவ் ஓட்டல்”கள் (Love Hotels) நடத்தி வந்தான். ஜப்பான் பல்கலைக்கழகங்கள் எந்த வேலையாக இருந்தாலும் அதற்கு வழிகாட்டும். அதில் நீங்கள் வெற்றி பெற்றால் சரி.

டெட்சுயோ, ஒரு சில “வியாபார நிமித்தமாக” (அப்படித்தான் அவன் குறிப்பிடுகிறான்) டோக்கியோ வரை வந்து இருந்தான். ஷின்ஜீக்கா பகுதியில் உள்ள ஒரு பாரில் சந்திக்கத் திட்ட மிட்டோம். உண்மையில் என்ன நடக்கிறது என்பதை என்னிடம் சொல்லியே தீரவேண்டும் என விரும்பினான். மிகவும் படபடப்பாய் இருந்தவன், ஒரு ஜின் டானிக்கும், முந்திரிப் பருப்பும் கொண்டுவரும்படிப் பணித்தான். பிறகு மனதில் இருந்ததைக் கொட்ட ஆரம்பித்தான் : “மார்ச் 11, இரவில் நிலநடுக்கம் நிகழ்ந்து முடிந்த சில மணிநேரத்திற்குள்

அத்தனை "லவ் ஓட்டல்களும்" நிரம்பிவழிந்தன என வெற்றிக் களிப்பு மிகுந்த குரலில் சொன்னான். வக்கிரமான புரோத்தியீஸ் (Protee) போன்று நகரத்தில் உள்ள அத்தனை அறைகளையும் அவனே முன்பதிவு செய்தது போலவும், ஏதோ ஒரு முக்கியமான விஷயத்தைச் சாதித்து விட்டதைப் போலவும் அவனது தொனி இருந்தது. இதற்கு மேல் எங்கும் ஒரு அறைகூடக் கிடைக்க வாய்ப்பில்லை. மறு அதிர்வுகள் நிகழ்ந்து கொண்டிருப்பதால், தனியாக இருப்பதை பல வாடிக்கையாளர்கள் விரும்புவதில்லை. மதுக்கூடத்தில் உள்ள பெண்களைத் தள்ளிக்கொண்டு லவ் ஓட்டலுக்கு வந்தார்கள். ஊதியத்துடன் கோடைக்கால போனஸ் அல்லது குளிர்கால போனஸ் வாங்கும் சந்தர்ப்பம் போல் இருந்தது. தங்கள் மனைவியரிடம் கூற அருமையான சாக்கு. "மெட்ரோ ஓடவில்லை. தாமதமாய் வருகிறேன்" என எதையாவது சொன்னார்கள். சிறிய மறு அதிர்வு ஏற்பட்டால் போதும். அவ்வளவுதான்! எல்லோரும் இந்தப் பாழாய்ப்போன இடத்திற்கு வந்து விடுவார்கள்.

ஒரு பெரிய மதுக்குவளை வழிய ஜின் குடித்துவிட்டுத் தொடர்ந்து விவரித்தான். "நிச்சயமாக, வாடிக்கையாளர்கள் மிகவும் அச்சத்துடன் காணப்பட்டனர். முதல் தளம், அதிகபட்சம் இரண்டாவது தளத்திலுள்ள அறைகளைக் கேட்டார்கள். காரணம், ஏதாவது பிரச்சனை என்றால் சீக்கிரமாகக் காலி செய்ய வசதியாக இருக்கும் என்பதற்காக. மூன்றாம் தளத்துக்கு மேல் உள்ள அத்தனை அறைகளும் காலியாக இருந்தன". அவனது முகம் விவரிக்க முடியாத சோகத்தில் ஆழ்ந்திருந்தது. எனினும் பேச்சைத் தொடர்ந்தான். "எனவே, மேலே உள்ள தளங்களில் விளக்கைப்போட்டு வைத்தேன். உயரமான இடத்தில் உள்ள அறைகளில் துணிந்து கால்வைக்க வருபவர்களுக்குச் சிறப்புச் சலுகைகளை அறிவித்தேன்." "மேல்மாடியில் காதல்" என அதற்குப் பெயரிட்டேன்! வரவேற்பு நன்றாகவே இருந்தது வாடிக்கையாளர்களை இரண்டு வகையாகப் பிரித்தேன். கீழ்த்தளத்தில் தங்கள் காதல் லீலையைச் செய்ய விரும்புபவர்கள்; வந்தது வரட்டும் என்று உயரமான இடத்தைத் தேர்ந்தெடுப்வார்கள். அப்படி மேல் தளத்தில் அறைகளைத் தெரிவு செய்பவர்கள் மிகவும் சிறுபான்மையினர்தான். ஆனால், இவர்களுக்கு 10 நிமிடம் இலவசமாகக் கூடுதலாக அளிக்கப்படும். அதிர்வியக்க சுய இன்பக் கருவிக்குச் சலுகை விலைகள் அறிவிக்கப்பட்டன. "தொஹோக்குவை மீண்டும் கட்டமைப்பதில் உதவி" என அதற்குப் பெயர். இதோ பார், அதன்மீது அவ்வாறு குறிப்பிடப்பட்டுள்ளது".

தன் கைப்பையில் இருந்து ஒரு அதிர்வுக் கருவியை வெளியில் எடுத்தான். உண்மைதான், ஜப்பானிய மொழியிலும் ஆங்கிலத்திலும் அது குறிப்பிடப்பட்டிருந்தது. “முற்றிலும் பலனளிக்கக்கூடிய இது ஒருவகை மேலாண்மை” என்றும் சொன்னான். ”மக்கள் அதனைப் பெரிதும் விரும்பினார்கள். இதன் விற்பனைமூலம், முழுமையாக இரண்டு மீட்பு முகாம்களுக்குப் பண உதவி செய்ய முடிந்தது. ஸோராவைப் போல்! அதிர்வியக்கக் கருவியின் முனையில், மாடுபிடிக்கும் சுருக்குக் கயிறைச் சுழற்றினால் காற்றில் ஏற்படும் சீழ்க்கையொலி போல் அபிநயத்துக் காட்டினான். விரசமாகத் தோன்றினாலும் மிடுக்குக் குறைவில்லாத நவீன வாட்போர் வீரன்.

தொழிலைக் கவனித்துக் கொண்டே மக்களுக்கு உதவ, டெட்சுயோ எப்போதுமே பலவிதத் திட்டங்களைக் கைவசம் வைத்திருந்தான். 1995இல் கொபேயில் (Kobe) நடந்த நிலநடுக் கத்தின்போது, தன் நிறுவனத்திற்குச் சொந்தமான குளியல் தொட்டிகளைப் புகலிடம் தேடியவர்களுக்கு இலவசமாகத் தந்து உதவினான்.

திடீரென அவன் சோகத்தில் ஆழ்ந்தான். “கதிரியக்கம் என்ற விஷயத்தைப் பொறுத்தவரை, நிலைமை முற்றிலுமாக மாறிவிட்டது. வழக்கமான நடமாட்டத்தில் பாதிதான் இருந்தது. அது நல்ல நிலையில் இருந்த நிறுவனங்களுக்கு மூன்றில் இரண்டு பகுதி. அவ்வாறே வருவோர் உள்ளே இருக்கும் நேரமும் குறைந்து போனது! ஏனெனில், நிலநடுக்கம் என்பது, பயங்கரமாக இருக்கலாம்; ஆனால் வெகுநேரம் நீடிக்காது. ஆட்டம் குலுக்கல் எனும் ஒரு சிறு கூடுதல் அதிர்வை உண்டாக்கக்கூடும். சிலர் மூன்று மணிநேரம்கூடக் காத்திருப்பது உண்டு. அவர்களது காதல் லீலைகளை மேலும் சுவாரஸ்யமாக்கும் விதமாகச் சிறிதாக மறு அதிர்வு வரும் என்ற எதிர்பார்ப்பில் அப்படி இருப்பார்கள். அணுஉலையால் அச்சமூட்டப்படுபவர்களுக்கு ஒரு மணிநேரத்தில் காலிசெய்தாக வேண்டும். கதிரியக்க நிலவர அறிவிப்பைத் தொலைக்காட்சியில் காண வீடு திரும்புவதைப் பற்றியே நினைப்பார்கள். நீண்ட நேரம் ஊர் சுற்றுவது என்பது முடிந்துவிட்டது. ஒரு சிறு சுற்று. அப்புறம் புறப்பட வேண்டியதுதான். “இது போன்ற விஷயங்களில்தான் உண்மையில் நிலைமை மோசமாக இருக்கிறது” எனச் சிந்தனை தோய்ந்த முகத்தோடு சொன்னான்.

மீண்டும் ஒரு வாய் முந்திரியைக் கொறித்துவிட்டு, இன்னும் ஒரு ஜின் கொண்டுவரும்படிச் சொன்னான்.

“இதனால், சீன, கொரிய, பிலிப்பைன்ஸ் நாட்டைச் சேர்ந்த பணிப் பெண்கள் வேகவேகமாகத் தடைசெய்யப்பட்டனர். எல்லோரும் தங்கள் நாட்டுக்குத் திரும்பினார்கள். சுத்தம் செய்யும் வேலையை நானே கவனிக்க வேண்டியதாகிவிட்டது. போகட்டும்; எப்படியும் நாங்கள் தந்த ஓரளவு தாராளமான சலுகையை அனுபவிக்காமல் வீட்டில் வெட்டியாகத்தான் அவர்கள் பொழுதைக் கழிப்பார்கள். மேலும், ஒன்று தெரியுமா? வெடிப்பதற்குத் தயாராகிக் கொண்டிருக்கும் மூன்று அணுஉலைகளுக்குச் சில கிலோமீட்டர் தூரத்தில் உடலுறவில் ஈடுபடுவதில் அதிக சுவாரஸ்யம் இருக்காது. எப்பொழுதும்போல், அவனது பாணியில் பச்சையாக, “நில நடுக்கம் வந்துவிட்டால் பெண்களின் உள்ளாடைகளில் சுனாமியை உண்டாக்கிவிடும். ஆண்களின் கால் சட்டையில் அதிர்வுகளை ஏற்படுத்திவிடும். கதிரியக்கத்தைப் பொறுத்தவரை, எல்லோரும் அலறியடித்துக்கொண்டு தங்கள் வீட்டுக்குத் திரும்பிவிடுவார்கள்” என்று முடித்தான்.

டெட்சுயோ, பலே பேர்வழி! அவனுக்கே உரியதொரு அலசல். ஆனால் எனக்கென்னவோ அவன் நிலைமையைச் சுருக்கமாக நன்கு விவரித்ததாகவே படுகிறது. எது எப்படி யிருந்தாலும் வீழ்ச்சி, செயலின்மை, துன்பம் — இவை எதுவும் டெட்சுயோவுக்குத் தெரியாது. தன்னிடம் வரும் ஆண், பெண் வாடிக்கையாளர்களுக்குச் சந்தோஷத்தை அளித்து, போகிறபோக்கில் சிறு ஆதாயத்தைப் பெறமுடிந்தால், ஏமாற்றுபவனாகவும் அதேநேரம் நல்லவனாகவும் இருக்குமவன் மகிழச்சியடைகிறான்.

நாளையதினம், சுமிதா (Sumida) ஆற்றின்மேல் செரி மரப் பாலத்தில், சக்குர்பாஷி (Sakurabashi) அருகில் நன்கொடை வசூலில் ஈடுபட்டுள்ள கெய்ஷா பெண்களுக்கு உதவிசெய்ய இருக்கிறான்.

*

பாவம் டெட்சுயோ. “அஃப்தாபியாஸ்த்” (Aftab-e Yazd) எனும் ஈரான் நாளிதழைப் படிக்கவில்லை என்று நினைக்கிறேன். டெஹ்ரானில் வெள்ளிக்கிழமை தொழுகையின்போது பேசிய இமாம் காஸேம் செதிகியைப் பொறுத்தவரை, நிலநடுக்கம் அதிகரிப்பதற்கான காரணம், கள்ள உடலுறவுகளின் அதிகரிப்புதான் எனக் கூறியதாக அதில் செய்தி வந்துள்ளது.

மதத்தலைவரும் (ஓய்வுநேர நிலநடுக்கவியலாளருமான) திரு செதிகி, போகிறபோக்கில், “நம் சொந்த நடவடிக்கைகள்தான்

இயற்கைப் பேரழிவுகளுக்கெல்லாம் காரணம் எனக் கூறியுள்ளார். “மோசமாக உடை உடுத்தும் பல பெண்கள் இளைஞர்களைக் கெடுத்து, அதன் விளைவாக அதிகரிக்கும் கள்ள உடல் உறவுகள் நிலநடுக்கத்தின் எண்ணிக்கையை அதிகரிக்கின்றன. சமுதாயத்தின் பிரச்சனைகளைத் தீர்க்க நாம் ஒரு கூட்டு முயற்சியை மேற்கொண்டாக வேண்டும்” என மக்களுக்கு வேண்டுகோள் விடுத்துள்ளார். அதாவது ரக்பி விளையாட்டைப்போல்!

ஈரானியப் பெண்கள் உண்மையிலேயே துணிவானவர்கள் போல்தெரிந்தார்கள்.இத்தகைய அறிவுப்பூர்வமான அலசல்களை ஜுனுக்கு உடனடியாகத் தெரிவிக்க ஓடினேன். பூத்துக் குலுங்கும், இப்பகல் முழுவதும், முத்த மழையில் இருவருமாகச் சேர்ந்து கூட்டு முயற்சியில் ஈடுபட முயன்றோம்.

IV

நீர், காற்று, இலைகள்.

புல், காளான்கள்

புல்மீது உருளுதல்.

டோக்கியோ வீதி ஒன்றில், மது, பாசி ஆகியவற்றின் நெடி, அதிகாலையில் முகத்தின்மீது விழும் மழைத்துளியை உணர்தல்.

கொஞ்சம் கொஞ்சமாக, நாளாக நாளாக, இத்தகைய அனுபவச் சிதறல்கள் ஏறக்குறையத் தடைசெய்யப்பட்டவையாகி விடுகின்றன. மழை பெய்கிறது. ஆனால், அது மழையாக இல்லை. காற்று வீசுகிறது. எனினும் அது காற்றாக இல்லை. மகரந்தத்திற்குப் பதிலாகச் செசியத்தைக் கொண்டுவருகிறது. நறுமணத்திற்குப் பதிலாக நச்சுப்புகைக் காற்று வந்தது. தொடர்ந்து செந்நிறமாக மாறிவந்த கடல், நடைபெறும் பயங்கரத்தின் மௌன வடிவமாகிப்போனது. உயிருக்கு ஆபத்து விளைவிக்கும் இக்கழிவுகளை முடிந்தவரை அது நீர்க்கச் செய்தது. தப்பித்துச் செல்ல இயலாத நிலை. பகல் வேளைகளில் வசிக்க முடியாத நிலை. இரவு வரும்பொது எதையும் மறக்க முடியவில்லை. ஒவ்வொரு முறையும் புதிது புதிதாகத் துக்கமான கோரமான கனவுகள். பயங்கரமே சூழலாகியது. இழந்த உறுப்புகள், துகள்களாலான மேகங்கள், சந்தேகத்துக்கிடமான ஜொலிப்புகள். நம் வரலாற்றுப் பருவ நிலையெனும் நிலைக்கு நாம் வந்துவிட்டோம் அல்லது மீண்டும் வந்தடைந்துவிட்டோம். நம் விதியைக் காற்று, பேரலை ஆகியவற்றின் கைகளில் ஒப்படைத்துவிட்டோம்.

மார்ச் 11ஆம் தேதி முதல் "அரை ஆயுள்" எனும் தொடர், துகள்கள் போல் எங்கும் பரவிவிட்டது. அது நம்மைச்சுற்றி எங்கும் உள்ளது. இனி அதைப்பற்றி மட்டுமே பேசப்படும். அணுஉலைகள் வெளியேற்றும் கதிரியக்கத் துகள்களின் அரைகுறை வாழ்க்கை. புகையான, அடர்த்தியாக, ஆக்ரோஷமாக, நீர்த்த நிலையில் எனக் கொத்துக் கொத்தாக அவை வெளியேற்றப்பட்டன.

அரை ஆயுள் என்பது வாழ்க்கையின் பாதி இல்லை. துல்லியமாகப் பார்த்தால், அது ஒரு குளறுபடிச் சக்கரம். அணுஉலைத் தொழிற்சாலைப் பொருட்களும் கழிவுகளும்

பிரிந்து சிதறுவதற்குக் குறிப்பிட்ட நேரம் பிடித்தது. அந்தக் காலக்கட்டத்துக்குள் அவை நச்சுத்தன்மையாகிவிடும். இப் பொருட்களில் ஏதாவது ஒன்று தன் முழுச் சக்தியையோ அல்லது அபாயத்தையோ எட்டும் காலம், அரைஆயுளின் முடிவில் நிகழும். இது நடக்க நாட்களாகலாம், வருடங்கள் ஆகலாம், நூற்றாண்டுகளாகலாம், ஏன் யுகங்கள்கூட ஆகலாம்.

உதாரணமாக, செசியம் 135இன் அரைஆயுள் என்பது 3 மில்லியன் ஆண்டுகள் (அதாவது, இப்பொருளின் பாதியளவு பிரிந்து சிதற 3 மில்லியன் ஆண்டுகள் பிடிக்கும்) அணுஉலைகளில் தயாராகும் புளூடோனியம் (Plutonium) பொறுத்தவரை, 24,000 ஆண்டுகளுக்குமேல் ஆகும். அதன் கதிரியக்க அளவின் பாதியை இழக்கத் தேவைப்படும் காலம் அது. 80 கிலோ புளூடோனியம் இருந்தால், (2010இல் ஃபுக்குஷிமாவுக்கு அரேவா நிறுவனம் வினியோகித்த அளவு) 24,000 ஆண்டுகள் கழித்தும் 40 கிலோ மீதம் இருக்கும். இப்படியே கணக்குப் போகும். 20 கிலோ, 10 கிலோ அதாவது 24,000 ஆண்டுகள் என்ற கால அளவின் இடைவெளியில் குறைத்துக்கொண்டே வரவேண்டும். முக்கிய தகவல். உங்களைக் கொல்ல ஒரு சில மைக்ரோ கிராம் போதும்.

இவற்றில் ஸிர்கோனியம் 93 (zirconium) தான் உச்சம். அரைஆயுளை எட்டச் சாதனை அளவான 1,53,000 ஆண்டுகள் தேவைப்படும் (எனினும் ஸிர்கோனியம் 93க்கு மேலும் அதிகம் தேவைப்படும் எனக் காதில் கிசுகிசுக்கிறார்கள். என்ன நிலையில் இருக்கிறோம் பார்த்தீர்களா?) எனவே, அணுஉலைகளின் அருகே என்றால் எல்லாம் அற்புதமான முறையில் இருக்கும். கொஞ்சம் அதிர்ஷ்டம் இருந்தால், 30 ஆண்டிலிருந்து (செசியம் 137இன் அரைஆயுள் 15.7 மில்லியன் ஆண்டுக்குள் (அயொட் 129இன் அரைகுறை வாழ்க்கை) நிலைமை ஏறக்குறைய இயல்பு நிலைக்குத் திரும்பிவிடும். இதில் கொஞ்சம் கூடலாம், குறையலாம்...

இத்தகைய நிலையை விவரிக்க, மிகச் சரியானதொரு பதத்தை என்னுடன் பணியாற்றும் அகிரா மிசுபயாஷி உபயோகிப்பார்: "முடிவு எப்பொழுது என நமக்குத் தெரியாததொரு அவசரக் காலநிலை." இது மெல்ல நகரும், நீர்த்துப்போன, "தொடரும் பேரிடர்."

*

தொழில்நுட்பம் நிறைந்த அதன் அர்த்தத்துக்கு அப்பால், "அரை ஆயுள்" என்பது குறிப்பாகத் தனித்துவமானதாக எனக்குத் தோன்றியது. காரணம், இனி நம்மை ஆட்டுவிக்க இருக்கும் வாழ்வியலை அசாதாரணமான வகையில், சுருக்கமான, தெளிவானதொரு ஒற்றைப் பதத்துக்குள் ஓர் உவமைபோல் கட்டமைத்துவிட்டது. நச்சுத்தன்மைக்குள்ளாகிப்போன பகுதிகளில் நாம் தாராளமாக வாழலாம் எனும் உத்திர வாதத்தைதான் அணுஉலை ஆதரவாளர்கள் நமக்குத் தருகிறார்கள். முன்பு இருந்ததுபோல் இல்லை என்பது தெரிந்ததுதான். எனினும் அதுதான் அரைஆயுள். ஆட்சியில் உள்ள அறிவுஜீவிகளில் ஒரு பகுதியினர், மற்றவர்களுடைய ஒத்துழைப்பு அல்லது மெத்தனம் இவற்றின் உதவியோடு, மனித இனம் தோன்றியதிலிருந்து நாம் பார்த்திராத வகையில், நம்மை அடிபணிய வைக்கும் முயற்சியில் இறங்கியிருந்தனர். இச்செயலில் அவர்கள் கண்மூடித்தனமாக ஈடுபட்டிருந்தது தெளிவாகத் தெரிந்தது.

முற்றிலும் அசாதாரணமான நிலைமையை இயல்பான நிலைமையாகச் சித்தரித்தார்கள். வழக்கத்திற்கு மாறான சம்பவங்களுக்கு மக்கள் மெல்ல மெல்ல பழகிப்போனார்கள். வாழ்வின் அபாயங்களைச் சட்டபூர்வமாக்கி இயல்பானதாய் மாற்றிவிட்டார்கள். ஏற்றுக்கொள்ள முடியாதனவற்றுக்கெல்லாம் ஒத்துப்போக ஆரம்பித்துவிட்டார்கள். அணுஉலையின் ஊழியர்கள், குறிப்பாகப் பாதிக்கப்பட்ட ஒப்பந்தப் பணி யாளர்கள், எவ்விதப் பேச்சுக்கும் இடமின்றி இவர்கள் அனை வரும் ஒட்டுமொத்தமாக ஊமையாக்கப்பட்டு ஆதரவற்ற நிலைக்குத் தள்ளப்பட்டனர். காலங்காலமாகத் தொடர்ந்து வரும் கழிவுகளை, அனைத்து அவமானங்களையும் தாங்கிக்கொண்டு, பின்தொடரும் ஆட்களுக்கும் அவற்றை அனுப்பி வந்தனர். மக்களிடம் இந்தக் கோபம் மிகவும் அமைதியாக வெளிப்பட்டது. கதிரியக்க மாசு என்பது மிகவும் ஆபத்தானது மட்டுமல்ல, மிகவும் பரந்து விரிந்து, நீடிக்கவல்லதுமாகும். காற்றில் கலந்து, நிலத்திற்குள் ஆழமாக ஊடுருவி, முடிவின்றிக் கடல்நீரில் கலக்கும் இந்த மாசு, சொல்லப்போனால் அகோரப் பசியுடன் நம் அன்றாட வாழ்வியலின் பழக்கவழக்கங்களில் மட்டுமல்ல, சட்ட எல்லைவரை கூடச்சென்றது.

சாதாரண, சின்னஞ்சிறு இன்பங்களிலிருந்து துண்டிக்கப்பட்ட தொரு வாழ்க்கைக்குப் பழக்கப்படுத்திக்கொள்வதைத்தான் "அரை ஆயுள்" அல்லது அரைகுறை வாழ்க்கை என அழைப்பேன்.

(பயமின்றிப் பச்சைக் கீரையைச் சாப்பிடுவது, மழையில் சிரித்தபடி நனைந்துகொண்டிருப்பது போன்ற மிகவும் சாதாரணமாக இன்பங்கள்) சிறைப்படுத்தப்பட்டுச் சிதைந்ததொரு கால கட்டத்தில் வாழவேண்டும். இதற்கிடையில் அணுஉலைக் கூடம் எதுவும் நடக்காததுபோல் செயல்படவேண்டும். அதற்கு நொண்டிச்சாக்காகச் சொல்வதுமுக்கியமான பாதிப்புகள் வெளிப்படையாகத் தெரிவதற்கும் அறிவியல் பூர்வமாக நிறுவுவதற்கும் சில ஆண்டுகள் பிடிக்கும். கண்டதையும் பேசிப் பிரச்சனையை மறக்கச் செய்யத் தேவைப்படும் காலம். அதுவரை நிலைமை எல்லா நோக்கிலும் "இயல்பு" நிலை என்றே தோன்றும். "அரை ஆயுள் என்பது கையில் அகப்படாது. தொட்டுணர முடியாதது. கெட்டிப்படாதது. அதே சமயம் மறுக்கப்படவும் முடியாதது, ஒளிவு மறைவானது. இருந்தாலும் பகலின் ஒளிச் சிதறல்களில் சுடர்விடக் கூடியது. அது தன்னைப் பொருளாதாரப் புலத்தில் நமது வாழ்க்கை முறையிலும் ஏக மாதிரியாக முன்வைத்தது.

ஏதாவது கேள்விகள் எழுப்பினால், எள்ளல் கணைகள் பொழியும். எதிர்ப்புத் தெரிவித்தால், 'எதார்த்தத்திற்கு எதிரானவர்' எனக் கருதப்படுவார். கனவுலகில் மிதப்பவர் என்றும் சில சமயம் உருப்படியாகச் சிந்திக்காதவன் என்றும் கூட இகழப்படுவார். உலகமயமான மயக்கவியல். யாரும் அறியாவண்ணம் எல்லோருடைய ஒத்துழைப்போடும். 1549லேயே, கடுமையான கேள்வி ஒன்றை எழுப்பிய 18 வயது நிரம்பிய துடிப்பான இளைஞன் விவரித்ததைப் போல் இது ஒரு தன்னார்வ அடிமைத்தனம். அவன் எழுப்பிய கேள்வி : "உண்மையில் வாழ்வதற்கெனப் பிறந்த மனிதனின் இயல்பை, இந்த அளவு திரிக்கவல்லது எந்த நிர்ப்பந்தமாக இருக்கும்; மேலும் தன் தொடக்க வாழ்க்கையின் நினைவுகளை இழக்கச் செய்து அதை மீண்டும் பெறவேண்டும் எனும் விருப்பத்தை ஏற்படுத்தவல்லது எது?" (தன்னார்வ அடிமைத்தனத்தின் உரைகள், லா பொயேசி (La Boetie)).

சில நூற்றாண்டுகளுக்குப் பிறகு, துடிப்புள்ள கொஞ்சம் கறாரான பேனா ஒன்று அவனுக்குப் பதிலைத் தந்தது! "எதுவும் அவர்களை விடுவிக்கப்போவதில்லை! ஒரு அணுக்குண்டைத் தவிர! மேலும்! முழுமையாக... மக்கள் பதுங்கி மூச்சுத் திணறினாலும், இதைப்பற்றி மேலும் அறியாமல் இருப்பதையே விரும்புகின்றனர். தன்னைப் பற்றிய பேராசை; தம்மிடம் உள்ளது, தமக்குத் தெரிந்தது எதுவோ அது அவர்களுக்கானது (செலீன் (Celine), 'மற்றொரு காலத்துக்கான தேவதை' கதை).

கதிரியக்க அரை ஆயுள் என்பது மரணத்தைத் தவணை முறையில் பெறுவது. தூக்கத்தில் நடமாடும் நீண்டதொரு வாழ்க்கை. முழுவதும் திரிசங்கு வாழ்க்கை. நாம் ஏற்கனவே வாழ்வில் இல்லை. தப்பிப் பிழைத்த வாழ்வும் இன்னும் வரவில்லை. அரைகுறை வாழ்க்கை முறைக்கு உங்களை வரவேற்கிறோம்.

*

இங்கும் அங்கும் நாம் கேட்டதற்கும் படித்ததற்கும் மாறாக, ஃபுக்குஷிமாவை ஒரு பிரளயமாகக் கருதமுடியாது. முற்றிலுமாக அது ஒரு விபத்தும் அல்ல. (அவ்வாறு நிகழ்வதற்கு வாய்ப்பு இருந்தாலும்). ஆனால், ஒரு வகையில், மிகவும் மோசமான அழிவு ஏற்கனவே அரங்கேறிவிட்டது. நம்மைச் சுற்றி அது முழுமையாகச் சூழ்ந்துள்ளது. அது ஓர் ஒழுகும் பேரிடர். தெய்வீகமானதல்ல.

ஒரு வகையான முறையாக நிகழும் படிப்படியான அன்றாடச் சிதைவு. இது ஒரு மூர்க்கமான அழித்தொழிப்பும் இல்லை. அது உயிர்க்கொல்லி நிலை. இனி மேலும் மேலும் சட்டப் பூர்வமானதாகிவிடும். சிறு அளவுகளில் தரப்படும், வாழ்வின் உயிர்ச்சத்தை நீக்கிய ஒருவிதத் தலைகீழ் ஹோமியோபதி மருத்துவம்.

மற்றவர்களெல்லாம் சொல்வதற்குப் பல ஆண்டுகளுக்கு முன்பே, நமக்கு என்ன நேர இருக்கிறது என்பதை ஒரு எழுத்தாளர் கணித்திருந்தார். அணுஉலைப் பாதுகாப்பின் கடைசி நியதி என்ற அவரது கணிப்பிலிருந்தது. இன்று நம்மை மேலும் வியந்து போற்ற வைக்கிறது.

"ஒரு பகுதியை"யே பாதிக்கக்கூடிய அளவு பெரும் பேரழிவு களான அணுஉலை மையத்தின் விரிசல் அல்லது வெடிப்பு ஆகியவற்றைக் காற்றுப் போக்கிகள் மற்றும் வடிகட்டிகள் ஆகியவைமூலம் மிக எளிதாகத் தவிர்க்க முடியும். உலை வெடித்துச் சிதறுவதற்குத் தயாராவது போல் தோன்றிய உடனேயே அக்கம் பக்கத்தில் சில கிலோமீட்டர் சுற்றளவிற்கு நெருக்கமான அளவில் நீர் தெளித்து வெப்ப அழுத்தத்தைக் குறைத்துவிட வேண்டும். இந்தச் சுற்றப்புறப் பரப்பளவானது அவ்வப்போது வீசும் காற்றின் போக்கைப் பொறுத்து நீண்டு மாறுபட வாய்ப்புள்ளது. முன்பெல்லாம், நியதிப்படிச் சாத்தியமில்லாத விபத்துகளைத் தவிர, வேறு எந்த அபாயமும் இல்லை என நாம் உறுதியாக நம்பியிருந்தோம். இக்கருத்தை,

முதல் ஆண்டில் கிடைத்த அனுபவங்கள் கீழ்க்கண்டவாறு மாற்றி அமைத்தன: "விபத்து என்பது எப்படியும் சாத்தியம் என்பதால், அதைப் பேரழிவின் விளிம்புக்கு எட்டாத அளவுக்குப் பார்த்துக்கொள்ள வேண்டும். அது எளிதானதும்கூட. மிதமான அளவில் படிப்படியாக நச்சுத்தன்மையாக ஆக்கினால் போதுமானது."

இதன் ஆசிரியர் கீ தெபோர் (Guy Debord) அவர்களால் 1988இல் இந்த அறிவிப்பு வெளியிடப்பட்டது. "மிதமான முறையில் நம்மை நச்சுத்தன்மையாக்குதல்". நிகழ்கலைச் சமூகத்தின்மீது விமர்சனங்கள் எனும் படைப்பில் குறிப்பாகக் காணப்படும் தெபோரின் எழுத்துகளில் மிகவும் வியக்க வைக்கும் பகுதி என்னவென்றால், இன்று நம்மைச் சூழ்ந்து பெருகிவரும் செயலிழப்பு மற்றும் ஒட்டுமொத்த அசைவின்மை நிலையை இந்த அளவு கணித்தது மட்டுமல்ல, எல்லோருக்கும் முன்பாக, வெகு நாட்களுக்குமுன், (சந்தேக மனநோய் அவரைப் பீடித்திருக்கும் என்ற அச்சத்தில் அவரைக் கண்டித்த அத்தனை குற்றச்சாட்டுகளையும் மீறி) இந்த நிலைமையைப் பொருளாதார அமைப்பின் கசப்பான, ஆனால் துல்லியமான அலசலோடு இணைப்பதில் அவர் வெற்றி பெற்றிருந்தார் என்பதுதான். அதாவது, தலைவிரித்தாடும் எல்லாவற்றையும் சந்தைப்படுத்தும் போக்கை முழுமையாகக் கதிர்வீச்சுக்கு உட்படுத்துவதாகும். இனி, ஒட்டுமொத்த அமைப்பையும் வெகுவாக நச்சுச்தன்மைகொண்டதாக அது மாற்றிவிடும்.

ஆம், "வியாபார ரீதியான உரைக்கு எதிரான சிறியதொரு எதிர்ப்பைத் தெரிவிக்கக்கூட இயலாத சூழ்நிலையில், மனிதசமூகம் இத்தகைய சிரமமான பிரச்சனைகளை எதிர் கொள்ள நேருவது, உண்மையில் வருத்தத்துக்குரியதுதான்." இதுவும் தெபோர் சொன்னதுதான்.

***

இனி நிகழ்காலம், இறந்தகாலம், எதிர்காலம் என்று எதுவும் இல்லை. எல்லாவற்றையும் 'கடந்ததான' நிலையின் தோற்றத்தைத் தர அணுஉலைத் துறை விரும்பியது. காற்றாலை, புவிவெப்ப உற்பத்தி என்று, மாற்று எரிசக்திகள் எதையும் இன்னமும் ஆய்வு செய்யவில்லை. அதைப் பற்றி இனிச் சிந்திக்காதீர்கள். அவை எல்லாம் பரிசோதனை செய்யப்படாததற்குக் காரணம் அவை செயற்படுத்தமுடியாதவை, பலனளிக்காது. தானே செயல்படும் வினோதமான தீர்க்க தரிசனம். பசலைக் கீரைகளைப் பிடிக்காதவர்கள் கூறுவதைப் போன்றது. அதனால்தான் இதுவரை அதைச் சாப்பிடவில்லை என்பார்கள் (உண்மையில், ஃபுக்குஷிமாவைச் சேர்ந்தவர்களைப் பொறுத்தவரை அவர்கள் கூறுவது தவறு என்று சொல்ல முடியாது) அனைத்தும் முன்கூட்டியே அதிகாரமிழந்து வழக்கொழிந்து போய்விட்டன. மனித வரலாற்றின் நுட்பமான சொல் அவரிடம்தான் இருந்தது. அதுவே முடிவின் சொல். தடைசெய்யப்பட்ட பகுதிகளில் உள்ள மீட்கமுடியாத சடலங்கள், அணுஉலைகள் ஆகியவை அங்கும்இங்குமாக விரவியிருக்கும். அச்சொல்லைப் புவிக்கோளத்தின் மங்கல முடிவாக விவரிக்கிறார்.

அவரது பார்வையில், எதுவும் புதிதல்ல, வெளிப் படையானதல்ல. இது ஒரு ஒட்டுமொத்தச் சரிவு, கணக்குத் தீர்த்தல்; இதற்குப் பிறகு, எதுவும் மீதம் இருக்காது. அப்படியே இருந்தாலும் அது நினைவாகவோ உருவெளித் தோற்றமாகவோதான் இருக்கும். அனைவரும் வாய்மூடி மௌனம் காக்க வேண்டும். மண்ணில் புதைய வேண்டும். அனைவருக்கும் தொண்டையடைத்துக் கொள்ளவேண்டும். கூனிக் குறுகியிருக்கும் இந்த அணுஉலைகளைப் போலவே உலகமும் சிதை மாற்றம் கொள்ள வேண்டும். படிப்படியான சீரழிவு. மாபெரும் உருக்குலைவு.

அணுக்கரு சகாப்தம்; அது பொடிபட்டுத் துகளாகிச் செயலிழக்கும் சகாப்தம்; முடிவற்ற இழப்போடு ஸ்தம்பித்து நிற்கும் ஒரு விதக் காலவெளி. ஒரே நேரத்தில், சுகந்தருவதாகவும் அதிபயங்கரமாகவும் இருக்கும் காலவெளி. துடிப்புடன் கட்டுப்படுத்தமுடியாத காலவெளி. 'காலத்தின் இறுதி' எனும் தனது புதினத்தின் தொடக்கத்தில் ஹருக்கி முராகாமி (Haruki Murakami) குறிப்பிட்டுள்ளதைப் போல், மின் தூக்கியில் உள்ள கூண்டின் காலம் :

"மின்தூக்கி அதீதப் பொறுமையுடன் மேலேஏறிக் கொண்டிருக்கும். அது ஏறுகிறது என்றுதான் நினைக்கிறேன்.

உண்மையில் எனக்குத் தெரியாது. அத்தனை குறைவானதொரு வேகத்தில். திசையறிவுணர்வு மறைந்துபோகும். ஒருவேளை, அது இறங்கிக் கொண்டிருக்கலாம் அல்லது நின்றுகூட இருக்கலாம். சந்தர்ப்பச் சூழ்நிலைகளைக் கணக்கில் கொண்டு, எளிமையாக, என் வசதிக்கேற்ப, அது மேலே செல்வதாகக் கருதுவது என முடிவு செய்தேன். தோதான மனநிலை. எவ்வித முகாந்திரமும் இல்லாத சுத்தமான ஊகம். 12 மாடிகள் ஏறி 3 தளங்கள் இறங்கியிருக்கலாம் அல்லது ஏற்கனவே பூமியை ஒருமுறை வலம் வந்தும் இருக்கலாம். எனக்கு எதுவும் தெரியாது".

இதோ காலத்தின் இறுதி நெருங்கி வருகிறது. முராகாமியின் புதினத்தில் உள்ளதைப் போல், இதோ நாம் காற்றுப் புக முடியாத எஃகுப் பெட்டகத்துக்குள் அடைபட்டுள்ளோம். இயக்குபவர் இருக்கமாட்டார்; விசைகள் இருக்காது; எவ்வித ஒளிக் குறியீடுகளும் இருக்காது, அடையாளங்கள் எதுவும் இன்றி ஒரேயடியாக மூடப்பட்ட பெட்டி அது. அரை ஆயுள் என்பது, "சிறு சப்தத்தையும் உறிஞ்சும்படிச் சிறப்பாக வடிவமைக்கப்பட்ட உலோகப்பெட்டி"யாகும்.

அரை குறை வாழ்வு தீங்கிழைக்கக்கூடியது. அபாயகரமானது. உடல், பொருள், ஆவி அனைத்தையும் ஒரே சமயத்தில் விழுங்கிவிடும். குறைந்த வெப்பம் ஏற்படுத்தும், மாபெரும் பொதி போன்று செயல்படக்கூடியது. மிகவும் தாழ்வான பருவ நிலை போன்ற வானிலை நிலவும். தாழ்வான வெப்பநிலையில் வறண்டு போகச் செய்யும் நடவடிக்கை; தன் சுற்றுப்புறச் சூழலைப் பற்றி அலட்டிக்கொள்ளாமல் வெளிப்புறத் தலையீடுகளைப் பற்றிக் கவலைப்படாமல் தன்னைத் தகவமைத்துக் கொள்ளும் வெறியில் நிகழும் குளிர்பதனம் போன்றது. வெற்றிடத்தின்கீழ் உழலும் வாழ்க்கை. உயிர் குடிக்கக்கூடிய, அதே நேரம் இயல்பான நிகழ்வு. நாம் ஆசைப்படுவதெல்லாம் அறிவு, மனம் ஆகியவற்றின் சொகுசுதான். பெயரற்ற, பரிகாரமற்ற, மந்தமான, நீண்ட அரைகுறை வாழ்க்கை. சிறப்பான வாழ்க்கை வேண்டாம், நலமான வாழ்க்கை போதும் (அணுஉலை ஆதர வாளர்கள், எப்போதுமே சிறப்பான வாழ்க்கையையும் நலமான வாழ்க்கையையும் குழப்பிக்கொள்பவர்கள். இயற்கையின் அற்புதமான ஒழுங்கை மீட்டெடுக்குமாறு கேட்டால் ஏடா கூடமாகப் பதில் அளிப்பார்கள்). அனைத்தும் மறைந்து கொண்டிருக்கும் நிலையில் எப்படி வாழ்வது? வசதியை உத்தேசித்து, வாங்கவேண்டிய பொருளுக்காக வாழ்வாற்றலையும் தனித்துவத்தையும் அதிகமாகவே விலையாகக் கொடுக்க வேண்டியிருக்கிறது.

ஒரு வகையான, பெயரற்ற மீண்டும் மீண்டும் முடிவற்று உற்பத்தி செய்யப்படும் இனமாக நம்மை உருவாக்கியிருந்தார்கள். 'லம்ப்டா' (lambda) என்ற அந்தக் குடிமகன் காமா அல்லது பீட்டா குடிமகனாக விரைவில் மாறிவிடுவான். "இலியட்" (Iliad) காப்பியத்தில் அற்புதமாக விவரிக்கப்பட்டிருப்பதைப்போல், அக்கிலீஷின் (Achilles) நேரெதிர்த் தேர்வை நாம் செய்திருந்தோம். இது குறித்து ஹோமர் நமக்குக் கீழ்வருமாறு சொல்லியிருக்கிறார்: "அக்கீலீஸுக்கு அரைகுறை வாழ்க்கையில் விருப்பமில்லை. நல்லதொரு சாவை விரும்பினான். அதாவது நல்ல வாழ்வு. ("நிறை வாழ்வு" என்ற பதத்தில் வருவதைப்போல்). அதுதான் வேண்டும்; இல்லை என்றால் எதுவும் வேண்டாம். அக்கீலீஸ் சமரசம் செய்துகொள்ளவில்லை. நிறைவாழ்வுக்கும் அற்ப வாழ்வுக்கும் இடையில் எவ்விதச் சிறுபேரமும் நடக்க வாய்ப் பில்லை. பிளக்கமுடியாத அணுவாக, ஆயிரம் பண்புகளைக் கொண்டவன்.கடக்கமுடியாத இருண்மையின் மையப்புள்ளியாக அவன் இருப்பான். 'ஒடிசி'யின் கடைசி அத்தியாயத்தில் விவரித்துள்ளதைப்போல் நீரிட்ஸ், மூயூசஸ் ஆகிய இரண்டு பாடற் குழுவின் அருமையான இசைக்கு மத்தியில் அற்புதமான இறுதிச் சடங்குகள் அவனுக்குக் கிடைக்கும். புகழ்மிகு உடலை மூடியபடி மின்னும் நினைவுக்கல்லைக்கொண்ட கல்லறை; எல்லோருக்கும் தெரியும்படியான சிறப்புமிகு கல்லறை கிடைக்கும் (நடைபிணமாக, காலங்கடந்த கோமா நிலையில் அணுஉலைபோல் பன்மடங்காகி வாழும் நிலையில் உள்ள பிணம் என்பதற்கு எதிர்ப்பதமாக). இறப்பதா அல்லது அழுகுவதா, இவற்றுள் எதையாவது தேர்ந்தெடுத்தாக வேண்டும். இறப்பைப் போலவே தனித்தன்மையான வாழ்க்கை அவனுக்குக் கிடைக்கும். அது அவனுக்கே உரியதாகவும் இணையற்றதாகவும் இருக்கும்.

இன்று நிலைகொண்டிருக்கும் அரைகுறை வாழ்க்கை, தனி மனிதனைக் கண்டுகொள்ளாமல்,பாதுகாப்புக் குறித்த அதீத அச்ச உணர்வோடு தவிர்க்கமுடியாதவாறு இணைக்கப்பட்டுவிட்டது. (இந்த அச்ச உணர்வு மிகவும் அபத்தமாக முடங்கிக் கிடப்பது வரை சென்றது). சூடாக்க, ஒளிரவைக்க, பாதுகாக்க போதுமான பெரும் கூட்டத்தின் மத்தியில் புறந்தள்ளத்தக்க ஓர் அங்கமாக அம் மனிதன் திட்டமிட்டபடி சித்தரிக்கப்பட்டு வருபவன். சுத்தம் செய்யப்பட்ட அறைகள், கண்காணிப்பு கேமராக்கள் சூழ்ந்த பாதுகாப்புச் சுவர்கள், இரட்டை அடுக்குத் தடுப்புச் சுவர்கள், பாதுகாப்பு வளையங்கள்—இவை எதுவும் பேரழிவைத் தடுக்க இயலவில்லை என்பதுதான் இந்த

நிலைமையில் இருந்த நகைமுரணாகும். இதற்குள், வசதி என்பது முடக்கமாகவும், பரிகாரம் என்பது விஷமேற்றுவதாகவும் மாறிப்போனது. அதீதப் பாதுகாப்பின் வேடிக்கையான முரண்பாடு என்னவென்றால், அதுவே ஆபத்துக்குத் தொடர்ந்து வாய்ப்பளித்தது. உதாரணமாக, அடைத்துவைத்தல் கடைசியில் சுவாசிக்க விடாமல் செய்தது.

எனினும், சாகசங்கள், அதிசயங்கள், வாழ்வின் எதிர்நீச்சல்கள் இவை அனைத்தும் அரைஆயுளின் பாதுகாப்பு மற்றும் மயக்கநிலை எனும் இராட்சச உருளையின்கீழ் அடிபணிய வேண்டியிருந்தது. “உண்மையான வாழ்க்கை என்பது இப்பொழுது இல்லை. நாம் இருப்பது உலகில் அல்ல” என்றார் ரேம்போ. எனவே, நரகத்தில் உள்ள பருவநிலை. சற்றுமுன்தான் அது தொடங்கியிருந்தது.

*

எனவே, நான் மீண்டும் என் வேலையில் இறங்கினேன். இதுபோன்ற சூழலில், எழுதுவதைத் தவிர வேறு எதுவும் செய்வதற்கில்லை. புத்திசாலித்தனமாக, வேறு எங்கேயோ பார்த்துக் கொண்டிருப்பவர்களிடம் உண்மையில் அந்நேரம் என்ன நடக்கிறது என்பதைச் சொல்வதைத்தவிர வேறு எதுவுமில்லை. மற்றவர்களால் நிர்ப்பந்திக்க முடியாத சில கவனமான வாசகர்களைப் பெற முயல்வதுதான் முதல் வேலை.

சில குறிப்புகளை எடுத்துவைத்திருந்தேன். அவற்றைப் பயன்படுத்திக்கொள்ளப் போகிறேன். நான் தனியாக இல்லை. நூலகத்தை முழுவதுமாக அலசினேன். என் மேஜைமீது, பிரயாணத்துக்கான சில புத்தகங்கள் இருந்தன. நூற்றாண்டுகளாக உற்ற தோழனாக, கடினமாக சூழ்நிலைகளில் அருகில் இருப்பவனாக, காலங்காலமாக உடன் பங்கேற்கும் கூட்டாளியாக அவை இருந்தன.

அவற்றுள், கென்ஸாபுய்ரோ ஓயே வின் “ஹிரோஷிமா குறிப்புகள்” என்ற பிரதியும் அடங்கும். ஃபுக்குஷிமாவும் ஹிரோஷிமாவும் ‘இயைபாக’ அமைந்தது ஏதோ ஒருசில உயிரெழுத்துக்களின் தற்செயலான சேர்கை மட்டுமல்ல. இரண்டும் அணுசக்தி உபயோகத்தோடு தொடர்புடையவை என்பதுகூட அல்ல. ஹிரோஷிமா என்பது, விளைவுகளைப் பற்றிக் கவலைப்படாமல், மக்கள் கூட்டம் ஒன்றை (அது ஏற்கனவே மண்டியிட்டிருந்தது) தரைமட்டமாக்கும் குறிக்கோளோடு

எழுந்த ஒரு போர் நடவடிக்கை. மாறாக ஃபுக்குஷிமா அணுஉலை, அதிகபட்ச பாதுகாப்பில் எல்லோருடைய திருப்திக்காகவும், மக்களின் முன்னேற்றத்துக்கும் நன்மைக்கு மான ஒரு பொருளாதார நடவடிக்கையாகத் தன்னைக் காட்டிக்கொண்டது. ஹிரோஷிமா, வழக்கத்திற்கு மாறான தீவிரமான நிகழ்வு. அது குறிப்பிட்ட நேரத்தில் நிகழ்ந்த சம்பவமாகும். ஆனால், ஃபுக்குஷிமா, தொழில்நுட்பமும் பொருளாதாரமும் ஒருங்கிணைந்ததொரு படைப்புக்கு உதாரணமாகும். நம் அன்றாட வாழ்வில் சப்தமில்லாமல் குடியேறி, இன்று நம் உற்பத்தி மற்றும் நுகர்வு முறையால் தவிர்க்க முடியாத மையப்புள்ளியாக இது சித்தரிக்கப்படுகிறது. இத்தனை வேறுபாடுகளையும் கடந்து, இவ்விரு சம்பவங்களும் ஒன்றாகத் தெரிவதற்குக் காரணம், இந்த சக்தியைப் பொறுத்தவரை, இரண்டுமே இறுதியில் அணுஉலை நிறுவனங்களின் மாறாத நிலையை வெளிப்படுத்தின. சக்தி பொய் என்பது பழைய கதை. என்னுடைய ஆச்சரியமெல்லாம், இன்றும் அது புழக்கத்தில் உள்ளதுதான். இன்னும் ஒருபடிமேலே போய், எப்பொழுதையும்விட அதிகமாக உள்ளது.

ஓயே குறிப்பிடுவதைப் போல், இரண்டாம் உலகப்போருக்குப் பிறகு, புற்றுநோய்க்கும், கதிரியக்கத்துக்கும் உள்ள தொடர்பைப் புரியவைப்பது மிகவும் கடினமாக இருந்தது. அணுசக்தி அறிகுறிகள் யாருக்கும் சரியாகத் தெரியவில்லை அல்லது குறைவாகத்தான் தெரிந்தன. உதாரணமாக, ஹிரோஷிமா, நாகசாகி குண்டுவீச்சின் சேதங்களை விசாரிக்க அமைக்கப்பட்ட அமெரிக்கப் படைக்கு, 1945 — இலையுதிர்காலத்தில், தவறுதலாகத் தந்த செய்திக்குறிப்பை, ஓயே நினைவு கூர்கிறார்: "அணுக்குண்டு வெடிப்பில் வெளியேறிய கதிரியக்கத்தின் காரணமாக இறக்க வேண்டியவர்கள் அனைவரும் ஏற்கனவே இறந்து விட்டனர். மீதமுள்ளவர்களையும் கதிரியக்கத்தின் காரணமாக உடற்கூறு பாதிப்பு இருப்பதாகக் கண்டுபிடிக்கப்படவில்லை". அணுக்குண்டு வெடிப்புத் தொடர்பாக, பேச்சின் வாயிலாகவோ படத்தின்மூலமோ எவ்விதத் தகவலையும் வெளியிட அமெரிக்கா தடைவிதித்தது. 1945இல் கொண்டுவந்த பத்திரிக்கைகளுக்கான நடைமுறையையும் அவர் நினைவு கூர்கிறார். (இது 1945 முதல் 1952வரை நடைமுறையில் இருந்தது). இதைத்தொடர்ந்து, நாளிதழ்களில் மேற்கொள்ளப்பட்ட சுயதணிக்கையையும் அவர் சுட்டிக்காட்டுகிறார். இன்று, புது வடிவங்களிலும், அவற்றுக்கு உதவும் பெரிய எரிசக்தி மற்றும் தொழில்நுட்பக் குழுக்களின் விளம்பர முதலீடுகளும் இருக்கையில், (ஃபுக்குஷிமாவின்

டெப்கோ நிறுவனம் 20,000 யென்களைச் செலவிடுகிறது) இத்தகைய தணிக்கை சரிதான் என்று யாரால் கூற முடியும்?

மேலும், "பேரிடர் நிகழ்ந்து அடுத்த பத்து ஆண்டுகளுக்கு ஹிரோஷிமாவின் பத்திரிக்கை உலகின் முக்கிய அங்கமான சுகோக்கு ஷின் பன்னில் (Chugoku Shinbun) கூட "அணுக்குண்டு வெடிப்பு", "கதிரியக்கம்" தொடர்புடைய எந்த அச்சு எழுத்தும் இல்லை என்பதையும் ஒயே நினைவுகூர்கிறார். அதைக் கூறுவதற்கு வார்த்தைகள் இல்லாததால், எதார்த்தம் மறைந்து போகிறது. அதேபோல், அணுஉலை நிர்வாகத்தில் ஈடுபட்டுள்ள சர்வதேச, ஜப்பானிய அதிகாரிகள் ஒருபோதும் "கொரியம்" (corium). (FCM-fuel containing material) என்ற வார்த்தையை உச்சரித்ததில்லை. அணுக்கருச் சேர்க்கையின் போது பல அணுக் கருக்களையும் கழிவுத்துகள்களையும் தன்னுடன் இட்டுச் செல்லும் (புலுய்டோனியம்,எஃகு). அதிகக் கதிரியக்கப் பாதிப்பு உண்டாக்கக்கூடிய இந்த மர்மப் பசை நீண்ட காலத்துக்குமுன் அணுஉலை அடுக்குகளில் ஊடுருவி, பூமிக்கு அடியில் எங்கு சென்றுள்ளது என்று தெரியாது. எனினும், எவ்விதப் பேரழிவுத் தன்மைக்கும் இடந்தராமல் மிகவும் எளிமையாகச் சொன்னால், இதுவரை மனித இனம் சந்தித்திராத அளவு மிகவும் ஆபத்தான பிரச்சனை என்பது மட்டும் உறுதி. காரணம், வெடிப் பொருட்களாலான கொரியம், தனக்குத்தானே ஊட்டம் பெறும். அது பயணம் செய்யும் பாதையை யாராலும் கணிக்க முடியாது. அதேபோல், அதன் வழியில் மற்ற உயிரியல் உறுப்புகளை, குறிப்பாக நீர்மட்டங்களைச் சந்திக்க நேரும்போது, அது நடந்துகொள்ளும்முறை, அதன் வளர்ச்சி ஆகியவை குறித்தும் எதுவும் யாருக்கும் தெரியாது. விவரிக்கமுடியாத, கணிக்க முடியாத, கட்டுப்படுத்த முடியாதபடி நகரும் நிலையில் உள்ள இந்தப் பெரும் ஆற்றல் திரள், அணுசக்தியைக் கட்டுப்பாட்டுக்குள் கொண்டுவர இயலும் எனும் அத்தனை வார்த்தை ஜாலத்தையும் கேள்விக்குரியதாக்கி விடுகிறது. எனவே, அதைக் குறித்த விவாதங்களை நீக்கியாக வேண்டும்.

இறுதியாக, 1947ல், ஹிரோஷிமா, நாகாஸாகி ஆகிய இடங்களில் வீசப்பட்ட அணுக்குண்டுக்குப் பலியானவர்களுக்காக 1947ஆல் அமைக்கப்பட்ட ஆணையத்தின் அணுகுமுறையை நினைக்கவேண்டியுள்ளது. அங்கு உயிர்பிழைத்தவர்களுக்கு எந்த உதவியும் செய்யாமல் அவர்களை ஆய்வு செய்வதோடு நிறுத்திக் கொண்டது. இன்றும் இத்தகைய புரிந்துகொள்ளமுடியாத அதிகாரம் செலுத்தும் அணுகுமுறைதான் நிலவுகிறது. இன்றைய

சூழலுக்கும் அது புதுப்பிக்கப்பட்டு, சர்வதேச மயமாக்கப்பட்டு ஒப்பந்தவடிவம் மட்டுமே பெற்றுவிட்டது. அதாவது, அணுசக்தித் தொடர்பான அனைத்துத் திட்டங்களுக்கும் வரைவு செயல் திட்டங்களுக்கும் பரஸ்பர பேச்சுவார்த்தை மேற்கொள்வது என 1959இல் உலக சுகாதார நிறுவனமும் சர்வதேச அணுசக்தி நிறுவனமும் ஒப்பந்தம் ஒன்றில் கையொப்பமிட்டிருந்தது. எனவே, கொள்ளைநோய் குறித்த அத்தனை ஆய்வுகளும், கதிரியக்கத் தாக்கம் குறித்து உலக சுகாதார நிறுவனம் மேற்கொள்ளும் அத்தனை மருத்துவ ஆய்வுத் திட்டங்களும் அணுசக்தியை வளர்ப்பதையும் பயன்படுத்துவதையும் இலக்காகக் கொண்டு இயங்கும் வர்த்தக நிறுவனம் ஒன்றின் அதிகாரத்திற்குக் கட்டாயமாக அடங்கவேண்டும் என்பது இதன்மூலம் தெளிவாகிறது. இதன் காரணமாகத்தான், 1991இல் நிகழ்ந்த ஷெர்னோஃபில் விபத்துக்குப் பிறகு, மனித உயிரணுக்களின் பாதிப்புகளை ஆராய்வதை விடச் சொத்தைப் பல் குறித்த ஆய்விலேயே கவனம் செலுத்தப்பட்டது. உலகின் அத்தனை நாடுகளிலும் உள்ள அணுசக்தி மையங்களைச் சூழ்ந்திருக்கும் இருண்மை ஆச்சரியமானது. முறை கேடுகளும் எதிர்ப்புகளும் மாறிமாறி வந்து கொண்டிருந்தாலும் எந்தப் பலனும் இல்லை. எதிர்காலத் திட்டமும் வலிமையும் உள்ளதாகச் சித்தரிக்கப்பட்ட இந்தத் தொழிற்சாலை அடிப்படையில் இரகசியத்துடன் தொடர்புடையது. மௌனத்தில் வளர்வது. அணுக்குண்டு வெடிப்பில் பலியானவர்களின் உடல்கள் தைலங்கள் மூலம் பதப்படுத்தப்பட்டுத் துண்டாடப்பட்டிருந்தன. பிளந்த பாறையைப்போல் முதுகெலும்பில் கதிரியக்கத்தால் துளையிடப்பட்ட நோயாளிகள். இவர்களுக்கு மத்தியில் 1963இல், ஹிரோஷிமா குறிப்புகளை எழுதியபோது, ஒயே அற்புதமானதொரு வாக்கியத்தை வடித்திருந்தார். “நவீனமயமான, ஒளிமயமான இந்த இடம் உண்மையில் இறந்தவர்களின் இராஜ்ஜியம்” என்ற இந்த வாசகத்தை இன்றும் நம்மால் வழிமொழியாமல் இருக்க முடியவில்லை.

இதன் காரணமாகத்தான், பெருகிவரும் சோகமான, மர்மமான சர்வ வல்லமை பொருந்திய இவ்விஷயத்தைக் குறித்த வினாக்களுக்குப் பதிலளிக்க, அச்சூழலுக்கேற்ப, “குறிப்புகள்” எனும் வகையை ஒயே தெரிவு செய்தார். சொன்ன பொய்கள், பேசாமல் விட்டவை ஆகியவை குறித்த வினாக்களுக்குப் பதிலளிக்கும் விதமாக இருந்த அவரது எழுத்து, உயிர்ப்போடும், துல்லியமாகவும் ஆவணங்கள் நிறைந்த தாகவும் இருந்தது. அதிகாரப்பூர்வத் தகவல்களுக்கு முற்றிலும்

மாறாக, கதிரியக்கத்தின் உண்மை நிலவரத்தையும் அதன் பாதிப்புகளையும் எடுத்துரைக்கப் பெரிய அளவிலான கள ஆய்வு செய்து, அதன் அடிப்படையில் பல சம்பவங்களை விவரித்திருந்தார். உரைநடையிலும் சில கவிதைவரிகளிலும் குறுக்கும் நெடுக்குமாக, அவசரம் அவசரமாகவும் தீட்டிய சின்னஞ்சிறு சித்திரங்கள், பிரச்சனையை விளக்கும் சம்பவங்கள், இடையிடையே பேட்டிகள், கடிதங்கள் — எல்லாம் எதார்த்தத்திலிருந்து வெளிப்படும். பாதிப்புக்குள்ளான சாமான் யர்கள், நோயாளிகள், இந்தச் சமூக அமைப்பில் சூழ்நிலைக் கைதிகளாய்ச் சிக்கிக் கொண்டவர்கள், தேவைப்பட்டால் மிருகங்களிடம்கூட எடுக்கப்பட்ட பேட்டிகள் — இவை எல்லாவற்றிலும் பேச வாய்ப்பு அளிக்கப்பட்டது.

உண்மையில் கால் ஊன்றியபடிச் சுயமாகக் கண்டு பிடிக்கப்பட்ட துடிப்பானதொரு எழுத்து நடையில், சிறிய அளவிலான வியக்கவைக்கும் உத்தியும், இடைவெளி உத்தியும் கையாளப்பட்டன. வாசிப்பில் கிடைத்த குறிப்புகள், பயணக் குறிப்புகள், நினைவுகள், ஏன் இசைக் குறிப்புகள்கூடச் சேர்ந்து ஒன்று கலந்து இருந்தன. இவை ஒட்டுமொத்த இலக்கை நோக்கிச் செல்வதை மறவாமல் மாறி மாறி இணைப்பாகவோ இடைச் செருகலாகவோ பயன்படுத்தப்பட்டன. இப்படிப் பலவிதமான நடைகளைக் கலப்பதன்மூலம், பல தெரிப்புகளில், வாழ்க்கையின் ஓட்டத்தையே நம்மை உணர வைப்பதாக இருந்தது. இதன்மூலம், ஒயே ஒரு நடையை உருவாக்கினார். கவிதை, தனிப்பட்ட எழுத்து, கட்டுரை —இவை அனைத்தும் அகண்ட ஒரே வடிவத்தில் காணப்பட்டன. இதைப் புதினம் என்று சொல்லலாமா? ஏன் சொல்லக்கூடாது?

தன் நூலுக்கு அவர் தெரிவு செய்த ஜப்பானிய சொல்லான "நோட்டோ"வுக்கு (noto), இரு முரண்பாடுடைய பொருள்கள் இருந்தன. ஒரு குறிப்பிட்ட பாகமாக, நடைபெறும் நிகழ்வைப் பதிவு செய்யும் ஒரு குறிப்பு என்று ஒரு பொருளும், இத்தகையக் குறிப்புகளைச் சேர்த்து அவற்றுக்குக் கடைசியில் புதிரானதொரு கோர்வையைத் தருவதாக அமைந்த கையேடு என்ற வேறொரு பொருளும் இருந்தன. எனவே, பிரித்துப் படித்து, மூடிவைக்கக்கூடிய ஒரு கையேடு. இனி, அதை வைத்துக்கொண்டு என்ன செய்வது எனத் தெரிந்துகொள்வது, வாசகர் கையில் உள்ளது.

*

யோயோஜி—உயேஹாரா (Yoyogi-Uehara) என்ற மீளமுடியாத என் இடத்துக்கு மீண்டும் திரும்பி வந்துள்ளேன். என் முன் உள்ள மேஜையில், புத்தகங்கள், காகிதம், பேனாக்கள் முதலியவை உள்ளன.

எப்படிப் பார்த்தாலும், இது ஒரு மிகப் பெரிய கதை. சில மாதங்களுக்குமுன் எவையெல்லாம் சாத்தியமில்லை என்று நினைத்தோமோ நாம் வேறு ஓர் உலகத்தில் வாழ்ந்து கொண்டிருந்தோம். அதே நேரம், ஏதோ புதிதாய் ஒன்று வெளிப்படுகிறது. குழப்பவாதிகள் எல்லோரும் டோக்கியோவை விட்டு வெளியேறிவிடவில்லை. மாறாக, சிலர் இன்னமும் அங்கேயே இருந்தனர். ஆனால், ஏன் அங்கே இருக்கிறதர்கள் என்பது நமக்குத் தெரிந்தது தான். சிறிய சந்துகளில், சிரிப்பொலி தொடர்ந்து கேட்கிறது. சிறு வெளிச்சம் வந்தால்கூட, நகரம் மிக அழகாக ஜொலிக்கிறது. யாரும் அதை எதிர்த்து எதுவும் செய்துவிட முடியாது. நான் வெளியே கிளம்புகிறேன். ஜூனை சந்திப்பதாக ஏற்பாடு. மரக் குடைகளின் கீழ், கோமாபா பூங்காவில் உலாவப் போகிறோம். குளிர்காலமாக இருந்தாலும், சிறு தூறல்போடும் மேகங்கள் சூழ்ந்திருந்த போதிலும், அற்புதமானதொரு பருவநிலை. மழைத் துளிகளிடையே நனைந்தபடி வெளியில் செல்வேன். “மாற்றத்தின் ஆவணம்” எனும் “யிகிங்”(Yi King)கில்,

கருத்துப்படச்சொற்களான சூரியனையும் மழையையும் இணைத்து 'மாற்றம்' என்ற வார்த்தை பெறப்பட்டது நினைவுக்கு வந்தது. இரண்டு கூறுகளும் இணைந்து இயங்கும்போது, அது அன்றைய நாளுக்கு அழகானதொரு அறிகுறியாக அமைந்து விட்டது.

சூரியனும் மழையும் சேர்ந்து, என்னை ரேம்போவின் சில வரிகளை முணுமுணுக்க வைத்தன.

ஒரு தேவதையைப் போல் வானம்

அழகாக உள்ளது

வான்நீலமும் நீரும் இணைகின்றன

நான் வெளியே போகிறேன். ஒளிக்கதிர் ஒன்று என்னைத்

தாக்கினால்

பாசியின் மீது படுத்துவிடுவேன்.

பறவைகள் பாடுவதைக் கேட்கப் போகிறோம். புதர்களிலிருந்து எழும் புள்ளினத்தின் ஆழ்ந்த குழலிசையைக் கேட்க ஜூன் விரும்புவாள். என்னைப் பொறுத்தவரை, ஒரு மொட்டின்மீது தொங்கிக் கொண்டிருக்கும் சிறுகுருவியின் சின்னஞ்சிறு கீச்சொலியே போதும். ஒளிக்கதிர் ஒன்று எங்களைத் தாக்கினால் பாசியின்மீது படுத்துவிடுவோம்.

நடந்தபடியே, முதல் நிலநடுக்கவியலாரான ஸாங் ஹெங்கை மீண்டும் நினைத்துக்கொண்டேன். பிரஞ்சு மொழியில், துரதிருஷ்டவசமாக, அவரைப் பற்றி ஏறக்குறைய எதுவுமே இல்லை என்று சொல்லலாம். எனினும், நேற்று இரவு அவரைப் பற்றிச் சீன மொழியில் இருந்த வாழ்க்கைக் குறிப்புகளை ஜப்பானிய மொழியில் மொழியாக்கம் செய்து முடித்தேன். நிச்சயமாக, இந்த முன்னோடி எனக்கு மிகவும் பிடித்தமானவர். அவர் இறப்பதற்குச் சில மணி நேரத்திற்கு முன்புகூட, இரவில் எழுந்து, இலட்சக்கணக்கான நட்சத்திரங்களோடு அளவளாவிக் கொண்டிருந்ததாகத் தெரிகிறது. குறிப்பாக, அவரது வாழ்வின் இறுதிப் பகுதி என்னை மிகவும் பாதித்தது. மதிப்பிற்குரியவராக இருந்த அவர், சர்ச்சைக்குரியவராகவும் விளங்கியிருக்கிறார். அரசவையின் அதிகாரப்பூர்வ வரலாற்று அறிஞராக ஹெங் பதவிஉயர்வு பெறவில்லை. தன் தொனியில் காட்டிய கருத்துச் சுதந்திரம், அரசின் ஊழல், அதிகாரவர்க்கத்தின் எல்லை மீறிய சொகுசு வாழ்க்கை ஆகியவற்றின்மீது வைத்த கடும் விமர்சனம்

(இன்றிருந்தால், அவர் என்ன சொல்வார்?) ஆகியவை அரசவையின் சகவாசத்திலிருந்தும் அதிகாரவர்க்கத்தின் அடக்குமுறையில் இருந்தும் அவரைப் பாதுகாத்தன. ஏராள மானவர்கள் அவரது கருத்துகளைப் படித்துள்ளனர். சில நேரங் களில் பாராட்டியுள்ளனர். ஆனால் ஒருபோதும் அவரைக் கட்டுப்படுத்துவதில் வெற்றிபெறவில்லை.

இறப்பதற்குச் சில நாட்களுக்குமுன் அரசவையின் தலைமை யகத்தில் வேலை செய்யத் தலைநகருக்குச் சென்று, அங்கேயே இறந்துபோனார். அவரது பிறந்த ஊரான நான்யாங்கில், பைன் மரங்களும் சிலைகளும் நிறைந்த காட்டின் நடுவில், அவரது உடல் அடக்கம் செய்யப்பட்டது. இன்று, ஒரு சிறிய வான் கோளுக்கும், தங்க நிறத்தில் உள்ள அழகான கனிமம் ஒன்றுக்கும் (காப்பர், ஸிங்க்), நிலவின் எரிமலை வாய் ஒன்றுக்கும் அவருடைய பெயர் இடப்பட்டுள்ளது.

நிலநடுக்கத் தாழியைப் பொறுத்தவரை, அது தனித் தன்மையானது. இன்று அது காணாமல் போய்விட்டது. நவீனமயமாக்கப்பட்ட அதன் மாதிரிதான் இப்பொழுது உள்ளது. ஆனால் உண்மையான தாழியில் இருந்த அளவு துல்லியமும், நுண்ணுணர்வும் இதில் மிகக் குறைவாகவே காணப்படுகின்றன. அவரது காலத்தில், எந்த அளவு அந்தக் கருவி துல்லியமாக இருந்தது என்றால், ஸாங் மறைந்த பின், அக்கருவியின் தொழில்நுட்பத்தையோ, அதைப் பராமரிக்கும் விதத்தையோ யாராலும் விளக்க முடியவில்லை. எனவே, அதைக் கண்டுபிடித்தவரோடு சேர்ந்து அதையும் புதைத்து விட்டார்கள். சில ஆண்டுகள் கழித்து, அது வெளியே எடுக்கப்பட்டது. மங்கோலிய ஆக்கிரமிப்பு நடந்தபோது அது அழிக்கப்பட்டது. அப்பொழுது, அதன் சூட்சமங்களைப் புரிந்து கொள்ள உதவியிருக்கக்கூடிய பல வரைபடங்களில் பெரும் பான்மையானவற்றையும் இழக்க நேரிட்டது. அப்படி ஒரு தாழி இருந்ததே கிடையாது எனச் சாதிப்பவர்களும் உண்டு.